पुरुष हे मंगळावरचे आणि स्त्रिया या शुक्रावरच्या रहिवासी असल्या हे जरी खरे असले तरी सुद्धा आयुष्याला नव्याने सुरुवात करणे जाचक असते, हे एक त्रिकालबाधीत सत्य आहे.

जेव्हा आपण प्रेमात हारतो, आपले प्रेम गमावतो तेव्हा आपल्याला असे वाटते की जणू काही हा जगाचाच अस्त आहे. आपल्याला असे वाटते की आता आपण यातून कधीच सावरू शकणार नाही. आणि पुन्हा प्रेमात तर मुळीच पडणार नाही. आणि आपल्या आयुष्यात आता पुर्वीचा आनंद तर कधीच असणार नाही. जरी या सगळ्या नकारात्मक भावना उद्ववीग्न करणाऱ्या असल्या तरी प्रत्यक्षात त्या उपयुक्त ठरतात. खरे तर उपचार पद्धतीतला हा अविभाज्य घटक आहे तरच आपण पुन्हा प्रेम करण्याला धजावू शकू. डॉ. जॉन ग्रे आपल्याला हेच सांगत आहेत की या नकारात्मक भावनांसाठी जर आपण आपल्या मनाचे दरवाजे बंद केले तर आपणच आपल्या उपचारात अडथळे निर्माण करू.

जॉन ग्रे हे 'मेन फ्रॉम मार्स अ‍ॅण्ड वूमेन फ्रॉम व्हिनस' या बेस्टसेलर पुस्तकाचेही लेखक आहेत आणि त्यांचे या विषयातील शहाणपण आणि व्यापक दृष्टीकोन विषेश उल्लेखनीय आहे. प्रेमभंगानंतर आयुष्याला नव्याने सुरुवात करण्याच्या काही नविन शास्त्रशुद्ध पद्धती जणू सांगितल्या आहेत. या बाबतीत पुरुषांचा व बायकांचा दृष्टीकोन वेगळा आहे, त्यांच्या प्रतिक्रियाही वेगळ्या आहेत. या फरकामुळेच बायकांना प्रेमभंगातून सावरायला अधिक वेळ लागतो. कारण त्या मनाची कवाडे घट्ट बंद करून घेतात.

आपल्यापैकी जे कोणी प्रेमभंगाच्या आणि विभक्तपणाच्या दारुण दु:खातून गेले असतील त्यांच्यासाठी जॉन ग्रे यांचे हे पुस्तक मार्गदर्शक ठरेल व त्यायोगे त्यांचे थांबलेले आयुष्य पुन्हा मार्गी लागेल. त्यांच्या हृदयाची दारे पुन्हा एकदा कशी उघडायची आणि आपल्याला ज्या प्रेमाची गरज आहे आणि ज्या प्रेमाला आपण पात्र आहोत ते कसे मिळवायचे हे समजेल.

प्रेमभंगामुळे आपले आयुष्य थांबते. हृदयाची अधिक मोडतोड टाळण्यासाठी आणि तुम्हाला उध्वस्त होण्यापासून वाचवण्यासाठी डॉ. जॉन ग्रे यांचा हा पुस्तक प्रपंच आहे. हे पुस्तक अत्यंत वास्तववादी सोपे व सहज आकलनीय आहे. स्त्री व पुरुष हे प्रेमभंगाच्या दुःखाला कसे वेगळ्या पद्धतीने सामोरे जातात हे डॉ. जॉन ग्रे यांनी सहज सुंदर पणे सांगितले आहे. अर्थात प्रत्येकाच्या बाबतीत हे खरे नसेल सुद्धा पण अधिकाधिक स्त्री पुरुषांना या उपचार पद्धतीमधले संभवनीय धोके समजतील. आयुष्यातील पुढील अध्यायासाठी अत्यंत उपयुक्त संदेश या पुस्तकात डॉ. ग्रे यांनी दिला आहे.

– बार्नेस अॅण्ड नोबल-बीएन डॉटकॉम

आपल्या स्नेहीजनांना पुस्तके भेट द्या

'Mars And Venus Starting Over'

A Practical Guide for Finding Love Again
After a Painful Breakup, Divorce, or the Loss of a Loved One
या इंग्रजी पुस्तकाचा मराठी अनुवाद

जुळ जुळवताना...

मूळ लेखक

जॉन ग्रे

अनुवाद

शुभदा विद्वांस

मेहता पब्लिशिंग हाऊस

Please contact us at **Mehta Publishing House,** 1941, Madiwale Colony, Sadashiv Peth, Pune 411030.
✆ +91 020-24476924 / 24460313
Email : info@mehtapublishinghouse.com
production@mehtapublishinghouse.com
sales@mehtapublishinghouse.com
Website : www.mehtapublishinghouse.com

- *या पुस्तकातील लेखकाची मते, घटना, वर्णने ही त्या लेखकाची असून त्याच्याशी प्रकाशक सहमत असतीलच असे नाही.*

MARS AND VENUS STARTING OVER by JOHN GRAY

Translated into Marathi Language by Adv. Shubhada Vidwans

तुला आठवताना... / मार्गदर्शनपर

अनुवाद : ॲड. शुभदा विद्वांस
१४०२, कॉसमॉस टॉवर, नवनीत मोटर्सजवळ,
एल्. बी. एस्. रस्ता, गोकुळनगर, ठाणे – ४००६०१.
E-mail: shubhada.vidwans@gmail.com

मराठी अनुवादाचे व प्रकाशनाचे हक्क मेहता पब्लिशिंग हाऊस, पुणे – ३०.

प्रकाशक : सुनील अनिल मेहता, मेहता पब्लिशिंग हाऊस,
१९४१, सदाशिव पेठ, माडीवाले कॉलनी, पुणे – ४११०३०.

मुद्रक : स्पेक्ट्रम ऑफसेट, डी-२/४, सत्यम इस्टेट, सीडीएसएसच्या मागे,
एरंडवणे, पुणे – ४११००४.

मुखपृष्ठ : चंद्रमोहन कुलकर्णी

प्रथमावृत्ती : ऑक्टोबर, २०११ / पुनर्मुद्रण : फेब्रुवारी, २०१३

किंमत : ₹ ३००/-

ISBN 978-81-8498-295-4

मैत्री कधी ठरवून होत नसते.
आपण आपल्या वाटेवरून चालत असतो.
आपल्याबरोबर तसे अनेक वाटसरू असतात.
रस्ते फुटत असतात,
एकमेकात रस्ते येऊन मिसळत असतात.
आपल्या नकळत कुणाची तरी वाट
आपल्या वाटेला येऊन मिळते
आणि नकळत आपण
एकाच वाटेवरून समांतर चालू लागतो,
नंतर जवळ येतो,
एकमेकांना आधार देतो,
सोबत करतो,
दु:खे वाटून घेतो;
आणि आनंदाचे सणही साजरे करतो.
मैत्री अशी होते-
त्या मैत्रीला...

अनुवादिकेचे मनोगत

प्रिय वाचक,

तुमच्याबरोबर आता पुस्तकांद्वारे अधूनमधून संवाद साधण्याची संधी मला मेहता पब्लिशिंग हाऊसने उपलब्ध करून दिली आहे, त्याबद्दल मी श्री. सुनील मेहता यांची आभारी आहे.

या पुस्तकाचा विषय आधुनिक काळातील समस्येला भिडणारा आहे. 'ये कैसी भीड है? बस यहाँ तनहाइयाँ मिले।' खरोखर किती सार्थ आहेत या काव्यपंक्ती! महानगरांमध्ये तर हे प्रकर्षाने जाणवते की, एवढ्या प्रचंड गर्दीत माणूस अगदी एकटा असतो. असे एकाकी वाटण्यामुळे मानसिक संतुलन गमावण्याचे प्रमाण वाढत चालले आहे. माणसांना एकाकीपण नको असेल तर ते जोडलेपण का स्वीकारत नाहीत? पारंपरिक मूल्येही सुटलेली नाहीत आणि नवी मूल्ये स्वीकारण्याची पूर्ण तयारी झालेली नाही आणि तरीही निर्णय घेण्याचे आव्हानात्मक क्षण वेळोवेळी येत राहतात. मनोधैर्य खचण्याचे प्रसंगही वारंवार येतात. अशा कठीण प्रसंगाच्या वेळी हे पुस्तक तुम्हाला नक्कीच मार्गदर्शक ठरेल.

'ॲपल' मग ते ॲडम आणि ईव्हने खाल्लेले असू दे, नाहीतर न्युटनने- झाडावरून खाली पडलेले पाहून गुरुत्वाकर्षणाचा शोध लावलेले- असू दे, नेहमीच क्रांतिकारी ठरले आहे. ॲडम आणि ईव्हने ॲपल खाल्ल्यामुळे त्यांना एकमेकांबद्दल आकर्षण वाटले, ही दंतकथा अमर्त्य ठरली, अजरामर झाली; पण आत्ताच्या ॲडम आणि ईव्हला एकमेकांबद्दल वाटणारे आकर्षण तात्पुरते असू शकते. दोघांचे स्वभाव, आवडी-निवडी वेगळ्या असतात, पण त्या जपतच पुढे जायचे असते. जे विजोड असते त्यालाच जोडपे म्हणतात. मनासारखा जोडीदार नसला म्हणून काय मिटून घ्यायचे? पण आता सभोवतालची परिस्थिती खूप बदलली आहे.

ईव्हला काही वेळेस ॲडम आपल्या योग्यतेचा वाटत नाही. करिअरच्या आड येतो. ॲडमलासुद्धा वर्कलोड इतके असते की हायपरटेन्शन, कोलेस्ट्रॉल, हार्टडिसिज, कॅन्सर वगैरे वगैरे गोष्टींना तोंड द्यावे लागते. या सगळ्याचा परिणाम म्हणजे ताटातूट.

ही ताटातूट फार क्लेशदायक असते. तणावपूर्ण जीवनशैलीतील स्वातंत्र्याच्या अतिरिक्त कल्पनांमुळे होणारे घटस्फोट, त्यामुळे आलेले, न झेपणारे एकटेपण आणि मग पुन्हा नव्याने सुरुवात!

जॉन ग्रे यांनी या एकटेपणाचा अतिशय सखोल अभ्यास केला आहे व अत्यंत सहानुभूतिपूर्वक तुम्हाला नवीन आयुष्याची दिशा दाखवली आहे. जॉन ग्रेसारखा जागतिक पातळीवरचा मनोवैज्ञानिकच फक्त हे करू शकतो.

या पुस्तकात दिलेली तंत्रे आणि मंत्रे वापरून तुम्ही तुमच्या दुःखावर मलमपट्टी करणार आहात; एवढेच नव्हे तर आयुष्याच्या नव्या वाटासुद्धा शोधणार आहात. देव तुम्हाला तुमच्या कार्यात यश देवो ही सदिच्छा!

ॲड. शुभदा विद्वांस

या पुस्तकात तुम्ही काय वाचाल?

या न्यूयॉर्क बेस्ट सेलर पुस्तकाची मूलभूत विभागणी तीन भागांत केलेली आहे. पहिल्या भागात प्रामुख्याने लेखकाने दोघांपैकी एकाचा झालेला मृत्यू, दोघांमधील बेबनाव किंवा घटस्फोट यामुळे आलेले एकाकीपण यांबद्दल ऊहापोह केला आहे; तसेच जोडलेल्या हाडाचे उदाहरण देऊन भंगलेल्या हृदयाचे वर्णन केले आहे; त्याच्यावर उपचार कसे करायचे ते अत्यंत शास्त्रशुद्ध पद्धतीने पटवून दिले आहे. या दुःखात आपल्या आयुष्याच्या रथाची चाके खोलवर रुतू न देता पुढे वाटचाल कशी करायची आहे ते सांगितले आहे; तसेच एकमेकांचा निरोप कडवटपणा न येऊ देता आनंदाने कसा घ्यायचा हे शिकवले आहे. जाणीवपत्रे कशी लिहायची याचे सुंदर नमुने यामध्ये दिलेले आहेत; तसेच अशा जाणीवपत्रांना प्रति उत्तर देऊन प्रतिसाद कसा द्यायचा ते सांगितले आहे.

आपल्या भूतकाळातील अनिर्णित भावना मनाच्या पृष्ठभागावर आणून त्याचा वर्तमानकाळातील दुःखाशी संबंध जोडून, वर्तमानकाळातील दुःखद वेदनांचा निचरा करायला लावण्याची पद्धत तर थक्क करणारी आहे. आत्तापर्यंत आपण फक्त शारीरिक व्यायाम प्रकार पाहिले होते, पण या पुस्तकात आपण 'फीलिंग बेटर एक्सरसाईज' हे मनाच्या आरोग्याचे व्यायाम प्रकार शिकणार आहोत. क्षमाशीलतेचे अमर्याद महत्त्व या पुस्तकात पटवून दिले आहे. आपल्या वेदनेकडे दुर्लक्ष कसे करायचे आणि हृदयात प्रेम सतत तेवत कसे ठेवायचे हे मार्गदर्शन अतिशय मोलाचे आहे. सगळ्यात मोठा मंत्र हा, की कोणत्याही बाह्य मदतीशिवाय आपण आपल्या दुःखावर इलाज कसा करायचा हे सांगून लेखकाने वाचकांना स्वयंभू बनवले आहे.

दुसऱ्या भागातील तेवीस प्रकरणांमध्ये स्त्रियांना नव्याने आयुष्याला सुरुवात करताना कोणत्या अडचणी येतात हे सांगितले आहे. ती नवीन जोडीदार शोधताना त्याच्यात कोणते गुण असावेत याची मोठ्ठी यादी बनवते व त्यामुळे अपयशी ठरते ही धोक्याची सूचना दिली आहे; तसेच नवीन जोडीदाराला भेटायला जाताना तिला

येणारे अपराधीपण, तर भूतकाळातल्या आठवणीत रमणारे तिचे मन, पुन्हा फसवणूक होईल काय याबद्दलची साशंकता, प्रणयासाठी मनाचे नाकारलेपण, आत्मभान, सिनेमांचा प्रभाव व वास्तवापासून दूर पळणे, चुकीचा जोडीदार निवडणे, प्रेमाबद्दलच्या अतिरंजित कल्पना, संवेदनशील पुरुषाचा शोध, पुरुषाची खरेच गरज आहे का- याबद्दलची द्विधा मन:स्थिती, प्रमाणापेक्षा जास्त त्याग करण्याची वृत्ती, काळजीखोर स्वभाव, मुलांच्या विचारांना प्राधान्यक्रम अशा सगळ्या तिनेच स्वत:साठी निर्माण केलेल्या अडथळ्यांची शर्यत तिला पार करावी लागते.

तर तिसऱ्या भागात पुरुषांना नव्याने आयुष्य सुरू करताना येणाऱ्या अडचणींबद्दल सांगितले आहे. पुरुषांच्या समस्या त्या मानाने कमी गंभीर आहेत. पुरुष आयुष्याला नव्याने सुरुवात फार लवकर करतो. त्या अर्थाने ही ससा आणि कासवाची गोष्ट म्हणायला हरकत नाही. पुरुष पहिल्या प्रेमभंगाचे दु:ख विसरायलासुद्धा पुरेसा वेळ न देता दुसऱ्या प्रेमात शिरतो. परतीच्या वाटेवरचे त्याचे हे प्रेमात शिरणे तसे महागात पडते, कारण बहुतेक त्यामध्ये त्याला अपयश येते. प्रेम आणि प्रणय यातला फरक त्याला समजत नाही. तो प्रणयालाच प्रेम समजतो. प्रेमभंगानंतर तो स्वत:ला कामात गुंतवून घेतो ही एक सकारात्मक गोष्ट तो करतो, पण प्रेमाची सांगड तो पैशाबरोबर घालून गल्लत करतो. त्याला वाटते की त्याच्यावर स्त्रीने प्रेम करण्यासाठी त्याने अधिक पैसे मिळवण्याची गरज आहे. हा गैरसमज दूर करणे जरुरीचे असते. पुरुषाला स्त्रीचा सहवास हा काहीसा 'धरले तर चावते, सोडले तर पळते' या स्वरूपाचा असतो. योग्य स्त्रीचा त्याचा शोध कधीच संपत नाही. निरोप कसा घ्यायचा हे शिकण्याची त्याला गरज असते. पुरुषाची विचार करण्याची पद्धतही आत्मघातकी असते.

जॉन ग्रे यांनी या सगळ्या गुणांचा व अवगुणांचा अभ्यास करून त्यावर कायमस्वरूपी उपाय सांगितले आहेत. त्याचा फायदा तुम्ही तुमची आयुष्ये सावरण्यासाठी जरूर कराल अशी आशा आहे.

■

प्रास्ताविक

आपले प्रेम हरवले की आपले आयुष्य एकदम बदलून जाते. उरलेल्या आयुष्याचे आता काय करायचे आणि त्याला कसे तोंड द्यायचे हे आपल्याला समजत नाही. जी गोष्ट आपल्याला सगळ्यात जास्त परिचयाची असते, तिच्यापासून आपण वंचित होतो आणि तेसुद्धा आता याच्यापुढे काय होणार आहे याची यत्किंचितही कल्पना न देता! आयुष्यातील या नवीन आव्हानांना तोंड देण्यासाठी प्रत्यक्षात आपल्याला कोणाचेच मार्गदर्शन नसते, तसा पूर्वानुभव नसतो. आपल्या मनात प्रश्नांचे काहूर उठलेले असते तर हृदयात वेदनांचा डोंब उसळलेला असतो. नेमक्या अशाच वेळी जर तुम्ही 'मार्स ॲण्ड व्हीनस स्टार्टिंग ओव्हर' हे पुस्तक वाचण्यासाठी वेळ काढलात तर तुम्हाला मोठ्या प्रमाणात ज्ञान आणि मार्गदर्शन मिळेल; त्यातून तुम्हाला आता काय करायला हवे आहे आणि तुम्ही कोठे चालला आहात ते तुम्हाला समजेल.

आयुष्याला नवीन सुरुवात करण्यापूर्वी आयुष्यातील या आव्हानांना तोंड देण्यासाठी मार्गदर्शन करू शकेल असा अनुभव आपल्याकडे नसतो.

अनेक स्त्री-पुरुषांना गेल्या अठ्ठावीस वर्षांपासून त्यांच्या आयुष्यात घडलेली एखादी वेदनादायी मोडतोड अथवा घटस्फोट अथवा जोडीदाराचा मृत्यू यांमुळे दुखावलेल्या त्यांच्या हृदयांवर अनेक पर्यायांद्वारा फुंकर घालण्याचे काम मी करत आहे. त्यांना अशा परिस्थितीत शहाणपणाने कसे वागावे हे शिकवत आहे आणि त्या सर्वांचे सार मी या पुस्तकात सांगितले आहे. जरी या सगळ्यांची पार्श्वभूमी एकमेकांहून खूप वेगळी, काहीशी विचित्र असली तरी त्यांना जाणवणारी वेदना मात्र सारखीच होती. भंगलेल्या हृदयाची वेदना समुपदेशनाने आणि कार्यशाळांमध्ये शिकवण्याव्यतिरिक्तसुद्धा मी हजारो लोकांना त्यांच्या हृदयावरील उपचारांवर प्रत्यक्ष मदत केली आहे.

या पुस्तकातील ज्ञान आणि प्रक्रिया अशा अनेक लोकांसाठी उपयुक्त ठरल्या आहेत- नेहमीच ठरत आल्या आहेत. मलासुद्धा त्या फार उपयोगी ठरल्या आहेत. माझ्या स्वत:च्या आयुष्यात माझ्या घटस्फोटानंतर मला नव्याने सुरुवात करावी लागली. त्याच सुमारास माझे वडील आणि माझा धाकटा भाऊ यांच्या मृत्यूचे दु:ख मला पचवावे लागले. मला माहिती आहे की आपल्या जवळच्या व्यक्तीचा मृत्यू ही घटना किती उद्ध्वस्त करणारी असते आणि आपण ज्या गोष्टी गमावल्या त्यावर उपचार केल्याने कोणती बक्षिसे आपल्याला मिळतात तेसुद्धा मला माहिती आहे.

माझ्या पहिल्या लग्नाच्या मोडतोडीच्या दु:खावर उपचार केल्यानंतर मी माझ्या चुकांमधून अनेक गोष्टी शिकलो आणि नवीन, अधिक चांगले जीवन जगण्याचा प्रयत्न केला. जरी मला त्यावेळी ही कल्पना नव्हती तरी माझ्या पहिल्या लग्नाचा शेवट झाला त्याबद्दल मी देवाचे नंतर आभार मानले. जर असे झाले नसते तर मला माझी पत्नी बोनी कधीच भेटली नसती. मी तिच्याशी लग्नही केले नसते आणि इतके सुंदर आयुष्य आणि इतके सुंदर कुटुंबसुख मला कधीच अनुभवायला मिळाले नसते.

या वेदनामय कालावधीकडे मी जेव्हा वळून बघतो, तेव्हा त्याच काळाने मला किती चांगल्या गोष्टीसुद्धा दिल्या याबद्दल मी कृतज्ञ असतो.

माझ्या वेदनांवर उपचार केल्यानंतर माझे प्रेमाने आणि यशाने भरलेले नवीन, समृद्ध आयुष्य मी निर्माण करू शकलो. आता माझे हृदय यापूर्वी कधीही झाले नव्हते एवढे विशाल झाल्यामुळे आता माझी नजर खूप स्वच्छ झाली व गोष्टी मी अधिक स्पष्टपणे पाहू शकलो. माझ्या उपचाराच्या या मार्गावर प्रत्येक दिवस माझ्यासाठी अधिक ज्ञान देणारा व नवीन माहिती देणारा ठरला, त्यामुळे मी बोनीला माझी जन्मोजन्मीची साथीदार म्हणून चांगले ओळखू शकलो. माझ्या नवीन वैवाहिक जीवनात यशस्वीपणे प्रेम देऊन आणि प्रेम मिळवून आणि इतरांनाही यशस्वीपणे समुपदेशन करून माझा उत्साह वाढला आणि त्यामुळे मी 'मेन आर फ्रॉम मार्स ॲण्ड वुमेन फ्रॉम व्हीनस' या पुस्तकातील नवीन कल्पना तुमच्यापर्यंत पोहोचवू शकलो.

माझ्या स्वत:च्या हृदयावर उपचार करून मी एक चांगला समुपदेशक आणि शिक्षक झालो, पण त्याहीपेक्षा जास्त महत्त्वाचे म्हणजे एक चांगला पती आणि मुलांसाठी प्रेमळ पिता झालो. स्वानुभवाच्या बळावर नव्याने सुरुवात करण्यामागचे अविश्वसनीय यश मला समजले आणि त्यामुळेच माझे प्रेम मला परत मिळाले.

वेदनादायी घटस्फोटातूनसुद्धा समृद्ध आणि प्रेमाने परिपूर्ण भरलेल्या जीवनाचा दरवाजा उघडू शकतो.

ही प्रक्रिया सोपी नाही. तुमच्यातील नवीन व्यक्तिमत्त्वाला नवीन जन्म देताना प्रसववेदना तर होणारच. हे काम खूप अवघड असते, तरी हा प्रसववेदनेचा अनुभवसुद्धा अविश्वसनीयरीत्या परिपूर्ण आणि समृद्ध करून सोडतो. सुरुवातीला थोड्याफार तडजोडी केल्या की पुढचे सगळे सोपे होऊन जाते. थोड्याच दिवसांत जर तुम्ही मागे वळून पाहिले तर या सगळ्या वेदना म्हणजे फक्त आठवणीच उरतात...!

थोड्याच दिवसांत सगळ्या वेदना म्हणजे फक्त आठवणीच उरतात...!

जरी आपल्या जोडीदाराचा मृत्यू हा घटस्फोट किंवा वेदनादायी ताटातूट यापेक्षा वेगळा असला तरीसुद्धा वेदनेवर उपचार करण्याची पद्धत सारखीच आहे. या पुस्तकात कुठल्या प्रकारचे दु:ख तुम्हाला झाले आहे याचा फारसा विचार न करता भंगलेल्या हृदयावर उपचार करण्यास तुम्ही शिकणार आहात. तुम्ही काही गोष्टी वाचल्या असतील, इतरांचे अनुभवही ऐकले असतील, जरी ते तुमच्या परिस्थितीशी तंतोतंत जुळणारे नसतील तरी त्यातला काही भाग तुमच्या परिस्थितीशी साधर्म्य साधण्याची संभावना असते.

तीन भाग

'मार्स ॲण्ड व्हीनस स्टार्टिंग ओव्हर' हे पुस्तक तीन भागांमध्ये विभागले आहे. या पुस्तकातील पहिला भाग हा स्त्री आणि पुरुष यांच्या हृदयावरील उपचारांच्या प्रक्रियांबद्दल सांगतो. अर्थात स्त्री व पुरुष यांच्या हृदयावरील उपचाराची प्रक्रिया जरी सारखी असली तरी आयुष्यात ते दोघे वेगवेगळ्या समस्यांना किंवा आव्हानांना तोंड देत असतात. पुरुषांच्या बाबतीत केलेले डावपेच हे स्त्रियांच्या बाबतीतही उपयोगी ठरतील असे नाही; तसेच स्त्रियांच्या बाबतीतले डावपेच पुरुषांच्या बाबतीतही उपयोगी ठरणार नाहीत.

'मार्स ॲण्ड व्हीनस स्टार्टिंग ओव्हर' या पुस्तकातील दुसरा भाग हा स्त्रियांच्या बाबतीत आहे; त्यांना नव्याने आयुष्य सुरू करताना कोणत्या आव्हानांना तोंड द्यायचे असते हे सांगितले आहे, तर या पुस्तकाच्या तिसऱ्या भागात पुरुषांनाही अशा वेळी किती विचित्र समस्यांना तोंड द्यावे लागते हे सांगितले आहे. जेव्हा 'मार्स

ॲण्ड व्हीनस स्टार्टिंग ओव्हर' हे पुस्तक वाचायचे असेल तेव्हा पुरुष हा दुसरा भाग हवे तर टाळू शकतात पण वाचणे अधिक श्रेयस्कर, कारण या दुसऱ्या व तिसऱ्या अशा दोन्ही भागांत अतिशय महत्त्वपूर्ण माहिती स्त्री व पुरुषांबद्दल दिलेली आहे आणि ते एकमेकांशी निगडित आहे.

जरी वेदनांवर उपचार करण्याची पद्धत एकच असली तरी आपल्यापैकी सगळ्यांनाच गमावण्याच्या दुःखात अतिशय वैचित्र्यपूर्ण अनुभव आलेले असतात. अशा निरनिराळ्या परिस्थितींवर मात करण्यासाठी आपल्याला नवीन नवीन उपाय शोधून काढावे लागतात, त्यानंतरच तुम्ही ठरवू शकता की यांपैकी कोणता उपाय तुमच्या समस्येला योग्य ठरू शकतो, त्यामुळे तुमच्यासमोर फक्त अनेक पर्यायच उपलब्ध राहणार नाहीत, तर तुम्हाला हे जाणून बरे वाटेल की तुम्ही एकटे नाही आहात. तुम्ही आता जेथे उभे आहात तेथे यापूर्वी अनेक लोक येऊन गेले आहेत आणि त्यांना खूप आराम मिळाला आहे आणि त्यांच्या हृदयाच्या जखमा कायमच्या भरल्या गेल्या आहेत.

हृदयाच्या जखमा भरून काढणे

मी बोनीबरोबर जेव्हा हनिमूनसाठी गेलो होतो तेव्हा एक अत्यंत दुःखद बातमी देणारा फोन कॉल मला आला. माझे वडील त्यांच्या गाडीच्या डिकीत मृतावस्थेत सापडले. रस्त्यावरील लुटारूंनी त्यांना लुटले होते आणि गाडीच्या डिकीत त्यांना टाकून दिले होते आणि गाडी हायवेच्या कडेला तशाच अवस्थेत टाकून ते निघून गेले होते. काही तासांनी टेक्सासमधील कडक तळपत्या उन्हामुळे त्यांचा सनस्ट्रोकने मृत्यू झाला होता. इतर लोकांना जसे त्यांचे आप्त गमावल्यावर दुःख होते तसेच मला झाले. ते दुःख सहन न होण्यासारखे होते. त्यांना या जगात परत आणण्याचा कोणताच मार्ग नव्हता.

मी दुःखामध्ये इतका बुडून गेलो होतो की माझी खात्री झाली होती की या वेदना, हे दुःख कधीच दूर होणार नाही, ते कायमस्वरूपी आहे. सुदैवाने माझ्या वेदनांवर उपचार करण्यासाठी मला कुणाचा तरी आधार होता, ही माझ्यासाठी खूप चांगली गोष्ट होती. आता जेव्हा जेव्हा मला माझ्या वडिलांची आठवण येते तेव्हा वेदना किंवा दुःख होण्याऐवजी मला त्यांच्या माझ्या प्रेमातला गोडवा आठवतो आणि त्यांचे माझ्याबद्दलचे प्रेम आठवते. जरी आत्ता माझी खूप इच्छा असली की माझे यश पाहण्यासाठी आणि नातवंडांबरोबर खेळण्यासाठी ते आत्ता इथे हवे होते तरी आता त्याच्यात वेदनेचा लवलेशही नाही. आत्ता जरी त्यांच्याबद्दल हे लिहीत असताना मला त्यांची आठवण होत असली, तरी त्या उबदार भावना प्रेमाच्या

आहेत, थोडेसे अश्रूही आहेत पण ते आम्ही जो वेळ एकमेकांबरोबर आनंदात घालवला त्याबद्दलच्या कृतज्ञतेचे आहेत.

अगदी दु:खद निधन झालेले असले तरी त्याची वेदनासुद्धा कालांतराने निघून जाते.

वडिलांच्या मृत्यूनंतर दोन वर्षांनी पुन्हा यापेक्षाही दु:खद बातमी देणारा फोन कॉल आला. माझा लहान भाऊ जिमी याने आत्महत्या केली होती. जिमी इतका संवेदनशील होता की या दुष्ट आणि मुर्दाड मनाच्या जगात त्याचा निभाव लागला नाही आणि म्हणून त्याने त्याचे आयुष्य संपवायचे ठरवले. जिमी ड्रग्सच्या आहारी गेला होता आणि त्याचा प्रेमभंगही झाला होता. आपल्या भंगलेल्या हृदयावर फुंकर कशी घालायची हे त्याला माहिती नव्हते, त्यामुळे त्याचे जीवन भिरभिरत अध:पतित झाले. तो कमालीच्या नैराश्यात गेला आणि खरे म्हणजे या नैराश्याच्या खाईतून बाहेर पडण्यासाठी त्याला ध्यानधारणेची गरज होती, शिवाय त्या दिवसांत औषधोपचार इतक्या आधुनिक पद्धतीचे नव्हते जसे आज आहेत. या सगळ्याचा परिणाम असा झाला की त्याचे आयुष्य सहनशीलतेच्या पलीकडे गेले.

माझ्या भावाचा मृत्यू हा खरेच उद्ध्वस्त करणारा होता. आमच्या लहानपणी आम्ही एकमेकांबरोबर खूप राहिलेलो होतो. माझ्या वडिलांच्या मृत्यूमुळे मला जेवढ्या वेदना झाल्या तेवढ्याच भावाच्या मृत्यूमुळे झाल्या, पण जरा वेगळ्या प्रकारच्या! मला फक्त त्याला गमावल्याचेच दु:ख नव्हते तर मी त्याला मदत करू शकले नाही हेसुद्धा त्याहून मोठे दु:ख होते. मी आत्तापर्यंत अनेक लोकांना मदत केली पण मी माझ्या भावाला वाचवू शकलो नाही, पण मी त्याला गमावण्याचे दु:ख करत असतानासुद्धा स्वत:ला माफ करून टाकले.

आपल्या दु:खाचा महत्त्वाचा भाग असा असतो, की आपण आपले प्रेम वाचवण्यास किंवा आपल्यातून निघून गेलेल्या आपल्या प्रिय व्यक्तीस परत आणण्यास सामर्थ्यहीन असतो.

माझ्या भावाला त्याच्या समस्यांपासून सुटका मिळवून देण्यासाठी मी प्रेरित झालो होतो आणि त्यातूनच मी सर्वप्रथम मानसशास्त्राचा अभ्यास सुरू केला. मी माझ्या भावाला वाचवू शकलो नाही, त्यामुळे मला आलेले अपराधीपण आणि वाटणारी लाज याला तोंड देत देत मी माझ्या हृदयावर फुंकर घातली. जेव्हा

पूर्वापार चालत आलेल्या पद्धती निरुपयोगी ठरल्या तेव्हा मी माझा शोध चालू ठेवला आणि उपचाराच्या पद्धतीबाबत माझे ज्ञान वाढवले.

या वेळी मी निष्पाप मनाचा आणि लायकीचा अधिक खोलवर विचार केला. 'मी दुसऱ्यांच्या प्रेमाला पात्र असण्यासाठी परिपूर्ण असलेच पाहिजे' या माझ्या मनोधारणेतून आधी मुक्त झालो. माझ्या वेदनांवर उपचार करताना शेवटी मी एखाद्याच्या प्रश्नांना प्रतिसाद देणे आणि स्वत:ला त्याबद्दल जबाबदार मानणे यातला फरक समजून घेऊ शकलो. माझ्या भावाच्या मृत्यूमुळे झालेल्या दु:खावर उपचार करताना मला जे ज्ञान झाले त्याचे हे उदाहरण आहे.

यातून सगळ्यात मोठे बक्षिस मला हे मिळाले की माझ्या छातीत कळ न येता आता मी माझ्या भावाच्या आठवणी काढू शकतो. आता वेदना वाटण्याऐवजी जिमीला अधिक काळ त्रास सोसावा लागला नाही याबद्दल मी देवाचे आभार मानतो. मी जरी जिमीला मदत करू शकलो नाही तरी मी अशा अनेक लोकांना त्यांनी स्वत:ला मदत करावी म्हणून मदत केली. आता जिमी सदैव माझ्या हृदयात आहे आणि हे जग जगण्यासाठी, अधिक चांगले बनवण्यासाठी तो मला प्रेरणा देत असतो.

तुमची स्वप्ने सत्यात उतरवा!

आयुष्यातील विविध स्तरांमधील लाखो लोक श्रीमंत आणि गरीब, निरोगी आणि आजारी आपल्या प्रियजनांना गमावल्याच्या दु:खाने पीडित असतात. पुन्हा प्रेम मिळवणे आणि आपल्या स्वप्नांना सत्यात उतरवणे याऐवजी ते आयुष्य कसेबसे ढकलत असतात. आपला रोजचा दिवस कसा पार पडेल याची त्यांना चिंता लागून राहिलेली असते. अनेक लोकांच्या बाबतीत तर आपल्याला काय हवे आहे तेसुद्धा त्यांना समजत नाही. त्यांना हेसुद्धा माहिती नसते की त्यांच्यासाठी आणखीही काही पर्याय उपलब्ध आहेत. त्यांच्या हृदयावर उपचार करण्याचे अनेक मार्ग आहेत आणि त्यांना पुन्हा प्रेम मिळू शकते हे त्यांना माहिती नसते. त्यांच्या वेदनांवर ते उपचार करू शकतात याची जाणीवही त्यांना नसते.

'मार्स अॅण्ड व्हीनस स्टार्टिंग ओव्हर' हे वाचल्यानंतर तुमच्या लक्षात येईल की तुमच्यापुढे अनेक पर्याय उपलब्ध आहेत. जरी गमावण्याचे दु:ख हा आयुष्याचा अटळ भाग असला तरी हे सहन केलेच पाहिजे असे नाही. तुम्ही तुमच्या भूतकाळावर फुंकर घालू शकता आणि त्या अनुभवांवरून सकारात्मकरित्या बरेच काही शिकू शकता, परिस्थिती अधिक बिघडण्याऐवजी तुमचे आयुष्य तुम्ही अधिक चांगले करू शकता.

■

अनुक्रम

भाग दोन : शुक्रावरची नवीन पहाट...

भाग तीन : मंगळावरची नवीन सुरुवात

जीवन समाधानाने जगण्यासाठी संयम व सहनशीलता यांची गरज आहे.

भाग एक

मार्स ॲण्ड व्हीनस स्टार्टिंग ओव्हर

१

आयुष्याला पुन्हा सुरुवात करणे

आयुष्यात जेव्हा एकटेपण येते तेव्हा स्त्रिया आणि पुरुष या दोघांनाही वेगवेगळी आव्हाने पेलावी लागतात. स्त्री आणि पुरुष म्हणून दोघांचीही आपली विचारशक्ती, आपल्या जाणिवा आणि आपले संवादकौशल्य हे वेगवेगळे असतात, तसेच प्रेमभंगाला ते दोघंही वेगवेगळ्या पद्धतींनी प्रतिक्रिया देतात. अशा पेचप्रसंगात स्त्रियांच्या अतितीव्र आणि उपजत प्रतिक्रिया या नेहमीच पुरुषांपेक्षा वेगळ्या असतात. तिचे वादाचे मुद्देही वेगळे असतात आणि तिच्या चुकाही! तिच्यासाठी चांगली असलेली एखादी गोष्ट त्याच्यासाठीही चांगली असेल हे जरुरी नाही. अनेक दृष्टिकोनांतून त्यांच्या गरजा या जगापेक्षा वेगळ्या असतात; जणू काही पुरुष हे मंगळावरून आले आहेत तर स्त्रिया या शुक्रवासिनी आहेत.

जरी आपली वागण्याची पद्धत वेगळी असली तरीही स्त्री व पुरुष या दोघांनाही सारख्याच यातनामय जाणिवा होतात. स्त्री व पुरुषांच्या घटस्फोटानंतर अथवा ताटातुटीनंतर किंवा एकाच्या मृत्यूनंतर आयुष्याला पुन्हा सुरुवात करणे हे फार अवघड आव्हान असते. अशा प्रकारे प्रेम हरवून बसणे हे अनेक लोकांच्या बाबतीत अनपेक्षित, अनाकलनीय आणि अकल्पित असते, त्यामुळे ते उद्‌ध्वस्त होतात.

घटस्फोटानंतर अथवा ताटातुटीनंतर किंवा एकाच्या मृत्यूनंतर आयुष्याला पुन्हा सुरुवात करणे हे मोठे अवघड आव्हान असते.

अचानकपणे आलेला एकटेपणा आणि मनाचा संभ्रम यामुळे त्रस्त झालेले हृदय आकांत करू लागते आणि त्यामुळे दुखू लागते. अशावेळी आपल्या हताशपणाकडे आपण चकित होऊन बघत राहतो. जे काही घडले आहे ते आपण

बदलू शकत नाही या असमर्थतेमुळे आपलाच आपल्या अंतर्मनाशी संघर्ष चालू राहतो. निरिच्छा आणि निराशेच्या खोल गर्तेत बुडाल्यामुळे आपण भ्रमिष्ट होतो. आपण अंधाराच्या रिकाम्या समुद्रात आहोत, आपण हरवले आहोत आणि आपला कोणीतरी त्याग केला आहे असे वाटू लागते. वेळ मुंगीच्या पावलांनी हळूहळू पुढे सरकतो. प्रत्येक क्षण हा अनादि-अनंत काळासारखा भासू लागतो.

अशा रीतीने गलितगात्र झाल्यावर जे घडले ते आपण बदलू शकत नाही या असमर्थतेपोटी आपल्या अंतर्मनाशी झगडत राहतो.

हा संघर्ष आपले रिकामे क्षण भरून काढण्यासाठी असावा आणि दिवस कडेला लागण्यासाठी असावा. क्वचित काही वेळा आपल्या गमावण्याच्या वेदनेलासुद्धा कडवट गोडपणाची चव असते, पण तिची जागा काही वेळेस उदास बधिरपणाने घेतली जाते आणि पुन्हा एकदा आपल्याला प्रेम वाटण्याची इच्छा होते. यापूर्वी प्रेमाच्या भावनेची गरज आपल्याला जाणवलेली नव्हती आणि त्यामुळे यातनाही झाल्या नव्हत्या. नियतीने अशा दुःखांना तोंड देणे आपल्या नशिबी लिहिल्यामुळे आपल्याला जाणवते की आपले आयुष्य आता पूर्वीसारखे असणे शक्य नाही.

शेवटी जेव्हा आपल्या हृदयाची जखम भरते तेव्हा आपण दुर्लक्ष करायला शिकतो. आपल्या मनात आणि हृदयातसुद्धा आपण शरणागती पत्करतो आणि स्वीकारतो की जे काही घडले आहे ते आपण बदलू शकत नाही. पुन्हा एकदा आयुष्यात एकटे झाल्यानंतर आपण आपल्या आयुष्याची नव्याने बांधणी करतो. पुन्हा एकदा आपण प्रेम देण्यास आणि प्रेम घेण्यास सिद्ध होतो. जरी आपण तशी कल्पनाही केली नव्हती तरी आता आपले आयुष्य हळूहळू मूळपदावर येत असल्याचे आपल्याला जाणवते. निराशेच्या खोल गर्तेतून उबदार, आरामदायी आणि शमनकारक असा प्रेमाचा सूर्यप्रकाश आपल्याला पुन्हा एकदा जाणवू लागतो. जरी असा गोड शेवट होणे शक्य असले तरी तसे होईलच याची मात्र खात्री नाही.

उपचाराची पद्धत समजून घ्या.

भंगलेल्या हृदयावर उपचार करण्यासाठी आपल्याला उपचार प्रक्रिया पूर्ण करायलाच हवी, यासाठी अंतर्मन जाणण्याची कुवत आणि समंजसपणा हवा, परंतु दुर्दैवाने असे म्हणावे लागेल की अनेक लोकांना या गरजांची जाणीव नसते. भंगलेल्या हृदयावर उपचार कसे करावे हे आपल्याला शाळेत शिकवलेले नसते

किंवा असे काही नेहमीच घडत नसल्यामुळे त्याचा सराव नसतो. आपण काळोखात आणि कुणीही आपल्यावर हल्ला करेल अशा मार्गावरून चाललेलो असतो. अशावेळी आपण आंधळेपणाने एक तर मित्रांचा किंवा कुटुंबाचा सल्ला ऐकतो किंवा सरळ आपल्या मनाचे ऐकतो. आपणास त्या क्षणी आपल्याला जे योग्य वाटतील व शक्यतो त्यापासून काहीतरी लाभ होईल असेच निर्णय घेतो किंवा पर्याय पसंत करतो, परंतु त्यामुळे आपल्याला फक्त तात्पुरता आराम मिळतो. त्यातून पुढील आयुष्याच्या दृष्टीने आपली आपल्या भावनांचे संगोपन करण्याची किंवा उपचाराची प्रक्रिया पूर्ण होत नाही.

भंगलेल्या हृदयावर उपचार कसे करायचे हे आपल्याला शाळेत शिकवले जात नाही.

प्रेमात अपयश आल्यानंतर काही लोक पुन्हा जोमाने तयारीला लागतात. अनेक लोक तेवढे यशस्वी होत नाहीत. निराशेच्या खोल गर्तेत भिरभिरत खाली आल्यानंतर ते पुन्हा त्यामध्ये पडत नाहीत. काही मर्यादेपर्यंत आणि वेगवेगळ्या प्रकारे ते त्यांचे अपयश सोसत राहतात. प्रेमातले हे अपयश त्यांना सतत काट्याप्रमाणे बोचत राहते. या प्रेमाच्या अपयशाच्या जाणिवेने ते त्यांच्या हृदयाची दारे उघडी ठेवायला नकार देतात.

काहींच्या बाबतीत वरवर पाहता असे जाणवते की त्यांनी आता दुर्लक्ष केले आहे, पण प्रत्यक्षात ते तसे नसते. त्यांचा असा विश्वास असतो की ते यशस्वीपणे दु:खातून तरून गेले आहेत पण हे कशाच्या मोबदल्यात? तर आपल्या हृदयाची दारे घट्ट बंद करून घेऊन! ते दु:ख करत बसले नाहीत, तो विषय त्यांनी लवकर थांबवला पण त्याचा परिणाम असा झाला, की त्यांच्या भावना त्यांनी संपूर्णपणे पृष्ठभागावर येऊ दिल्या नाहीत, त्यांनी भावनांना बोथट केले. त्या भावना जाणवू दिल्या नाही किंवा त्यांनी प्रयत्नपूर्वक त्या विषयावर पडदा पाडला. आता त्यांचे आयुष्य मागील पानावरून पुढे चालू आहे, पण त्यांच्या हृदयात प्रेमाची भावना येणे शक्य नाही. प्रेमात न्हाऊन निघण्याची व त्यातून आनंद मिळवण्याची त्यांची क्षमता संपलेली आहे.

आयुष्यात पुन्हा एकटेपण येणे हा निश्चितच मोठा पेचप्रसंग आहे. इतर अनेक पेचप्रसंगांप्रमाणेच हा काळ धोक्याचा आहे, त्याचबरोबर तो संधी मिळण्याचासुद्धा आहे. संधी अशासाठी म्हटले आहे की या पेचप्रसंगामुळे आपल्या हृदयावर उपचार होऊन हृदय आणि मन अधिक सामर्थ्यवान बनतात आणि त्यामुळे तुम्ही आयुष्यभरासाठी निरोगी राहता. धोका असा संभवतो की कदाचित तुम्ही उपचारपद्धती पूर्ण करू

शकत नाही. 'फक्त काळ हेच औषध आहे' असे सगळ्याच जखमांबाबत होऊ शकत नाही. आपल्या प्रेम गमावण्याच्या त्या भावनेला आपण कसे सामोरे जातो यावर आपल्या पुढील आयुष्याचा आलेख अवलंबून असतो.

हृदयावर उपचार कसे होतात?

आपल्या हृदयावरील उपचार पूर्णपणे झाले का नाही याची खात्री करून घेण्यासाठी हृदयावर उपचार कसे होतात याची मूलभूत स्वरूपाची माहिती आपण आधी समजावून घेतली पाहिजे. जर तुम्ही तुटलेले हाड कसे जोडले जाते याची एखादी क्लीप व्हिडिओवर पाहिली किंवा समजावून घेतली तर हृदयावर उपचार करण्याची पद्धत समजणे सोपे जाईल. भावनिक जखम ही अमूर्त स्वरूपात असते पण तुटलेले हाड हे मूर्त स्वरूपात असते आणि ते हात लावून, स्पर्श करून पाहता येते. तुटलेल्या हाडावरील उपचार पद्धतीच्या सर्व पायऱ्या समजून घेतल्यावर भंगलेल्या हृदयाच्या काय गरजा आहेत ते समजावून घेणे सोपे जाईल.

जेव्हा आपले एखादे हाड तुटते तेव्हा आपल्या शरीरामध्ये ही समस्या दूर करण्याची नैसर्गिक उपचार पद्धती आधीच हजर असते. ते खूप दुखते पण शेवटी हळूहळू वेदना कमी होते. जोपर्यंत आपण या नैसर्गिक उपचार पद्धतीत ढवळाढवळ करत नाही तोपर्यंत काही ठरावीक काळानंतर ते आपोआप जोडले जाते. या नैसर्गिक उपचार पद्धतीला आपण परवानगी दिली आणि त्याचे चांगले संगोपन होऊ दिले तर ते हाड पूर्वीपेक्षाही अधिक बळकट होईल, तसेच जर भंगलेल्या हृदयाचे संगोपन करणे तुम्हाला शक्य झाले तर तेसुद्धा बळकट होईल. वेदना आणि निराशा निघून जाईल आणि तुम्ही पुन्हा प्रेम आणि आनंद याने न्हाऊन निघाल.

जेव्हा भंगलेल्या हृदयावर उपचार होतात तेव्हा ते पहिल्यापेक्षा अधिक बळकट होते.

जेव्हा हाड तुटते तेव्हा ते जेथून निखळलेले असते तेथे ते पुन्हा बसवावे लागते. नंतर ते बांधून त्याला संरक्षण द्यावे लागते; मग पुढे शरीराच्या नैसर्गिक, आपोआप जखम भरून काढण्याच्या क्षमतेनुसार ते पूर्ववत होते, पण समजा त्यावेळी हाड जर त्याच्या पूर्वस्थितीला परत आणले गेले नाही तर ते वेडेवाकडे वाढेल. त्याला पुरेशी विश्रांती दिली नाही, ते चांगल्या पद्धतीने बांधून ठेवल्यानंतर ठरावीक काळाने काढून घेतले नाही तर ते पुन्हा तेवढे ताकदवान होणार नाही. याच

सगळ्या सूचना भंगलेल्या हृदयावर उपचार करताना पाळाव्या लागतात.

जेव्हा आपले हृदय व्यथित होते तेव्हा नेहमीच असे गृहीत धरणे योग्य नाही की आपल्याला नक्कीच बरे वाटेल. जरी उपचार आपोआप होत असले तरी उपचार प्रक्रिया पूर्णपणे समजलेली नसली तर असे घडणे सहज शक्य असते, किंबहुना हे खूप सामान्य आहे की अजाणतेपणाने उपचार पद्धतीत आपली ढवळाढवळ होते आणि अडथळा आणला जातो. तुटलेल्या हाडाच्या बाबतीतले हेच साम्य वापरून आपण भंगलेल्या हृदयावरील उपचाराच्या तीन आवश्यक पायऱ्या समजावून घेऊ.

भंगलेल्या हाडावरील उपचाराच्या तीन पायऱ्या अशा :

(१) वेळेवर मदत मिळणे, (२) हाडाला पुन्हा जागेवर बसवणे, (३) हाडाला नीट बांधून ठेवून संरक्षण देणे व नंतर जखम भरून येण्यासाठी वेळ देणे. तशाच प्रकारे भंगलेल्या हृदयावर उपचार करण्याच्या पण तीन पायऱ्या आहेत.

पहिली पायरी- वेळेवर मदत मिळवणे.

दुसरी पायरी- आपल्यावर कोसळलेल्या आपत्तीबद्दल दु:ख करणे.

तिसरी पायरी- हृदयावरील उपचाराने संपूर्ण बरे झाल्यावरच पुन्हा दुसऱ्या व्यक्तीमध्ये गुंतणे.

या साम्याचा आपण अधिक तपशिलात शिरून अभ्यास करू.

हृदयावरील उपचाराच्या तीन पायऱ्या

पहिली पायरी- वेळेवर मदत मिळवणे.

आपले हाड मोडले की सगळ्यात प्रथम महत्त्वाचे म्हणजे मदत मिळवणे. जेव्हा तुम्ही जखमी अवस्थेत असता तेव्हा तुम्हाला इतरांच्या आधाराची गरज असते. तुमचे हाड पुन्हा जागेवर नेण्यात तुम्ही कितीही निष्णात असलात तरी अशा वेळी दुसऱ्या निष्णात व्यक्तीची अवश्य मदत घ्या; तसेच जेव्हा तुमच्या हृदयाला इजा होते तेव्हा पहिले आणि सगळ्यात महत्त्वाचे काम म्हणजे मदत मिळवणे. ही वेळ शांत बसून सहन करण्याची नसते आणि आपल्या प्रियजनांच्या गमावण्याने झालेले दु:ख मनातल्या मनात गिळण्याची पण नसते. पुरुष त्यांच्या उपचारपद्धतीला इतर दु:खी लोकांच्या कथा ऐकून वेग देऊ शकतात तर बायका मात्र त्यांच्या व्यथा इतरांनी ऐकल्या की त्यांची उपचारपद्धती वेग घेऊ शकते. तुमच्या भावना इतरांबरोबर वाटून घेतल्याने आणि ज्या लोकांना याची कल्पना आहे की सध्या तुम्ही कोणत्या पेचप्रसंगातून जात आहात, त्यांच्याबरोबर वेळ घालवल्यामुळे फक्त आरामच मिळतो असे नाही तर उपचार पद्धतीतील ही अत्यंत गरजेची गोष्ट आहे.

पुरुष त्यांच्यावरील उपचारांना इतर दुःखी लोकांच्या कथा ऐकून वेग देऊ शकतात, पण बायका मात्र त्यांच्या कथा इतरांनी ऐकल्या तरच त्यांच्यावरील उपचारांना वेग देऊ शकतात.

जरी हे पुस्तक वाचणे ही नक्कीच एक चांगली सुरुवात असली तरी जे लोक या दुःखातून गेले आहेत किंवा जे लोक अशाच प्रियजनांना गमावल्याच्या दुःखात आहेत अशा लोकांचा आधार मिळवण्याला पर्याय असू शकत नाही. जर तुम्हाला कधी एखाद्या कार्यशाळेत जायची वेळ आलीच तर एखाद्या आधारकेंद्रात जा किंवा समुपदेशकाकडून मदत मिळवा, त्यासाठी हीच वेळ योग्य आहे. ज्या लोकांनी त्यांच्या भावनिक जखमा भरल्या आहेत अशा लोकांकडून आधार मिळवा आणि प्रशिक्षित, निपुण लोकांची मदत घ्या, यामुळे तुमची हळूहळू तेथे खात्री होईल की आता तुमच्या हृदयावर इलाज होणारच. तुमच्या उपचाराच्या पेचप्रसंगादरम्यानच्या काळात समुपदेशक किंवा आधारमंडळ कार्यशाळेत तुम्हाला जे काही सांगतील त्याकडे मन एकाग्र करून लक्ष द्या.

'मार्स ॲण्ड व्हीनस स्टार्टिंग ओव्हर' या संपूर्ण पुस्तकात स्त्री आणि पुरुष त्यांच्या नकळतपणे त्यांच्या उपचाराच्या प्रक्रियेत अत्यंत आवश्यक असलेल्या प्रेम आणि आधार या भावनांना कसे दूर लोटतात याबद्दल आपण बोलणार आहोत, त्याचबरोबर आपल्याला आवश्यक असलेला हा आधार मिळण्यासाठी योजायच्या क्लृप्त्या त्याबद्दल बोलणार आहोत. एखादे बटण दाबल्याबरोबर वेदना थांबेल अशी जरी ही योजना नसली तरीही तुमचे दुःख तुम्ही सहन करू शकाल इतपत आवश्यक आधार त्यातून तुम्हाला नक्कीच मिळू शकेल. योग्य वेळी मिळालेल्या अशा योग्य मदतीमुळे तुमच्या वेदनांपासून तुमची मुक्ती होईल आणि तुमच्या हृदयाची दारे उघडल्यामुळे आनंद आणि शांती यांचा तुम्हाला अनुभव घेता येईल.

पायरी दुसरी- आपल्यावर कोसळलेल्या आपत्तीबद्दल दुःख करणे.

दुसऱ्या पायरीवर मदत मिळाल्यानंतर तुटलेले हाड पुन्हा जागेवर नेऊन ठेवून ते मोडायच्या आधी जेथे आणि जसे होते तेथे स्थिर केले पाहिजे. अशा प्रकारे हाड पुन्हा पहिल्या जागी स्थिरावल्यावर त्याला पुन्हा योग्य रीतीने, योग्य दिशेने वाढायची संधी मिळते. अगदी तशाच पद्धतीने तुमच्या हृदयाची मोडतोड होते तेव्हा ते पुन्हा पहिल्यासारखे जागेवर ठेवायला पाहिजे. या कालावधीमध्ये आपण आपल्या प्रिय व्यक्तीचे स्मरण करून आणि आपल्यातील नातेसंबंधांमधील जे काही कडूगोड प्रसंग असतील त्यांची आठवण करून त्या व्यक्तीच्या जवळ नसण्याबद्दल शोक व्यक्त करू शकतो.

आपल्या प्रियजनांना गमावल्यानंतर त्यांच्या भूतकाळातील आठवणी काढून वेदनादायी जाणिवा होतात, पण त्याच वेळेस तुम्ही दोघांनी जे प्रेम एकमेकांमध्ये वाटून घेतले होते ते जागृत होते. या प्रेमाच्या पुनर्प्रत्ययामुळे तुमच्या जखमांवर उपचार होऊ शकतो. या प्रेमामुळे तुमच्या वेदनांवर फुंकर घातली जाते आणि त्यावर उपचार होतो.

जे काही चांगले दिवस पाहायला मिळाले त्याबद्दल कृतज्ञता आणि ज्या चुका झाल्या त्याबद्दल क्षमायाचना यामुळे हृदय प्रेमाने भरून जाते. अशाच प्रेमाची उपचारांसाठी गरज असते.

जेव्हा एखाद्या वेदनादायी ताटातुटीनंतर किंवा घटस्फोटानंतर तुम्ही तुमच्या हृदयावर उपचार करत असाल आणि तुम्हाला नाकारले गेल्याची किंवा फसवणूक झाल्याची भावना तुमच्यात असेल तर अशा वेळी त्या व्यक्तीसाठी दुःख करत बसणे किंवा तिच्या प्रति पुन्हा प्रेमाची भावना जागृत होणे अवघड असते, पण त्या वेळी तुम्ही खूप रागावलेले असता. अशा परिस्थितीत 'रिसेटींग ऑफ हार्ट' म्हणजे हृदयाला पूर्वस्थितीत आणणे हे एक आव्हान असू शकते; त्यावेळी काळाची गरज ही क्षमाशीलता एवढीच असते, तरच नंतर तुम्ही दुःख करू शकता.

आणखी वेगळी परिस्थिती अशीही असू शकते, की तुम्ही आनंदाने एखाद्या त्रासदायक नातेसंबंधांमधून बाहेर पडू इच्छिता, अशा वेळी तुमच्यासमोरील आव्हान असे असते, की तुम्हाला तुमचे सुरुवातीचे प्रेम आठवावे लागते. सुरुवातीच्या आशा, तुमची सारी स्वप्ने आठवून मग तुम्हाला नैराश्य येते. मग तुम्ही दुःख करू शकता. एकमेकांपासून दूर जाताना तुमचे हृदय पूर्वस्थितीला नेण्यासाठी तुम्हाला आधी तुमच्या जोडीदाराच्या चांगल्या गोष्टी कोणत्या आहेत त्याचे कौतुक करावे लागेल, तसेच त्याच्या चुका माफ कराव्या लागतील. या प्रक्रियेमुळे तुम्ही तुमची पुढची वाटचाल करण्यास मुक्त व्हाल आणि खऱ्या व चिरकाल टिकणाऱ्या प्रेमाचे स्वागत करण्यास तुमच्या हृदयाचे दार सताड उघडे होईल.

जेव्हा तुमच्या हृदयाची दारे भूतकाळातील एखाद्या व्यक्तीसाठी पूर्णपणे बंद झालेली असतात, तेव्हा ती दुसऱ्यासाठी पूर्णपणे उघडणे हे अशक्य असते.

आपल्या हृदयाला पूर्वस्थितीला आणले तरच आपले हृदय मनमोकळे शोक करू शकते आणि पुन्हा एकदा आपल्याला हळुवार, निष्पाप आणि नाजूक भावना

जाणवायला लागतात. अशा पद्धतीने उपचार झाले नाहीत तर आपण दुसऱ्या कोणावर पुन्हा विश्‍वास टाकायला किंवा त्यांची काळजी घ्यायला मानसिक पातळीवर तयार होऊ शकणार नाही.

जोपर्यंत उपचार पूर्ण होत नाहीत तोपर्यंत पुरुष कुणाची काळजी करणार नाहीत तर बायका पुन्हा कोणावर विश्‍वास टाकणार नाहीत, परिणामी पुरुष लगेचच दुसरे एखादे प्रकरण करण्यास मोकळे होतील, पण तरीही वचनबद्धतेच्या बाबतीतली त्यांची समस्या कायम असेल. याच्या उलट बायका पुन्हा कोणामध्ये गुंतवून स्वत:ला दुखापतच करून घेतील.

जोपर्यंत हृदयावरील उपचार पूर्ण होत नाहीत तोपर्यंत पुरुषांना वचनबद्ध होणे हे संकटकारी वाटेल आणि बायकांना पुन्हा कोणावर विश्‍वास ठेवावासा वाटणार नाही.

पुढील भागांमध्ये आपण अधिक तपशिलात शिरून हे पाहणार आहोत की प्रियजनांच्या जवळ नसण्याचा शोक यशस्वीपणाने कसा करायचा आणि आपले हृदय प्रेमाने भरून टाकण्यासाठी त्या आपल्या हृदयातील अधुरेपण कसे जाणवून घ्यायचे! रात्रीच्या अंधाराची पोकळी भरून काढण्यासाठी प्रकाश जसा त्याचा माग काढत जातो तसेच परिपूर्ण प्रेम हे आपल्या अंतरंगातील अधुरेपण भरून काढण्यासाठी तिकडे कसे धाव घेत असते हे आपण पाहणार आहोत.

तिसरी पायरी- हृदयावरील उपचाराने संपूर्ण बरे झाल्यावरच पुन्हा दुसऱ्या व्यक्तीमध्ये गुंतणे.

तिसऱ्या पायरीवर असताना आपण हाडाला पूर्व स्थितीत आणलेले आहे. आता आपल्याला त्याचे रक्षण करायचे आहे, त्याला बांधून ठेवायचे आहे आणि जखम भरून येण्यासाठी पुरेसा वेळ द्यायचा आहे. एकदा का ते हाड बळकट झाले की पांढरे प्लास्टर काढून टाकायला काहीच हरकत नसते. अगदी तशाच प्रकारे आपल्या हृदयावरील उपचार पूर्ण होऊन आपले हृदय एकसंध झाल्यानंतरच पुन्हा हृदयाची गुंतवणूक करावी, त्या आधी नाही. दुसऱ्या कोणाबरोबर आपल्या भावना यशस्वीपणे वाटून घेण्यापूर्वी आपण आपल्या गरजा पूर्ण केल्या पाहिजेत आणि स्वत:च्या मनातच स्वत:ची प्रतिमा उंचावली पाहिजे. खरे तर पुन्हा दुसऱ्या कोणाबरोबर प्रेमसंबंध जुळवण्याची उत्तम वेळ म्हणजे ज्या वेळेस तुम्हाला त्याची गरज वाटत नसेल तीच असते. दुसऱ्या नातेसंबंधामध्ये प्रवेश करण्यापूर्वी आपण परिपूर्ण आणि समाधानी असणे ही आदर्श गोष्ट असते.

पुन्हा प्रेमसंबंध जुळवण्याची योग्य वेळ हीच असते जेव्हा तुम्हाला त्याची गरज वाटत नाही.

सामान्यपणे पुरुष फार लवकर दुसरे नातेसंबंध जुळवतात तर बायका मात्र स्वत:च्या नकळतच अशा नवीन नातेसंबंधांपासून स्वत:ला दूर ठेवतात. नवीन नातेसंबंधांमध्ये स्वत:ला गुंतवण्यापूर्वी पुरेसा वेळ दिला नाही तर पुरुषांना पुरेसे देण्यामध्ये अडथळे निर्माण होतात तर बायकांना पुरेसे स्वीकारण्यामध्ये! या पुस्तकाच्या पुढच्या प्रकरणांमध्ये आपण हेच तपशीलवार शोधून काढणार आहोत की स्त्री आणि पुरुष स्वत:च्या नकळतपणे या तिसऱ्या पायरीवर कसे घातपात घडवतात; तसेच पुन्हा नातेसंबंध जुळवण्यास योग्य वेळ कोणती? त्याबद्दलच्या काही व्यवहारी सूचना आपण तपासणार आहोत.

नव्याने सुरुवात

आयुष्यात पुन्हा एकदा आलेल्या एकाकीपणामुळे आपले आयुष्य आकस्मितपणे पूर्णपणे बदलून जाते. आता उरलेले आयुष्य आपल्याला असेच एकाकीपणे काढायचे असते आणि काय करावे हे सुचत नसते. ज्या ज्या सगळ्या सवयीच्या गोष्टी होत्या त्यापासून आपण वंचित होतो आणि त्यामुळेच काय करावे हे सुचत नाही. अशाच कठीण समयी हे 'मार्स ॲण्ड व्हीनस स्टार्टींग ओव्हर' पुस्तक वाचायला घ्या. हे पुस्तक तुम्हाला योग्य दिशा दाखवेल आणि त्यातून तुमचा मार्ग प्रकाशमान होईल याची मला खात्री वाटते.

■

२

इतक्या वेदना का होतात?

इतर कोणत्याही पराभवापेक्षा प्रेमातील पराभव हा जास्त वेदनादायी असतो. जेव्हा आपल्याला इतर कोणत्याही बाबतीत निराशा आणि अन्याय यांना तोंड द्यावे लागते तेव्हा प्रेमच फक्त आपल्या मनावर मायेची फुंकर घालते आणि आपल्या वेदनांचे शमन करते. आपल्या दैनंदिन आयुष्यात जेव्हा आपण पराभव, नुकसान, नकार आणि अपयश यांना सामोरे जातो तेव्हा आपले मनच त्यावर हळुवारपणे मलमपट्टी करते आणि आपल्याला आठवण करून देते की आपल्या घरी आपल्यावर सगळे माया करतात; पण जेव्हा हे प्रेमच हरवते तेव्हा आपले सांत्वन करणारे, आपल्याला दिलासा देणारे, आपले रक्षण करणारे कोणीच नसते. कित्येक वेळा आपला हा आधार काढून घेतल्यावरच आपल्या लक्षात येते की आपण या आधारावर किती अवलंबून होतो!

जेव्हा आपण निराशेने घेरले जातो व आपल्याला अन्यायाला तोंड द्यावे लागते, तेव्हा प्रेमच आपल्या मनावर मायेची फुंकर घालून आपले दु:ख सुसह्य करते.

जेव्हा प्रेमाचा हा प्राथमिक झरा आपण गमावतो तेव्हा आपले सगळे बचावात्मक पवित्रे गळून पडतात आणि नाइलाजाने आपल्या पराभवाच्या वेदनांना, वंचनेच्या जखमेच्या आणि एकाकीपणाच्या दु:खाला सामोरे जावे लागते. त्या क्षणी आपण आपल्या प्रेमाच्या व्यक्तीला गमावल्याबद्दल दु:ख तर करीत असतोच, पण महत्त्वाचे म्हणजे आपल्याला त्यावर इलाज हवा असतो आणि आपण मनातल्या मनात टाहो फोडून विचारत असतो की, 'इतक्या साऱ्या वेदना मला का होताहेत?'

प्रेम गमावल्यामुळे आपण इतके व्यथित होऊ आणि आपल्या आयुष्यात इतकी मोठी पोकळी निर्माण होईल याची आपल्याला पूर्वसूचना असण्याचे काही कारण नसते. नातेसंबंधांमध्ये दुरावा निर्माण झालेला असो किंवा घटस्फोट झालेला असो अथवा दोघांपैकी एकाचे निधन झालेले असो, या सर्वांचा परिणाम एकच असतो व तो म्हणजे तुटलेले हृदय; अन त्यावरची पहिली प्रतिक्रिया म्हणजे आपल्याला बसलेला जबरदस्त धक्का. आपण त्या धक्क्यामुळे गलितगात्र होतो पण आपल्या शरीरातील प्रत्येक पेशी ओरडून सांगत असते, 'छे, हे शक्य नाही! मी असे घडू देणार नाही. असे होणे शक्यच नाही.' आपण देवाशीसुद्धा भांडायला निघतो आणि आपल्या पराभवाचा स्वीकार करण्यास नकार देतो.

आपल्याला अशी आशा वाटत असते की दुसऱ्या दिवशी सकाळी आपण जेव्हा झोपेतून उठतो तेव्हा परिस्थिती पूर्वपदाला आलेली असेल. आपल्याला जे दिसले ते केवळ एक दुःखद स्वप्न होते, पण थोड्याच वेळात आपल्याला वास्तवाची जाणीव होते आणि आपल्या लक्षात येते की हे स्वप्न नाही सत्य आहे आणि आता आपण हे बदलू शकत नाही. जेव्हा आपण आपली असाहाय्यता स्वीकारतो, वास्तवतेशी जुळवून घेण्याचा प्रयत्न करतो तेव्हा आपल्याला अचानकपणे एकाकीपण जाणवायला लागते. आयुष्याच्या क्षितिजावर दिसते ते फक्त उजाड माळरान! अन् जेव्हा आपण आपल्या अवयवांना आलेली बधिरता झटकतो तेव्हा आपल्याला जाणवतात त्या वेदना! आपल्या मनाला झालेल्या शेकडो जखमा!

ज्याच्यावर आपण जिवापाड प्रेम करतो त्याला 'गुड बाय' म्हणणे इतके सहज सोपे नसते किंवा त्याकडे दुर्लक्ष करणेही सोपे नसते, कारण आपण त्या व्यक्तीशी जोडले गेलेले असतो, म्हणूनच आपल्या दुःखापासून मुक्तता मिळवण्यासाठी आणि भंगलेल्या हृदयावर उपचार करण्यासाठी आपण प्रथम प्रेमाचे स्वरूप, आपले अवलंबित्व आणि आपला जिव्हाळा, प्रेम हे जाणून घेणे महत्त्वाचे आहे.

प्रेम, अवलंबित्व आणि जिव्हाळा!

दिवसभराच्या थकव्यानंतर दिवसाच्या शेवटी आपले स्वागत करण्यासाठी कोणी उभे असेल, आपण जे काही करतो त्याचे कौतुक करणारे कोणी असेल, आपल्या अस्तित्वाची किंमत जाणणारे आणि आपल्या असण्यामुळे मिळणाऱ्या लाभाबद्दल कृतज्ञता दर्शवणारे असे कोणी असेल तर आपल्या आयुष्याला, आपल्या जगण्याला एक प्रकारचा अर्थ प्राप्त होतो. आपली जर कोणी काळजी घेतली, आपल्याला जर कोणी विशेष महत्त्व दिले, आपली दुःखे कोणी समजावून घेतली आणि आपल्या यशात कोणी सामील झाले तर आपण खूप आनंदी होतो.

जसजसे आपले प्रेम फुलत जाते, तसतसे आपोआपच आपल्या जोडीदारावर प्रेमासाठी आपण अवलंबून राहतो.

जरी प्रत्येक वेळेला आपल्याला हवे ते मिळत नसले तरी हवे ते मिळवण्याची आपली आशा सुटत नाही. नातेसंबंधात यशस्वी होण्याच्या प्रयत्नांमध्ये आपले अवलंबित्व वाढतच जाते. जरी प्रत्येक प्रेमकथा ही अगदी आदर्श नसली तरी आपल्यावर कोणीतरी प्रेम करते ही कल्पनाच ढाल बनून या निष्ठुर, कोरड्या आणि बेपर्वा जगापासून आपले रक्षण करते, तरीसुद्धा असे म्हणता येईल की अनेकदा जेव्हा आपण (कुणावर) प्रेम करतो तेव्हा आपण आपल्या जोडीदारावर व त्याच्या जवळ असण्यावर जास्तीतजास्त अवलंबून राहतो.

जसजसे हे अवलंबित्व वाढते तसतसा एक महत्त्वाचा बदल घडून येतो. थोड्याच काळात आपली प्रेमाची किंवा आपल्यावर कोणी प्रेम करण्याची आपली मूलभूत गरज थांबते, त्याऐवजी आपली एक विशिष्ट गरज आपल्याला जाणवते- ती म्हणजे आपल्या जोडीदाराचे प्रेम! आता प्रेमाबद्दलची आपली सर्वसामान्य कल्पना नाहीशी होते आणि तिची जागा जोडीदाराचे प्रेम घेते. इतर कोणी ते प्रेम देऊन चालत नाही आणि या बदलाला 'अॅटॅचमेंट' असे म्हटले आहे. आता प्रेमासाठी आपल्या पालकांवर अवलंबून न राहता आपण प्रेम, जिव्हाळ्यासाठी आपल्या जोडीदाराकडे बघतो.

प्रेमसंबंधांमध्ये आपल्या प्रेमाची गरज ही आपल्या जोडीदाराच्या प्रेमाच्या गरजेतून भागवली जाते.

जेव्हा आपण एखाद्याबरोबर भावनिक पातळीवर गुंततो तेव्हा इतरांनी आपले कौतुक केले तरी आपले समाधान होत नाही. आपले कान आपल्या जोडीदाराच्या चार कौतुकाच्या शब्दांसाठी आसुसलेले असतात. दुसऱ्याने कोणीतरी आपले प्रश्न ऐकणे किंवा आपले कौतुक करणे याला आपल्या लेखी फारशी किंमत नसते. दिवसभरात आपण इतरांबरोबर अनेक प्रकारचे देण्या-घेण्याचे व्यवहार करत असतो, पण तरीही आपल्या जोडीदाराबरोबरचे आपले देणे-घेणे काहीतरी विशेष आनंद देणारे असते.

पण जेव्हा आपण आपल्या जोडीदाराचे प्रेम गमावतो तेव्हा भावनिक पातळीवर आपल्या मनाची खात्री झालेली असते की, आता आपण पुन्हा कधीही प्रेमात पडणार नाही. आपल्याला असे वाटते की आपल्या जोडीदाराच्या प्रेमाशिवाय आपल्या आयुष्याला काही अर्थ नाही आणि आपल्याला आनंदी करणाऱ्या गोष्टी घडू शकत नाहीत. हा निराशावाद आपल्या वेदना शंभर पटींनी मोठ्या करतात.

आपल्याला एखाद्या दिवशी उपवास करायचा असेल तेव्हा आपण आपल्या मनाची समजूत घालू शकतो, पण आता आयुष्यभर आपल्याला उपाशी राहायचे आहे या गोष्टीची समजूत घालणे फार अवघड आहे. जेव्हा आपले दुःख कशानीही भरून न येणारे असेल तेव्हा तो अनुभव उद्ध्वस्त करणारा असतो.

जितकी जवळीक जास्त तितके आपले दुःख शतपटीने वाढते.

आपल्या भंगलेल्या हृदयाच्या वेदना भरून काढण्यासाठी आपण आपल्या हृदयाची दारे इतरांसाठीसुद्धा उघडी ठेवली पाहिजेत, ज्यामुळे आपण इतरांबरोबरसुद्धा प्रेमाची देवाण-घेवाण करू शकू. जर आपण आपल्या हृदयाची दारे उघडण्याचे धाडस केले नाही तर आपण एकतर वेदनांमध्येच घट्ट रुतून बसू किंवा आपल्या भावना तरी बोथट होतील. आपल्या आधीच्या प्रेमसंबंधांकडे दुर्लक्ष केल्याशिवाय, त्यांना विसरल्याशिवाय आपले हृदय बरे होऊन कार्यरत होणार नाही.

आपले हृदय पूर्वपदावर आले की त्याला पुन्हा प्रेमाची मूलभूत गरज जाणवायला लागते. प्रेम फक्त जोडीदाराचेच असावे असे काही जरुरीचे नसते, पण सर्वसामान्य म्हणजे स्त्रीला पुरुषाच्या किंवा पुरुषाला स्त्रीच्या प्रेमाची मात्र नक्कीच गरज असते. आता आपल्या हृदयाची दारे जरा किलकिली केल्यावर तुम्ही प्रेमात पडण्यापूर्वी तुमचे हृदय जसे सर्वसमावेशक होते तसेच ते पुन्हा होईल. आता तुम्ही फक्त जोडीदाराच्या प्रेमावर अवलंबून राहणार नाही तर इतरांकडूनसुद्धा प्रेम आणि आधार मिळवण्याचा प्रयत्न कराल.

अशा प्रकारे सगळ्याच प्रकारच्या प्रेमासाठी आपल्या हृदयाची दारे उघडी ठेवली तर आपणास हवे असलेले प्रेम नक्की कुठे सापडेल याचे अंतर्ज्ञान होईल. फक्त जोडीदाराच्या प्रेमाच्या गरजेतून एकदा मुक्त झाले पाहिजे, कारण त्यामुळेच आपल्याला इतरांवर प्रेम करण्याची आणि इतरांकडून प्रेम मिळवण्याची तीव्र इच्छा होते आणि त्या प्रेमातील सफलतेची, परिपूर्णतेची जाणीव होते. आपण जोपर्यंत या प्रेम-जिव्हाळ्यातून बाहेर पडत नाही तोपर्यंत आपल्या हृदयातील प्रेमाच्या शोधाचा आपल्याला अंदाज येणार नाही.

आपल्या आत्म्याच्या अंतर्गत असलेल्या प्रेमाच्या गरजेची जाणीव आपल्याला झाली की ती पूर्ण कशी करायची याचे उपजत ज्ञान आणि ताकद आपल्याला मिळते.

आपल्या जोडीदाराकडे दुर्लक्ष करणे आपल्याला खूप कठीण जाते, कारण

आपण त्याच्यावर सर्वस्वी अवलंबून असतो. जर आपल्या गरजा आपल्या कुटुंबाकडून व आपल्या मित्रांकडून पूर्ण झाल्या तर आपले आपल्या जोडीदारावरचे अवलंबित्व कमी होईल. आपण जोडीदारावर अवलंबून न राहता आपल्या प्रेमाचे तळे भरले तर आपल्या वेदनेतून आपण पूर्णपणे मुक्त होऊ.

दुसऱ्या शब्दात सांगायचे झाले तर आपल्या हृदयाची दारे प्रेमाच्या देवाण-घेवाणीसाठी उघडी ठेवली व आपल्या जोडीदारावर अवलंबून राहिलो नाही तर शेवटी आपण जोडीदाराकडे दुर्लक्ष करण्यात यशस्वी होऊ. आपल्याला नवीन साथ, सोबत मिळाली व आपण आपले प्रेम त्याच्याबरोबर वाटून घेतले तर हृदयाची पोकळी व रिकामेपण नाहीसे होईल. जरी हे प्रेम अगदी त्या प्रेमासारखे नसले तरी हे नवीन नातेसंबंधसुद्धा खूप सुखावणारे असतील.

दुर्लक्ष करण्याची कला

नव्याने सुरुवात करण्यासाठी दुर्लक्ष करण्याची कला आत्मसात करायला हवी. आयुष्यात पुढे जाण्यासाठी पुन्हा एकदा जोडीदाराच्या प्रेमाशिवाय इतरांच्या प्रेमाची गरज आपल्याला वाटायला हवी, पण इथपर्यंत पोहोचण्यासाठी आपल्याला आपली कौशल्ये वापरावी लागतील. नाहीतर, दुर्लक्ष करण्याऐवजी आपल्या नकळतपणे आपण आपली जवळीकच वाढवून बसू.

मी एखादी गोष्ट घट्ट पकडून ठेवली आणि तुम्ही ती माझ्यापासून खेचून घेण्याचा प्रयत्न केला तर माझी प्रवृत्ती काय असेल? मी झगडणार ना! मी तिला आणखी-आणखी घट्ट धरून ठेवीन. नेमके असेच घडते, जेव्हा आपण कुणामध्ये गुंतलेले असतो तेव्हा आपल्याला ते विसरायचे नसते आणि म्हणूनच त्या आठवणी आपण उराशी घट्ट बाळगून बसतो!

या जवळिकतेमधून मुक्त होण्याचे गुपित असे आहे की प्रवाहाबरोबर पोहायला शिका, अजिबात आपल्या जोडीदाराला विसरण्याचा प्रयत्न करू नका, उलट त्या आठवणींना घट्ट पकडून धरा. त्या स्मृतींना उजाळा द्या की तुमच्या जोडीदारावर तुमचे किती प्रेम होते! तुम्हाला आत्ता तुमच्या जोडीदाराची किती गरज आहे ते जाणवू द्या. आत्ता या क्षणाला त्याची तुम्हाला किती गरज आहे या कल्पनेने व्यथित व्हा. आत्तापर्यंत त्यांनी तुम्हाला ज्या भेटवस्तू दिल्या, त्याबद्दलची कृतज्ञता व्यक्त करा. आता तुमच्या जोडीदाराला तुम्ही परत तुमच्याजवळ आणू शकलात तर तुमच्या आनंदाला पारावार राहणार नाही याचीही जाणीव होऊ द्या.

या जवळिकतेमधून मुक्त होण्याचे गुपित असे आहे की प्रवाहाबरोबर वाहायला शिका. आपल्या जोडीदाराला विसरण्याचा प्रयत्न करू नका.

अशा प्रकारे तुम्ही तुमच्या जोडीदाराला तुमच्या मनात जागते ठेवले तरच तुमचा शोक योग्य रीतीने व्यक्त झाला असे म्हणता येईल. मनाची जखम भरून काढण्याची हीच योग्य पद्धत आहे. सुरुवातीला आपल्या जोडीदाराच्या आठवणींनी तुमचे दु:ख नक्कीच अधिक तीव्र होईल. वेदनांच्यासुद्धा नानाविध छटा असतात- याचाही अनुभव येईल. राग, दु:ख, भीती आणि व्यथा या त्या छटा! या वेगवेगळ्या त्रासदायक भावना जाणवल्यामुळे आपण आपल्या जोडीदाराबरोबरच्या प्रेमातून मुक्त होतो; ही वेदना तात्पुरत्या स्वरूपाची असते.

जरी तुम्ही या प्रेमातून बाहेर पडलात तरीसुद्धा तुमच्या जोडीदाराच्या आठवणींनी तुम्ही कधीतरी व्यथित होता. पुन्हा एकदा तुम्हाला तुमच्या प्रेमातील माधुर्याची गोडी चाखायला मिळेल आणि तुमच्या आत्म्याची ताकदसुद्धा! जेव्हा तुमच्या हृदयाची जखम पूर्णपणे भरून येईल तेव्हा तुमच्या जोडीदाराची आठवणही वेदनादायक असणार नाही, उलट तुमच्या या अमर प्रेमाशी तुमच्या आत्म्यांमध्ये तुम्ही कायमचे जोडले जाल.

आता अशी वेळ आली आहे की जेव्हा तुम्ही तुमच्या जोडीदाराचा विचार कराल तेव्हा तुमचे हृदय प्रेमाने आणि शांतीने भरून जाईल आणि हा अनुभव हेच सुचवतो की आता तुम्ही नवीन जोडीदारामध्ये गुंतायला काहीच हरकत नाही आणि हाच पाया आहे की तुम्ही खऱ्या आणि चिरकाल टिकणाऱ्या प्रेमाचा शोध घेण्यास समर्थ आहात.

जेव्हा तुमच्या हृदयावरील उपचार पूर्ण झालेले असतात, तेव्हा तुमच्या जोडीदाराच्या आठवणी तुम्हाला आता त्रासदायक वाटत नाहीत, उलट तुमच्या प्रेमातील गोडव्याचा तुम्हाला पुन:प्रत्यय येतो.

आपल्या भंगलेल्या हृदयावर उपचार करण्यासाठी प्रथम आपल्या वेदनामय भावनांच्या डोळ्यात डोळे घालून बघायला पाहिजे आणि त्या जाणून घेतल्या पाहिजेत. जोपर्यंत आपण आपल्या जोडीदाराच्या आठवणी मनात तेवत ठेवतो तोपर्यंत बरे होण्याची प्रक्रिया आपोआप होतच असते. आपण जे काही गमावले त्याच्या आठवणी ताज्या ठेवून सद्य परिस्थिती स्वीकारण्यासाठी आणि त्याचे वाईटही वाटून घेण्याएवढेच आपण आपल्या प्रेमाला जागृत ठेवतो.

काही विशिष्ट संस्कृतींमध्ये आणि धार्मिक प्रथांमध्ये दु:ख करण्याच्या विशेष

पद्धती, विशेष वेळा आचरणात आणल्या जातात. अनेक पद्धतींनी स्मृतिदिन, स्मरणयात्रा वगैरे धार्मिक विधी केले जातात. उदाहरणार्थ, काही दिवसांपर्यंत काळ्या रंगांची वस्त्रे परिधान करणे, दीर्घकाल टिकणारी मेणबत्ती पेटवणे, मरण पावलेल्याच्या स्मरणार्थ वृक्षारोपण करणे, अंत्ययात्रेच्या वेळी भाषणे करणे, स्मशानभूमीत परत परत भेटी देणे, कुटुंबाच्या वंशवेलीचा विस्तार- एखादा वटवृक्ष व फांद्या यांचे चित्र काढून रंगवणे- या प्रत्येक उदाहरणात एक समान धागा आपल्याला आढळतो तो म्हणजे आपल्या प्रियजनांचे स्मरण करून आपल्या हृदयावर उपचार करण्याची पुन्हा पुन्हा संधी देणे होय.

पुन्हा प्रेमाचा शोध घेणे

आपल्या जोडीदाराच्या किंवा प्रियजनांच्या मृत्यूनंतर वेदनादायी भावनांचा डोंब उसळतो, कारण आपल्या मनाची एक बाजू असे म्हणत असते की आता आपण पुन्हा कोणावरही प्रेम करू शकणार नाही. प्रेम करायला जोडीदाराचे अस्तित्व न उरल्यामुळे आपण प्रेम करणे थांबवतो. आपले हृदय आतल्या आत कोलमडून पडते आणि तेथे वेदनांचा पूर येतो.

आपले हृदय कोसळते, ते फक्त आपण प्रेमात हरल्यामुळे नव्हे तर काही काळासाठी तरी आपण प्रेम करणे पूर्णपणे थांबवलेले असते म्हणून..!

घटस्फोटानंतरसुद्धा अगदी असेच घडते. आपला पूर्वीचा प्रियकर जरी जिवंत असला तरीसुद्धा आपल्याला अपेक्षित असलेले नातेसंबंध आता उरलेले नसतात. ज्या व्यक्तीबरोबर आपण आपले आयुष्य काढण्याचे ठरवलेले असते ती आता आपल्या जीवनात उरलेली नसते, म्हणजे जणू काही आपल्यासाठी त्यांचा मृत्यूच झालेला असतो आणि म्हणून त्यांच्यासाठी, शोक करण्यासाठी आणि त्यांना विसरण्यासाठी हीच पद्धत अवलंबावी लागते. घटस्फोटानंतरचे दुःखसुद्धा जोडीदाराच्या मृत्यूइतकेच तीव्र असते.

आपल्या जोडीदाराचे अस्तित्व तो शरीराने समोर असल्याशिवाय खरे कसे मानायचे? आणि त्याच्यावर प्रेम तरी कसे करायचे आणि प्रेम करवून तरी कसे घ्यायचे? जरी आपला हा समज खरा नसला तरी हे पचनी पडायला खूप वेळ लागतो. आपल्याला परिस्थितीशी जुळवून घ्यायला, स्वत:मध्ये काही सकारात्मक बदल करायला वेळ लागणारच. जुन्या सवयी लगेच मोडीत तर काढता येत नाहीत! वर्षानुवर्षे आपल्या जोडीदारावर अवलंबून राहण्याची आपल्याला सवय

लागलेली असते. त्याच्या अस्तित्वावर आपण स्वत:ला झोकून देऊन प्रेम केलेले असते. आपला रोजचा अनुभव आपल्याला काय सांगतो की ती एक जितीजागती, स्पर्श करता येणारी, स्पर्शाने दोघांनाही सुखावणारी, अनुभूती देणारी, प्रतिसाद देणारी, स्वतंत्र अस्तित्व असणारी व्यक्ती आहे, जिच्या आधाराची आपल्याला गरज आहे आणि या प्रेमसंबंधाच्या जवळिकतेतून (-पासून) दूर जाण्यासाठी आपल्याला वेळ लागतो, पण नंतर आपल्या लक्षात येते की प्रेम तर आपण अजूनही करू शकतो!

जेव्हा आपला जोडीदार आपल्यापासून दूर जातो किंवा त्याचा मृत्यू होतो तेव्हा आपल्याला अनिच्छेने आपल्या प्रेमाला बांध घालावा लागतो. आपण आता त्यांना स्पर्श करू शकत नाही, मिठी मारू शकत नाही पण तरीही त्या आठवणींनी अजूनही मन मोहोरते. आपण त्यांच्या आठवणीत रममाण होतो. ते आपल्या पाठीशी आहेत या भावनेने आत्मविश्वासाने भारून जातो आणि अशा प्रकारे आपले प्रेम तेवत ठेवतो.

जरी आपल्या प्रियकराला आता आपण पुन्हा कधीही पाहू शकणार नसलो तरी ते आपल्या हृदयात घर करून बसतात.

आपल्या शोकमग्न अवस्थेत हळूहळू आपल्या लक्षात येते की, आपल्या हृदयातले प्रेम जराही कमी झालेले नाही आणि ते आपल्या प्रियकराच्या अस्तित्वावर अवलंबूनसुद्धा नाही. आपला भविष्यकाळसुद्धा आपल्याला वाटला होता तेवढा अंधकारमय नाही. जर आपल्याला हे समजले की आपण पुन्हा प्रेम करू शकतो तर आपल्याला आपोआपच शांती लाभेल. निराशेचे काळे ढग दूर होतील आणि प्रेमाच्या उबदार सूर्यप्रकाशाने आपले आयुष्य पुन्हा उजळून निघेल. आपण हे सहज स्वीकारू की आपली अपरिमित हानी झाली आहे, पण आपण काही गोष्टी विसरणार नाही. आपल्या नवीन प्रवासाच्या वाटेवरती छानशी वाऱ्याची झुळूक आपल्या केसातील बटांना हेलावेल. 'नवी सुरुवात' या कल्पनेनेसुद्धा अंगी आत्मविश्वास येईल आणि आपण ज्या प्रेमास पात्र आहोत ते प्रेम आपल्याला मिळेल. आपल्या हृदयाच्या कप्प्यात दडवून ठेवलेले प्रेम आपण पुन्हा कुणाबरोबरतरी शेअर करावे अशी स्फूर्ती आपल्याला मिळेल.

■

३

भावनिक दिरंगाई

आपल्या मनाचा धावण्याचा वेग आपल्या हृदयापेक्षा अनेक पटींनी जास्त असतो. मनासाठी असे भरधाव विचार करणे ठीक असते, पण हृदयाच्या जखमा मात्र त्या वेगाने भरून येत नाहीत. हृदयाची चाल एखाद्या गोगलगायीसारखी असते. हृदय आणि मन यांच्यातील या फरकाला ध्वनी आणि प्रकाश यांची उपमा देणे योग्य ठरेल. या साधर्म्याबद्दल असे सांगता येईल की मन प्रकाशाच्या वेगाने धावते तर हृदयाचा वेग ध्वनीसारखा असतो. दोन्हींमधील हा फरक फार महत्त्वाचा असतो.

भौतिकशास्त्राच्या दुनियेत आपण वस्तुनिष्ठपणे प्रकाश व ध्वनी यातील फरक अभ्यासतो. आपण त्याबद्दल भलतेसलते प्रश्न विचारत नाही. 'असे का?' असेही म्हणत नाही, कारण आपण हा वेगवेगळा वेग उपकरणांच्या साहाय्याने मोजू शकतो, पण भावनिक जगात हा फरक दाखवणारी कुठलीही फूटपट्टी किंवा उपकरण उपलब्ध नाही. जरी सामान्यपणे आपल्याला मन व हृदय यांचे धावण्याचे वेग दिसत नसले किंवा आपण ते दाखवू शकलो नाही तरीसुद्धा विदीर्ण झालेल्या हृदयाची जखम यशस्वीपणे भरून येण्यास किती काळ लागतो याची जाणीव आपल्याला निश्चितपणे होते.

जेव्हा आपण आपल्या प्रियकराला किंवा प्रेयसीला गमावतो तेव्हा मनापेक्षा हृदयाला हे जुळवून घ्यायला फार वेळ लागतो. ज्या क्षणी आपण ठरवतो की 'छे: छे: आपल्याला आयुष्य असे थांबवून चालणार नाही. आपल्याला पुढे गेले पाहिजे' तर तेवढ्यात एक वेदनामयी भावनांची मोठी लाट पुढे येते. ही भरती-ओहोटी आणि भावनांचे आवेग हे फक्त नैसर्गिक नसतात तर ही एक अत्यावश्यक प्रक्रियाही असते. मनाच्या एकदा सांगण्याने हृदय ऐकत नसते. अत्यंत धीम्या

गतीत आणि मनाच्या दोलायमान परिस्थितीत आपण असतो. अनिश्चित भावनांची ती जणू भरती-ओहोटी असते. त्या येतात आणि जातात! अन् ओहोटीच्या वेळी फक्त वेदनाच नाहीशा होतात असे नव्हे तर आपल्याला स्वत:च्या ताकदीचा आणि ज्ञानाचासुद्धा प्रत्यय येतो आणि आपण पुन्हा प्रेमाच्या शोधात निघतो, पण नंतर पुन्हा भरती येते आणि आपल्या कोमल भावना, राग, दु:ख, भीती आणि खिन्नतेच्या जोरदार पुराच्या तडाख्यात वाहून जातात, पण या प्रक्रियेमुळे पुन्हा पुन्हा शोकावेग अनावर होऊन शेवटी आपण आपले दु:ख विसरतो आणि पुन्हा एकदा प्रेमाच्या झऱ्यात चिंब होतो.

हे नैसर्गिक अणि आरोग्यदायीसुद्धा आहे की उपचाराच्या या प्रक्रियेत भावना मनामध्ये फार काळ रेंगाळत राहतात.

अस्तित्वाचे नियम

काही लोकांना आपल्या हृदयावरील उपचार पूर्ण होण्याच्या आधीच नवीन आयुष्याला सुरुवात करावी असा मोह होतो. त्यात चुकीचे काही नाही, कारण वेदनांमध्ये गुरफटून बसणे कोणाला आवडेल? शक्य तितक्या लवकर नावडत्या परिस्थितीतून आपली सुटका व्हावी असे वाटणे अगदी नैसर्गिक आहे. त्रासदायक परिस्थिती टाळणे हा आरोग्य संपन्न जीवनपद्धतीचा योग्य मार्ग आहे. अस्तित्वाचा सगळ्यात महत्त्वाचा नियम म्हणजे वेदना टाळणे आणि आनंद शोधणे, म्हणून जेव्हा जेव्हा त्रासदायक भावना मनात येतात तेव्हा तेव्हा मन म्हणते, 'बस्! आता खूप झालं! किती दिवस आता दु:ख उगाळायचे? आता यातून बाहेर पडले पाहिजे.' सामान्य परिस्थितीत असे म्हटले तर त्यात काही गैर नाही, पण जेव्हा हृदयावरील उपचारांचा पेचप्रसंग चालू असतो तेव्हा मात्र परिस्थिती अधिक बिकट होते.

जर हृदयावरील उपचाराची प्रक्रिया कशी करायची याची शास्त्रशुद्ध माहिती नसेल आणि आपल्या नकारात्मक भावनांच्या पलीकडे कसे जायचे याचा मार्ग माहिती नसेल तर आपल्या भावना बेकाबू होतात, त्यातून मुक्तता मिळवण्यासाठी आपण पळून जाण्याचा मार्ग स्वीकारतो. गरजेपेक्षा जास्त लवकर पळ काढल्याने नकळतपणे आपल्या उपचाराच्या प्रक्रियेला आपणच सुरुंग लावतो. आपण लगेचच पुढचे मनसुबे रचायला लागतो, त्यामुळे तात्पुरती मनाला उभारी येते, पण दीर्घकाळासाठी ते काही उपयोगी नसते, त्यामुळेच दु:ख, खिन्नता या भावनांना प्रतिकार करणे किंवा त्या टाळणे यामुळे फक्त नैराश्यच पदरी पडते.

दुःखाला प्रतिरोध केल्यामुळे अनेक बाबतीत नैराश्य येते.

जेव्हा आपण पुन्हा पुन्हा उद्भवणाऱ्या राग, दुःख, काळजी, भावनिक पोकळी आणि एकटेपणा या भावनांच्या लाटांना थोपवण्याचा प्रयत्न करतो तेव्हा आपल्याला तात्पुरती दुःखातून मुक्तता मिळते, पण तरीसुद्धा आपण आपले दुःख विसरू शकत नाही. या भावनांवर ताबा मिळविण्याचा आपण कितीही प्रयत्न केला तरी या नकारात्मक भावनांची आपल्यावरील पकड खूप घट्ट असते आणि त्या आपल्याला मागे खेचत असतात. आपली उपचार प्रक्रिया पूर्ण झाली की नाही याचे सुस्पष्ट आणि सकारात्मक चित्र आपल्याला न दिसल्यामुळे आपण पुन्हा निराशेच्या गर्तेत लोटले जातो. एकदा का हे औदासीन्य आणि नैराश्य मनात ठाण मांडून बसले की पुढचा मार्गच नाही असे वाटते, परिणामी आपण आपल्या भावना अधिक तीव्रतेने टाळायला लागतो. असे हे आत्म पराजयाचे चक्र जर आपण हृदयावरील उपचाराला पुरेसा वेळ दिला तरच थांबते.

या भावनांवर ताबा मिळविण्याचा आपण कितीही प्रयत्न केला तरी त्या नकारात्मक भावनांची आपल्यावरील पकड खूप घट्ट असते आणि त्या आपल्याला मागे खेचत असतात.

जरी नातेसंबंध तुमच्याकडून संपवले गेले तरीसुद्धा आपण जे गमावले त्याचा शोक करणे हे अत्यंत नैसर्गिक आणि आरोग्यदायीच आहे. नातेसंबंध तुटल्यानंतर कदाचित तुम्ही मनात असे म्हणता 'बरे झाले हे नाते तुटले, आता मला खऱ्या अर्थाने ज्या आधाराची आणि प्रेमाची गरज आहे, ते मिळण्याची शक्यता तरी निर्माण झाली.' हे जरी खरे असले आणि तुमचे मन नवीन नातेसंबंध शोधण्यास उत्सुक असले तरीसुद्धा हृदय म्हणते, 'मी खूप दुःखी आहे, मला फार एकाकी वाटते, कोणास ठाऊक माझ्यावर पुन्हा कोणी प्रेम करेल का? मी पुन्हा कधीही सुखी होऊ शकणार नाही.'

मनाचा निश्चय करणे ही उपचार प्रक्रियेतील पहिली पायरी आहे. दुसरी आणि जरा लांबलचक पायरी म्हणजे आपल्या अनुत्तरित भावनांचा शोध घेणे आणि त्या मुक्त करणे. आपल्या भावना तपासून पाहण्यासाठी कितीही वेळ लागला तरी चालेल, त्यामुळे आपले आरोग्य उत्तम ठेवण्यास मदत होईल आणि त्यामुळेच आपल्या हृदयावरील उपचार पूर्ण होतील.

जेव्हा मनाचा निश्चय होतो तेव्हा त्याचा पुन्हा एकदा विश्वास बसतो की, ठीक आहे, आयुष्य जसे असेल तसे स्वीकारले पाहिजे आणि मी ते स्वीकारले

आहे. असा सकारात्मक विचार आणि मनाचा सुस्पष्ट निर्णय हृदयातील अनुत्तरित भावनांना मुक्त करण्यासाठी व त्यांच्यावर प्रक्रिया करण्यासाठी महत्त्वाचा पाया ठरतो. अशा वस्तुनिष्ठ पण सकारात्मक दृष्टिकोनामुळे हृदयाचे दुःख हळूहळू कमी होते.

जेव्हा मनाचा निश्चय होतो तेव्हा त्याचा पुन्हा एकदा विश्वास बसतो की, ठीक आहे! आयुष्य आहे तसे आपण स्वीकारले पाहिजे.

दुर्दैवाने अनेक लोकांना या उपचार प्रक्रियेविषयी माहिती नसते. मन नवीन परिस्थितीशी जुळवून घ्यायला किंवा स्वतःमध्ये बदल करण्यासाठी वेळ मागून घेते, पण हृदयातील भावनांमुळे घायकुतीला येते आणि आता ताबडतोब काहीतरी बदल हवा असतो. उपचार प्रक्रिया घाईने पूर्ण करण्याची ही प्रवृत्ती स्त्री आणि पुरुष अशा दोघांमध्येही असते. फक्त त्यांचे मार्ग भिन्न असतात. सुरुवातीला स्त्रिया अशा परिस्थितीत सामान्यपणे कशा वागतात ते आपण पाहू.

बायका या दुःखाचा सामना कसा करतात...

बायकांची या दुःखाच्या वेदनेपासून दूर जाण्याची आणि मुक्तता मिळविण्याची सर्वसामान्य पद्धत म्हणजे त्यांची प्रेमाची गरजच त्या चक्क नाकारतात. आता इथून पुढे कोणावरही, कधीही विश्वास टाकायचा नाही किंवा प्रेमासाठी कोणावरही अवलंबून राहायचे नाही असा निर्णय घेऊन त्या स्वतःचे रक्षण करतात. शुक्रनिवासी स्त्रियांच्या जगात नातेसंबंधांना विशेष महत्त्व असते. आपला कोणीतरी परित्याग केला आहे हे त्यांचे सर्वांत मोठे दुःख असते. आपण ज्याच्यावर विसंबून राहिलो तो आता तेथे राहिला नाही किंवा आपला राहिला नाही ही कल्पना त्यांच्यासाठी असह्य असते. जेव्हा स्त्रीला आपल्या भावनांचा शोध घेण्याचे महत्त्व समजत नाही तेव्हा ती एक तर तिच्या वेदना दुसऱ्यांसाठी खूप काही करून गाडून टाकते किंवा ती कोणाशीही जास्त जवळीक होणार नाही याची खबरदारी घेते आणि पराकोटीची स्वावलंबी होते.

दुखऱ्या मनापासून मुक्तता मिळवण्याची बायकांची प्रवृत्ती म्हणजे आपल्या प्रेमाची गरजच नाकारायची.

प्रमाणापेक्षा जरा जास्तच स्वावलंबी होण्याची स्त्रीची ही प्रवृत्ती काय सुचवते,

तर तिला प्रेम आधारासाठी आता कोणाचीही गरज नाही. कोणी जास्त जवळीक करण्याचा प्रयत्न केल्यास ती जास्तच फटकून वागते. स्वत:सुद्धा कोणाशी जवळीक साधत नाही. निश्चितच कोणाशी जवळचे संबंध निर्माण होण्यास काही काळ जावा लागतो, पण नाकारलेपणाच्या किंवा झिडकारलेपणाच्या वेदनेमुळे अशा नातेसंबंधांचे तिच्या लेखी काही महत्त्व उरले नाही हे भासवायचा ती प्रयत्न करते. ती स्वत:च्या मनाला बजावून सांगते, की हे फारसे महत्त्वाचे नाही. अशा प्रकारे जवळचे नातेसंबंधांचे महत्त्व नाकारल्यामुळे पुन्हा होणाऱ्या प्रेमभंगापासूनची हानी ती टाळू पाहते.

अशा वेळी स्त्री दुसऱ्यांसाठी खूप कष्ट करते. याचा अर्थ असा की ती इतरांच्या गरजांना प्राधान्य देते आणि तिच्या स्वत:च्या गरजांकडे दुर्लक्ष करते. आपल्या गरजा टाळण्याचा हा एक मार्ग आहे. दुसऱ्यांच्या गरजांकडे लक्ष दिल्यामुळे, त्यांना मदत केल्यामुळे तिला आत्मिक समाधान मिळते. इतरांच्या गरजा जाणवून घेतल्यामुळे आणि त्या पूर्ण करण्याच्या धडपडीमुळे तिला तात्पुरते का होईना बरे वाटते. आपल्या मुलांच्या सुख दु:खात स्वत:ला गुंतवून घेतल्याने किंवा दानधर्म केल्याने थोडा वेळ का होईना ती स्वत:च्या वेदनांपासून दूर जाते आणि तिच्या आयुष्यातील पोकळी कमी होते. दुसऱ्यांना सेवा पुरवणे हे निश्चितच फार उदात्त काम आहे, पण विशेषत: आपल्या हृदयाच्या जखमा भरून काढणाऱ्या स्त्रियांसाठी मात्र अशा सेवेतून स्वत:च्या अनुत्तरित भावना टाळण्याचा प्रयत्न होत असताना दिसतो.

एकदा आपण आगीमध्ये होरपळलो तर विस्तवाच्या जवळ जाण्याच्या कल्पनेनेसुद्धा आपल्याला पुन्हा त्या वेदना जाणवू शकतात. आपल्याकडे म्हण आहे ना 'दुधाने तोंड भाजल्यास माणूस ताकसुद्धा फुंकून पितो' अगदी तसेच हे आहे. जवळीक निर्माण होण्याची अगदी पुसटशी शक्यता जरी निर्माण झाली तरी पुन्हा त्या अनिर्णित, अनुत्तरित भावना डोके वर काढतात आणि मनाच्या पृष्ठभागावर येतात. आता पुन्हा कधीही कोणावर विश्वास टाकायचा नाही असा निश्चय करून ती स्वत:ला फसवणूक, दु:ख आणि परित्याग या गोष्टींपासून दूर ठेवते. अशा प्रकारच्या उपाययोजनेमुळे की पुन्हा कोणामध्येही गुंतायचे नाही, तिला आता पुन्हा दु:खी होण्याच्या भयाशी सामना करावा लागत नाही किंवा कोणाकडून जखमी झाल्याचे दु:ख सहन करावे लागत नाही.

आता आपण अशा काही भावना बघू की ज्या प्रेमभंगामुळे निर्माण होतात आणि नंतर या भावनांवर मनाची प्रतिक्रिया कोणती असते हे पाहू आणि मनाचे हे प्रयत्न अगदी योग्य असूनसुद्धा हृदयावरील उपचारासाठी त्यांचा उपयोग का होत नाही याचा अभ्यास करू.

स्त्रियांचे मन आणि हृदय कसे वेगवेगळे वागते ते बघू...

हृदयाला असे वाटते-	**मन असा विचार करते-**
* एकटेपणामुळे मला खूप नैराश्य आले आहे. मला काही तरी उपाय शोधायला हवा. माझ्यावर कुणीतरी प्रेम करावे आणि मला कोणीतरी आधार द्यावा.	* तुला सत्य परिस्थितीचा स्वीकार केला पाहिजे. तुला जर काही करावेसे वाटत असेल तर ते तू केले पाहिजे. आणि ते तू स्वत:च केले पाहिजे. जेव्हा तुला इतरांची गरज भासते, तेव्हाच असे घडते.
* मला निरुत्साही वाटते आहे. मी खूप एकाकी झाले आहे. मला कोणी समजावून घेत नाही. कोणालाच माझी पर्वा नाही. घड्याळाचे काटे मी जर मागे फिरवू शकले तर किती बरे होईल.	* तुला खरे तर प्रेमाची गरज नाही. तू आत्तापर्यंत खूप देत आली आहेस, आता तुझी पाळी आहे. तू स्वत:ची उत्तम काळजी घेऊ शकतेस. आता तू तुझे आयुष्य नव्याने सुरू करायला हवे.
* मला काळजी वाटते की मला पुन्हा कधी प्रेम मिळेल का? मला कोणी सुख देऊ शकेल का? आता माझ्यात पूर्वीची ताकद उरली नाही. मी आता काहीच करू शकत नाही.	* आनंद मिळवण्याचे तुझे मार्ग तूच शोधून काढले पाहिजेस. सतत दुसऱ्यांवर अवलंबून राहणे हे निरोगी मनाचे लक्षण नव्हे. दुसऱ्यांना आनंद द्यायला शीक. त्यामुळे तूसुद्धा आनंदी होशील.
* मी खूप एकटी पडलेली आहे आणि माझ्या जवळचे कोणीही माझ्याकडे फिरकत नाही. या गोष्टीची मला लाज वाटते. का? का असं घडतंय? माझ्यातच काही दोष आहे का? मी प्रेम करण्याच्या लायकीची नाही का?	* लाज वगैरे वाटण्याची गरज नाही. ताठ मानेने जगाकडे बघ. तुला नेमके काय वाटते ते लोकांना दाखवायची गरज नाही. असे कोलमडून पडण्याचीही गरज नाही. हिंमत धर म्हणजे तू इतरांवर ओझं बनून जगणार नाहीस.
* मला ना कोणाचे प्रेम मिळाले, ना आधार. याचा मला खूप राग येतोय, पण हे बरोबर नाही. माझी पात्रता यापेक्षा जास्त आहे, पण जग जर माझ्याशी असे वागत असेल तर मला कोणावर प्रेमच करायचे नाही.	* छे: छे:! तू जरा जास्तच अपेक्षा धरतेस. कुठलीच गोष्ट शाश्वत नाही. झाले गेले विसरून जा! तू स्वत:साठी जग, स्वत:ची नीट काळजी घे.

* मला खूप वाईट वाटते. मी आता पुन्हा कधीही प्रेम करणार नाही. माझ्या हृदयाला अशी चीर पडली आहे की, ती कशानेही भरली जाणार नाही.

* शी, शी! तू अशा गोष्टींचा उच्चारही करू नकोस. तुझ्या आयुष्यात आत्तापर्यंत घडलेल्या सगळ्या चांगल्या गोष्टींचा विचार कर. जे इतर लोक तुझ्यावर प्रेम करतात त्यांचा विचार कर, कदाचित भविष्यात यापेक्षाही वाईट घडू शकते.

* मला या गोष्टीची भीती वाटते की, आयुष्यात आता पुन्हा माझ्या योग्य जोडीदार मला मिळाला नाही तर आयुष्यभर मी एकटी राहीन. मला प्रेमाची गोडी पुन्हा कधीही चाखता येणार नाही किंवा मला कुणाच्या उबदार बाहूंमध्ये कधीच आता परत विसावता येणार नाही.

* म्हणूनच तर आता तुला तुझी स्वतःच काळजी घ्यायची आहे. तुझ्या आजूबाजूला कोणी असण्याची गरजच नाही. तू स्वतःच आता खंबीर बनले पाहिजे.

* माझ्या आयुष्यात असे अवघड वळण आले याचे मला फार दुःख होते. याच्यात काहीतरी चांगला बदल व्हावा अशी माझी मनापासून इच्छा आहे. माझे आयुष्य म्हणजे वैराण वाळवंट बनले आहे.

* जरा इतरांबद्दलही विचार करायला शीक. फक्त स्वतःच्या विचारात गुरफटून जाऊ नको. स्वतःला कशात तरी गुंतवून घे. जोपर्यंत तू तुझ्या कामात गर्क असशील तोपर्यंत भलतेसलते विचार तुझ्या मनात येणार नाहीत.

* मी आता रागाने बेभान झाले आहे. जे काही घडले त्यावर खरे तर माझा विश्वास बसत नाही. हे सर्व चीड आणणारे आहे. हे बरोबर नाही. मला एवढी कठोर शिक्षा मिळायला नको होती.

* नातेसंबंधांतून तू जरा जास्तच अपेक्षा धरतेस. सध्या तू फक्त स्वतःकडे लक्ष दे. इतकी गरजवंत होऊ नकोस, नाहीतर तुझी जास्तच चेष्टा होईल.

* माझ्या मनाला खूप मोठी इजा झाली आहे. माझा परित्याग केल्यासारखे मला वाटत आहे. तू मला सोडून कसा गेलास? तू मला

* प्रेमातील अपयश खूप क्लेशदायक आहे. कुठलीही जवळीक विचारपूर्वक करायला हवी म्हणजे अशी पश्चात्तापाची पाळी येत नाही. तू दुसऱ्यावर नको इतका खूप

दुखावलेस, मी सदैव प्रेम करीन असे वचन तू मला दिले होतेस.

विश्वास टाकतेस.

* मला एकटेपणाचे खूप भय वाटते. एकटे राहिल्यावर माझे कसे होईल कोण जाणे! ते खूप वेदनादायक असते.

* जोडीदाराशिवाय तू नक्की जगू शकशील. ते काही इतके वाईट नसते. कमीतकमी आता पुन्हा तुला कोणी सोडून जाण्याचे भय तर नसेल.

* मला स्वत:चीच लाज वाटते. मी यापेक्षा अधिक प्रेमाने वागायला हवे होते. कदाचित असे घडायचे नव्हते. कोणी सांगावे, कदाचित वेगळे काही तरी घडले असते. मी त्या योग्यतेची नाही.

* मनात असे विचार आणणे तुझ्यासाठी ठीक नाही. तू स्वत:वर प्रेम करायला पाहिजेस आणि स्वत:चे आयुष्य स्वत:च्या बळावर जगायला पाहिजेस. करण्यासारखे बरेच काही असते. जरा इतर लोकांकडे बघ; ते यापेक्षाही वाईट परिस्थितीत जगतात.

वरीलपैकी प्रत्येक उदाहरणामध्ये असे दिसून येते की हृदय अजून शोकाकुल अवस्थेत आहे, पण मनाला मात्र पुढे जाण्याची घाई झाली आहे. निश्चयी मन हृदयाला पुढे जाण्याची घाई करत आहे. ज्या स्त्रीला आपल्या भंगलेल्या हृदयावर उपचार करायचे आहेत तिने मनाच्या या भूलथापांना बळी पडू नये व ताबडतोब इतरांकडून प्रेम व आधार मिळवण्याचा प्रयत्न करू नये, उलट त्यासाठी अधिक वेळ घ्यावा. ही वेळ इतरांच्या सोयी-गैरसोयी पाहण्याची नसते तर स्वत:च्या गरजांना प्राधान्यक्रम देण्याची असते. आपल्या प्रस्थापित नातेसंबंधांपासून स्वत:ला दूर ओढून नेऊ नये तर या काळात आपल्याला कोठे जायचे ते ठरवावे व इतरांना आपल्यासाठी आपल्या आधी तिथे जाऊ द्यावे.

पुरुष या दु:खाचा सामना कसा करतात...

तिकडे मंगळावरची प्रजा तोडगे काढण्यात फार माहीर असते. पुरुषाला जरा जरी वेदना झाली तर त्याचे पहिले प्राधान्य त्यातून बाहेर पडण्यास असते; त्यासाठी जे जे काही शक्य असेल ते ते तो करतो. पुरुषांना जेव्हा हे समजत नाही की आता थोडे सबुरीने घ्यायला हवे, नवीन आयुष्याची सुरुवात घाईने करायला नको तेव्हा तो कदाचित त्याच्या भावना दिसू देणार नाही किंवा कामात व्यग्र होऊन त्याची तीव्रता कमी करेल किंवा स्वत:च्या जखमांवर उपचार म्हणून सरळ दुसऱ्या नातेसंबंधांमध्ये स्वत:ला गुंतवून घेईल.

वेदनांवरची किचकट उपचार प्रक्रिया पुरुषाला मान्य नसते. एकतर तो स्वतःच्या भावना कामात गुंतवून घेऊन गाडून टाकेल किंवा सरळ दुसरे नातेसंबंध प्रस्थापित करेल.

पुरुषाच्या या जन्मजात स्वभावामुळे पुरुष एका नातेसंबंधातून दुसऱ्या नातेसंबंधाकडे पटकन वळतात असे दिसून येते. जर त्याचे दुःख प्रेमभंगाचे असेल तर तो लगेचच दुसरीकडून प्रेम मिळवतो आणि प्रकरणावर पडदा पाडतो. जरी तो लगेचच दुसऱ्या नातेसंबंधांमध्ये गुंतला तरीसुद्धा त्याच्या कृतीतून असा अर्थ काढता येत नाही की ज्या बाईबरोबर त्याचे आधी नातेसंबंध होते तिच्यावर तो प्रेम करत नव्हता, त्यातून हेसुद्धा ध्वनित होत नाही की त्याला तिची काहीच पर्वा नाही, पण त्याचे हे वागणे म्हणजे केवळ वेदनाशामक गोळी घेण्यासारखे असते. काही वेळेस तर प्रेमभंगाचे दुःख जितके अधिक तितका त्याचा नवीन नातेसंबंध जुळवण्याचा वेग अधिक! पण त्याची ही जन्मजात सवयच काही वेळेस त्याचा घात करते.

जेव्हा पुरुष घाईघाईत दुसऱ्या नातेसंबंधात शिरतो तेव्हा त्याच्या वर्तणुकीत तो आधीच्या जोडीदाराची किती पर्वा करत होता याचे प्रतिबिंब दिसत नाही.

अनेक पुरुषांना आपल्या भंगलेल्या हृदयावर उपचार कसे करायचे याचे अंतर्ज्ञान किंवा समज नसते. या विषयावर बरीच पुस्तके लिहिली गेली, पण त्यातले एकही हृदयावर उपचार करण्यासाठी उपयोगी नाही. पुरुषाला हे अंतर्ज्ञानाने समजत नाही की आपल्या भावनांना कुरवाळणे, त्यांचे लाड करणे हा उपचार प्रक्रियेचा एक महत्त्वाचा भाग आहे. भंगलेल्या हृदयावर जर यशस्वीपणे उपचार करायचे असतील तर आपल्या या सहज प्रवृत्तींसाठी मार्गदर्शन घेतले पाहिजे. अधिक शहाणपणाने वागले पाहिजे. त्याने काळजीपूर्वक नवीन नात्यातील वचनबद्धता पुढे ढकलली पाहिजे. ही तर नक्कीच चांगली गोष्ट आहे की, त्याची कोणाबरोबर तरी चांगली मैत्री झाली आहे आणि अजून तरी त्याच्या नव्या मैत्रिणीला हे समजलेले नाही की त्याचा नुकताच प्रेमभंग झाला आहे. त्याच्या हृदयावरील उपचार पूर्ण झाल्यावर कदाचित त्याच्या भावना बदलतील आणि म्हणूनच त्याने इतक्यात वचने देण्याची घाई करू नये. एकाच स्त्रीबरोबर नातेसंबंध पुढे नेण्यापेक्षा दोन किंवा तीन मैत्रिणींबरोबर मैत्री करणे अधिक चांगले. एकाच जोडीदाराबरोबर अधिक जवळीक झाल्यास हृदयावरील उपचार पद्धतीला बाधा येते.

मनाचा एकदा निश्चय झाला की, पुरुष त्याच्या नकळतपणे अनेक मार्गांनी

हृदयावरील नैसर्गिक उपचार पद्धतीत अडथळे आणत असतो. पुरुष कसा वागतो याचे आपण काही ठोकताळे बघू! म्हणजे त्याच्या अशा वागण्याने समस्येवर तोडगा निघतो पण हृदयाची जखम बरी होत नाही. आता आपण खालील तक्त्याचा अभ्यास करू. त्यामध्ये अशा भावना आहेत की ज्या हृदयात तीव्र आहेत, पण मनाने मात्र त्या फारशा गंभीरपणे घेतलेल्या नाहीत. आपण मनातल्या मनात उद्‌गारलेली ही खालील वाक्ये नक्कीच विचारांची सुसंगती दर्शवतात, शिवाय जर त्या भावना अधिक काळपर्यंत टिकल्या तर हृदयावरील उपचार प्रक्रियेत त्यांच्यामुळे फायदाच होईल असे दिसते. बायकांचासुद्धा असा दृष्टिकोन असू शकतो. लक्षात ठेवा प्रत्येक व्यक्ती म्हणजे स्त्री किंवा पुरुष यांच्यात त्यांची बायकी वा पुरुषी वैशिष्ट्ये असतातच, तरीसुद्धा स्त्री-पुरुष असा भेद न करता तुम्ही या दोन्ही तक्त्यांबरोबर तुमचा संबंध जोडू शकता.

पुरुषाचे हृदय आणि मन कशा वेगवेगळ्या प्रतिक्रिया देते ते बघा-

हृदयाला असे वाटते.	**मन असा विचार करते.**
* मला खूप नैराश्य आले आहे. मी याचा मनापासून तिरस्कार करतो. हे खूप वेदनादायी आणि कठीण आहे. माझ्या आयुष्यात खूप मोठी पोकळी तयार झाली आहे.	* चल ऊठ! बसून राहू नकोस. आयुष्य खूप चांगले आहे. हा जगाचा अंत नाही.
* मला खूप निरुत्साही वाटते. काय करावे ते सुचत नाही. असे वाटते सर्व जगाचा परित्याग करून हिमालयावर जावे.	* आहे ती परिस्थिती तुम्ही बदलू शकत नाही. जे वास्तव आहे ते स्वीकारून आयुष्यात पुढे जात राहिले पाहिजे.
* मला खूप काळजी वाटते. कालची परिस्थिती आज नाही तर आजची उद्या नाही, त्यामुळे खूप अस्थिर वाटते. माझे आयुष्य तर धुळीला मिळाले. कुठल्याच गोष्टीने बरे वाटत नाही.	* तू इतकी काळजी करण्याचे काही कारण नाही. जो दिवस जसा येईल तसा स्वीकार आणि तुला हवे तसे वाग.
* मला खूप शरमिंदे वाटते. फार मोठे अपयश माझ्या नशिबी आले. मी आता जगाला माझे काळे तोंड कसे दाखवू? मला खूप अधुरे वाटते.	* हे बघ, अशा गोष्टी आयुष्यात घडतच असतात. आता तुझी सगळी मरगळ, नकारात्मक विचार झटकून टाक आणि कामाला लाग. तुला हवे ते तू मिळवशील.

* हे सगळे असे माझ्या मनाविरुद्ध घडल्यामुळे माझा संताप होतो आहे. हे बरोबर नाही आणि मला हे सहनही होत नाही. मी पुन्हा असे घडू देणार नाही.

* हे बघ, आयुष्य नेहमीच सुंदर नसते. झाले गेले विसरून जा. तुला आता कोणाचीही गरज नाही. तू फक्त स्वत:ची काळजी घे. जगात करण्यासारखे अजून बरेच काही आहे. हा विरह म्हणजे काही जगाचा अंत नाही.

* मला या वेदना असह्य होत आहेत. मी खूप दु:खी आहे. मला सतत नाकारलेपणाची टोचणी लागते आहे. मला खूप एकटे वाटते आहे. आता कोणत्याच गोष्टीने मला आनंद मिळणार नाही.

* तुझे हे रडगाणे अजून किती दिवस चालणार आहे? यामुळे तू परिस्थिती आणखी बिघडवत आहेस. जरा सकारात्मक विचार करून बघ!

* मला अशी भीती वाटते की आता मला पुन्हा कोणी जोडीदार मिळेल की नाही? खरे तर मला आता नव्याने सुरुवात करायची आहे. माझे आत्तापर्यंत फार नुकसान झाले आहे. आता यापेक्षा अधिक वाईट काय होणार आहे?

* तू जरा जास्तच करतो आहेस. एवढे दु:ख करण्याजोगे असे काय घडले आहे? सोडून दे ते विचार आणि पुन्हा नवीन आयुष्याचा विचार कर.

* मला खूप वाईट वाटते. मला खूप दिलगिरी वाटते. मी असा वागलो नसतो तर गोष्टी आज वेगळ्या घडल्या असत्या. खरेच मला अजून एक संधी मिळायला हवी होती.

* ए, सगळेच जण चुका करतात. आता भूतकाळाबद्दल बोलण्यात काही अर्थ नाही. ही तुझी विश्रांती आता संपव आणि नव्या जोमाने पुन्हा कामाला लाग.

* हे असे घडल्यामुळे मी संतापाने बेभान झालो आहे. हे बरोबर नाही. माझा अजूनही विश्वास बसत नाही.

* तू आता कसली काळजी करतोस? स्वत:ची काळजी घे. दु:ख कुरवाळायला कोणाला आवडते?

* मी फार दुखावलो गेलो आहे. तू मला वचन दिले होतेस की- 'मी सदैव तुझ्यावरच प्रेम करीन' तरी तू मला कशी सोडून गेलीस?

* आता बस कर! तू काही आता लहान नाहीस, जरा मोठा हो. परिस्थिती हाताळणे तुला सहज जमेल. नव्याने सुरुवात कर.

* मला खूप भीती वाटते आहे. वातावरणही निराशाजनक आहे. मी कधीच आनंदी होऊ शकणार नाही. अशा घटना घडायला नको होत्या!

* जे झाले ते झाले. तू आता आयुष्यभर हेच ओझे वागवत फिरणार आहेस का? तुला आहे ती परिस्थिती स्वीकारायला हवी.

* मला खूप शरम वाटते की मी हे असे घडूच कसे दिले!

* नशिबाने तुझ्या हाती हेच पत्ते दिले. ते उचल आणि किरकिर न करता तुझा डाव तू खेळ.

वरीलपैकी प्रत्येक उदाहरणावरून असे सहज लक्षात येते की मन हृदयाच्या भावना मोडीत काढते, त्याच्यावर कुरघोडी करते. त्यातील काही उदाहरणांमधून तर असेही ध्वनित होते की, फक्त हा तुमच्या मनाचाच विचार नाही तर तुमचे मित्रही तुम्हाला असेच काहीतरी सांगत असतात. तुमच्या मित्रांना तुमच्याबद्दल सहानुभूती असतेच, पण जेव्हा ते बघतात की तुम्ही तुमचे दु:ख उगाळत बसला आहात तेव्हा तेपण तुम्हाला नवीन आयुष्य सुरू करण्याबद्दल घाई करतात, परंतु जरी त्यांचा त्यामागील हेतू प्रामाणिक असला तरी असा सल्ला काही वेळेस हानिकारक ठरू शकतो.

तुमच्या मित्रांना तुमच्याबद्दल सहानुभूती असतेच, पण जेव्हा ते बघतात की तुम्ही तुमचे दु:ख उगाळत बसले आहात तेव्हा त्यांनाही तुम्ही आयुष्य नव्याने सुरू करावे असे वाटते.

तुमच्या मनाला जे वाटते तेच मित्रांनाही वाटते की, उपचारासाठी एवढा वेळ घेणे म्हणजे परिस्थिती अधिक बिघडवणे आहे. कदाचित मित्रांना असे वाटेल की तुम्ही फार आत्मकेंद्री आहात. त्यांच्या दृष्टिकोनातून, सांडलेल्या दुधाबद्दल पश्चात्ताप करण्यात काय अर्थ आहे? परंतु त्यांच्या हे लक्षात येत नाही की या पुन्हा पुन्हा उसळणाऱ्या नकारात्मक भावना चांगल्या कारणासाठी फार आवश्यक आहेत.

जेव्हा तुमचे मन प्राप्त परिस्थिती स्वीकारून जीवन नव्याने सुरू करण्यास तयार होते, तेव्हा हृदयाला त्यापेक्षा जास्त महिने परिस्थिती स्वीकारायला लागतात.

योग्य मार्गाने आणि पुरेसा वेळ देऊन शेवटी निराशेच्या घनदाट अंधाऱ्या जंगलातून तुम्ही बाहेर पडता आणि मग तुम्हाला प्रेमाचा आणि आनंदाचा प्रकाश

तुमच्या हृदयात सापडतो. आता तुमच्या लक्षात येईल की हृदयाची जखम भरून येण्यास पुरेसा वेळ दिला नाही तर त्याचे काय परिणाम होतात! जरी जोडीदाराबरोबरचे आपले नातेसंबंध फारसे सलोख्याचे किंवा प्रेमाचे, आधाराचे नसले तरीसुद्धा हृदयावर उपचार करणे जरुरीचे असते, म्हणूनच आता पुढच्या प्रकरणात आपण प्रेमभंगाचे दु:ख करताना पुढे येणारी आव्हाने व काही विशेष मुद्द्यांचा अभ्यास करणार आहोत.

■

४

प्रेमभंगाचा शोक

प्रेमभंगाचा शोक करायचा म्हणजे काय करायचे, तर आपल्या जोडीदाराच्या सगळ्या बारीक-सारीक गोष्टी आठवायच्या, कडू-गोड आठवणींना नजरेसमोर आणायचे, त्यामुळे आनंदी व्हायचे, व्याकूळ व्हायचे पण सतत त्याला आपल्या मनात जाणवायचे आणि मग हळूहळू त्या भावनांमधून मुक्त व्हायचे. आपल्या प्रेमभंगाची तार्किक कारणे शोधून काढण्याची खरेतर ही सगळी अगदी नैसर्गिक प्रक्रिया आहे, पण आपल्याच नकळतपणे आपण या प्रक्रियेमध्ये बाधा आणतो. मागच्या प्रकरणात आपण बघितले की लोक एक सर्वसामान्य चूक करतात- ती म्हणजे ताबडतोब दुःख झटकून नवीन आयुष्य जगायला तयार होतात. शोक करायला पुरेसा वेळ देत नाहीत. आणखी दुसरी चूक आपल्या हातून अशी होते की सगळ्या भावना जाणवायची आपणच आपल्या मनाला परवानगी देत नाही.

जेव्हा आपण आपला जोडीदार गमावतो किंवा नातेसंबंध संपुष्टात येतात तेव्हा सगळ्यांचीच अशी अपेक्षा असते की फक्त खिन्नतेच्या आणि दुःखाच्याच लाटा यायला पाहिजेत, पण शोक प्रक्रियेचा हा फक्त एक भाग आहे. दुसरा महत्त्वाचा भाग म्हणजे त्या नात्यातील माधुर्य, जवळीक यांच्यासुद्धा लाटा येऊन त्यामधूनही मुक्त होणे गरजेचे आहे.

उपचारासाठी आवश्यक चार भावना

नातेसंबंधातील जवळीक ही बटण दाबले की जवळीक निर्माण झाली व बटण बंद केले की नाहीशी झाली अशी नसते. नात्यांमधील ही जवळीक नाहीशी होण्यासाठी आपल्याला पुढील चार भावना हेतुपूर्वक जाणवून घेणे गरजेचे असते;

त्या चार भावना म्हणजे राग, दुःख, भीती आणि खिन्नता. जोपर्यंत आपल्याला आपल्या जोडीदाराचा राग येत राहील किंवा त्याच्या आठवणीने दुःख होत राहील तोपर्यंत असे समजावे की अजूनही आपल्यामध्ये जवळीकता आहे. जर आपल्याला भीती आणि खिन्नता वाटत राहिली तर असे समजावे की भविष्यात आपल्यासाठी उपलब्ध असलेल्या शक्यतांसाठी अजून आपल्या हृदयाची दारे उघडली गेली नाहीत. या चारही भावना अत्यंत महत्त्वाच्या आहेत. विशेषतः जेव्हा आपण जोडीदाराला विसरण्याचा आणि नवीन आयुष्य सुरू करण्याचा विचार करतो तेव्हा प्रेम भावनेतून मुक्त होण्याच्या पद्धतीत त्या अत्यंत महत्त्वाच्या भूमिका निभावतात आणि आपल्या हृदयाला पुन्हा पूर्वीच्या चौकटीत बसवतात.

जखम भरून आणणारी पहिली भावना- राग

आपल्याला जे घडायला नको होते ते घडले या गोष्टीचा भावनिक पातळीवर अभ्यास करायला 'राग' ही भावनाच उद्युक्त करते. रागाला भावनिक पातळीवर मान्यता आहे, कारण आपल्याला जे हवे होते ते मिळाले नाही. राग ही एक धोक्याची सूचना देणारी भावना आहे जी आपल्याला एखादी गोष्ट करताना, 'थांब! आणि जे काय घडले आहे त्याला सामोरे जा.' असे सांगते. प्रेमातील या वंचनेनंतर जर आपण स्वतःला रागावण्याची परवानगी दिली नाही तर आपल्या संवेदना बधिर होतात. चैतन्य निघून जाते आणि आयुष्य नीरस होते. रागाची भावना उफाळली तर औदासीन्य दूर होते आणि पुन्हा प्रेमाशी आणि चैतन्याशी आपण जोडले जातो.

अशा संतापाच्या भावनांच्या जाणिवेमुळे आपण पुन्हा प्रेमाशी आणि चैतन्याशी जोडले जातो.

संतापाच्या भावनांच्या जाणिवांचा परिणाम असा होतो की, आपल्याला भूतकाळातील इच्छा-आकांक्षांबद्दल फारसे प्रेम उरत नाही आणि आता आपल्याला आयुष्यात नवीन इच्छा-आकांक्षांची अपेक्षा असते, तेही स्वतःला गुरफटून न घेता! जेव्हा तीव्र इच्छा भावनिक जवळिकतेशी निगडित नसते तेव्हा सगळ्या संभाव्य गोष्टींसाठी आपण तयार असतो. 'मला माझ्या जोडीदाराचेच प्रेम हवे आहे.' असे म्हणण्याऐवजी आता आपण म्हणतो, 'माझ्यावर कोणीतरी प्रेम करावे.' भावनांविरहित तीव्र इच्छा मनात असल्या की नक्कीच नवीन आणि योग्य व्यक्तीशी प्रेम आणि आधारासाठी नाते जुळवून घेण्यात अडचण येत नाही.

जखम भरून आणणारी दुसरी भावना- दुःख

दुःख या भावनेच्या जाणिवेमुळे आपल्याला जे घडायला हवे होते ते घडलेले नाही याचे वास्तव स्वीकारणे शक्य होते. दुःख म्हणजे आपल्याला हवे ते न घडल्याबद्दलची भावनिक जाणीव होय. प्रेमातल्या पराभवानंतर आपण स्वतःला दुःख करण्याची परवानगी दिल्याखेरीज आता आणखी काय करणे शक्य आहे? अशा अपेक्षा आपण ठेवू शकत नाही. दुःखाच्या जाणिवेमुळे आपल्या मनात त्याबरोबरच प्रेम आणि त्याचे मूल्यही जागृत होते आणि आता आपल्या हाती जे शिल्लक आहे त्यावर खूश राहण्यास आपण शिकतो. राग जेव्हा हळूहळू आपल्या आयुष्याला नवीन अर्थ देण्याचा प्रयत्न करतो, तेव्हा दुःख आपल्या हृदयाची दारे पुन्हा उघडून त्यात पुन्हा एकदा प्रेमाचे माधुर्य भरण्याचा प्रयत्न करते.

दुःखाच्या वेदना जाणवणे आणि त्या मुक्त करणे यामुळे हृदयाची दारे उघडली जाऊन ते पुन्हा एकदा प्रेमाच्या माधुर्याने भरून जाते.

असे दुःख जाणवू दिल्यामुळे त्याचा परिणाम असा होतो की आपण परिस्थितीला शरण जातो, जे काही घडले आहे त्याला प्रतिरोध करणे थांबवतो आणि हळूहळू वास्तव स्वीकारतो. ही शरणागती म्हणजेच आपल्या पुढील आयुष्यातील अपेक्षांचा पाया आहे. पुन्हा एकदा भूतकाळात डोकावून बारीकसारीक गोष्टी आठवून आणखी आपल्याला काय घडायला हवे होते याची यादी करणे हे सगळे पुढील अपेक्षा धरण्यासाठी आवश्यक असते. 'मला माझ्या प्रियकराचे प्रेम हवे.' असे म्हणण्याऐवजी आता आपण म्हणतो, 'माझ्यावर कोणीतरी प्रेम करा.' भावनांविरहित अपेक्षा मनात असल्या की, नक्कीच अतूट आत्मविश्वास आणि स्वतःबद्दलची खात्री मनात निर्माण होते आणि आपल्याला हवे ते आपण मिळवू शकतो.

जखम भरून आणणारी तिसरी भावना- भय

'जे घडायला नको ते घडले तर काय होईल' या कल्पनेने आपल्या मनात भीती दाटून येत असते. भीती हे काही संपूर्ण विनाशाचे भाकीत नसते, पण भीतीमुळे आपल्याला एखादी गोष्ट घडायला नको याची भावनिक पातळीवर जाणीव होत असते. भीती आणि घडू पाहणाऱ्या अप्रिय गोष्टीला प्रतिरोध करण्यामुळे आपण अधिक असुरक्षित होतो हे खरे आहे, पण त्यामुळेच आपल्याला नेमकी कशाची गरज आहे याचे मर्म समजते व आता कशावर भरवसा ठेवायचा याचेही

अंतर्ज्ञान होते. याची मदत आपल्याला आपल्या हृदयाची दारे उघडून आपल्याला ज्या आधाराची गरज आहे तो आधार मिळवण्यास होते आणि आपले हृदय धैर्याने व कृतज्ञतेने भरून जाते.

भीतीची भावना जाणवणे आणि त्यापासून मुक्त होणे यामुळे आपण आता कशावर विसंबून राहायचे आणि आपल्या गरजा काय याचे मर्म समजते.

भीतीची भावना जाणवण्याचा परिणाम असा होतो की आत्ता ज्या गोष्टी आपल्याला मिळणे शक्य आहे त्याच्याबरोबरच आपण आपल्या गरजा जुळवून घेतो आणि जे आता आपले उरलेले नाही त्याची आस सोडून देतो. 'मला माझ्या प्रियकराचेच प्रेम आणि आधार हवा आहे.' असे म्हणण्याऐवजी 'माझ्यावर कुणीतरी प्रेम करण्याची आणि मला कोणीतरी आधार देण्याची गरज आहे.' असे आपण म्हणतो. आपल्या गरजा भावनांविरुद्ध किंवा व्यवहारी असतील तर त्याच आपल्याला पुन्हा नवीन प्रेम शोधून देण्यास उपयुक्त ठरतात.

जखम भरून आणणारी चौथी भावना- खिन्नता

आपल्याला हवे ते घडू शकत नाही या जाणिवेने मनात खिन्नता दाटून येते. खिन्नता ही 'आपल्याला हवी असलेली गोष्ट घडू शकत नाही' याची भावनिक पातळीवरची प्रतिक्रिया असते. ही जागरूकताच भावनिक दुराव्यासाठी निर्णायक ठरते. ज्या गोष्टी घडत आहेत त्या थांबवण्यास आपण असमर्थ आहोत याची कबुली म्हणजेच खिन्नता. आता काय अशक्य आहे? यापेक्षा काय शक्य आहे या दिशेने आपले विचारमंथन सुरू होते आणि हेच आपल्या भविष्याचे महत्त्वाचे वळण ठरते, कारण त्यामुळे आपल्यात हृदयाची जखम भरून काढण्याची क्षमता येते आणि ही जखम भरली गेल्यावर हृदयात पुन्हा प्रेमाचा जागर होतो आणि सरतेशेवटी खिन्नतेच्या भावनेनी राजीनामा दिला की आपल्याला शांती मिळते.

खिन्नतेची भावना जाणवणे आणि त्यापासून मुक्त होणे यामुळे आपल्यात 'शक्यते'ची पालवी फुटते.

खिन्नतेची भावना जाणवल्याचा परिणाम असा होतो की, आपल्या जुन्या आशा संपून आता आपल्यामध्ये नवीन आशा-आकांक्षा निर्माण होतात. 'अरेरे!

आत्ता माझा जोडीदार माझ्याबरोबर हवा होता.' असे म्हणण्याऐवजी, 'मला आशा आहे सगळेच माझ्यावर प्रेम करतील.' असे म्हणण्यापर्यंत आपली प्रगती होते. आपल्या या आशावादाला प्रेमाच्या भावनांपासून दूर ठेवले तर आपल्या आयुष्याला नवीन हेतू व गती प्राप्त होईल, जी पुढे आयुष्याला नव्याने सुरुवात करण्यास उपयोगी ठरेल. हृदयात पुन्हा एकदा प्रेम जाणवण्यासाठी आशेचा किरण दिसणे आवश्यक असते. जेव्हा हृदयात आशेची पहाट फुटते तेव्हा आपल्या निराशेचा अंधकार दूर होतो.

वरील चारही उपचारात्मक भावनांची जाणीव आपल्या हृदयाची जखम भरून आणण्यासाठी अत्यंत महत्त्वाची भूमिका बजावतात. त्यापैकी कोणतीही भावना कमी किंवा अधिक महत्त्वाची नाही किंवा त्या काही विशिष्ट क्रमाने जाणवल्या पाहिजेत असाही काही नियम नाही. अनेकदा असे लक्षात येते की जेव्हा आपल्या मनाविरुद्ध घडते तेव्हा प्रथम आपल्याला राग येतो, मग वाईट वाटते, नंतर भीती वाटते व शेवटी खिन्नता येते, तरीसुद्धा निरनिराळ्या परिस्थितींत, निरनिराळ्या लोकांच्या बाबतीत उपचारात्मक भावनांचा क्रम वेगळा असू शकतो.

हे लक्षात असू द्या की, वरील चारही भावना आपल्या हृदयाची जखम भरून काढण्यासाठी आवश्यक आहेत; यापैकी एकाही भावनेकडे जर दुर्लक्ष झाले तर उपचार पद्धतीमध्ये अडचणी येतात किंवा ते लांबणीवर पडते. प्रेमभंगाच्या दुःखाचा शोक जर योग्य पद्धतीने करायचा असेल तर आधी ही खात्री करा की आपले मन आपल्या हृदयात या भावना जाणवण्याची परवानगी देते किंवा नाही!

नकारात्मक भावना आयुष्याची दिशा बदलण्यास मदत करतात.

आपण जर गाडी चालवत असू आणि आपल्याला आता दुसऱ्या दिशेला वळायचे असेल तर आपल्याला थोडे थांबून ब्रेक लावावा लागतो. या उपचारात्मक चार भावनांची जाणीव ही ब्रेक लावण्याच्या क्रियेसारखी आहे. मन हे ओळखते की आता आपल्याला आपली दिशा बदलण्याची गरज आहे, पण ब्रेक लावणे हे हृदयाचे काम आहे. आपल्या आयुष्याचा जुना मार्ग बदलून नवीन दिशेला जाण्यासाठी थोडे थांबून परिस्थितीचा अंदाज घेऊन हृदयाला त्याप्रमाणे आदेश देणे गरजेचे आहे.

प्रेमभंगाचा शोक करणे ही एक जोडीदाराला विसरण्याची प्रक्रिया आहे, जी आपल्याला आपली दिशा बदलायला मदत करते. आपल्या इच्छा, आकांक्षा, अपेक्षा, गरजा आणि आशा यांना आपल्या मनाच्या पृष्ठभागावर आणते. आता आपण फक्त प्रियकराच्या प्रेमावर विसंबून राहण्याचे थांबवतो, कारण ते आता

आपल्याला अप्राप्यच असते पण त्यामुळे आपण जे प्रेम मिळणे शक्य आहे त्याचा स्वीकार करण्यास तयार होतो.

जेव्हा आपण प्रियकराच्या प्रेमावर अवलंबून राहात नाही तेव्हा जे प्रेम इतर ठिकाणांहून मिळते ते आपण स्वीकारण्यास तयार होतो.

आपल्या मनाने हे प्रथम मानायला हवे की आता आपल्याला पूर्वीचे नातेसंबंध तोडायचे आहेत आणि आयुष्य नव्याने सुरू करायचे आहे. जोपर्यंत भावनिक पातळीवर वेदना होत राहतात तोपर्यंत अजूनही आपण त्याच प्रेमात गुरफटलो आहोत जे आता मिळणे शक्य नाही. वरील चार उपचारात्मक वेदनामय भावना जाणवल्या की त्या शेवटी आपल्या वेदनांपासून आपल्याला मुक्त करतात. 'काट्याने काटा काढायचा.' याच न्यायाप्रमाणे जर तुमच्याकडे कोणी दगड भिरकवला तर तुम्ही तोच उचलून त्या व्यक्तीकडे पुन्हा भिरकावणारच ना? तसेच हे आहे. जेव्हा आपण पूर्णपणे वेदना जाणवून घेतो तेव्हा आपोआप त्या आपल्यापासून दूर जातात. उपचारात्मक वेदनांचा संपूर्णपणे अनुभव घेतला की सरतेशेवटी त्या निघून जातात.

जेव्हा आपण वेदना पूर्णपणे जाणवून घेतो तेव्हा त्या आपल्यापासून आपोआप दूर जातात.

जर या उपचारात्मक पण नकारात्मक भावना पूर्णपणे जाणवण्यास आपण असमर्थ ठरलो तर आपण निराशेच्या खोल गर्तेत रुतून बसू. भावना जाणवून मग त्यातून मुक्त होण्याच्या प्रक्रियेऐवजी नकारात्मक भावनेत रुतून बसल्यामुळे औदासीन्य येईल. आपले मन बधिर होईल. आपले हृदय नवीन संधीसाठी दार उघडणार नाही, त्यामुळे प्रेम व आनंद आपल्यापासून दूर जातील आणि आपण मिटून जाऊ.

आपण जर या नकारात्मक भावना जाणवू देऊन त्यातून मुक्त झालो नाही तर आपण नकारात्मक भावनांमध्येच अडकून राहू.

शोक करण्याची प्रक्रिया पूर्ण होण्यासाठी चारही उपचारात्मक भावना जाणवण्याची गरज आहे. अनेक लोकांना या चैतन्याची माहिती नसते आणि त्यामुळे दुर्दैवाने ते ही प्रक्रिया पूर्ण करत नाहीत. जेव्हा ते प्रेमात पराभव पत्करतात तेव्हा त्यांना एक किंवा दोन भावना जाणवतात पण पूर्ण चार नाही, त्यामुळे त्यांचे आयुष्य गतिमान

होण्याऐवजी चाक रुतलेल्या रथाप्रमाणे होते, म्हणूनच पुढील भागात आपण हे पाहणार आहोत की आपल्या आयुष्याचे चाक रुतून तर बसले नाही ना? बसले असल्यास त्याला आपण प्रेम, आनंद व शांती यांनी गतिमान करू या.

■

५

रथाची चाके रुतू देऊ नका!

चार उपचारात्मक भावनांच्या बाबतीतली ही नवीन प्रणाली अशी आहे की या भावनांना नुसता स्पर्श करून आपल्याला बरे वाटत नसते किंवा असते. काही वेळेस एखाद्याच भावनेत दीर्घकाळापर्यंत बुडून राहिलो तरी आयुष्य रुतून बसल्यासारखे होते. बरे वाटण्याऐवजी परिस्थिती अधिकच बिघडते- म्हणजे दलदलीतून जसजसे आपण जिवाच्या आकांताने बाहेर पडण्याचा प्रयत्न करतो तसतसे अधिकच खोल रुतत जातो. तशी आपली स्थिती होते.

आपल्याला असे काही अनुभव आल्यास आपण नकारात्मक भावना टाळण्याचा मोठ्या कसोशीने प्रयत्न करतो. छोट्या कालावधीसाठी आपण या भावनिक वेदना टाळूसुद्धा शकतो किंवा त्याची तीव्रता कमीसुद्धा करू शकतो, पण या तात्पुरत्या सुटकेसाठी फार मोठी किंमत मोजावी लागते.

नकारात्मक भावना दाबून टाकल्यामुळे किंवा त्यांची धार बोथट झाल्यामुळे हळूहळू सकारात्मक भावना जाणवण्याची आपली क्षमता नाहीशी होते.

लहान मुले आपल्या आवतीभोवती बागडत असतील तर ते फार आनंददायी असते, त्याचे एक कारण असे की त्यांचे बागडणे अतिशय जोशपूर्ण असते. जेव्हा तुम्हाला पाहून त्यांना आनंद होतो तेव्हा तो खराखुरा- सच्चा आनंद असतो. जेव्हा ते तुमच्यावर प्रेम करतात तेव्हा ते सच्चे प्रेम असते. आपणही जेव्हा लहान होतो तेव्हा आपल्या सच्च्या भावना, संपूर्ण जोशात व्यक्त करण्याची आपल्यातही क्षमता होती, पण आपण जसजसे मोठे होतो तसतसे एक प्रकारचे बेगडीपण आपल्यात

येते. आयुष्यात अनेक टक्के-टोणपे खाल्ल्यामुळे निराशेला व आव्हानाला तोंड द्यावे लागल्यामुळे आपल्या भावना बोथट होऊन जातात. आपल्याला राग येत नाही, भीती वाटत नाही, आपण दु:खी होत नाही आणि खिन्नही होत नाही! त्यामुळे आपल्यात प्रेम, आनंद, कृतज्ञता किंवा शांती हे जाणवण्याचीही क्षमता उरत नाही, म्हणूनच आपल्या नकारात्मक भावना जागृत आहेत की नाही याची खात्री करून घेणेसुद्धा तितकेच गरजेचे असते, कारण तरच आपण आपल्या हृदयाची दारे उघडी ठेवू शकतो.

जर नकारात्मक भावना जाणवू दिल्या नाहीत तर हळूहळू सकारात्मक भावनासुद्धा जाणवण्याची आपली क्षमता नाहीशी होते.

नकारात्मक भावना हेतुपुरस्सर कशा जाणवू द्यायच्या व त्यातून मुक्त कसे व्हायचे हे माहिती नसल्याने किंवा त्याचा अनुभव नसल्यामुळे आपल्याला नेहमी असे वाटते, की त्या आपल्या व्यक्तिमत्त्वाला मारक ठरतील, पण एकदा का आपण चार उपचारात्मक भावना कशा जाणवू द्यायच्या हे शिकलो की केवळ भंगलेल्या हृदयावर उपचार तर होईलच पण आपले हृदय पूर्वीपेक्षाही अधिक बळकट होईल. आत्ता या घडीला आपण पुन्हा प्रेमाचे नातेसंबंध प्रस्थापित करून आयुष्याची मौजमजा लुटू हे कल्पनातीत वाटत असले तरी ते घडेल.

धडकी भरवणारा चित्रपट

मला आठवतो तो प्रसंग की जेव्हा मी जाणिवांचा संबंध समतोलपणाशी जोडला होता. साधारणत: अठरा वर्षांपूर्वी मी एका चित्रपटगृहात एक भयावह चित्रपट सुरू होण्याची वाट पाहात बसलो होतो. मला खरे तर भीतिदायक चित्रपट आवडत नाहीत, पण माझ्या मित्रांनी सांगितले की त्याच्यामध्ये अध्यामिकता पण आहे. जरी तो सिनेमाच होता, तरीसुद्धा मी खूप चिंतातुर आणि उदास झालो होतो. तिथे जेव्हा मी बसलो तेव्हा काही भीतिदायक गोष्टी कल्पनेनेच दिसायला लागल्या.

थिएटरमध्ये फक्त मी व माझी मैत्रीणच होतो. सिनेमा सुरू होणार तेवढ्यात एक खूप उंच माणूस काऊबॉय हॅट घालून माझ्या पुढे येऊन बसला. तो इतरांच्या भावनांचा विचार करणारा नसावा आणि उद्धटही असावा, कारण त्याच्यामुळे मला समोरचे काहीच दिसत नव्हते. तरी पूर्ण थिएटर रिकामे होते. त्याला एक धक्का द्यावा असे माझ्या मनात आले. माझा खूप संताप झाला. मला असे काही जाणवले नव्हते की त्याच्या हे लक्षात आलेले नाही की त्याने मला सिनेमा पाहण्यास अडसर

निर्माण केला आहे. तो स्वत: इतका उंच होता की दुसऱ्या कोणामुळे त्याला कधीच सिनेमा बघायला अडथळा आला नसेल.

त्या दिवसांमध्ये त्या उंच माणसाला 'जरा सरकून बसा' असे नम्रपणे सांगण्याचे साधे मूलभूत कौशल्यसुद्धा माझ्या अंगी नव्हते, त्याऐवजी मी मागच्या जागेवरच रागाने लाल झालो होतो. तीन किंवा चार मिनिटे असे घालवल्यानंतर मी सूड घ्यायचे ठरवले. मी सरळ उठलो आणि माझ्या मैत्रिणीबरोबर त्याच्या पुढ्यातच जाऊन बसलो पण मग माझ्या लक्षात आले की, त्याला काहीच फरक पडला नाही. काही बदल घडलाय हेसुद्धा त्याला कळले नाही.

अजूनही मी घुश्श्यातच होतो पण तरी मी काहीतरी कृती केली म्हणून मला जरा बरे वाटले होते, तसेच सिनेमाबद्दलची काळजी आणि औदासीन्य आता उरले नव्हते. अजूनही सिनेमा सुरू होत नव्हता पण रागावल्यामुळे आता माझी मन:स्थिती चांगली झाली होती, काळजी दूर गेली होती.

आता मी माझ्या वर्तणुकीचा कार्यकारण भाव शोधण्याच्या मन:स्थितीत होतो. मी माझ्या रागाला दाबून ठेवल्यामुळे खरे तर भीतीची भावना उफाळून आली. मी रागाच्या भावनेला नाकारल्यामुळे भीतीची भावना प्रबळ झाली- या निष्कर्षाला येण्यासाठी मी स्वत:वरच काही प्रयोग केले. मला जेव्हा जेव्हा काळजी वाटली तेव्हा तेव्हा मी थोडासा रागावलो आणि आश्चर्य म्हणजे मला तेव्हा काळजीतून मुक्त झाल्यासारखे वाटले. माझ्या भीतीच्या भावनांचा माझ्या रागाच्या भावनांशी मेळ घालून मी काळजीला दूर ठेवतो.

नवीन शोध

माझ्या स्वत:च्या अनुभवांवरून माझ्या लक्षात आले, की माझ्याकडे समुपदेशनासाठी आलेल्या बहुसंख्य लोकांमध्ये नकारात्मक भावनांचा प्रचंड साठा असतो. काही लोक रडू शकत नाहीत म्हणून त्यांच्या मनात प्रचंड राग साठून राहतो. काही लोकांना पटकन रडू कोसळते, त्यामुळे ते रागावू शकत नाहीत. काहींना भीती आणि असुरक्षितता लुळेपांगळे बनवते, कारण त्यांनी दु:ख आणि राग व्यक्त करण्यासाठी पुरेसा वेळ दिलेला नसतो. काही तर खिन्नतेत रुतून बसतात आणि त्यामुळे प्रेम करू शकत नाहीत. त्यांनी त्यांच्या भीतीशीसुद्धा सामना केलेला नसतो.

अशा अनेक वेगवेगळ्या प्रकारे लोक त्यांच्या गंडांमध्ये रुतून बसतात, कारण त्यांचा भूतकाळ त्यांना चार उपचारात्मक भावनांपैकी एक-दोन भावनांच्या जाणिवांपासून रोखून धरतो. माझ्या असे लक्षात आले की प्रत्येक नकारात्मक अवस्था ही

नकारात्मक भावनांचा असमतोल असते. योग्य तो समतोल साधल्यास आपोआपच उपचारातून मुक्तता मिळते. नकारात्मक भावनांची जागा आपल्या नकळतपणे सकारात्मक भावना घेतात आणि नकारात्मक भावनांमधून मुक्तता मिळून शांती, प्रेम, समजूतदारपणा, क्षमाशीलता आणि विश्वास यांचे बीजारोपण होते.

नकारात्मक अवस्था ही नकारात्मक भावनांच्या असमतोलाचा थेट परिणाम असते.

नकारात्मक भावनांकडे बघायचा हा एक नवीनच दृष्टिकोन होता. दृष्टिकोन लक्षात येण्यापूर्वी मला नकारात्मक भावना नेहमी समस्याच वाटत आल्या आणि ते कधीही उत्तर होऊ शकत नाही असे वाटायचे, पण आता या नवीन विचारसरणीमुळे मी माझ्या शिष्यांना 'नकारात्मक भावनांमधून स्वत:ची सुटका करून घ्या' किंवा 'त्या व्यक्त करा' असे शिकवण्याऐवजी 'तुमच्या नकारात्मक भावनांबद्दल सदैव जागृत राहा आणि चारही नकारात्मक भावना पूर्णपणे जाणवू द्या' असे मी शिकवतो. याचा परिणाम असा होतो की माझे शिष्य जरी एखाद्या नकारात्मक भावनेत रुतून बसले तरी त्यांना दुसऱ्या भावनेवर लक्ष केंद्रित करायला सांगून अनेक केसेसमध्ये ताबडतोब आराम मिळतो. हजारो लोकांबरोबर काम करून आणि शेकडो कार्यशाळा घेऊन शेवटी या चार नकारात्मक भावनांद्वारे उपचाराचे तंत्र मी विकसित करू शकलो.

रागाच्या भावनेत गुंतून पडणे.

एखाद्या व्यक्तीला जर दु:ख, भीती आणि खिन्नता या भावनांची जाणीव होऊ शकत नसेल तर ती व्यक्ती राग या एकाच भावनेत गुंतून पडते. सामाजिक चालीरीतीनुसार विशेषत: पुरुषांना दु:ख करत बसण्याची परवानगी नसते, त्यापेक्षा पुरुषाने रागावणे त्याला शोभून दिसते. समाजालाही तेच मान्य आहे पण या मर्यादांची पुरुषांना मोठी किंमत मोजावी लागते, त्यामुळेच ते दु:ख सोडून इतर भावनांमध्ये गुंतून पडलेले दिसतात. जणू काही आयुष्यभराच्या जखमाच ते उरावर बाळगत आहेत. जरी अशी परिस्थिती हाताळणे अवघड असले तरी पुरुषाने शोकप्रक्रिया पूर्ण केली तर त्याची दु:खापासून आणि त्याच्यावर असलेल्या मर्यादांपासून कायमची मुक्तता होईल.

स्त्री किंवा पुरुषाने आपल्या भावना दुसऱ्यांना सांगितल्या नाहीत, त्यांच्याबरोबर आपली भीती किंवा खिन्नता वाटून घेतली नाही तर प्रेम देण्याची किंवा प्रेम

मिळवण्याची त्यांची क्षमता मर्यादित होईल. जेव्हा पुरुषाचे हृदय विदीर्ण होते पण तरीही तो आपल्या भावनांबद्दल दुसऱ्याला काही सांगत नाही तेव्हा तो एकतर हल्ला परतवण्याच्या तयारीत तरी असतो किंवा समोरच्या व्यक्तीकडून जरा जास्तच अपेक्षा करतो किंवा नातेसंबंधात अलिप्त होतो पण जेव्हा त्याची कुणाशी जवळीक निर्माण होते किंवा त्याला एखाद्याबद्दल प्रेम वाटायला लागते तेव्हा त्याच्या दु:खाच्या, भीतीच्या आणि खिन्नतेच्या भावनासुद्धा कार्यरत होतात.

या अनिर्णित भावनांबरोबर सामना टाळण्याची त्याची नैसर्गिक प्रवृत्ती असते, त्यापासून दूर राहणे तो पसंत करतो. त्याला हव्या असलेल्या गोष्टी त्याला आता मिळवता येणार नाहीत असे त्याला वाटते. तो गोंधळून जातो आणि स्वत:च्या वचनबद्धतेबद्दल साशंक होतो. त्याने यापूर्वीही आपल्या भावना दडपल्या होत्या. तो पुन्हा आता तसेच करतो. जरी त्याला आपण न्यायबुद्धीने वागलो असे वाटले तरीसुद्धा आता त्याच्या अपेक्षा, हल्ल्याला तोंड देण्याची प्रवृत्ती आणि अलिप्तता वाढलेली असते.

असुरक्षित भावनांमध्ये रुतून बसणे

अगदी अशाच प्रकारे जेव्हा एखाद्या माणसाला त्याच्या रागाच्या भावनेची जाणीव होत नाही तेव्हा तो अगदी सहजपणे दु:ख, भीती आणि खिन्नता या भावनांमध्ये अडकून पडतो. बायकांना विशेषत: राग व्यक्त करण्यामध्ये अडचणी येतात. बायकांनी 'नाही' म्हणण्यास किंवा राग व्यक्त करण्यास समाजाची नापसंती असते. अगदी त्या जेव्हा लहान मुली असतात तेव्हापासून हेच शिकवले जाते की लोकांना त्यांनी हवेहवेसे वाटावे मात्र त्यांना काय हवे आहे हे सांगण्याची मुभा त्यांना नाही. त्यांना असेच तयार केले आहे की त्यांनी गोड व प्रेमळ असावे आणि कुणाला मर्यादा घालू नयेत किंवा राग दर्शवू नये.

बायका अगदी लहान मुली असल्यापासूनच त्यांना असे शिकवले जाते की लोकांना त्यांनी हवेहवेसे वाटावे, पण त्यांना काय हवे आहे हे सांगण्याची मुभा त्यांना नाही.

भंगलेल्या हृदयावर उपचार करण्यासाठी बायकांनी या मर्यादांचे उल्लंघन केले पाहिजे व आपल्या सर्व नकारात्मक भावना मुक्तपणे जाणवू दिल्या पाहिजेत. जर तिचा प्रेमावर विश्वास टिकायला हवा असेल तर तिला रागावण्याची परवानगी हवी. रागाची भावना जाणवली तरच ताकद आणि विचारांचा स्पष्टपणा येऊ

शकतो तसेच राग व्यक्त केल्यास भीती, दु:ख, खिन्नतासुद्धा जाणवतात. एकदा प्रेमात अपयश आल्यावर सामान्यपणे बायका पुन्हा नातेसंबंधात गुंतणे टाळतात, कारण पुन्हा त्या भयाण अंधारात त्यांना चाचपडायचे नसते.

जोपर्यंत असुरक्षित भावना या रागाच्या भावनेबरोबर समतोल केल्या जात नाहीत तोपर्यंत पुन्हा नवीन नातेसंबंधात गुंतण्याच्या कल्पनेनेसुद्धा या वेदनादायक अनिर्णित भावना जाणवतात. हा त्रास टाळण्यासाठी स्त्री पुन्हा प्रेमात पडण्यास नकार देते. तिला रागाची भावना व्यक्त न करता आल्यामुळे आणि त्यामुळे त्यातून मुक्त न होता आल्यामुळे तिला नैराश्य येते. तिचा चांगल्या गोष्टींवरचा विश्वास उडतो आणि ती जास्तच कडक शिस्तीची होते आणि तीच तिच्या प्रेमाच्या मार्गातली धोंड ठरते.

भावना ती किंवा तो यावर अवलंबून नसतात.

सामान्यपणे जरी असे दिसत असले की रागाच्या किंवा आक्रमकतेच्या भावना जाणवणे व त्यातून मुक्त होणे हे बायकांना अवघड पडते व पुरुषांना त्यांच्या दु:खाच्या किंवा असुरक्षिततेच्या भावना व्यक्त करणे फारसे कौतुकास्पद नसते, तरीसुद्धा या दोन्ही गोष्टी नैसर्गिक नाहीत. आपल्या जाणिवा या लिंगभेदावर आधारित नाहीत, तर ही जी जाणिवांची क्षमता आहे तिच्यावर आपले पालक, समाज आणि बालपणीच्या आठवणी यांचा प्रभाव असतो. पुरुष आणि स्त्री या दोघांनाही चारही उपचारात्मक भावना जाणवण्याची गरज असते.

आपल्या भावना या आपण स्त्री आहोत की पुरुष यावर अवलंबून नसतात, तर ही जी जाणिवांची क्षमता आहे, तिच्यावर आपले पालक, समाज आणि बालपणीच्या आठवणी यांचा प्रभाव असतो.

जरी समाजाची जडण-घडण अशी आहे की पुरुष आपल्या असुरक्षित भावना दडवून ठेवतात आणि बायका आपल्या आक्रमक भावना व्यक्त करत नाहीत, तरी यालासुद्धा अनेक अपवाद आहेत. विशेषत: जेव्हा हृदयाला ठेच पोहोचते तेव्हा! जर संधी मिळाली तर पुरुषसुद्धा त्यांच्या असुरक्षित भावना व्यक्त करतील आणि बायकासुद्धा पुरुषांसारख्या आक्रमक होतील.

समुपदेशक म्हणून काम करताना सातत्याने मी हे पाहिले आहे की माझ्याकडे येणारे स्त्री आणि पुरुष यांच्या हृदयाची जखम तेव्हाच लवकर भरून येते जेव्हा ते चारही उपचारात्मक भावनांकडे सारखेच लक्ष देतात. सर्वसामान्य नियम असा

आहे की चार उपचारात्मक भावनांपैकी तिघींवर मुखवटा चढवला की एका उरलेल्या भावनेबद्दल बोलणे किंवा ती जाणवणे सोपे पडते. तो हिमनगाचा फक्त वरचा भाग असतो.

सुधारणा घडवून आणायची असेल तर मनाचा तळ गाठावा लागतो. पुष्कळदा तर पूर्ण मुक्तता तेव्हाच मिळू शकते जेव्हा भूतकाळातील वेदनादायक घटना आपण पुन्हा तपासून पाहू. जेव्हा चारही उपचारात्मक भावना पूर्णपणे व्यक्त होतात तेव्हा त्या खाली असलेल्या सकारात्मक भावनांची म्हणजेच प्रेम, सामंजस्य, क्षमाशीलता आणि कृतज्ञता या भावनांची जाणीव होते. आता आपण खालील उदाहरणे पाहू.

दु:ख आणि भीती यामध्ये रुतून बसतो तेव्हा...

सुलक्षणाचा नवरा सतीश वयाच्या अडतिसाव्या वर्षी हार्टअॅटकने मरण पावला; ती त्याच्या मृत्यूनंतर पाच वर्षांनी समुपदेशनासाठी आली. तिला नैराश्याने घेरले होते. तिने सारखा एकच घोशा लावला होता की सतीशशिवाय तिचे आयुष्य वैराण वाळवंटासारखे होते, त्यामध्ये काहीही चांगले नव्हते. जेव्हा मी तिला तिच्या शोकप्रक्रियेबद्दल विचारले तेव्हा तिने सांगितले की आता इतकी वर्षे झाली तरी ती त्याला अजूनही विसरलेली नाही. ती खूप दु:खी होती. कित्येक महिन्यांपर्यंत ती फक्त रडत राहिली पण तरीही तिला त्रासच झाला. आता काही वर्षे लोटली तरीसुद्धा पुन्हा दुसऱ्या कोणावर प्रेम करावे असे तिला अजूनही वाटत नव्हते. ती लहान असतानाच तिचे वडील वारले होते आणि आता तिचा नवराही अकाली तिला सोडून गेला होता. हा तिच्यावर अन्यायच होता. खरोखर आता कोणावरच प्रेम करणे शक्य नव्हते. त्याचा परिणाम असा झाला की कोणत्याही नव्या नातेसंबंधात ती गुंतत नव्हती.

जेव्हा प्रेमात आपला पराभव होतो तेव्हा आपल्याला ते इतके वेदनादायी असते की पुन्हा प्रेमाचा विचार करणे अशक्य असते.

सुलक्षणाला समुपदेशन केल्यामुळे तिने तिच्या रागाच्या भावनेला व्यक्त करून भीती आणि दु:खाच्या भावनाही मुक्त केल्या. समुपदेशनापूर्वी तिने रागावण्याचा साधा विचारसुद्धा केला नव्हता. सुलक्षणाने इतकी वर्षे खिन्नता, दु:ख, भीती यामध्येच घालवली होती, पण ती तिच्या दु:खातून कधीही बाहेर आली नाही. स्वत:ला आता रागाच्या भावनेची जाणवण्याची आणि व्यक्त करण्याची परवानगी दिल्यामुळे आता तिचे रुतून बसलेले आयुष्य हळूहळू पुढे सरकू लागले आणि

तिला पुन्हा प्रेम मिळाले. वडिलांचे छत्र हिरावून घेतल्याबद्दल ती देवावरसुद्धा रागावली. अशा प्रकारे रागाच्या भावनेला वाट मोकळी करून दिल्यामुळे तिला आता पुन्हा आयुष्याबद्दल व प्रेमाबद्दल आसक्ती वाटायला लागली आणि पुन्हा प्रेमात पडण्याचे धाडस तिने केले. जोपर्यंत रागाच्या भावनेला व्यक्त केले नाही तोपर्यंत भीतीची भावना तिला मागे खेचत होती.

राग आणि संताप यामध्ये रुतून बसल्यास

अविनाश त्याचा घटस्फोट झाल्यामुळे फार खुशीत होता. त्या नकोशा झालेल्या नातेसंबंधातून बाहेर पडल्यामुळे त्याला खूप मोकळे वाटत होते. त्याचे वैवाहिक जीवन पूर्णपणे फसलेले होते. त्याला जाणवत होते की त्याच्या पत्नीसाठी त्याने कितीही केले तरी ते पुरेसे नव्हते. तो काहीही बोलला तरी तिला ते चुकीचेच वाटायचे. जेव्हा तो समुपदेशनासाठी आला तेव्हा त्याने सांगितले, 'ती खूप मागणीखोर होती, त्यामुळे त्यांच्या नातेसंबंधात जी मौज असायला हवी होती ती उरली नव्हती.'

त्याच्या घटस्फोटानंतर त्याचे मौजमजेचे आयुष्य पुन्हा सुरू झाले. त्याला आता इतके मुक्त वाटत होते की आता तो आनंदाने गाणी ऐकत होता. दिवसभराचे प्रोग्रॅम्स ठरवत होता. हवे ते खात होता. पाहिजे ते सिनेमे पाहत होता. आता तो पुन्हा मैत्रिणींच्या गाठीभेटी घेत होता. मज्जा करत होता, पण जेव्हा ते नातेसंबंध विशिष्ट गंभीर वळणावर येऊन ठेपत तेव्हा तो मागे फिरत होता. त्याच्यासाठी प्रत्येक स्त्रीच जरा जास्त मागणीखोर होती, मग त्याच्या बायकोत आणि त्यांच्यात काय फरक राहिला, असे त्याला वाटे.

अविनाश जरी सकारात्मक व्यक्तिमत्त्वाचा मुलगा होता आणि त्याने त्याच्या जोडीदाराला शुभेच्छा दिल्या असल्या तरी अजूनही तिचा विषय निघाला की त्याचा संताप त्याच्या डोक्यात मावत नव्हता. त्याला या गोष्टीचा राग यायचा की त्याने त्याच्या पत्नीसाठी जे काही केले त्याचे तिने कधीही कौतुक केले नाही. अविनाशची राग व्यक्त करण्याची पद्धत म्हणजे तो फक्त जोडीदाराला दोष द्यायचा आणि स्वत:च्या मनाला बजावून सांगायचा की पुन्हा कधीही तो असल्या मागणीखोर बाईशी नातेसंबंध जोडणार नाही. त्याच्या जरी लक्षात आले नाही तरी सत्य हे होते की तो रागाच्या भावनेत घट्ट रुतून बसला होता आणि त्यामुळे त्याच्या नातेसंबंधांवर विपरीत परिणाम होत होते. नातेसंबंधात एका विशिष्ट वळणावर आले की त्याला जोडीदाराचा राग यायचा, तो तिला दोष द्यायचा आणि पुढची मैत्रीण शोधायचा.

प्रेमातील पराभव आपण कसा पचवतो यावर पुढील प्रेमसंबंधात भविष्यात आपण कसे वागणार आहोत ते स्पष्ट होते.

अविनाशला त्याची मैत्रीण सुस्वभावी, आनंदी, सौम्य स्वभावाची आणि तो जे देईल त्यात समाधान मानणारी अशी हवी होती, कारण तो स्वत: आयुष्य सहजपणे घेणारा होता, म्हणून त्याला जोडीदारही तशीच हवी होती. जेव्हा एखादी मैत्रीण त्याच्याकडून जास्त अपेक्षा ठेवायची तेव्हा त्याला ते आवडत नसे, मग तो तिला ती जास्तच मागणीखोर आहे म्हणून दूषणे द्यायचा. अविनाशला अजूनपर्यंत याची जाणीव झाली नव्हती की नातेसंबंधाबद्दलच्या त्याच्या अपेक्षा या अवास्तव होत्या. त्याच्या हे लक्षात येत नव्हते की तो स्वत:च किती मागणीखोर आहे!

समुपदेशनाच्या काळात अविनाशच्या लक्षात आले की त्याच्या अपेक्षा अत्यंत अव्यवहार्य होत्या. तो हे शिकला की आयुष्यातील प्रत्येक गोष्टीसाठी, प्रत्येक घटनेसाठी स्त्री व पुरुष यांच्या प्रतिक्रिया वेगळ्या असणे हे नैसर्गिक आहे आणि प्रेमळ नातेसंबंध टिकण्यासाठी हे समजणे गरजेचे आहे. मनातल्या मनात त्याने हे स्वीकारले की बायकांना त्यांच्या नकारात्मक भावना आपल्या माणसांबरोबर व्यक्त करण्याची गरज असते, पण तरीसुद्धा जेव्हा त्याची जोडीदार उदास, अस्वस्थ व्हायची तेव्हा ते त्याला सहन होत नसे. तेव्हा भावनिक पातळीवर जोडीदाराबरोबर जमवून घेण्यासाठी त्याला आधी त्याच्या हृदयावर उपचार करणे गरजेचे होते... तर आता आपण हे बघू की सहा वर्षांपूर्वी झालेले त्याचे लग्न अपयशी ठरले याचा शोक करण्यात तो अयशस्वी का ठरला?

आपल्या अपेक्षा भावनिक पातळीवर जुळवून घेण्यासाठी आपल्याला हृदयाची जखम भरून काढावी लागते.

जेव्हा अविनाशचा घटस्फोट झाला तेव्हा त्याला चार उपचारात्मक भावनांचा शोध घेण्याची गरज वाटली नाही. त्याने तर सुटकेचा श्वास सोडला होता, त्यामुळे आपल्याला काही जखम झाली आहे याची त्याला जाणीवही झाली नाही. आपण मागे म्हटल्याप्रमाणे त्याला थोडा राग आला होता इतकेच! पण खिन्नता किंवा दु:ख या भावना त्याला जाणवल्याच नाहीत. नको असलेले नातेसंबंध संपले या नादात तो खूश होता.

शेवटी मोठ्या प्रयत्नाने तो प्रेमात पडला होता तेव्हा सुरुवातीचे काही आनंदाचे क्षण त्याला आठवायला लावून त्याला थोडीफार निराशा आणि दु:ख यांच्या जाणिवा दिल्या. खरे सांगायचे तर तो पूर्णपणे बधिर झाला होता. जेव्हा मी त्याला

त्याचा एखादा निराशेचा क्षण आठवायला सांगितला तेव्हा त्याने तो बारा वर्षांचा असताना त्याचे वडील वारले तो प्रसंग सांगितला.

त्याचे वडील गाडीच्या अपघातात वारले होते- ज्यामुळे तो व त्याची आई उद्ध्वस्त झाले होते. अंत्ययात्रेच्या वेळी कोणीतरी वडीलधाऱ्या माणसाने त्याला सांगितले की त्याने आता त्याच्या आईसाठी समजूतदार व्हायला पाहिजे. त्याने त्याचे अश्रू पुसून टाकले आणि स्वत:ला कामाला जुंपून घेतले, पण त्याचे दु:ख कधी दिसू दिले नाही. त्याने आपण खूप आनंदी आहोत असे दाखवायचा प्रयत्न केला, जेणेकरून तो त्याच्या आईवर ओझे बनू नये. तो काळ अविनाशला आठवायला लावून चारही नकारात्मक उपचाराच्या भावना जाणवून घेऊन त्याची शोकप्रक्रिया पूर्ण केली. तर तो लहान असतानाच आणि अतिशय नाजूक वळणावर असतानाच त्याच्या हृदयावर जखम झाली होती, पण हळूहळू आता त्याच्या हृदयावर उपचार सुरू झाले.

भूतकाळातच जाणिवांचे दरवाजे बंद झाले, तर जोपर्यंत ते दरवाजे उघडले जात नाहीत तोपर्यंत त्या विशिष्ट भावनिक पातळीपर्यंत पोहोचणे अवघड होते.

तरुण वयामध्ये अविनाशला दु:ख आणि निराशा या भावना त्याच्या जोडीदाराकडून स्वीकारणे मान्यच नव्हते, कारण या भावना अजूनही त्याच्या हृदयात ठाण मांडून बसल्या होत्या. तो जोपर्यंत स्वत:चे दु:ख जाणवून घेत नव्हता तोपर्यंत नातेसंबंधातून निराशा स्वीकारण्याची कल्पना त्याला मान्य नव्हती; तोपर्यंत तो फक्त दोषारोपात आणि रागामध्येच गुंतून पडत होता.

आता स्वत:च्या भावनांना समजावून घेऊन अविनाशने आपल्या अपेक्षांना लगाम घातला आणि जोडीदाराच्या मानसिक अवस्थांमधील चढउतार असण्याची तिची गरज लक्षात घेतली. अशी महत्त्वाची तडजोड केल्यामुळे त्याचे त्याच्या जोडीदाराबरोबरचे आयुष्य सुकर झाले.

दु:खात आणि आत्मवंचनेत रुतून बसल्यास-

सविताचे लग्न बारा वर्षांपूर्वी झाले होते, पण तिच्या नवऱ्याने म्हणजे सुनीलने त्याच्या सेक्रेटरीच्या नादी लागून सविताशी संबंध तोडले. आता दहा वर्षांपासून ती पुन्हा एकाकी-एकटी आयुष्य जगतेय. सुनीलबद्दल बोलताना आजसुद्धा तिच्या बोलण्यात आत्मवंचना आणि निराशेचा सूर येतो. खरेतर तिच्या मनात याच भावना

आहेत की सुनीलने तिचे आयुष्य बरबाद केले. वर्षानुवर्षे तिने तिची ही रडकथा अनेकदा अनेकांना ऐकवली, पण अजूनही ती सुनीलला विसरू शकली नाही आणि तिने आयुष्याला नव्याने सुरुवात केली नाही. तिच्यामते जीवन तितकेसे चांगले नाही.

सविता दु:खाच्याच भावनेत गुंतून पडली होती. ती ते विसरू शकत नव्हती आणि आयुष्याची नव्याने सुरुवातही करत नव्हती. जोपर्यंत तिच्या मनातून सुनीलच्या आठवणी पुसल्या जात नव्हत्या, तोपर्यंत तिला सतत आपल्याला पुन्हा कोणी नाकारेल याची भीती वाटत होती. तिच्या मनात खोलवर तिला कोठेतरी असे वाटत होते की ती कोणाच्याही प्रेमाला अपात्र आहे आणि ती अधुरी आहे. आता तिच्यावर कोणी प्रेम करणारे भेटणार नाही अशीही तिला भीती वाटत होती. जोपर्यंत ही भीती ती मान्य करत नव्हती तोपर्यंत त्यातून ती मुक्तही होऊ शकत नव्हती.

नकारात्मक भावनांची हीच तर समस्या असते, त्यातल्या अनेक भावना अविवेकी, अतर्क्य असतात. त्या चुकीच्या समजांवर आधारित असतात, पण हे समज चुकीचे आहेत हे कळण्यासाठी त्या नकारात्मक भावना जाणवून घेण्याची गरज असते. सविता स्वत:शीसुद्धा हे मान्य करायला तयार नव्हती की तिची ही भीती- की ती कोणाच्याही प्रेमास पात्र नाही- ही अनाठायी आहे.

आपल्या चुकीच्या समजांमधून मुक्तता मिळवण्यासाठी प्रथम नकारात्मक भावना जाणवणे गरजेचे असते.

समुपदेशन करताना ती सुनीलच्या जेव्हा प्रेमात पडली होती ते दिवस तिला आठवायला लागले, त्यामुळे तिला दु:ख झाले. तिला त्यांचे प्रेमाने ओथंबलेले दिवस आठवले, तसेच काही खास गहिऱ्या प्रसंगांची पण तिला आठवण झाली, तसेच तो तिला जेव्हा निर्दयपणे सोडून गेला तेव्हा ती किती कोलमडून पडली होती तेही आठवले. दु:ख करता करता आता ती अधिक खोलवर विचार करू लागली. तिच्या लक्षात आले की तिचे एक मन सांगते आहे की, आता पुन्हा कोणीच तिच्यावर कधीही प्रेम करणार नाही आणि त्यामुळेच ती भयभीत झाली आहे. आता पुन्हा कोणावर विश्वास टाकायला तिचे मन धजत नव्हते.

आता भीतीची भावना जाणवत असताना ती आणखी मागे गेली. आता तिला तिच्या लहानपणीचे प्रसंग आठवले जेव्हा ती भयभीत झाली होती. तिला तिचे रागीट वडील आठवले- जे खूप जोराने रागवत व तिच्या आईला वाईट वागवत. जरी वडिलांनी तिला तसे वाईट वागवले नव्हते तरी तिच्या मनात भीती असायची की तिचे वडील कदाचित तिच्याशीसुद्धा तसेच वागतील. वडील रागावू नयेत

म्हणून ती सतत घाबरून चांगले वागायचा प्रयत्न करीत असे. मनातून तिची खात्री होती की जर तिने कधी तिच्या भावना व्यक्त केल्या किंवा तिला हवे तसे वागली तर वडील तिला शिक्षा करतील व तिच्यावर प्रेमही करणार नाहीत.

ती तिच्या वडिलांवर रागावू शकत नसे, कारण ते तिच्याशी तितकेसे वाईट वागले नव्हते. तरीसुद्धा त्यांनी तिच्यासाठी जे केले नव्हते त्यासाठी तरी ती त्यांच्यावर रागावू शकत होती, पण तिने तसे कधीच केले नव्हते. समुपदेशनाच्या वेळी तिला जाणवले की त्यांनी तिचे स्वतंत्र व्यक्तिमत्त्व घडू दिले नाही, त्यांनी हे शोधण्यात कधीही वेळ घालवला नाही की तिला काय वाटते? तिला कोण व्हायचे आहे? तिला काय हवे? किंवा तिच्या गरजा काय आहेत? या गोष्टींची प्रथमच नव्याने जाणीव झाल्यामुळे सविताला रागावण्यासाठी कारण मिळाले. वडिलांनी तिच्याकडे दुर्लक्ष केल्याच्या त्या अक्षम्य अपराधासाठी तिने स्वत:ला प्रथमच रागावण्याची परवानगी दिली आणि ती तिच्या भीतीच्या भावनेतून मुक्त झाली.

प्रेमाचे दरवाजे पुन्हा खुले करा.

हजारो शिष्यांच्या बाबतीत हेच तत्त्व वापरून माझ्या लक्षात आले की, चार उपचारात्मक भावना जाणवायला लावून समुपदेशनासाठी माझ्याकडे आलेल्या शिष्यांना व वैयक्तिक यशाच्या कार्यशाळेत दाखल झालेल्या लोकांना भूतकाळातील वेदनांमधून यशस्वीपणे बाहेर पडता आले. आयुष्यात पुन्हा एकदा सुख, समृद्धी, प्रेम आणि यश यांचा त्यांना प्रत्यय आला. अनेकदा असे होते की लोक चार नकारात्मक भावनांपैकी कोणत्याही दोन किंवा तीन भावनांमध्ये अधिक काळ गुंतून पडतात, पण या चारींपैकी ज्या नकारात्मक भावनेची पायरी त्यांनी गाळली ती पायरी पुन्हा चढवल्याशिवाय ते वेदनामुक्त होत नाहीत.

जेव्हा या चार भावनांपैकी एखाद्या भावनेशी आपला पुढचा मार्ग बंद होतो तेव्हा भूतकाळातील अशा घटना आठवायच्या की ज्या वेळी आपल्याला नेमके असेच वाटत होते आणि त्या वेळीसुद्धा आपण त्या भावना जाणवून घेतल्या नव्हत्या, तसेच दुसऱ्या कोणाला त्यात सहभागी केले नव्हते किंवा दु:ख करण्याची स्वत:ला परवानगी दिली नव्हती. जर तुम्हाला हे समजले की तुम्ही कसला शोध घेत आहात तर हळूहळू तुम्हाला ते सहज सापडत जाते. स्वत:च्या मनाला योग्य प्रश्न विचारून ज्या भावनेला आपण चाचपडत होतो त्या भावनेला आपोआप पृष्ठभागावर आणता येते.

आपल्या हृदयाची दारे पुन्हा उघडी करण्यासाठी आपल्या अगदी वैयक्तिक, खाजगी आयुष्यातील घटनांचा चलचित्रपट नजरेसमोर ठेवून आपल्या त्यावरील

प्रतिक्रियांचा, चारही नकारात्मक भावनांचा पुनर्अनुभव घेऊन त्यातून मुक्त होणे हेच आपण वरील सर्व उदाहरणांवरून पाहिले. भूतकाळातील घटना आठवण्याशिवाय आपल्या कोंडलेल्या भावनांना मनाच्या पृष्ठभागावर आणण्याचे आणखी काही मार्ग आहेत. पुढील प्रकरणात आपले प्रेमातील अपयश आपल्याला उपचारात्मक भावना जाणवण्यात कसे अडथळे आणतात हे पाहणार आहोत. त्या नवीन माहितीच्या आधारे हरवलेली उपचारात्मक भावना मनाच्या पृष्ठभागावर कशी आणायची ते आपण शिकणार आहोत, तरच आपली उपचार प्रक्रिया पूर्ण होईल व आपले आयुष्य पुन्हा प्रेम, स्वीकार, सामंजस्य आणि विश्वास यांनी बहरून जाईल.

■

६

परि शेवट गोड व्हावा...!

कोणीही असा विचार करून प्रेमात पडत नाही की, 'आपण मैत्री करू, थोडे दिवस एकत्र राहू आणि मग नंतर पुन्हा एकमेकांपासून दूर होऊ.' जेव्हा आपण प्रेमात पडतो तेव्हा एकमेकांपासून कायमचे दूर होण्याचा विचारही कधी आपल्या मनाला शिवत नाही. प्रेमाच्या सुरुवातीच्या काळात तर 'प्रेम अमर आहे' असेच वाटते, पण दुर्दैवाने नेहमी असेच घडेल असे नाही. यदाकदाचित प्रेमात विभक्त होण्याची वेळ आलीच तर ते हृदय विदीर्ण करून टाकते.

अगदी जवळच्या नातेसंबंधांचा शेवट हा उद्ध्वस्त करून टाकणारा असतो, मग तो कोणाच्याही मर्जीने का असेना! प्रेमातले हे अपयश आपण कोणत्या प्रकारे पचवतो त्यावर आपल्या उर्वरित आयुष्याचे भवितव्य अवलंबून असते. जरी नातेसंबंधांचा शेवट कोणत्याही प्रकाराने म्हणजे मृत्युमुळे किंवा घटस्फोटामुळे किंवा अन्य कोणत्या कारणामुळे झाला असेल तरीसुद्धा शोकप्रक्रिया पूर्ण करताना आपल्याला विशेष काळजी घ्यावी लागते. 'परि शेवट गोड व्हावा' असे आपल्या संतांनीही सांगून ठेवले आहे, कारण शेवट चांगला झाला तरच आपण चांगल्या सुरुवातीची अपेक्षा करू शकतो.

नातेसंबंधांचा शेवट कोणत्याही कारणामुळे जरी झाला तरी शोकप्रक्रिया पूर्ण करण्यासाठी आपल्याला विशेष काळजी घ्यावी लागते.

आयुष्यातली पुढची वाटचाल करताना आणि पुन्हा प्रेम मिळवताना आपल्याला पहिल्या प्रेमाचा शोकावेग पूर्ण जाणवावा लागतो. हे खरे आहे की प्रत्येक नातेसंबंधातली पार्श्वभूमी वेगवेगळी असते आणि ती पार्श्वभूमी आपल्या उपचार

मार्गात अनेक अडथळे आणू शकते व संभ्रम निर्माण करू शकते. आपल्याला या परिस्थितीचे ज्ञान नसेल व आपण आत्ता काय करणे आवश्यक आहे हे समजले नाही तर नैसर्गिक उपचार पद्धतीला अनेक मार्गांनी आपल्या नकळतपणे सुरुंग लागू शकतो.

शोकांतिकेचा शोक

सुरुवातीलाच मी जे सांगितले की मी माझ्या मधुचंद्राच्या सहलीवर गेलो असतानाच माझे वडील निधन पावल्याचे वृत्त मला टेलिफोनवरून समजले. मी कोलमडलो, रागावलो आणि त्याचवेळी भयभीतसुद्धा झालो. जोरजोराने ओरडू लागलो, "असे घडूच कसे शकते? हे काळे कृत्य कोणी केले? हे योग्य झाले नाही, हा अन्याय आहे! कोणी असे काम का करावे?" वगैरे.

खरे तर आत्तापर्यंत अनेकांना मी अशा दु:खातून बाहेर काढले होते तरी पण मला स्वत:ला असा उद्ध्वस्त करणारा व्यक्तिगत प्रसंग कधीच अनुभवाला आला नव्हता. कुटुंबाकडून व मित्रमैत्रिणींकडून मिळालेल्या आधाराच्या जोरावर आणि काही कार्यशाळांमध्ये हजर राहून मी माझी शोकप्रक्रिया यशस्वीपणे पार पाडली. सुरुवातीला मला असे वाटले की या दु:खातून मी कधीही बाहेर येणार नाही तरीसुद्धा काळाच्या ओघात माझ्या दु:खावर खपली धरली गेली. जरी थोडा सल उरला असला तरीसुद्धा माझे हृदय स्वीकार आणि प्रेमामुळे भरून गेले होते. मी कधीच विचार करू शकलो नव्हतो की, तो प्रसंग मला इतके मोठे बनवेल.

जेव्हा आपल्या हृदयातील वेदना बरी होते तेव्हा आपल्याकडे प्रेमळ आठवणी आणि शांतताच उरते.

मी या आधी एक स्पष्ट केलं की माझ्या वडिलांना रस्त्यावरच्या लुटारूंनी लुटून त्यांच्याच गाडीच्या डिकीत टाकले. गाडीच्या डिकीत भर उन्हात काही तास पडून राहिल्यामुळे सनस्ट्रोकमुळे त्यांचा मृत्यू झाला. त्यांच्या अंत्यविधीनंतर मला माझ्या वडिलांना मृत्युसमयी काय वाटले असेल, कोणत्या वेदना झाल्या असतील ते समजून घेण्याची इच्छा होती. मला त्यांच्याबरोबर त्यांच्या भावना शेअर करायच्या होत्या, म्हणून माझी आई आणि माझी भावंडं यांच्या मदतीने मी गाडीच्या डिकीत जाऊन बसलो व त्यांनी डिकी बंद केली.

मी जेव्हा गाडीच्या डिकीत पडून राहिलो तेव्हा माझ्या लक्षात आले की मला जे वाटले होते तसे नव्हते. मी अगदीच काही बांधला गेलो नव्हतो. डिकीत

असताना वरती छताला माझ्या वडिलांनी जिवाच्या आकांताने बाहेर पडण्यासाठी स्क्रु-ड्रायव्हरने जे ठोके मारले होते त्या खुणा दिसल्या. त्यांना आशा होती की त्या आवाजानं कोणाला तरी समजेल की ते आत आहेत आणि त्यांच्या मदतीला येऊन त्यांची सुटका करतील. त्यांनी डिकीचे लॅच उघडण्याचाही प्रयत्न केला होता. नंतर माझ्या लक्षात आले की त्यांनी डिकीत हवा येण्यासाठी मागचा लाईटसुद्धा ओढून काढायचा प्रयत्न केला होता.

माझ्या वडिलांनी लाईट ओढण्याच्या प्रयत्नात जे छिद्र तयार केले होते त्यातून मी माझा हात बाहेर काढून लांब करण्याचा प्रयत्न केला, पण बाहेर असलेल्या माझ्या भावाने तो पुन्हा आत ढकलला व म्हणाला, ''जरा शोधून बघ, कोठे बटण आहे का?'' मी पुन्हा माझा हात खांद्यापासून विस्तारला आणि छिद्रामधून बाहेर काढून बटण दाबलं आणि काय आश्चर्य? डिकी उघडली!

आम्ही सगळे शोकमग्न (बधिर) झालो. माझ्या वडिलांनी थोडा जरी या पद्धतीने विचार केला असता तरी आज ते जिवंत असते. जेव्हा डिकीतून बाहेर पडण्याचा प्रयत्न करतो तेव्हा माणूस आपण आत कसे आलो याचा विचार करत नाही. मीसुद्धा नक्कीच असा विचार केला नाही, पण माझा भाऊ बाहेर उभा असल्यामुळेच केवळ बाहेर बटण आहे हे त्याच्या लक्षात आले. हे अंतर्ज्ञान नसल्यामुळेच माझे वडील मरेपर्यंत डिकीमध्ये अडकून बसले.

माझ्या वडिलांच्या मृत्यूनंतर मला कित्येक दिवस माझ्या वडिलांच्या मृत्यूस कारणीभूत ठरलेल्या त्या लुटारूंचा, त्यांच्या क्रूर वर्तणुकीचा राग येत होता. आता माझे वडील माझ्याबरोबर नाहीत या गोष्टीने मी दु:खी होतो. मी जेव्हा डिकीमध्ये स्वत:ला बंद करून घेतले तेव्हाही माझ्या चेहऱ्यावर मूर्तिमंत भीती उभी राहिली होती. माझ्या वडिलांच्या त्या यातना मी वाचवू शकलो नाही आणि त्यांना परत या जगात आणण्यासाठी मी काही करू शकलो नाही. या गोष्टीसाठी मला खूप वाईट वाटत होते. माझ्यासारख्याच दु:खातून गेलेल्या इतर लोकांशी बोलून, गप्पा मारून माझे दु:ख थोडे हलके झाले. जरी बोलताना, गप्पा मारताना दु:ख पुन्हा उफाळून आले तरी वेदनेवर उपचार करण्यासाठी जखम भरून येण्यासाठी ते गरजेचे होते.

वेदनांची जाणीव झाल्याखेरीज आपण त्यांच्यावर उपचार करू शकत नाही.

त्यानंतर हळूहळू हृदयाला व्यथित करणाऱ्या भावना जाऊन वडिलांच्या आठवणी काढणे अधिक आनंददायी व्हायला लागले. जरी मला माझ्या वडिलांबद्दल काय झाले याबद्दल बोलायला आवडत नव्हते, तरीसुद्धा मला माहिती होते की

उपचारात्मक प्रक्रियेचा तो एक अत्यंत महत्त्वाचा भाग होता. अशा प्रकारे इतरांबरोबर भावना वाटून घेऊन आता मला माझ्या वडिलांच्या प्रेमाची ऊब जाणवायला लागली आणि त्यांच्या प्रेमातील माधुर्यसुद्धा! हा एक फार महत्त्वाचा बदल होता. उपचार प्रक्रिया पूर्ण कधी झाली ते कसे समजावे? तर कोणत्याही विरहानंतर त्या व्यक्तीची आठवण काढताना आपल्याला वेदना व्हायला नकोत, अगदी आजसुद्धा. आता जेव्हा मी माझ्या वडिलांचा विचार करतो आणि त्यांच्या दु:खद निधनाची मला आठवण होते तेव्हा माझ्या मनाला फक्त प्रेम आणि शांतीच स्पर्शून जातात.

आपण भूतकाळातील गोष्टी पुन्हा आठवून तेव्हाचे प्रेम यातनांशिवाय जेव्हा जाणवू शकतो तेव्हा उपचार प्रक्रिया पूर्ण झाली असे म्हणता येईल.

मला असे वाटते की मी नशीबवान ठरलो, कारण शोकप्रक्रिया कशी करतात याची माहिती मला होती. असे शेकडो, हजारो लोक आहेत की जे अशा दु:खद घटनेनंतर आयुष्य पुन्हा सावरू शकत नाहीत. शांती मिळण्याऐवजी ते त्यांचे दु:ख वर्षानुवर्षे भोगत राहतात, त्यांना शांती मिळत नाही.

जोडीदाराला गमावणे

जर आपला जोडीदार (पती किंवा पत्नी) अचानक एखाद्या अपघातात मरण पावला तर आपले दु:ख हे कायमस्वरूपी नाही हे आधी लक्षात घ्यावे. जर आपल्या वेदनांवर उपचार कसे करायचे याची माहिती नसेल तर आपला संभ्रम होतो की आपले दु:ख हे फक्त आपले त्या व्यक्तीवर प्रेम होते याच्याशी निगडित आहे.

आपण असा गैरसमज करून घेतो की जर आपले आपल्या जोडीदारावर खरे प्रेम असेल तर त्याला गमावल्याचे दु:ख चिरंतन राहते.

हे आकलन झाल्याशिवाय आपले अधिक चांगले व्हावे वा आपल्याला अधिक बरे वाटावे किंवा अधिक आनंद मिळावा हा विचार आपल्या पराभवाच्या प्रामाणिक भावनेला लहान करतात. आपण आनंदी राहिलो तर याचा अर्थ आपण आपल्या प्रियजनांना विसरलो असा होतो. विशेषत: पती किंवा पत्नी यांपैकी एकाचे निधन झाल्यावर पुन्हा प्रेमात पडणे म्हणजे त्या व्यक्तीशी केलेली प्रतारणा आहे असा समज असतो आणि अशा प्रकारची विचारसरणी उपचार प्रक्रियेत बाधा आणते आणि आपल्या जोडीदाराचा विसर पाडण्यापासून परावृत्त करते.

'आपल्या दुःखाचा विसर पडणे म्हणजे जोडीदारावर प्रेम न करणे होय.' असे आपल्या मनाने ठरवले तर आपण आपल्या हृदयात फक्त हयात नसलेल्या जोडीदारालाच घेऊन बसू. मन जसे नकारात्मक भावना दाबून ठेवू शकते तसेच ते सकारात्मक भावनासुद्धा दाबून ठेवू शकते.

हृदयाची जखम पूर्णपणे भरून येण्यासाठी आपण फक्त नकारात्मक भावनाच जाणवून घ्यायच्या नाहीत, तर स्वतःला पुन्हा आनंदी होण्याची परवानगी द्यायची आहे.

शेवटी जेव्हा हृदयाची जखम बरी होते तेव्हा आपण आपल्या भूतकाळातील प्रेमाचा विचार करतो आणि जोडीदाराची आठवण येते तेव्हा मुख्य भावना दुःख ही नसून त्या प्रेमातील उबदारपणा ही असते. आता त्या आठवणींनी यातना होत नाहीत. एकमेकांबरोबर घालवलेले ते सुखद क्षण दिलासा देतात, कृतज्ञतेची जाणीव देतात, त्यामुळे आयुष्यातील पोकळी जाणवत नाही, एकटेपणा जाणवत नाही. आपल्याला आवतीभोवती फक्त प्रेमच भरून राहिले आहे असे वाटते आणि आपल्या आयुष्याच्या पुनर्बांधणीसाठी सगळे आपल्या पाठीशी खंबीरपणे उभे आहेत याची जाणीव होते.

जर काही लोकांना असे वाटत असेल की आयुष्यभर प्रेमातल्या पराभवासाठी किंवा हयात नसलेल्या जोडीदारासाठी दुःख करत बसणे म्हणजेच खरे प्रेम, तर ते चुकीचे आहे. यातील प्रेम जरी खरे असले तरी निराशा, उद्वेग हे तुमची शोकप्रक्रिया पूर्ण नसल्याचे प्रतीक आहे. न संपणारे दुःख हा आपल्या अमर प्रेमाचा करार नसून हे आजारपण आहे. त्याच्यावर उपचार करण्याची आवश्यकता आहे. कोणालाच प्रेमाशिवाय जगण्याचा अधिकार नाही. मृत्यूपेक्षाही अधिक वाईट काय असू शकते तर मृत व्यक्तीला आपल्या हृदयाशी कवटाळणे! पुन्हा प्रेमात पडणे याचा अर्थ आपण ज्याला मुकलो त्याच्यावर प्रेम न करणे असा होत नाही.

मृत्यूपेक्षाही अधिक वाईट काय असू शकते तर मृत व्यक्तीला आपल्या हृदयाशी कवटाळणे!

हे सगळे माहिती असले तरी प्रत्यक्ष आयुष्यात 'पुराणातली वांगी पुराणातच' उरतात आणि आपण आपल्या दुःखातच मग्न राहतो. असे जर आपण दुःखातच गुंतून पडलो तर चार उपचारात्मक भावनांपैकी कोणत्या भावनेत आपण गुंतून पडलो आहोत याचा वेध घ्यावा म्हणजे आपल्याला ते समजेल. जोपर्यंत कसला

शोध घ्यायचा हे आपल्याला समजत नाही, तोपर्यंत आपल्या आयुष्याची चाके खोल गर्तेतच रुतून बसणार.

हृदयाची जखम भरून काढण्यासाठी फक्त आपल्याला जे वाटते तेवढेच फक्त वाटू देणे एवढे पुरेसे नसते.

जेव्हा आपण आपले आयुष्य एखाद्या विशिष्ट परिस्थितीत विशिष्ट भावना दडवून घालवतो तेव्हा त्या भावनांचा शोध घेणे सोपे नसते. भूतकाळातली काही विशिष्ट परिस्थिती आपल्याला चार नकारात्मक भावना जाणवण्यापासून रोखून धरते. व्यक्तिगत समुपदेशन कार्यशाळा, आधारकेंद्रे आणि आपणच आपल्याला मदत करायच्या काही सराव पद्धती फार आवश्यक असतात, कारण त्यामुळेच असे काही योग जमून येतात की आपण मनाच्या खोल कप्प्यात दडवलेल्या भावनांमधून मुक्त होतो.

हृदयावरील उपचाराची ताकद

जरी आपल्यामध्ये आपल्या हृदयावर उपचार करण्याची ताकद असली तरी या उपचार प्रक्रियेमध्ये आपल्याला इतरांची गरज लागते. तुम्ही जरी खूप मोठे हाडांचे डॉक्टर असलात आणि तुम्हाला काय करायचे हे माहिती असले तरी तुमचे स्वतःचे हाड मोडल्यास तुम्ही स्वतःच स्वतःवर उपचार करत नाही. तसेच जेव्हा आपल्या हृदयाला जखम होते तेव्हा आपल्याला ती परिस्थिती कौशल्याने हाताळणाऱ्या व्यक्तीची आणि तिच्या काळजीवाहू आधाराची गरज लागते. आपण एकटे ते करू शकत नाही.

कार्यशाळेत किंवा आधारकेंद्रांमध्ये आपल्या दडपलेल्या भावना सहजपणे मनाच्या पृष्ठभागावर आणल्या जातात. मनात खोलवर असलेल्या भावना पृष्ठभागावर कशा येतात तर कोणीतरी त्या आपल्याबरोबर शेअर करते. स्वतःच स्वतःला या भावना जाणवून घेता येत नाहीत, पण कार्यशाळेत हे शक्य होते.

खोल गाडल्या गेलेल्या भावना उसळी मारून वर येतात जेव्हा कोणीतरी त्या आपल्याबरोबर शेअर करते.

उदाहरणार्थ, कार्यशाळेत एखादा असा माणूस तुमच्याशी गप्पा मारतो की त्याच्या रागाच्या भावना उसळत असतात. अशा वेळी तुम्ही मनाला कितीही बजावलेत की तुम्ही रागावलेले नाही, तरीसुद्धा तुम्हीपण तुमचा संताप व्यक्त करता. अगदी असेच घडते जेव्हा तुम्ही एखादा रडका सिनेमा पाहता तेव्हा तुमच्या

डोळ्यातून आपोआप घळाघळा अश्रू गालांवर ओघळतात. हे अश्रू निराशेचे, उद्वेगाचे किंवा आत्मवंचनेचे नसतात; असे रडण्यामुळे तुम्हाला खूप बरे वाटते.

उपचारार्थ डोळ्यात असलेले अश्रू तुम्हाला कधीच दुःख देत नाहीत तर त्यामुळे तुम्हाला अधिक बरे वाटते.

कार्यशाळा आणि आधारकेंद्रे आपल्याला आपल्या भावनांशी जोडलेले राहण्यात मदत करतात. समुपदेशकाबरोबरचे हे आधार देणारे संबंध आपल्याला सुरक्षिततेची जाणीव देतात आणि भावनांमध्ये अधिक खोल शिरण्याचा विश्वास देतात. जे आपले दुःख समजावून घेतील अशांबरोबर आपल्या भावना वाटून घेतल्यामुळे आपण आपल्या भावनांच्या थेट तळाशी पोहोचू शकतो. जर समुपदेशकाचे प्रशिक्षण चांगले झालेले असेल तर समुपदेशक आपल्याला योग्य वेळी योग्य प्रश्न विचारतो, त्यामुळे मनात दडलेल्या भावना पृष्ठभागावर येऊन आपण त्यातून मुक्त होऊ शकतो.

स्वतःच स्वतःला मदत करण्याचा अभ्याससुद्धा फार परिणामकारक असू शकतो, पण त्याचा नाट्यमय परिणाम तर तेव्हाच दिसतो जेव्हा आत्मपरिक्षण कार्यशाळा आणि आधारकेंद्रे यांच्या संयोगाने तुम्ही त्याचा उपयोग करून घेता. कार्यशाळांमध्ये शिकवला जाणारा अभ्यास या संपूर्ण पुस्तकात दिला आहे. जो एकट्यानेसुद्धा करता येतो किंवा समुपदेशकाच्या साहाय्याने आणि आधारकेंद्रांच्या मदतीनेही करता येतो. विशेष करून त्या दुःखाच्या सुरुवातीच्या काळात इलाज केले तर ते आदर्श ठरतात. आपण आपले दुःख इतरांबरोबर वाटून घेतले तसेच इतरांचे दुःखद अनुभव ऐकले तर आपले दुःख हलके होते.

उपचारपद्धतीतील आव्हाने

प्रत्येकाच्या दुःखाची तऱ्हा वेगवेगळी असते. मेधाचा नवरा आनंद गाडीच्या एका अत्यंत दुर्दैवी अपघातात मरण पावला होता. मेधा नेहमी आनंदला 'सीट-बेल्ट लावून गाडी चालवत जा' अशी सूचना करत असे. जेव्हा तिला या दुर्दैवी अपघातासंबंधी समजले व ती घटनास्थळी पोहोचली तेव्हा तिच्या लक्षात आले की, आनंदने तिची सूचना ऐकली नव्हती. सीटबेल्ट लावला असता तर खचितच तो मृत्युमुखी पडला नसता, फार तर जखमी झाला असता. तिच्या आणखी एक लक्षात आले की तिचे कुटुंब प्रचंड मोठ्या आर्थिक संकटात सापडले होते आणि आता तिच्यावर कर्जाचे मोठे ओझे होते.

आनंदच्या अशा अकस्मात निधनाचे तिला दु:ख तर होत होतेच, पण त्याच वेळेस तिला त्याचा खूप रागही आला होता आणि तिला तिच्या भविष्याबद्दल चिंताही वाटत होती. हे सगळेच खूप संभ्रमात टाकणारे होते. अनेक लोकांना एकाच वेळी एकापेक्षा अधिक भावना जाणवण्याची सवय नसते. या उदाहरणात मेधाला खूप दु:ख झाले होते कारण तिचे आनंदवर खूप प्रेम होते आणि तिला त्याची खूप आठवण येत होती, पण त्याचवेळी ती खूप रागावलीही होती कारण आनंदने सीटबेल्ट बांधला नव्हता. याशिवाय तिला तिच्या आर्थिक संकटांबद्दल प्रचंड चिंता वाटत होती. दु:ख, राग, चिंता, दोषारोप या सगळ्या भावना जाणवून घेण्यासाठी तिने वेळ देणे आवश्यक होते. शिवाय या तीन भावना वेगवेगळ्या पातळ्यांवर असल्यामुळे ती त्याच्यातच अडकून बसली व स्वत:ला मुक्त करून घेऊ शकली नाही.

आनंदच्या अंत्ययात्रेच्या वेळी आपल्या दु:खाच्या भावनांना तिने वाट मोकळी करून दिली होती पण त्या मानाने राग आणि दोषारोप या भावना व्यक्त करण्यापासून तिने रोखून धरल्या होत्या, कारण त्या भावना जर तिने तेथे व्यक्त केल्या असत्या तर तिचे तिच्या नवऱ्यावर प्रेम नाही असा त्यातून निष्कर्ष निघाला असता; तरीसुद्धा मनातून ती खूप रागावली होती, कारण त्याने तिच्या सूचना धुडकावून लावल्या होत्या आणि तिच्यावर अनेक ओझी टाकून तिला एकटीला ठेवून तो खूप लांब निघून गेला होता. या नवीन जबाबदाऱ्यांच्या काळजीमुळे तिच्या संतापात आणि दोषारोपात भरच पडत होती.

मेधाने आपल्या रागाच्या भावना दाबून ठेवल्यामुळे तिच्या दु:खातील प्रामाणिकपणा कमी होत होता. तिला वाटणाऱ्या दु:खाचे रूपांतर आत्मवंचनेत होत होते. ती खरे तर आक्रस्ताळेपणा करू शकत होती- ते चालले असते पण तिच्या अश्रुंमुळे तिच्या उपचार पद्धतीत फायदा होत नव्हता. तिच्या हृदयात वेदना होती आणि एक प्रकारचा बधिरपणाही होता.

जेव्हा आपण आपला राग दाबून ठेवतो तेव्हा दु:खाचे रूपांतर आत्मवंचनेत होते.

या उदाहरणात आता आपण पाहू की शोकप्रक्रिया इतकी गुंतागुंतीची का झाली! आपल्याला आपल्या जोडीदाराची आठवण येते, पण त्याचवेळी त्याच्याबद्दल आपल्या मनात राग आणि दोषारोपाची भावनासुद्धा असते. आपण आपल्याला रागावण्याची परवानगी दिली नाही व फक्त असा विचार केला की आता आपण फक्त दु:खीच व्हायला हवे तर आपल्या भावना अडकून राहतात. त्यांचा मार्ग बंद

होतो. आपण इतरांवर ओझे बनून राहू नये किंवा इतरांनी आपल्या जोडीदाराविषयी नकारात्मक बोलू नये यासाठी आपण आपल्या रागाच्या भावना इतरांबरोबर वाटून घेत नाही. या सगळ्या भावना मनात साठवून वरवर आपण खूप खंबीर असल्याचे नाटक करतो.

आपल्या अनेक भावना विश्वासाने दुसऱ्याबरोबर वाटून न घेतल्यामुळे दोषारोपाची भावना आपण चोवीस तास आपल्या उरी बाळगतो. संपूर्ण आयुष्यभर आपला आपल्या जोडीदाराने बळी दिला आहे अशीच भावना मनात येते. आता आपण अगदी कोरडे झालेलो असतो. प्रेमाचा लवलेशही आपल्यात उरलेला नाही, यामुळे आपल्यातील अपराधीपणाची भावना वाढीला लागते. आपले पूर्वी आपल्या जोडीदारावर जे प्रेम होते ते आता नाही या गोष्टीचेही वाईट वाटते. आपण जरी कितीही आपल्या कोमल भावनांना जागे करण्याचा प्रयत्न केला तरी त्याचा शेवट राग, संताप, चीड यानेच होतो. मेधाला समुपदेशन करताना तिला तिने लपवलेल्या सगळ्या भावना व्यक्त करायला लावल्या. विशेषतः रागाच्या आणि भीतीच्या. त्यानंतरच ती तिचे दुःख मोकळेपणाने व्यक्त करू शकली व खिन्न झाली. तिचे अपराधीपण दूर पळाले आणि आता तिला स्वतःबद्दलच खूप आशादायी वाटले की ती आता तिच्या नवीन जबाबदाऱ्या पेलण्यास समर्थ झाली आहे.

रागाच्या भावनेत गुंतून पडताना...

अंजली व अजय सतत भांडत असत. आयुष्य पुढे नेण्याच्या बाबतीत दोघांची मते अतिशय भिन्न होती. जेव्हा ते एकमेकांपासून विभक्त झाले तेव्हा अंजली वेगवेगळ्या भावनांमध्ये गुंतून पडली होती, पण त्यातली प्रमुख भावना होती रागाची! रागाच्या भावनेत भर पडत होती भीतीची! तिला ही भीती होती की तिचा नऊ वर्षांचा मुलगा नाथन हा जेव्हा त्याच्या वडिलांबरोबर वेळ घालवेल तेव्हा त्याला वाईट सवयी लागतील. तिला वाटायचे की नवरा नाथनला बिघडवेल.

अंजली नाथनला पैसे मिळवण्याचे महत्त्व शिकवत असे तर अजय त्याला हवे ते तात्काळ घेऊन देत असे. अंजलीला वाटे नाथनने घरातले छोटेसे काम करून मग हवे ते घ्यावे, पण अजय त्याला कधीच कशालाही नाही म्हणत नसे आणि या संभ्रमातून नाथनला वाचविण्याच्या बाबतीत ती हतबल होती.

अंजलीची भीती आणि खिन्नता ही नाथनच्या भवितव्यापोटी होती पण त्यामुळे अजयविषयीच्या रागातच भर पडायची. आपल्या घटस्फोटाविषयीच्या दुःखाकडे दुर्लक्ष करण्याऐवजी तिचा राग अधिकच वाढत चालला होता. काही महिने गेले. इकडे नाथनच्या शाळेतल्या नवीन नवीन समस्या भेडसावू लागल्या- ज्यामुळे

अंजलीचा राग अधिकच वाढत होता.

परिस्थिती आणखी वाईट होत गेली, कारण अंजलीकडे आपल्या मुलासाठी फारच थोडा वेळ असायचा. अजयपासून विभक्त झाल्यापासून आर्थिक गरजेसाठी तिला कामावर जायला लागत असे. नाथन त्याचा गृहपाठ पूर्ण करायचा नाही याचा तिला राग यायचा. त्याला दया दाखवणे आणि समजून घेणे तिला खूप अवघड जायचे. रोज तिला नाथनला आपण वेळ देऊ शकत नाही म्हणून अपराधीपणा यायचा आणि त्यामुळे ती अजयवर रागवायची.

आता आपण अंजूची केस पाहू. अंजूने तिच्या लग्नाचा शेवट घटस्फोटाने केला पण आपल्या शोक प्रक्रियेला पुरेसा वेळ दिला नाही, परिणामी आपल्या मुलाच्या पालकत्वाची दुहेरी जबाबदारी पेलताना ती थकून गेली. जेव्हा आपल्या हृदयाची जखम भरली जात नाही तेव्हा जगण्याच्या समस्येबद्दल आपण अधिकच भावनावश होतो. अनेकदा तर असे वाटते की आपल्या उघड्या जखमेवर कोणीतरी सुरा खुपसत आहे. असे जेव्हा कधी ती तिच्या मुलावर रागवायची किंवा त्याच्याशी कठोरपणे वागायची तेव्हा तिला अधिकच अपराधीपण यायचे, कारण ती त्याचे प्रश्न सोडवू शकत नव्हती आणि त्यामुळेच तिच्या अजयबद्दलच्या रागाला अधिक खतपाणी मिळाले.

आता तुमच्या लक्षात आले असेल की अंजूची केस अधिकच बिघडत चालली होती. आता मार्स आणि व्हीनस कार्यशाळेत दाखल झाल्यामुळे अंजू आपल्या चार नकारात्मक भावनांबद्दल शिकली होती. तिच्या लक्षात आले, की खरोखरच तेथे तिने तिच्या मोडलेल्या लग्नाचे दुःख केलेच नव्हते. तिला फक्त राग आला होता, वाईट तर वाटलेच नव्हते. तिने दुःख वाटून घ्यायला वेळ दिला आणि आपल्या प्रेमातील पराजयाचे दुःख पचवून शेवटी अजयला माफ करण्यात ती यशस्वी झाली आणि मग तिला हेही जाणवले की फक्त अजयच संपूर्णपणे दोषी नव्हता. फक्त एक मात्र खरे होते की अजय तिच्यासाठी योग्य नव्हता.

आपल्या दुःखाच्या भावना जाणवून घेऊन आपण आपला राग विसरतो व क्षमासुद्धा करून टाकतो.

जेव्हा अंजलीच्या डोळ्यातून रागाचे अश्रू ओघळले तेव्हा तिच्या रागाची धार बोथट झाली आणि तिला पुन्हा अजयबद्दल प्रेम आणि कौतुक वाटायला लागले. सुरुवातीच्या काळातले अजयने तिच्यावर केलेले प्रेम तिला आठवले. काही चांगल्या आठवणींबद्दल तिला कृतज्ञतासुद्धा वाटली तसेच स्वतःबद्दलही बरे वाटले, शिवाय 'आपण लग्न करणारे मूर्ख आहोत' असे जे तिला वाटत होते ते

चुकीचे आहे असे तिला पहिल्यांदा वाटले. याचा परिणाम असा झाला की तिला आता आत्मविश्वास वाटू लागला की तिचे आता चिरकाल टिकणारे नातेसंबंध प्रस्थापित झाले आहेत.

अंजलीच्या आता लक्षात आले की, अजयविषयी नाथनसमोर काही चांगल्या गोष्टी बोलणे आवश्यक आहे. तिच्या हेसुद्धा लक्षात आले की अजयमधले काही नाकारलेले गुण नाथनमध्येसुद्धा आहेत. स्वीकार करण्याची सवय लागल्यामुळे आणि वडीलांमधल्या काही चांगल्या गोष्टी पाहिल्याने आई-वडीलांमधील संघर्षाचा नाथनलापण विसर पडला. अंजलीच्या आता हेसुद्धा लक्षात आले की अजयशी एखाद्या बाबतीत असहमत असल्यास त्याचा पाणउतारा न करतासुद्धा हे दाखवता येते.

जेव्हा एखादा मोठा मुलगा त्याच्या वडीलांबद्दल चांगल्या गोष्टी ऐकतो तेव्हा आपल्यातसुद्धा आपल्या वडीलांच्या काही चांगल्या गोष्टी आहेत हे पाहून बरे वाटते. आता अंजलीला अजयला माफ करावेसे वाटले. फक्त स्वत:च्या भल्यासाठी नाही तर तिच्या मुलासाठीसुद्धा!

जेव्हा अंजलीने स्वत:च्या दु:खाच्या भावना अगदी खोलवर तपासून घेतल्या तेव्हाच तिच्या रागाच्या भावनांमधून ती मुक्त झाली आणि अधिक प्रेमळ झाली. आता ती एकटीच फक्त आनंदी नव्हती तर तिचा मुलगा नाथनसुद्धा आनंदी होता. अशा प्रकारे सुखान्त गोष्टीमुळे अंजली सकारात्मक गोष्टी लवकर ग्रहण करू लागली आणि पुन्हा ती नवीन नातेसंबंधात गुंतण्यास तयार झाली. शेवटी अंजलीने तिच्यायोग्य दुसऱ्या माणसाबरोबर लग्न केले व त्यांना आणखी मुलेही झाली.

पालक त्यांच्या मुलांना सगळ्यात चांगले बक्षीस कोणते देऊ शकतात तर- त्या दोघांचे परस्परांवर असलेले प्रेम.

राग गिळताना

आपण आपल्या रागाच्या भावना गिळून टाकतो, नाहीतर आपण प्रेमळ नाही असा अर्थ ध्वनित होतो. अशा वेळी आपल्याला मदतीची गरज असते. ज्या वेळी रागाची भावना आपण आपल्या कुटुंबाबरोबर व मित्र-मैत्रिणींबरोबर शेअर करू शकत नाही त्या वेळी ती आपण आपल्या उपचारकाबरोबर शेअर करावी. हीच योग्य वेळ असते समुपदेशकाबरोबर बोलण्याची, कार्यशाळेत जाण्याची किंवा आधार केंद्रांची मदत घेण्याची!

आपण अनेकदा आपला राग परतवतो नाहीतर आपण प्रेमळ नाही असे दिसते.

आपल्या रागाच्या नकारात्मक भावनेतून मुक्तता होणे गरजेचे असते, त्यामुळे आपली स्वत:चीच ही जबाबदारी आहे, की आपल्या या प्रेमळ नसलेल्या भावना अशाच लोकांबरोबर शेअर कराव्या की त्यातील कोणी आपल्यावर 'रागीट, कठोर' असे शिक्के मारणार नाही व आपणाकडूनही ती दुखावली जाणार नाही. अशा प्रकारे आपण आपला राग व्यक्त केला, की आपले हृदय हळूहळू बंद केलेली दारे उघडते आणि तेथे क्षमाशीलतेच्या, सामंजस्याच्या, प्रेमाच्या आणि विश्वासाच्या भावना गर्दी करतात.

कुशल समुपदेशक कधीच कोणत्याही अशा निर्णयाला येत नाही की आपल्याला काय वाटते पण तो आपल्या भावना मात्र काळजीपूर्वक ऐकून घेतो, आपल्याला असे काही नेमके प्रश्न विचारतो की ज्यायोगे आपल्या मनाच्या खोलवर दडवलेल्या भावनासुद्धा पृष्ठभागावर येतील, ज्याचा या घटनांशी दूरान्वयेही संबंध नाही. अशा तिऱ्हाईत माणसाबरोबर भावना शेअर केल्यामुळे आपण त्यांना दुखावत नसतो किंवा आपली अशी काही वक्तव्ये आपल्या विरोधातसुद्धा वापरली जात नाहीत. अशी सुरक्षितता घेऊन आपल्या भावना व्यक्त केल्यास ते जणू काही दुखावलेल्या हाताला जखमा भरून येईपर्यंत घातलेले प्लास्टरच असते.

अशा प्रकारे आपल्या प्रामाणिक भावना व्यक्त करून पुन्हा प्रेम मिळविण्याची संधी आपण स्वत:ला उपलब्ध करून देतो, मग परिस्थिती कशीही असू दे, योग्य मार्ग अवलंबिला की वेदनांमधून मुक्ती मिळून आपल्या हृदयाचे प्रेमाचे दरवाजे उघडतात. शेवट गोड केला तरच पुन्हा नव्याने गोड सुरुवात होण्याची आशा आपण करू शकतो. जेव्हा आपल्या हृदयाची दारे सताड उघडी असतील तेव्हाच पुन्हा हवे असलेले प्रेम मिळण्याची, गरजा पुरवण्याची आणि त्यांना पात्र असण्याची क्षमता आपल्यात येते.

■

७

अधिक बरे वाटावे म्हणून करायचा अभ्यास!

आपल्या जोडीदाराच्या आठवणी काढणे आणि त्याच्या नसण्याबद्दलचा शोक करणे यामुळे आपल्याला थोडे बरे वाटते, पण तरीसुद्धा भावनांचा असा वरवर शोध घेऊन उपचार प्रक्रिया पूर्ण होत नसते. आपल्याला आपली वेदना जाणवते पण तरी त्यातून मुक्तता होत नाही. हे कशामुळे होते, तर शोकप्रक्रियेतील काही महत्त्वाच्या भागाकडे आपण दुर्लक्ष करतो आणि त्यामुळे उपचाराच्या आपल्या नैसर्गिक क्षमतेवर मर्यादा आणतो. हृदयावरील उपचार करण्याच्या आपल्या क्षमता वाढवण्याचे आणखी काही उपाय आपण या प्रकरणात अभ्यासणार आहोत. तेव्हा हे नवीन तंत्र शिकून तुम्ही नक्कीच तुमच्या हृदयाच्या वेदना शमवण्यात वाकबगार होणार आहात.

आपली हृदयाची जखम भरून काढण्याची क्षमता वाढवण्याचा सगळ्यात चांगला उपाय म्हणजे 'फिलिंग बेटर एक्सरसाईझेस.'

जरी आपल्या यातनामय भावना जाणवून घेण्याचे शेकडो मार्ग असले तरी जोपर्यंत वेदनेवरील उपचाराचे काही मूलभूत नियम आपल्याला माहिती नसतात तोपर्यंत आपल्या भूतकाळातील नातेसंबंधांबद्दलचे दु:ख विसरून नवीन नातेसंबंध प्रस्थापित करण्यात आपण यशस्वी होत नाही. 'फिलिंग बेटर एक्सरसाईजेस'चा सराव करण्याने नक्कीच तुम्हाला बरे वाटेल आणि तुमच्या हृदयाची जखम भरून येईल आणि नंतरच तुम्ही तुमच्या दडपून ठेवलेल्या वेदनांमधून मुक्त व्हाल.

जाणीवपत्र लिहिणे

जेव्हा भावनिक पातळीवर तुम्हाला वेदना होत असतील तेव्हा स्वत:साठी वीस मिनिटे काढा आणि खाली सांगितलेल्या विशिष्ट पद्धतीने तुमचे जाणीवपत्र लिहा- त्यात तुमच्या भावना तुमच्या स्वत:च्या हाताने कागदावर उतरवा किंवा कॉम्प्युटरवर टाईप करा. एकदा का हे कौशल्य तुम्ही संपादन केले की मग तुम्ही हे जाणीवपत्र डोळे बंद करून ध्यानस्थ होऊन किंवा एखाद्या समुपदेशकाबरोबर किंवा मित्रमंडळींबरोबरसुद्धा करू शकता.

मी स्वत: हा सराव अभ्यास सतरा वर्षांपासून करत आलो आहे. अजूनही माझ्या भावना लिहून काढल्या तर त्याचा मला जास्तीतजास्त फायदा होतो. जेव्हा एखादी घटना, एखादी गोष्ट मला खूप त्रास देते तेव्हा मी कॉम्प्युटरसमोर बसतो आणि सरळ माझ्या भावना टाईप करतो. त्याचा मसुदा खालीलप्रमाणे:-

जाणीवपत्र हे तीन भागांमध्ये असते -

(१) आपल्या चार नकारात्मक उपचारार्थ भावना व्यक्त करणे- त्याचबरोबर आपल्या मागण्या, गरजा आणि इच्छा याबद्दलही लिहिणे.

(२) आपल्याला जो प्रेमळ आणि सामंजस्याचा प्रतिसाद ऐकायला हवा आहे त्याबद्दल लिहिणे.

(३) क्षमाशीलता, सामंजस्य, कृतज्ञता आणि विश्वास याबद्दल लिहिणे.

आता हा प्रत्येक भाग आपण तपशीलवार बघू!

भाग १- आपल्या भावना व्यक्त करणे.

जाणीवपत्राचा पहिला भाग हा आहे की, तुम्ही ज्या व्यक्तीला गमावल्यामुळे उद्विग्न झालेले आहात, त्या व्यक्तीला उद्देशून पत्र लिहू शकता. तुम्ही अशाही व्यक्तीला लिहू शकता की जी व्यक्ती तुमचे म्हणणे काळजीपूर्वक ऐकून घेते. एखादा चांगला मित्र किंवा मैत्रीण किंवा एखादी सत्त्वशील व्यक्ती. एक मात्र खात्री करा की या पत्रातून तुम्ही तुमच्या चारही उपचारात्मक भावना व्यक्त करत आहात. जर तुम्हाला भावनांचा क्रम बदलायचा असेल तरी हरकत नाही. जी भावना तुम्हाला प्रकर्षाने जाणवत असेल तिच्यापासून सुरुवात करा, प्रत्येक भावनेच्या जाणिवेसाठी दोन ते तीन मिनिटे घ्या.

पत्र लिहिताना अशी कल्पना करा, की ज्या व्यक्तीला तुम्ही पत्र लिहीत आहात ती तुमचा शब्द न् शब्द काळजीपूर्वक ऐकत आहे. आणखी अशीही कल्पना करा की, ती व्यक्ती तुमचे म्हणणे फक्त काळजीपूर्वक ऐकते असे नाही तर ती तुम्हाला

प्रतिसादसुद्धा देते आहे, तुम्हाला समजून घेते आहे आणि आधार देते आहे हे जरी खरे असले की खऱ्या आयुष्यात ती समोरची व्यक्ती तुमचे ऐकून घेत नसेल तरीही हृदयावरील उपचार घेण्यासाठी मात्र ही कल्पना करायची आहे, की जर त्याने तुमचे म्हणणे ऐकले तर तुम्हाला काय वाटते आणि तुम्ही ते कसे व्यक्त करता!

जाणीवपत्राचा मसुदा

प्रिय ....,

मी तुला हे पत्र माझे दुःख तुझ्याबरोबर वाटून घेण्यासाठी लिहीत आहे आणि मला स्वीकार, क्षमाशीलता आणि प्रेम यांची अपेक्षा आहे.

आता सध्या ...

(ए) (१) मला खूप राग येतोय की,...
(२) मला राग येतोय, कारण...
(३) मला तेव्हा खूप राग आला, जेव्हा...
(४) मला हे आवडले नाही की,...
(५) माझी अशी इच्छा आहे की,...

(बी) (१) मला वाईट वाटते की,...
(२) मला वाईट वाटते, कारण...
(३) मला तेव्हा खूप वाईट वाटले, जेव्हा...
(४) मला असे हवे होते की,...
(५) माझी अपेक्षा आहे की,...

(सी) (१) मला भीती वाटते की,...
(२) मला भीती वाटते, कारण...
(३) मला तेव्हा भीती वाटली, जेव्हा...
(४) मला असे व्हायला नको आहे की,...
(५) माझी गरज आहे की,...

(डी) (१) मला खंत वाटते की...
(२) मला खंत वाटते, कारण...
(३) मला तेव्हा खंत वाटली, जेव्हा...
(४) मला हे हवे आहे की,...
(५) माझी आशा आहे की,...

माझे सगळे ऐकून घेतल्याबद्दल धन्यवाद.

आशीर्वाद.......

भाग २ - आधार देणारा प्रतिसाद

आपल्या हृदयाची जखम भरून काढण्याची जबाबदारी घेण्यासाठी बाहेरच्या कोणावर अवलंबून राहण्यापेक्षा आणि बाहेरचे कोणी आपल्याला आता प्रेम आणि आधार कधी देतील याची वाट पाहण्यापेक्षा हे काम आपण स्वतःच करण्याचे शिक्षण आपल्याला देणे आवश्यक आहे. हे करणे फार सोपे आहे. जणू काही आपण कुणा दुसऱ्याच्या दुःखात सहभागी होत आहोत. आपण स्वतःच स्वतःला आधार द्यायचा आहे. एकदा सगळ्या भावना लिहून झाल्यावर पुढची पायरी आहे प्रेमळ प्रतिसाद तयार करणे आणि आपल्या स्वतःच्याच शब्दात बोलणे, आपल्याला हवा असलेला प्रतिसाद समजून घेणे, स्वतःच्या मनावर फुंकर घालणे, मनाला कुरवाळणे आणि त्यांना शब्दात बसवणे हे फार महत्त्वाचे आहे.

दुसऱ्या भागात आपणच स्वतःसाठी पत्र लिहायचे आहे. आपण असे नाटक करायचे की आपल्याबरोबर नकारात्मक भावना कोणीतरी (म्हणजे आपणच) वाटून घेतल्या आहेत आणि आता आपणच त्याला प्रतिसाद लिहायचा आहे जो आपल्याला मिळावा असे वाटते. जर तुम्ही अशी कल्पना करत असाल की तुम्ही तुमच्या भावना एखाद्या मित्राबरोबर किंवा एखाद्या तुमच्या आदर्श व्यक्तीबरोबर शेअर करत आहात तर तुमची त्या मित्राने किंवा त्या व्यक्तीने जे म्हणावे अशी अपेक्षा आहे ते लिहा. तुमचे मन त्यामुळे शांत होईल आणि तुमची कोणीतरी दखल घेतली आहे असे वाटेल. असे प्रतिसाद पत्र लिहिण्यासाठी खाली जो मसुदा दिला आहे त्याचा उपयोग करा, त्याची तुम्हाला मदत होईल.

प्रतिसाद पत्र

प्रिय.........

(१) मी तुझी खरेच खूप आभारी आहे...

(२) मला समजतंय की,...

(३) मला वाईट वाटते की,...

(४) कृपा करून मला माफ कर...

(५) मला तुला हे कळवायचे आहे की,...

(६) खरे तर तुझी योग्यता अशी आहे की,...

(७) मला असे हवे आहे की,...

काही वेळेस प्रतिसाद पत्र लिहिणे हे चार उपचारात्मक भावनांबद्दल लिहिण्यापेक्षा अधिक सामर्थ्यशाली असते. आपल्याला नेमके काय हवे आहे आणि आपल्या

गरजा काय आहेत हा आपला मनातलाच आवाज ऐकला की आपल्याला हवा असलेला आधार मिळण्यासाठी आपले हृदय सैलावते. या कल्पनेतल्या आधारामुळे आपल्या हृदयाची दारे पुन्हा एकदा हृदयाच्या जखमा भरायला तयार होतात.

भाग ३- सकारात्मक भावनांचा उच्चार

आपण आपले प्रतिसाद पत्र लिहिल्यानंतर आपल्याला खूप निश्चिंत वाटते. त्यानंतर मात्र आपल्या क्षमाशीलतेच्या, सामंजस्याच्या, कृतज्ञतेच्या आणि विश्वासाच्या सकारात्मक भावना निश्चित करून त्या व्यक्त करणे खूप महत्त्वाचे आहे.

तुमच्या सकारात्मक भावना लिहिताना तुम्हाला मदत व्हावी म्हणून हा पत्र पूर्ण करणारा मसुदा बघा.

कम्प्लिशन पत्राचा मसुदा

(१) मी ...बद्दल आभारी आहे.
(२) मला समजले की,...
(३) मला जाणवले की,...
(४) मला माहिती आहे की,...
(५) मी क्षमा करतो...
(६) मी कृतज्ञता व्यक्त करतो की,...
(७) माझी खात्री आहे की,...
(८) आत्ता सध्या मी आयुष्याच्या अशा वळणावर आहे की,...

तुमच्या सकारात्मक भावना निश्चित करण्यासाठी तुम्ही वेळ काढल्यामुळे तुम्हाला आता खूप बरे वाटेल. काही वेळेस सुरुवातीला ही पद्धत तुम्हाला काहीशी कंटाळवाणी वाटेल, पण जसजशी तुमची प्रगती होईल तसतसा हा सराव प्रकार तुम्हाला अधिक ताजेतवाने बनवेल.

एका जाणीवपत्राचा मसुदा

पुढे एक नमुन्यादाखल जाणीवपत्र दिले आहे, जे सुनीलने आपल्या चार नकारात्मक भावना जाणवण्याच्या उद्देशाने लिहिले आहे. त्याने प्रत्येक विशिष्ट जाणिवेसाठी फक्त एक शब्दसमूह वापरला आहे. तुम्हीसुद्धा हे तंत्र अवगत कराल तेव्हा पुन्हा पुन्हा हे शब्दसमूह वापरताना तुम्हाला अधिक अधिक मोकळे वाटेल.

तुम्हाला यातील एखादी पायरी गाळायची असेल आणि पुढे जायचे असेल तर तुम्ही तसे करू शकता. तुम्ही हे तंत्र एक असे हत्यार म्हणून वापरू शकता की जे तुम्हाला तुमच्या भावनांशी समरस व्हायला शिकवेल आणि त्यामुळे तुम्ही तुमच्या चारही नकारात्मक भावना व्यक्त करू शकाल.

प्रिय सुनीता,

हे पत्र मी माझे दुःख तुला सांगून हलके करण्यासाठी लिहीत आहे. मला तुझ्याकडून स्वीकार, क्षमाशीलता आणि प्रेमाची अपेक्षा आहे.

आत्ता या क्षणी मला फार एकटे वाटत आहे. मी खूप दुखावलो गेलो आहे, फसवलो गेलो आहे आणि माझा सगळ्यांनी परित्याग केला आहे असे मला वाटते.

(ए) (१) मी खूप रागावलो, कारण तू मला सोडून गेलीस.
(२) मी खूप रागावलो, कारण मी तुम्हाला दोघांना एकत्र मजा मारताना पाहिले.
(३) तू मला नाकारलेस हे मला आवडले नाही.
(४) मला आशा आहे की तू माझ्यावर अजूनही प्रेम करतेस.

(बी) (१) मला दुःख होते, कारण तू आत्ता माझ्या आयुष्यात नाहीस.
(२) मला दुःख होते, कारण मला हे समजत नाही की पुढे मी काय करावे.
(३) मला जेव्हा हे आठवते की मी तुझ्यावर किती जिवापाड प्रेम केले होते तेव्हा मला दुःख होते.
(४) मला खरे तर आयुष्यभर तुझ्याबरोबर आनंदाने राहायचे होते, तुझे प्रेम मिळवायचे होते.
(५) तू माझ्यावर प्रेम करशील व दिलेले वचन पाळशील अशी मला अपेक्षा होती.

(सी) (१) मला भीती वाटते की मी इतका मूर्ख कसा बनलो?
(२) मला काळजी वाटते की मी अशी काय चूक केली?
(३) पुन्हा नव्याने सुरुवात करण्याची मला आता भीती वाटते.
(४) मला एकटे राहणे आवडत नाही.
(५) मला तुझ्या प्रेमाची आणि मैत्रीची गरज आहे.

(डी) (१) आपण आता बरोबर नाही याची मला खंत वाटते.
(२) मी तुझे मतपरिवर्तन करू शकलो नाही याची मला खंत वाटते.
(३) मला आपण एकत्र घालवलेले क्षण आठवले की खिन्नता वाटते.
(४) मला तू हवी आहेस. मला तुझ्याशी लग्न करायचे आहे.
(५) मला आशा वाटते की 'जाऊ दे, झालं ते झालं!' असं म्हणणे

मी शिकेन.

तू माझे म्हणणे ऐकून घेतल्याबद्दल मी तुझा आभारी आहे.

आशीर्वाद.

सुनील

प्रतिसादपत्राचा नमुना

(१) *तू तुझ्या भावना माझ्याबरोबर वाटून घेतल्याबद्दल मी तुझी आभारी आहे.*

(२) *मला समजतेय की मी तुझ्या भावना खूप दुखावल्या आहेत.*

(३) *मला वाईट वाटते की, पूर्वीसारखे प्रेम मी तुझ्यावर करूच शकणार नाही, कारण आता पूर्वीची परिस्थिती राहिलेली नाही. याचे मला वाईट वाटते.*

(४) *मी तुला नाकारले, मी तुला सोडून दिले याबद्दल तू मला माफ करावे अशी माझी विनंती आहे.*

(५) *मला तुला हे खरेच सांगावेसे वाटते की माझे तुझ्यावर प्रेम आहे, पण तू माझ्यासाठी योग्य पुरुष नाहीस. आपण दोघांनी जो काळ एकमेकांबरोबर घालवला तो मी माझ्या हृदयात जतन करून ठेवीन. तू मला जे प्रेम व आधार दिलास त्याबद्दल मी सदैव आभारी राहीन.*

(६) *तू निराश होऊ नकोस, तुझ्यावर प्रेम करणारी दुसरी कोणीतरी नक्कीच तुला मिळेल. तुझे ते नातेसंबंध आनंदाचे होऊ देत ही सदिच्छा!*

(७) *तू आनंदी असलेला मला बघायचं आहे. तसेच तू पुन्हा प्रेमात पडलेलाही मला बघायचे आहे.*

प्रेमपूर्वक,

सुनीता

कम्प्लिशन लेटरचा नमुना

प्रिय सुनीता,

१) *तू माझ्यावर प्रेम करतेस हे वाचून खूप बरे वाटले. मी तुझा नेहमीच त्याबद्दल आभारी राहीन. माझेही तुझ्यावर सदैव प्रेम राहील.*

२) मला समजतेय की आता मी हे सर्व विसरले पाहिजे आणि मी ते करीन.

३) मला याची पण जाणीव आहे की या गोष्टी घडून यायला वेळ हा लागतोच. मी आत्ता खूप दुखावलो गेलो आहे आणि माझी जखम भरून येण्यास वेळ लागेल.

४) मला माहिती आहे की तू तुझ्या पद्धतीने माझ्यावर प्रेम करतेस. मला हेसुद्धा माहिती आहे की आता माझा तुझ्यावर काही हक्क उरलेला नाही. आता काहीही करायला तुझी तू स्वतंत्र आहेस.

५) माझ्यावर इथून पुढे प्रेम न करण्याबद्दल मी तुला क्षमा करतो. मला सोडून निघून गेल्याबद्दल मी तुला क्षमा करतो. तू मला आणखी एक संधी न दिल्याबद्दलही मी तुला क्षमा करतो.

६) आपण दोघांनी अनेक वर्षे एकत्र घालवली त्याबद्दल मी कृतज्ञ आहे.

७) मला विश्वास आहे की पुढील आयुष्यात मलासुद्धा माझ्यावर प्रेम करणारे कोणी भेटेल आणि मग मी या माझ्या दुःखातून तरून जाऊ शकेन.

८) आत्ता या क्षणाला मी माझ्या आयुष्याची नव्याने सुरुवात करायला व पुनर्बांधणी करायला सुरुवात केली आहे. मी आता पुन्हा प्रेमाच्या आणि आनंदाच्या शोधात बाहेर पडलो आहे. मला माहिती आहे, भविष्यात नक्कीच चांगले घडेल.

चार प्रश्न

आपल्या चार उपचारात्मक भावनांवर प्रक्रिया करण्याचा आणखी एक मार्ग आहे व तो म्हणजे स्वतःला पुढे दिलेले चार प्रश्न विचारा. सुरुवातीच्या काळात पुरुषांसाठी हा मार्ग खूप सोपा आहे. या चार प्रश्नांची उत्तरे आपणच दिली तर आपल्या चार उपचारात्मक भावना आपोआप मनाच्या पृष्ठभागावर येतात. आपल्या प्रश्नांची उत्तरे देताना स्वतःला राग, दुःख, भीती आणि खिन्नता या भावना जाणवण्याची परवानगी द्या.

(१) काय घडले आहे?

(२) काय घडले नाही?

(३) काय घडू शकले असते?

(४) आता काय घडू शकत नाही?

तुम्हाला तुमच्या भावनांचा आणखी खोलवर शोध घ्यायचा असल्यास आणखी पुढील काही प्रश्न तुम्ही स्वतःला विचारू शकता आणि उत्तरे देऊ शकता.

चार प्रश्न

(ए) पहिला प्रश्नः

(१) असे काय घडले आहे की जे तुम्हाला घडायला नको होते?
(२) सध्या असे काय घडत आहे की जे तुम्हाला घडायला नको आहे?
(३) असे काय घडून गेले आहे की जे तुम्हाला आवडले नाही?

(बी) दुसरा प्रश्नः

(१) काय घडले नाही की जे तुम्हाला घडायला हवे होते?
(२) आता काय घडत नाही की जे तुम्हाला घडायला हवे होते?
(३) काय घडायला हवे होते?

(सी) तीसरा प्रश्नः

(१) तुम्हाला नको असलेले असे काय घडू शकले असते?
(२) तुमच्यासाठी काय महत्त्वाचे आहे?
(३) तुम्हाला हवे असलेले काय घडू शकले असते?

(डी) चवथा प्रश्नः

(१) तुम्हाला हवी असलेली गोष्ट का घडू शकत नाही?
(२) तुमची जे घडावे अशी इच्छा होती ते का घडत नाही?
(३) तुम्हाला हवे असलेले काय घडू शकते?

वरील असे चार प्रकारचे प्रश्न विचारून किंवा जाणीवपत्राने अधिक चांगली मनःस्थिती करणाऱ्या तीनही भागांच्या अभ्यासाचा सराव करून तुमच्या पराभवाचे दुःख झेलण्यासाठी व त्याच्यावर उपचार करण्यासाठी तुम्ही तयारच होता. ही तंत्रे अवलंबली तर तुम्हाला तुमच्या जोडीदाराच्या आठवणी मनात कडवटपणा न आणता आणि वेदना न होता काढता येतील. हे अंतर्ज्ञान आणि ही क्षमता एकदा आत्मसात केली की तुम्ही तुमची उपचार प्रक्रिया पूर्ण करून तुमच्या भावनांमधून आनंद मिळवू शकता.

■

८

क्षमाशीलता अंगी बाणवा!

जेव्हा आपण आपल्या दु:खासाठी आपल्या जोडीदाराला दोष देतो तेव्हा आपण आपल्याच नकळतपणे आपल्या दु:खातून मुक्त होण्याचे दरवाजे आपल्या हाताने बंद करतो. आपल्या जोडीदाराला आपल्या दु:खाबद्दल पूर्णपणे जबाबदार धरून तो किंवा ती बदलेपर्यंत आपण आपल्या वेदना उराशी कवटाळतो. ही प्रवृत्ती आपल्यावर मर्यादा घालते. जोपर्यंत आपण आपल्या दु:खाचे मूळ आपल्या जोडीदाराला मानतो, तोपर्यंत आपण दु:खमुक्त होणार नाही. जोडीदाराला दोष देऊन किंवा जोपर्यंत तो किंवा ती आपला दृष्टिकोन आणि वर्तणूक बदलत नाही तोपर्यंत आपले दु:ख कमी होत नाही.

आपल्याला जे वाटते त्यासाठी आपल्या जोडीदाराला जबाबदार धरल्यामुळे आपल्या जोडीदाराने त्याची वर्तणूक आणि दृष्टिकोन बदलल्याशिवाय आपण आपल्या वेदनेतून बाहेर पडू शकत नाही.

दोषारोप करणे हे आपल्या हृदयाच्या उपचार प्रक्रियेत उपयोगी पडते, पण त्यानंतर आपण मुक्त होणे गरजेचे आहे. दोषारोपामुळे आपल्या जोडीदाराला आपल्या आवडी आणि निवडी यांचे मर्यादाक्षेत्र समजते. दोषारोपामुळे आपल्या रागाचे कारण शोधण्यातसुद्धा मदत होते. दोषारोपामुळेच अपयशाचे खापर आपल्या माथी फुटण्याचे टळते. जेव्हा आपण स्वत:लाच खूप दोष देतो तेव्हा सत्य हे असते की, आपण दुसऱ्याला दोष देण्याची परवानगी स्वत:च्या मनाला नाकारतो.

जेव्हा आपण आपल्या रागाच्या भावना जाणून घेण्यासाठी दोषारोपणाचा आधार घेतो तेव्हा त्या भावना मुक्त होण्यासाठी आपल्याला विशेष प्रयत्न करावे

लागतात. हे तर नक्की की इतरांना पण त्यांनी केलेल्या चुकांसाठी दोष दिला जातो, पण आपल्या भावनांसाठी त्यांना दोष दिला जात नाही. दुसऱ्याला क्षमा करणे याचा अर्थ आपल्याला जे दु:ख होते आहे त्याच्या जबाबदारीतून त्याला मुक्त करणे. अशी क्षमाशीलता अंगीकारल्यानंतर आपल्याला आपल्या वेदनेचा विसर पडू शकतो.

क्षमा करणे याचा अर्थ दुसऱ्याला आपल्या दु:खाच्या जाणिवेसाठी जबाबदार नसल्याचा निर्वाळा देणे.

जरी हे खरे असले की आपल्या जोडीदारामुळे आपण अस्वस्थ झालो आहोत, आपली मानसिकता बिघडली आहे तरी आपल्याला आपल्या मनाशी ही नक्की खूणगाठ बांधली पाहिजे की या दु:खावर मात करण्याची ताकद आपल्यामध्ये आहे. जेव्हा आपण आपल्या जोडीदाराला त्याने केलेल्या चुकांबद्दल दूषणे न देता आपल्या दु:खाबद्दल दूषणे देतो तेव्हा आपण आपल्या वेदनांच्या विळख्यामध्ये अडकतो. जेव्हा त्याने किंवा तिने आपल्याकडे दुर्लक्ष केले म्हणून आपण रागावतो तेव्हा त्या भावना कालांतराने नाहीशा होतात. जेव्हा आपण दुखावले जातो म्हणून रागावतो किंवा दु:खी होतो तेव्हा मात्र आपण या भावनांमध्ये फसून बसतो. जेव्हा आपल्या स्वत:च्या भावना बदलण्यास आपण असमर्थ ठरतो, तेव्हा आपण तिने/त्याने काय केले किंवा काय केले नाही याबद्दल दोष देण्याऐवजी आपल्याला जे वाटते त्याबद्दल दोष द्यायला सुरुवात करतो.

आता पुढे आपण आणखी काही उदाहरणे पाहू, भावना व्यक्त करणारी त्यातली कोणती विधाने आहेत आणि दोषारोप व्यक्त करणारी कोणती विधाने आहेत हे पहा. ही विधाने मनाशी म्हणून बघा आणि या दोहोंमधला फरक अनुभवा. भावनिक विधाने आपल्याला अंतर्मनाशी जोडून नात्याला गहिरा रंग देतात तर दोषारोप करणारी विधाने आपले पुढील मार्ग बंद करतात. भावनिक विधानांमुळे आपली ताकद वाढते तर दोषारोप करणाऱ्या विधानांमुळे आपली शरणागती दिसते.

भावना व्यक्त करणारी विधाने	**दोषारोप व्यक्त करणारी विधाने**
* मला प्रचंड राग आला आहे, कारण तू मला सन्मानाने वागवत नाहीस.	* मला प्रचंड राग आला आहे, कारण तू मला दु:खी केलेस.
* मी रागावलोय आणि दुखावलोय,	* मी रागावलोय, कारण तू मला अशा

कारण तू मला असे वागवशील असे वाटले नव्हते.

* मी रागावलोय, कारण तू तुला हवे ते मिळवलेस आणि मला नाही.

* मी रागावलोय, कारण तू खूप उशीर केलास आणि साधा एक फोनसुद्धा केला नाहीस.

* मी दुखावलोय, कारण तू माझ्याकडे दुर्लक्ष केलेस. तू इतरांना माझ्यापेक्षा अधिक महत्त्व दिलेस.

* मी दु:खी आहे, कारण तू मला भेटवस्तू दिली नाहीस.

* मला भीती वाटते की तू माझ्यावर टीका करशील.

* मी रागावलोय, कारण तू सतत माझ्यावर तोंडसुख घेतेस किंवा मला भीती वाटते की तू माझ्यावर तोंडसुख घेशील.

* मला काळजी वाटते की मी जे सांगतो त्यामध्ये तुला रुची नसते.

* मी उद्विग्न झालो आहे, कारण तू माझ्याशी उद्धटपणे वागलीस.

* मी अस्वस्थ आहे, कारण तू मला अनेक धक्के दिलेस. आत्ता तू माझ्यावर प्रेम करतेस तर पुढच्या मिनिटाला दुरावा दर्शवतेस.

पद्धतीने दुखावशील असे वाटले नव्हते.

* मी रागावलोय, कारण तू मला तुझा मत्सर करायला भाग पाडलेस.

* मी रागावलो, कारण तू मला घाबरवलेस. काय करावे हे मला कळत नव्हते.

* मी दुखावलोय, कारण मी दुर्लक्षित आणि बिनमहत्त्वाचा आहे हे तू मला जाणवून दिलेस.

* मी दु:खी आहे, कारण तू मला तुझे माझ्यावर प्रेम नसल्याचे जाणवून दिलेस.

* मला भीती वाटते की तू मला वाईट वाटायला भाग पाडशील.

* मी रागावलोय, कारण तू माझा पूर्ण दिवस खराब केलास किंवा मला भीती वाटते की तू माझा पूर्ण दिवस खराब करशील.

* मला काळजी वाटते की तू मला असे वाटायला भाग पाडतेस की मी वाईट आणि नीरस आहे.

* मी उद्विग्न झालो आहे, कारण तू मला दु:खी केलेस.

* मी अस्वस्थ आहे, कारण तू मला अस्वस्थ करतेस.

आपला जोडीदार जे वागतो किंवा जे बोलतो त्यावर आपली प्रतिक्रिया काय आहे हे त्याला माहिती करून देणे हे योग्यच आहे. जर आपला जोडीदार

आपल्याला अस्वस्थ करत असेल तर ते त्याला माहिती करून देणे महत्त्वाचे आहे, पण त्यानंतर पुन्हा पूर्वस्थितीला येणेही गरजेचे आहे. जेव्हा आपण जोडीदाराला दोष देत सुटतो तेव्हा आपण फक्त त्यालाच खाली खेचतो असे नाही तर स्वत:चेसुद्धा खच्चीकरण करतो. आत्ता जे आपल्याला वाटते की त्याला ती जबाबदार आहे असे ठरवण्याच्या नादात आपल्याला आपल्या दु:खाचा विसर पडत नाही. जोपर्यंत आपण दुसऱ्याला दोष देत राहू, तोपर्यंत जर जोडीदाराने आपले वागणे बदलले नाही तर अस्वस्थच राहू.

क्षमाशीलतेचे महत्त्व

अगदी थोडक्यात सांगायचे तर, हेच कारण आहे की क्षमाशीलतेचे एवढे महत्त्व का? सतत वेदनेचे ओझे वागवण्यातून क्षमाशीलता आपल्याला मुक्त करते. क्षमाशीलता आपल्याला आपले दु:ख विसरायला भाग पाडते, त्यामुळे आपल्याला अधिक बरे वाटून आपण पुन्हा नव्याने प्रेम मिळवू शकतो. आपल्या नकारात्मक भावनांची जाणीव होणे आणि नंतर क्षमा करणे यामुळे आपल्या समस्यांवर उपाय शोधण्याची आपली क्षमता वाढीला लागते.

जेव्हा क्षमा करण्याच्या उद्देशाने आपण आपल्या भावनांचा वेध घेतो, तेव्हा आपण आपल्या जोडीदाराला दोष देण्याची परवानगी आपल्या मनाला देत नाही. जरी आपण आपल्या जोडीदाराला दोष देत राहिलो तरी चारही नकारात्मक भावना जाणवून किंवा त्या लिहून काढून शेवटी आपण दोषारोपाच्या भावनांमधून मुक्त होऊ शकतो.

ज्या व्यक्तीला आपण दोष देत आहोत- प्रत्यक्ष त्या व्यक्तीबरोबरच आपल्या भावना वाटून घेतल्या तर दोषारोप व्यक्त करणाऱ्या विधानांमध्येच स्वत:ला व्यक्त करण्याची वृत्ती वाढीला लागते, भावना व्यक्त करणाऱ्या विधानांमध्ये नाही. आपल्या जोडीदाराबरोबर आपल्या भावना वाटून घेण्यात चुकीचे काहीच नाही, पण मोठ्या खुबीने आपण अशी वेळ निवडली पाहिजे की तो आपले म्हणणे त्या वेळी ऐकून घेईल. आपला त्या बाबतीतला पूर्वानुभवही लक्षात घेतला पाहिजे व कोणत्या मर्यादेपर्यंत क्षमा करायची हेसुद्धा ठरवले पाहिजे.

आपण ज्या व्यक्तीबरोबर आपल्या भावना वाटून घेत असू त्याच्यावर जर दोषारोप केले नाहीत तर आपण आपल्या जोडीदाराला क्षमा करण्याच्या पायरीपर्यंत लवकर पोहोचू.

समोरची व्यक्ती आपल्याला कसा प्रतिसाद देते यावर तिला क्षमा करायची की नाही याची आपली तयारी म्हणजे युद्ध हरण्यासारखेच आहे. हे फक्त शिक्कामोर्तब करते की आपण आपल्या वेदनेसाठी कोणालातरी दोष देत आहोत, अन् तेही हे न बघता की त्याने किंवा तिने काही केले आहे किंवा केले नाही. जेव्हा आपल्या जोडीदाराकडे आपल्याला जे वाटते, त्याची जबाबदारी नाकारण्याचे कुठलेही सयुक्तिक कारण नसते तेव्हाच ती आपले म्हणणे सकारात्मक रीतीने ऐकून घेते.

संवादकौशल्याची अनेक पुस्तके सोप्या सूचकतेने 'मला वाटते' याच्यावर जास्त जोर देतात आणि 'तू', 'तुम्ही'सारखी विधाने वगळतात; हे जरी खरे असले तरीसुद्धा, 'मी' विधान हे दोषारोपण करणारे विधान नसावे. 'मला असे वाटते.' सारखी विधाने ही 'तू' विधानांसारखी दोषारोपण करणारी असतात. फक्त केवळ 'मला वाटते'च्या नावाखाली आपल्या नकळतपणे आपण आपल्या जोडीदाराला आपल्यापासून दूर ढकलतो.

'मला वाटते' अशी सुरुवात करणारी स्थिती ही 'तू'नी सुरुवात करणाऱ्या विधानांइतकीच दोषारोप करणारी असतात.

आपण आपल्या भावनांच्या जाणिवांसाठी थोडा अधिक वेळ काढला आणि क्षमा केली तर दुसऱ्यांवर दोषारोप करण्याची आपली प्रवृत्ती जरा कमी होईल. आपल्या भावना दुसऱ्याला त्याच्या चुका न दाखवता व्यक्त करायला शिकलो तर आपला जोडीदार अधिक चांगला स्वीकार करेल. आपल्या भावना, गरजा, मागण्या आणि इच्छा या जोडीदाराशी वाटून घेण्यापूर्वीच जर आपण क्षमा करणे शिकलो तर आपल्या स्वभावात दोषारोपाचा दोष औषधालासुद्धा उरणार नाही.

आपल्या भावना दोषारोपाशिवाय वाटून घेणे.

विशेष करून बायकांना आपल्या भावना इतरांबरोबर वाटून घेण्याची तीव्र इच्छा असते. आपल्या या उपजत गुणामुळे बाईला असे वाटते की, तिच्या वेदना अशी व्यक्ती- जी तिच्यावर प्रेम करते- तिच्याबरोबर वाटून घेतल्या तर ती नक्कीच भविष्यात तिचे संरक्षण करण्यास आणि तिला आधार देण्यास प्रवृत्त होईल.

जोपर्यंत इतरांना कळत नाही की आपल्याला नेमके काय वाटते तोपर्यंत ते त्यांच्या वागणुकीत सुधारणा करणार नाहीत आणि आपल्याला कुठल्या प्रश्नाचा आधार पाहिजे हेसुद्धा त्यांना समजणार नाही.

आपण आपल्या भावना इतरांबरोबर कशा प्रकारे वाटून घेतो यावरून त्या कोणी ऐकून घेणार की नाही हे ठरते. सामान्यपणे बायका त्यांच्या भावना व्यक्त करण्यासाठी 'दोषारोपण करणारी विधाने'च वापरतात, त्यामुळे त्यांचे दुःख समजून घेणे आणि त्याच्या निवारणासाठी काही करणे हे बाजूला राहून मात्र तो हल्ला परतवण्याच्या तयारीला लागतात. त्यांची त्या स्त्रीबद्दल असलेली पूर्वीची सहानुभूती लोप पावते आणि तो स्वतःत बदल करण्यासाठी अधिकच ताठर बनतो.

आयुष्य पुन्हा मागे नेले.

जेव्हा पती-पत्नी म्हणून आपण नातेसंबंध संपवले असतील आणि आपल्याला मुले असतील तर तेव्हा हे लक्षात घेतले पाहिजे, की अशा वेळी नातेसंबंध कधीच संपत नसतात. आपण ते संपवू शकत नाही, पण बदलू शकतो. आता जरी आपण एकमेकांचे विवाहित जोडीदार नसलो तरी आपण पालक मात्र नक्की असतो आणि आता आपल्याला अशा प्रकारे एकमेकांशी संवाद साधायची गरज असते की आपला पूर्वीचा जोडीदार किंवा आपला सहपालक याच्यावर दोषारोप होणार नाहीत.

आपली आयुष्ये पुन्हा मागे नेण्यासाठी आपल्याला आपण बळी पडलो आहोत अशा पद्धतीचा विचार करणे थांबवावे लागेल, उलट आता पूर्वीसारखे भांडायचे नाही याची खबरदारी घ्यावी लागेल. घटस्फोटित सहपालकांच्या बाबतीत नेहमी येणारी समस्या अशी असते की ते फक्त दोषारोप करणारी विधानेच करतात. स्वतःला थंड करण्याचा प्रयत्न करत नाहीत किंवा आपल्या भावना वाटून घेण्यापूर्वी त्याचा सुवर्णमध्य गाठत नाहीत.

जरी स्त्री आणि पुरुष यांनी पैशावरून, जबाबदारीवरून, वचनबद्धतेवरून, जीवनविषयक मूल्यांवरून, मुलांना शिस्त लावण्यावरून कितीही भांडाभांडी केली, कितीही वादविवाद केले तरीही त्यांच्या भांडणामागचे खरे कारण हेच असते की एकमेकांना दूषणे देणारी विधाने ते बिनदिक्कत करतात- त्यासाठी दुसरा पर्याय त्यांना सापडत नाही. भांडणाला सुरुवात केल्यानंतर काही मिनिटांमध्येच भांडणाच्या पद्धतीवरून भांडायला लागतात.

जर नवरा-बायकोंनी आपल्या मतभेदांची मीमांसा एकमेकांशी, एकमेकांना दूषणे न देता एकमेकांपर्यंत पोहोचवायचा प्रयत्न केला तर ते दोघेहीजण एकमेकांचे बोलणे ऐकण्याच्या मनःस्थितीत असतात. जेव्हा दोन्ही पक्षांना आपले म्हणणे ऐकून घेतल्याचे समाधान मिळते व आपल्याला दूषणे न देता सन्मानाने वागवले हे जाणवते तेव्हाच काहीतरी विधायक पर्याय मिळू शकतो व पती-पत्नींमधील भांडणे मिटू शकतात.

जरी अनवधानाने आपण काही चुकीचे शब्द वापरले, अन् जरी आपला दृष्टिकोन असे दाखवत असेल की आपण आपल्या जोडीदाराला माफ केले आहे तरी त्यामुळे आपल्या भावना समजावून घेतल्या जातील आणि सकारात्मक दृष्टीने विचार केला जाईल. जर आपल्यामध्ये संवादकौशल्य नसेल, त्याचा कधी जाणीवपूर्वक विचार केला नसेल तर आपली दुसऱ्याला दोष देण्याची प्रवृत्ती बळावते आणि आपण आपली त्याच्यावर दोष लादण्याची चूक लक्षात न घेता ती समोरची व्यक्ती आपल्यावरील हल्ले कसे परतवते याचाच त्रास करून घेतो.

आपल्या भावना ओखळणे व त्यात बदल करण्याची ताकद आपल्यामध्ये असणे, त्याचा उपयोग करून घेऊन आपली दोषारोपाच्या चक्रातून सुटका होऊ शकते. जोपर्यंत आपल्याला हे समजत नाही की आपण आपल्या नकारात्मक भावनांमधून मुक्त होऊ शकतो आणि त्यांचे सकारात्मक भावनांमध्ये रूपांतर करू शकतो तोपर्यंत आपल्या दु:खाला आपण आपल्या जोडीदारालाच जबाबदार धरतो. जर आपण आपल्या दुखऱ्या भावना उराशी घट्ट कवटाळून बसलो तर आपला फक्त संतापच वाढत जातो.

पुढच्या प्रकरणामध्ये आपल्याला आणखी कोणत्या भावनांना सामोरे जायचे आहे याचा विचार करू. स्वत:साठी वेळ देऊन आणि आपल्या मनाचे चांगले संगोपन करून आपण आपली उपचार प्रक्रिया पूर्ण करू.

■

९

प्रेमाने निरोप द्या

जेव्हा नातेसंबंध संपतात तेव्हा आपल्यापुढे फक्त दोनच मार्ग शिल्लक राहतात, जिथे आपण जाऊ शकतो. एकतर प्रेमाकडे आपण अधिक डोळसपणाने बघायला शिकतो किंवा प्रेमसंबंधात आपली हळूहळू उतरती कळा लागते. आयुष्य नव्याने सुरू करण्यासाठी आपल्यापुढे हे आव्हान असते की आपल्या दुःखातून आपली मुक्तता क्षमाशीलता, सामंजस्य, कृतज्ञता आणि विश्वास यांच्यायोगे व्हायला हवी. अशा पद्धतीचा निरोप समारंभ जर पार पडला तरच आपल्याला स्वत:बद्दल, भविष्याबद्दल आणि आपल्या भूतकाळाबद्दल आदराची भावना राहील. जरी हे सगळे म्हणणे सोपे असले तरी प्रत्यक्षात आणण्यासाठी हे फार अवघड आहे.

उपचारप्रक्रियेतील उपयुक्त गोष्टी कोणत्या हे समजून घेतले नाही तर आपल्याला नको असलेल्या अनेक वेगवेगळ्या भावनांमध्येच आपण गुंतून पडतो. अशा वेळी संताप, दोषारोप, अलिप्तता, अपराधीपणा, असुरक्षितता, निराशा, हेवेदावे, मत्सर या सगळ्या नकारात्मक भावनांच्या विळख्यात सापडणे हे तर नेहमीचेच आहे. या सात प्रकारच्या नकारात्मक भावना आपल्याला पुन्हा प्रेम करण्यापासून परावृत्त करतात. या भावनांचा मनात डोंब उसळला तर ती स्पष्ट सूचना समजावी की आता आपल्याला उपचार प्रक्रियेची गरज आहे. या भावना दीर्घकाळ आपल्या मनात ठाण मांडून बसल्या तर समजावे की उपचार प्रक्रियेतील काही महत्त्वाचा भाग आपण चुकवतोय.

वरील सात प्रकारच्या भावना ह्या चार उपचारात्मक भावनांच्या विरुद्ध आहेत. हे जे सात प्रकारचे दोष आहेत, यांच्या जाणिवा होऊ देणे किंवा त्यांना विरोध करणे या दोन्हीचाही उपयोग नाही. जितका आपण त्यांचा विचार करू तितके जास्त दुःख

आपल्याला होईल. ह्या भावना म्हणजे जणू काही भावनिक विचारांची दलदलच होय. जितका आपण या भावनांना विरोध करू तितक्या त्या आपल्याला खोल गर्तेत गाडून टाकतील.

त्या सात नकारात्मक भावना म्हणजे जणू काही भावनिक दलदलच आहे. जितका आपण त्या भावनांना विरोध करू तितक्या त्या आपल्याला खोल गर्तेत नेतात.

यांपैकी प्रत्येक नकारात्मक भावना एक विशेष संदेश पोहोचवते. जर आपल्याला तो संदेश समजला, आपल्यापर्यंत पोहोचला तर संदेश देणारा- पोस्टमन किंवा कुरियरवाला म्हणूया आपण त्याला- तो निघून जातो, पण आपण हे कुरियर घेतले नाही तर तो आपले दार आपण उघडेपर्यंत ठोठावीत राहतो. जितके या टकटकीकडे किंवा डोअरबेलकडे आपण दुर्लक्ष करू तितका त्याचा आवाज अधिक तीव्र होतो.

या सात नकारात्मक भावनांपैकी प्रत्येक भावना ही झगझगत्या नियॉन साईनप्रमाणे आपण दुर्लक्ष करीत असलेल्या वेदनांकडे आपले लक्ष वेधते. जेव्हा एखाद्या विशिष्ट प्रसंगात आपले दुःख आपल्याला जाणिवेसाठी रोखून धरते तेव्हा या नकारात्मक भावनांचे आगमन होते व त्या आपल्या उपचारात्मक प्रक्रियेत काय करायचे बाकी आहे तिकडे बोट दाखवतात. थोडक्यात, आपल्या हृदयाच्या चोरकप्प्यात ज्या इच्छा-आकांक्षा आपण दडवून ठेवल्या आहेत, त्या त्या उघड्या करून दाखवतात. जेव्हा या भावनांचे आपले हृदयातील स्थान स्पष्ट होते आणि आपण त्याच्यावर उपचार करतो तेव्हा या नकारात्मक भावना आपोआप अदृश्य होतात.

या सात नकारात्मक भावनांपैकी प्रत्येक भावना ही झगमगत्या निऑन साईनप्रमाणे आपण दुर्लक्ष करीत असलेल्या वेदनांकडे आपले लक्ष वेधते.

या सात नकारात्मक भावनांच्या विळख्यातून सुटण्याचा एकमेव मार्ग म्हणजे त्यांच्यात लपलेल्या संदेशाकडे लक्ष द्या.

१) संतापाच्या भावनेतून मुक्त होणे.

या सात नकारात्मक भावनांपैकी सगळ्यात जास्त प्रामुख्याने जाणवणारी भावना म्हणजे राग, संताप. विशेषत: जे लग्न किंवा नातेसंबंध विशेष प्रेमाचे किंवा

आस्थेचे नव्हते त्याचा शेवट होतो तेव्हा जास्त चिडचिड होते. आपण रागावतो, कारण आपण फार वेळ वाया घालवलेला असतो. आपण रागावतो, कारण आपल्या आशा आणि अपेक्षा पूर्ण झालेल्या नसतात. आपण आपले सर्वस्व जोडीदारावर लुटलेले असते, पण त्या बदल्यात आपल्याला काहीच मिळालेले नसते. आपण कितीही चांगले वागायचा प्रयत्न केला असला तरी ते आपल्या जोडीदारासाठी कधीच पुरेसे नव्हते, त्यामुळे आपला राग शांत होत नाही तोपर्यंत परिस्थिती हेच दर्शवते की अजूनही आपली दुसऱ्या नातेसंबंधात शिरण्याची मानसिक तयारी नाही.

जेव्हा आपण रागाने बेभान होतो तेव्हा आपल्यासमोरील सगळ्यात मोठे आव्हान असते ते म्हणजे जोडीदाराला प्रेमपूर्वक क्षमा करून 'गुड बाय' म्हणणे. आपल्याला रागावण्याचा पूर्ण अधिकार आहे हे जरी खरे असले तरी कोणे एके काळी आपण बेभान होऊन ज्या व्यक्तीवर प्रेम केलेले असते ते सर्व आठवणे आणि त्याने ज्या चुका केल्या त्या माफ करणे हे खरे आपले नवे आव्हान असते. जर ही शोकप्रक्रिया योग्य वेळ देऊन पूर्ण केली तर आपण आपल्या रागाच्या भावनेतून मुक्त होऊ शकतो आणि आपल्या जोडीदाराला भावी आयुष्याच्या शुभेच्छा देऊ शकतो.

शेवटी आपल्या रागाच्या भावनांमधून मुक्त होऊन आपल्या जोडीदाराला भावी आयुष्यासाठी शुभेच्छा देणे आपल्याला जमून जाते.

आपले खोल गाडलेले प्रेम पुन्हा उकरून काढण्यासाठी चार उपचारात्मक भावनांचा शोध घेण्याची गरज असते.

१. आपल्याला राग येणे अत्यंत आवश्यक आहे, कारण त्यामुळे आपल्या आयुष्याची काही वर्षे वाया गेली आहेत, आपल्याला फसवले आहे आणि ज्या प्रेम आणि आधाराला आपण पात्र होतो तो आपल्यापासून हिरावून घेतला गेला आहे.
२. आपल्याला दुःखसुद्धा होणे आवश्यक आहे, कारण आपले नातेसंबंध आता संपुष्टात आले आहेत. आता आपल्यावर प्रेम करणारे कोणी नाही आणि आपले प्रेम निष्फळ ठरले आहे.
३. आपल्याला आता भविष्याबद्दल चिंता वाटणेसुद्धा साहजिक आहे, कारण आत्ता आपल्याला मूर्ख बनवले गेले आहे. यापुढील आयुष्यात कोणी आपल्याला मूर्ख बनवायला नको, कारण एकदा आपली प्रेमसंबंधात अशी फसगत झालेली आहे.

४. आपल्याला अत्यंत वाईट, खिन्न वाटणारच, कारण आता पुन्हा भूतकाळात परत जाऊन तेव्हाच्या गोष्टी बदलणे आपल्याला शक्य नाही. गेलेली वर्षे आता भरून काढणे शक्य नाही आणि आपल्या जोडीदाराच्या भावनासुद्धा बदलणे आपल्याला शक्य नाही.

जर अतिशय समजूतदारपणाने तुम्ही आता तुमच्या जोडीदाराला माफ करून टाकले तर तुम्हाला तुमचे सुरुवातीच्या काळातले प्रेमाने ओथंबलेले क्षण पुन्हा आठवतील. प्रेमाच्या त्या सुखद क्षणांची आठवण होणे उपचारासाठी अत्यंत गरजेचे आहे. जोपर्यंत एकमेकांबरोबरच्या प्रेमाच्या सकारात्मक भावनांची आठवण येत नाही तोपर्यंत आपण जोडीदाराला माफ केलं नाही हेच स्पष्ट होत राहतं.

क्षमाशीलतेचा अर्थ

काही वेळेस आपण क्षमा करू शकत नाही; याचे खरे कारण असे असते की क्षमा करण्याचा अर्थच आपल्याला समजत नाही. आपला असा समज असतो की आपण आपल्या जोडीदाराला माफ केले आणि त्याच्याबद्दल आपल्याला प्रेम वाटले तर आपल्याला आपल्या नातेसंबंधांकडे परत वळावे लागेल, पण हे खरे नसते. एखाद्याचा निरोप घ्यायचा असेल तर तो प्रेमाने घेणे हा सगळ्यात उत्तम मार्ग आहे. आपले त्याच्यावर प्रेम आहे पण तो आपल्यासाठी योग्य नाही ही जाणीव आपल्याला जर नातेसंबंध तोडताना आपण, 'मी आता तुझ्यावर परत कधीही प्रेम करणार नाही.' असे म्हणून 'गुड बाय' केले तर आपण जाताना हृदयाची कवाडे बंद केली असे होईल आणि मग अशा बंद दाराच्या हृदयात पुन्हा कधीच दुसरं प्रेम प्रवेश करू शकणार नाही.

आपल्या जुन्या जोडीदाराला क्षमा करायची याचा अर्थ असा नाही की पुन्हा पूर्वीच्या प्रेमसंबंधात शिरायचे.

उलटपक्षी आपल्या हृदयाची कवाडे जर उघडी असली तर आपण आपल्यासाठी योग्य व्यक्ती निवडू शकू. आपण नक्कीच अशा जोडीदाराच्या शोधात असतो जो आपल्याला हवे ते देईल आणि आपली निराशा करणार नाही. योग्य व्यक्ती निवडण्याची क्षमता ही उघड्या दरवाजाच्या हृदयातूनच येते. जर आपल्या हृदयाची कवाडे एखाद्या व्यक्तीसाठी बंद केली तर ती दुसऱ्या व्यक्तीसाठी कधीच उघडू शकत नाहीत. जर भूतकाळातील घटनांचा विचार करून आपले हृदय मिटून गेले

तर भविष्यात प्रेमासाठी ते उघडणे अवघड होते. कदाचित भविष्यात आपल्याला प्रेमळ जोडीदार मिळण्याची शक्यता असते, पण तेव्हा त्या व्यक्तीचे आपल्याकडून योग्य कौतुकही केलं जात नाही.

२) दोषारोपाकडे दुर्लक्ष करा.

नातेसंबंधांचा शेवट झाला तर पुष्कळ वेळा आपण त्याचे खापर आपल्या जोडीदाराच्या माथीच फोडतो, त्यामुळे आपल्याला खूप बरे वाटते. आता आपण पुढचा मार्ग चालायला सुरुवात करतो. आपल्याला आनंद वाटतो, कारण आपण नको असलेल्या संबंधांतून बाहेर पडलो आणि प्रेम आणि आनंद मिळण्याची पुढील संधी आपल्याला उपलब्ध झाली. ही प्रतिक्रिया निश्चितच बरोबर आहे. आपण अनिर्णित भावनांमध्ये अडकून बसायला तयार नाही हेच ही परिस्थिती दर्शवते, पण आपण जर आपल्या या भावना दुर्लक्षित केल्या आणि तसेच पुढे चालत राहिलो तर आपण अशा जोडीदाराकडे खेचले जाऊ जो आपल्या या अनिर्णित भावनांवर बंदूक रोखून त्याचा चाप ओढेल.

जर आपल्याला या नकारात्मक भावनांमधून मुक्तता मिळाली तर आपण अनिर्णित भावनांचे मालक बनणार नाही याची पूर्ण खात्री होते.

सामान्यपणे स्त्री व पुरुष यांची दुःखातून मुक्त होण्याची कारणे वेगवेगळी आहेत. आपल्या जोडीदाराला आपल्या समस्यांबद्दल दोषी ठरवले की पुरुषाला खूप बरे वाटते, तर बाईला आपल्या बिघडलेल्या नातेसंबंधांबद्दल आपण जबाबदार नाही अशी खात्री पटली की तिला सुटल्यासारखे वाटते. जरी दोघांनाही म्हणजे स्त्री व पुरुषांना त्या क्षणी मुक्त वाटले तरीसुद्धा दोघांनाही आपल्या हृदयात जरा खोलवर डोकावणे आवश्यक आहे, म्हणजे पुढच्या वेळेस योग्य जोडीदार निवडता येईल.

पुरुष सगळे विसरायला उत्सुक असतो. जरी त्याने जोडीदाराला क्षमा केलेली नसली तरीही! आपल्या प्रेमसंबंधांतील अपयशावर त्याचे तात्काळ निवारण म्हणजे दुसरा जोडीदार शोधणे. त्याचा हा दृष्टिकोन सकारात्मक असला तरीसुद्धा पुढील नातेसंबंधात पुन्हा जेव्हा त्यासारखेच मुद्दे उपस्थित होतात तेव्हा पुन्हा तो आपल्या जोडीदारालाच दोष देतो आणि या वेळेस पुन्हा क्षमा करणे त्याला अवघड जाते.

क्षमाशील होण्यासाठी पुरुषाला काय करणे गरजेचे आहे तर नातेसंबंधातील या समस्यांमध्ये आपला वाटा किती आहे हे शोधणे. जर त्या पुरुषाला या समस्यांसाठी आपण जबाबदार आहोत असे वाटले तर त्याची क्षमाशीलता वाढेल.

क्षमा करणारा आणि जबाबदारी घेणारा दृष्टिकोन पुरुषांना जास्त चोखंदळपणापासून किंवा दोषारोपाच्या भावनेतून पुढील नातेसंबंधात मुक्त करेल.

जोडीदाराला क्षमा करण्यासाठी प्रत्येक पुरुषाने हे विचार करून शोधून काढले पाहिजे की ज्या समस्या निर्माण झाल्या त्याला तो किती प्रमाणात जबाबदार आहे?

जेव्हा बायकांच्या बाबतीत दु:खमुक्त होण्याचा प्रश्न येतो तेव्हा ते जबाबदारीशी निगडित असते. आता इथून पुढे नातेसंबंध टिकवण्याची जबाबदारी तिची नाही या कल्पनेने तिला मुक्त झाल्यासारखे वाटते. तिला असे वाटते की या नातेसंबंधात तिने पुरेसा त्याग केला होता आणि तिने काहीच द्यायचे बाकी ठेवलेले नव्हते. मनाच्या अशा अवस्थेत तिने ही काळजी घेतली पाहिजे की लगेच माफ करून टाकायचे नाही, अन्यथा ती आत्मदोषाच्या चक्रात सापडेल. जेव्हा प्रेमाचे नातेसंबंध तुटतात तेव्हा पुरुष त्यांच्या जोडीदाराला दोष देण्यातच धन्यता मानतात तर बायका स्वत:लाच दूषणे देतात.

जोडीदाराला क्षमा करण्यासाठी आणि विसरण्यासाठी बायकांना प्रथम हे लक्षात घेण्याची गरज असते की नातेसंबंधात त्यांना काय समस्या सोसाव्या लागल्या! जर स्त्रीने फार लवकर जोडीदाराला माफ केले तर कदाचित तिच्या मनात अपराधीपण रेंगाळत राहील किंवा आपली किंमत शून्य आहे असं तिला वाटेल म्हणूनच तिने आपल्या चार नकारात्मक भावना जाणून घेण्यास पुरेसा वेळ देऊन उपचार प्रक्रिया पूर्ण केली तर तिच्या प्रियकराला आपल्या मनावर अपराधीपणाचे ओझे बाळगून त्याला माफ करण्याची वेळ तिच्यावर येणार नाही.

जेव्हा प्रेमसंबंधात अपयश येते तेव्हा पुरुष त्यांच्या जोडीदाराला दोष देण्यात धन्यता मानतात तर बायका स्वत:लाच दोषी ठरवतात.

जेव्हा नातेसंबंध संपुष्टात येण्याच्या घटनेची खूप जास्त जबाबदारी बाईवर न पडता तिला दोषमुक्त झाल्यासारखे वाटेल तेव्हा तिच्या पुढील नातेसंबंधांसाठी हा योग्य पाया आहे असे समजण्यास हरकत नाही. आता ती जबाबदारी घेणे व क्षमाशील असणे या दोन्ही गोष्टी शिकल्यामुळे पुढील आयुष्यातील नातेसंबंधात ती अधिक ठामपणे उभी राहील. आता ती हे शिकेल की पहिल्या नातेसंबंधात घडलेल्या अप्रिय घटना आता ती पुढील नातेसंबंधात कशा प्रकारे कौशल्याने टाळू शकेल.

जबाबदारीची जाणीव स्त्रीला पुढील नातेसंबंधामध्ये अधिक काळजी घ्यायला भाग पाडेल व जे पूर्वीच्या नातेसंबंधात तिला सोसावे लागले त्या गोष्टीची पुनरावृत्ती टाळण्यासाठी ती विशेष प्रयत्न करेल.

जर एखाद्या स्त्रीला असे वाटेल की नातेसंबंध प्रस्थापित करणे म्हणजे त्याग करणे होय तर ती पुन्हा दुसऱ्या नातेसंबंधात शिरणे नाकारेल, तसेच जेव्हा पुरुषाला त्याच्या जुन्या प्रेमसंबंधांची आठवण त्यातील दोषारोपांसह होईल तेव्हा तो दुसऱ्या नातेसंबंधात शिरलेला असेल, पण त्या नातेसंबंधात जर त्याला काही त्याग करावा लागला किंवा तडजोडी कराव्या लागल्या तर मात्र तो ते नातेसंबंध संपवण्याचा प्रयत्न करेल.

जेव्हा नातेसंबंध संपवताना आपल्याला आनंद होत असेल तेव्हा आपल्या या भावनेकडेसुद्धा लक्ष देणे आपल्यापुढील आव्हान ठरेल. आपल्याला आनंद होत आहे याचा महत्त्वाचा भाग असा की आपल्याला नको असलेल्या भावना शेवटी एकदाच्या थांबल्या. आपली नैसर्गिक प्रवृत्ती काय असते की जे घडले ते आपण विसरण्याचा प्रयत्न करतो. निश्चितच काही वेळेस ही युक्ती आपल्याला उपयोगी पडते, पण जेव्हा नातेसंबंध अत्यंत जिव्हाळ्याचे असतील तेव्हा हे योग्य नसते.

आपल्या मनाच्या पृष्ठभागावरच्या आनंदाच्या भावनांच्या खालील भावनांचा जर आपण शोध घेतला तर हळूहळू अनेक अनिर्णित भावनांचे आख्खे विश्वच आपल्याला उलगडेल. जरी आपले जुने नातेसंबंध आपण आनंदाने विसरायला तयार असलो आणि आयुष्य पुढे न्यायला उत्सुक असलो तरीसुद्धा हा शहाणपणाचा सल्ला ठरेल की, आपण आपल्या मनाला रागावण्याची परवानगी दिली पाहिजे आणि त्या चारही उपचारात्मक भावनांची जाणीव करून घेतली पाहिजे. जेव्हा आपले वर्तमान चांगले घडण्यासाठी आपल्याला आपला भूतकाळ विसरण्याची गरज पडत नाही तेव्हाच दुसरे नातेसंबंध प्रस्थापित करण्याचा तो योग्य काळ ठरतो.

३) अलिप्ततेला दूर ठेवा.

जेव्हा एखादा घटस्फोट होताना आपण भावनाविवश होत नाही तेव्हा आता आपण उदास, अलिप्त किंवा सगळे प्रेमाचे पाश तोडणारे असे होणार याची आपल्याला भीती असते, तरीसुद्धा आपण अत्यंत समजूतदार आहोत असा मुखवटा चढवून आपल्या पराभवाच्या भावना दडपण्याची शक्यता असते. मन हृदयापेक्षा कमी कर्मठ असते; ते लगेच तडजोड करायला सुरुवात करते, त्यामुळे

समजूतदारपणे नातेसंबंध संपवणे हे एक मोठे आव्हान ठरते. जेव्हा पती-पत्नी आपले नातेसंबंध किंवा विवाहाचे बंधन समजूतदारपणे संपवायचे ठरवतात तेव्हासुद्धा त्यांच्या हृदयात एकमेकांसाठी अजूनही प्रेमच असते.

शेवटी जेव्हा नातेसंबंध संपूर्णपणे संपुष्टात येतात तेव्हा आपण विचार करतो की हा शहाणपणाचाच निर्णय होता, पण तरीसुद्धा आपल्यासाठी खेद वा खंत वाटणे गरजेचे असते. जेव्हा आपण नातेसंबंध तोडायचे असे नक्की करतो तेव्हा आपण आपल्या मनाला संघर्षात्मक भावना जाणवण्याची परवानगी द्यायला हवी, नाहीतर आपल्या अंतर्मनातील प्रेम करण्याची आणि प्रेम करून घेण्याची इच्छाच मारली जाईल.

जरी आपण आपल्या जोडीदारापासून अलग झालो ही गोष्ट आपल्यासाठी चांगलीच झाली असली तरीसुद्धा थोड्या काळासाठी तरी दु:ख करणे गरजेचे असते. आपण हे ओळखले पाहिजे की मनाच्या एखाद्या कोपऱ्यात तरी हे माझे नातेसंबंध टिकावेत अशी आपल्याला आशा होती. मनाच्या कोपऱ्यातला हा आवाज आपली उपचार प्रक्रिया पूर्ण होईपर्यंत कामी आला पाहिजे.

जेव्हा नातेसंबंध तुटणे हे 'आपल्या भल्यासाठीच आहे' अशी खात्री होते, तेव्हा त्या चार उपचारात्मक भावनांची जाणीव होणे अवघड असते.

जेव्हा प्रेमाचे नाते आपण समजूतदारपणे संपवतो तेव्हासुद्धा आपण आपल्या मनाला भूतकाळातील चांगल्या आठवणींमध्ये रमण्याची संधी दिली पाहिजे. प्रेमातील अनपेक्षित शेवटामुळे झालेले दु:ख आणि खंत आपल्याला जाणवली पाहिजे, जरी तो निर्णय सगळ्यात उत्तम असला तरी! जरी नातेसंबंध तोडण्याचा निर्णय भल्यासाठी असला तरी भावनिक पातळीवर आपण तडजोड करण्याची संधी दिली हे जाणवण्याचीसुद्धा गरज असते. खरेतर हे अगदी सहजगत्या व्हायला हवे, पण जर ते दु:ख आपल्याला आपोआप जाणवले नाही तर त्यासाठी मात्र खास प्रयत्न करावे लागतील.

दु:ख करण्यासाठी तुम्ही तुमच्या प्रेमसंबंधातील सुरुवातीच्या काळात जी आशा आणि स्वप्ने पाहिली ती आठवून यशस्वी होऊ शकता, त्यामुळे सतर्क राहून तुम्हाला प्रेमाचे नाते संपल्याची टोचणी लागते आणि आता तुम्हाला जे घडायला नको होते ते घडले याचा ठपका तुम्ही जोडीदारावर ठेवू शकता, त्यामुळे तुमच्यात रागाच्या भावना तुम्ही अनुभवाल आणि त्यानंतर तुम्ही जोडीदाराला क्षमा कराल.

तुमचे नातेसंबंध तोडत असताना आपण खूप मोठी चूक करत आहोत अशी भीती तुम्हाला वाटणे गरजेचे आहे तसेच तुम्ही तुमचे नातेसंबंध टिकवून ठेवू

शकला नाहीत याबद्दल खंत वाटणेही गरजेचे आहे. कधीतरी तुम्हाला असे वाटणेही नैसर्गिक आहे की आपण आपल्या गतआयुष्यात ज्या चुका केल्या त्या करायला नको होत्या. हा दुःखाला दूर ठेवण्याच्या प्रक्रियेचाच एक भाग आहे, पण अशा भावना मनात आल्या तरीही याचा अर्थ असा नव्हे की, पुन्हा तुमच्या जोडीदाराबद्दल प्रेम निर्माण होऊन तुम्ही तुमच्या पूर्वीच्या संबंधात जावे.

आपले पूर्वीचे जिव्हाळ्याचे संबंध जाणवून घेऊनसुद्धा आपल्याला जोडीदाराच्या प्रति द्वेष, सूड यांसारख्या भावना मनात न आणता त्याच्याबरोबरचे नातेसंबंध तोडता येतात.

पराभवाचे शल्य मनात ठेवूनसुद्धा आणि मनात फारशी जवळीक नसतानासुद्धा आपल्या हृदयाची दारे उघडी राहू शकतात. अतिशय सामंजस्याने व अलिप्ततेने नातेसंबंध संपले तर आयुष्यभर वरकरणी दिसून न येणाऱ्या जखमा, निराशा आणि दुःख यांच्यावर पांघरूण घातले जाते. जर प्रेमसंबंधातील या अपयशाचे दुःख तुम्हाला होत नसेल तर तुम्हाला सल्ला असा की गतजीवनातील दुसऱ्या एखाद्या दुःखाच्या आठवणी काढा जेव्हा तुमच्या भूतकाळात कधीतरी असे काहीतरी घडले की ज्यामुळे तुम्हाला प्रेमाची गरज वाटेनाशी झाली.

समजूतदारपणे नातेसंबंध संपवले तर आयुष्यभरच्या निराशा आणि दुःखावर पडदा पडतो.

आता तुमच्या गतजीवनातील काही घटनांमध्ये डोकवा जेव्हा तुमचे वय कोवळे होते, पण तरीही तुम्हाला खंबीर राहावे लागले. ती वेळ अशी होती की तुम्ही कोणाकडेही मदत मागू शकत नव्हता. त्या वेळी तुम्हाला सुरक्षितसुद्धा वाटत नव्हते. असे कोणीही नव्हते ज्यांच्याबरोबर तुम्ही तुमच्या भावना वाटून घ्याल, तुमच्या वेदना कोणाला सांगाल. आणि म्हणूनच तुम्हाला तुमच्या भावना कोणाबरोबर वाटून घ्यायला सुरक्षित वाटेपर्यंत तुम्ही तुमच्या वेदना उराशी कवटाळून धरल्या, पण आता ही योग्य वेळ आहे की त्या यातनांमधून मुक्त व्हा! कारण आता तुम्ही सुरक्षित आहात. आता चारही नकारात्मक उपचाराच्या भावना जाणवून घ्या आणि त्यानंतर प्रेम आणि क्षमेने तुमचे हृदय भरून घेऊन आयुष्याला नव्याने सुरुवात करायला तयार व्हा.

४) अपराधीपणाला दूर ठेवा.

जेव्हा नातेसंबंध संपतात तेव्हा दोन प्रकारचे अपराधीपण मनात येते. पहिले अपराधीपण यासाठी की, आपण आपल्या जोडीदाराला जमेल त्या मार्गाने दु:खी आणि निराश केले आणि दुसरे अपराधीपण यासाठी की, आता आपण नातेसंबंध तोडत आहोत. आपण प्रेमाच्या आणाभाका खाल्ल्या होत्या आणि आता आपण दिलेली वचने मोडत आहोत. या दोन्हींपैकी कुठल्याही प्रकारचे अपराधीपण वाटत असले तरीसुद्धा उपाय एकच- अपराधीपणातून बाहेर पडायचे असेल तर स्वत:ला माफ करून टाकायचे.

आपण केलेल्या चुकीसाठी अपराधी वाटणे ही नैसर्गिक प्रतिक्रिया आहे, पण एकदा आपली चूक लक्षात आल्यानंतरही सतत अपराधीपण टोचत राहणे हे फारसे निरोगीपणाचे लक्षण नाही. अपराधी भावना जणू शरीरात विष पसरविण्याचे काम करते. तेव्हा आपल्याला त्यामधील संदेश ऐकू येत राहतो, पण स्वत:ला क्षमा करून आपण त्यातून मुक्तता मिळवू शकत नाही. असे अपराधीपण आपले आयुष्य खराब करून टाकते आणि स्वत:बद्दल अनादर निर्माण करते. तेव्हा ते विषारी बनते.

काही लोकांच्या बाबतीत त्यांच्यावर अन्याय झाला की त्यांच्या मनाला जखम होते तर काही लोक त्यांच्या एखाद्या कृतीबद्दल किंवा एखादी गोष्ट न केल्याबद्दल स्वत:ला अपराधी मानतात. दुखावले जाणे आणि अपराधी वाटणे या दोन्ही भावना एकमेकींशी अशासाठी निगडित आहेत की त्या भावनांपासून सुटका होणे फार अवघड असते, कारण त्या दोन्ही गोष्टींवर उतारा एकच तो म्हणजे क्षमाशीलता! आपल्या दुखावलेल्या मनाला आराम मिळावा म्हणून दुसऱ्या माणसाला क्षमा करावी लागते तर अपराधीपणापासून मुक्तता मिळण्यासाठी स्वत:ला माफ करावे लागते.

आपण इतरांना माफ करणे शिकलो नाही तर स्वत:ला माफ करणे आणखी कठीण जाते.

जर नातेसंबंध संपवण्याच्या वेळी आपल्याला अपराधी वाटले तर हे स्पष्ट समजावे की अजून आपल्या हृदयावरील उपचार प्रक्रिया पूर्ण झाली नाही. अनेकदा असे होते की जोपर्यंत आपल्याला हे जाणवत नाही की इतरांनी आपल्याला माफ केले तोपर्यंत आपण स्वत:ला माफ करू शकत नाही.

असे जरुरी नाही की आपला पूर्वाश्रमीचा जोडीदार आपल्याला माफ करेल.

आपल्याला स्वत:बद्दल आदर वाटण्यापूर्वीच आपला जुना जोडीदार आपल्याला माफ करेल असे वाटणे हे स्वत:वर मर्यादा घालणे आहे, त्यापेक्षा आपल्या जोडीदाराला असे पत्र लिहावे व त्यामध्ये आपल्या चुका मोकळ्या मनाने कबूल कराव्या आणि जोडीदार आपल्याला माफ करेल अशी आशा धरावी- हे जास्त उपयुक्त ठरेल. मध्यंतरीच्या काळात तज्ज्ञ व्यक्तींकडून उपचार करून घ्यावे किंवा आधार केंद्रात दाखल व्हावे आणि ज्या गोष्टींनी अपराधीपण आले असेल त्या इतरांबरोबर वाटून घ्याव्या. ज्यांच्याबरोबर आपण भावना वाटून घेतल्या त्यांचा स्वीकार आणि टीका न करण्याची वृत्ती असा हवा असलेला प्रतिसाद मिळाला तर स्वत:ला क्षमा करण्यात आपण यशस्वी होऊ.

स्वत:ला माफ करणे हे दुसऱ्यांनी आपल्याला माफ केले किंवा नाही यावर अवलंबून असते.

अनेकदा असे होते की माझ्या कार्यशाळेत येणाऱ्या लोकांमध्ये आपल्या जोडीदाराला सोडल्याबद्दल अपराधीपणाची भावना असते, कारण त्यांनाही त्यांच्या गतजीवनात कोणीतरी सोडलेले असते, त्यामुळे वैयक्तिक पातळीवरून नाकारले जाण्याचे दु:ख काय असते हे ते चांगल्या प्रकाराने समजू शकतात आणि म्हणून त्यांच्यात अपराधीपणाची भावना येते, कारण आता ते तीच वेदना जोडीदारावर लादत असतात. जेव्हा ते अपराधीपण जाणवते तेव्हा समजावे की अजूनही त्यांच्या भूतकाळातील वेदनेच्या भावना अनिर्णित आहेत.

दुसऱ्याला इजा केल्याबद्दल आपण जेव्हा स्वत:ला क्षमा करू शकत नाही तेव्हा ही गोष्ट हेच स्पष्टपणे दर्शवते की आपण आपल्या आयुष्यात पूर्वी कधीतरी असेच जखमी झालो होतो आणि अजूनही आपण त्या चार उपचारात्मक भावनांमधून मुक्त झालेलो नाही आणि आपल्या जखमेवर क्षमेची फुंकर घातली नाही. जर जोडीदाराला सोडून जाताना अपराधीपणाची भावना मनात येत असेल तर आपल्या भूतकाळात आपण जेव्हा दुखावले किंवा नाकारले गेलो ही वेळ आठवावी.

ज्यांनी आपल्याला दुखावले त्यांना क्षमा करून आपण इतरांना दुखावल्याबद्दल स्वत:ला क्षमा करू शकतो.

काही लोक अपराधीपणाची भावना उराशी कवटाळून बसतात, कारण त्यांचा असा समज असतो की ते वाईटच आहेत आणि त्यांनी त्यांच्या जोडीदाराला असे वाटायला भाग पाडले आहे की त्यांचा त्याग केला गेला आहे, ते फसवले गेले

आहेत आणि त्यांना त्यासाठी अपराधीपण वाटणे गरजेचे आहे. हे अतिशय पापभीरू, निष्पाप मनोवृत्तीचे लक्षण आहे. जेव्हा आपल्याला ही जाणीव होते की हे नातेसंबंध आपल्यासाठी योग्य नाहीत तेव्हा ते आपल्या जोडीदारासाठीसुद्धा योग्य नसतात. अशा जोडीदारांनी एकमेकांना पुन्हा आयुष्यात प्रेम मिळण्यासाठी दिलेली ही संधी असते असे का वाटू नये? जेव्हा एखाद्या नातेसंबंधात आपल्या गरजा पूर्ण करण्याची क्षमता नसते तेव्हा आपणही समोरच्या व्यक्तीच्या गरजा पूर्ण करू शकत नाही, त्यामुळे फक्त राग आणि संतापच पदरी पडतो, त्यापेक्षा अशा वेळी जोडीदाराला दुसरीकडून प्रेम मिळविण्याची शक्यता निर्माण होण्यासाठी जर सोडले तर त्यात अपराधीपण असू नये.

काही वेळेस तर आपल्यावरच अन्याय झालेला असतो. आपला बळी पडूनही जोडीदाराने आपल्याला सोडल्याबद्दल आपल्यालाच अपराधीपण येते. अशा वेळीसुद्धा आपल्या जोडीदाराबद्दल आपल्याला वाईट वाटते. खरे तर त्यांनी आपल्याला दुखावल्याबद्दल त्यांना वाईट वाटायला पाहिजे. अपराधीपणाची भावना मनात येते याचे कारण आपण आपल्या चार भावना खोलवर दडवून ठेवलेल्या असतात.

आपल्याला अपराधीपणाची भावना आणणाऱ्या आपण दडवून ठेवलेल्या चार भावना म्हणजे -

१. नाकबुली- आपण असे स्वतःच्या मनाला भासवत राहतो की खरेतर आपल्या जोडीदाराने आपल्याला वाईट वागवलेच नाही. जे काही झाले त्याच्याकडे आपण कानाडोळा करतो. असे स्वतःच्या मनालाच फसवण्यापेक्षा आपल्याला अशा वेळी राग येणे गरजेचे आहे. राग हे दाखवून देईल की आपल्याला जे नको होते ते घडले आहे, पण तरीही आपण त्याच्याकडे दुर्लक्ष करू शकतो.

२. समर्थन- आपण जे घडले त्यासाठी आपल्या जोडीदाराला दोष द्यायला तयार नसतो- त्यासाठी आपण कारणे शोधतो. आपण असेही म्हणतो, की 'खरे तर त्याला असे म्हणायचेच नव्हते.' किंवा 'त्याचा तसा हेतू नव्हता.' असे जोडीदाराचे व्यर्थ समर्थन करण्याऐवजी आपल्याला झाल्या प्रकाराबद्दल दुःख वाटणे जरुरीचे असते. अशा दुःखाच्या भावनांमुळे आपल्याला जे घडायला हवे होते ते घडले नाही हे उघड होते. दुःख आपल्याला हे बजावते की आपल्याला काय मिळत नाही; त्यामुळे आपल्याला कारणमीमांसा करायला पाठिंबा मिळत नाही.

३. युक्तिवाद- आपण स्वतःच्या मनाची समजूत घालतो. जे काही घडले ते फार काही विशेष घडले नाही. आपण म्हणतो, यापेक्षा आणखी काय वाईट घडू शकले असते? खरे म्हणजे अशा युक्तिवादात गुंतून पडण्यापेक्षा आपल्याला ज्याची गरज आहे आणि जे हवे आहे ते आता परत कधीही मिळणार नाही अशी भीतीची भावना जाणवणे गरजेचे असते. भीतीची भावना हे दर्शवते की जे

आपल्याला घडायला नको होते ते घडू शकले असते, यामुळे आपल्या हे लक्षात यायला मदत होते की आपल्यासाठी महत्त्वाची गोष्ट कोणती आणि जोडीदारासाठी काय महत्त्वाचे आहे ही गोष्ट दुय्यम आहे.

४. आत्मदोष - आपण स्वत:लाच दोष देतो की असे वाईट वागण्यास माझ्या जोडीदाराला मीच भाग पाडले. आपण असेही म्हणू की, 'मी जर वेगळ्या पद्धतीने त्याच्याशी वागलो असतो तर त्याने असे केले नसते.' किंवा 'तिने तसे केले पण मी असे केले.' आत्मदोषाच्या अशा भावनेत गुंतून पडण्यापेक्षा आपल्याला खंत वाटणे जरुरीचे आहे. खंत वाटल्यामुळे आपण आहे ती परिस्थिती बदलू शकत नाही याची जाणीव होते. आपण आपल्या जोडीदाराला बदलण्यास असमर्थ आहोत हे लक्षात आल्यानंतर त्याने आपल्याशी जी चुकीची वर्तणूक केली त्याला आपणच जबाबदार आहोत असा विचार करणे आपण थांबवतो.

जेव्हा या चार प्रकारच्या प्रवृत्ती आपल्याला नकारात्मक भावना जाणवू देत नाहीत तेव्हा खरी समस्या उद्‌भवते. आपल्या नकारात्मक भावनांचा शोध घेऊन आपण परिस्थितीतले वास्तव समजून घेतो. त्यानंतर घेतलेला निर्णय हा आपल्याला अपराधीपणाची किंवा दु:खाची भावना जाणवू देत नाही.

एखाद्या व्यक्तीला आपल्याला दुखावण्याची परवानगी देणे हे निश्चितच सुखावह नाही. जर एखाद्या नातेसंबंधांमधून आपल्याला ज्या गोष्टींची गरज आहे ते मिळत नसतील तर सगळ्यात उत्तम उपाय म्हणजे ते नातेसंबंध संपवणे. जेव्हा आपल्या असे लक्षात येईल की, आपला जोडीदार हा आपल्यासाठी योग्य नाही तेव्हा पुढील हालचाल करणे गरजेचे आहे. आपला जोडीदार हा आपल्यासाठी अधुरा आहे, गैरवर्तन करणारा आहे. अशा वेळी मोठ्या मनाने क्षमा करून नातेसंबंध संपवावे; पण त्याचवेळी मनात प्रकर्षाने ही जाणीव असू द्यावी की तो जोडीदार तुमच्यासाठी योग्य नव्हता.

५) असुरक्षिततेला दूर ठेवा.

जेव्हा नातेसंबंध संपुष्टात येतात तेव्हा आपल्या भीतीच्या आणि असुरक्षिततेच्या भावनांशी संघर्ष करण्यासाठी आपण पुनर्विचाराची आशा धरतो. अशाप्रकारे आशावादी राहिल्यामुळे प्रेमातील पराभवाचे शल्य आपल्या मनाला टोचत नाही आणि भीतीच्या भावनेशी सामनाही करावा लागत नाही. जोपर्यंत आपला हा आशावाद कायम आहे तोपर्यंत आपण पुन्हा केव्हाही या नात्यात मागे फिरू शकतो, त्यामुळे नव्याने आयुष्याला सुरुवात करण्याचा विचार मनात येत नाही. जरी पुनर्विचार करून पूर्वीच्या नातेसंबंधात परत फिरण्याची आशा आपल्याला दु:खमुक्त करीत असली

तरी त्यामुळे उपचार प्रक्रिया पूर्ण होत नाही. आशेवर जगणे माणसाला त्याच्या भीतीशी दोन हात करण्यापासून रोखतात.

पुनर्विचार करण्यासारखी वस्तुस्थिती प्रत्यक्षात जरी असली तरी हा दरवाजा उघडण्याचा उत्तम मार्ग हा की, हे भावनिक पातळीवर जाणून घ्या- आत्ता या क्षणाला हा दरवाजा फक्त बंदच नाही तर त्याला कुलूपसुद्धा आहे. आपल्या वेदना संपूर्णपणे जाणवून त्यातून मुक्त होण्यासाठी आपल्याला आपल्या आशावादाकडे दुर्लक्ष करायला हवे. जरी आपल्या स्वत:साठी आपण करत असलेली ही सर्वांत उत्तम गोष्ट आहे तरी हा पुनर्विचाराचा मार्ग खुला करण्याचा योग्य मार्गसुद्धा आहे.

आपण आपल्या जखमेलाच कुरवाळत राहिलो तर आपला जोडीदार पुन्हा आपल्याकडे येण्याचा विचारसुद्धा करणार नाही.

जेव्हा नातेसंबंध संपुष्टात येतात तेव्हा ते पुन्हा फक्त सामंजस्य आणि क्षमाशीलता यांच्या भक्कम पायावरच उभारता येतात. जोपर्यंत आपण आपली वेदना घट्ट धरून ठेवतो तोपर्यंत आपण आपल्या जोडीदाराला पूर्ण माफ करू शकत नाही. आपण जोपर्यंत आपल्या जोडीदाराला दुखावत राहतो, तोपर्यंत त्याला अपराधी वाटते म्हणून आपण जे बोलतो वा करतो त्यामुळे त्याचा परतीचा मार्ग आणखी बिकट होतो.

जर पुनर्विचार करायचा असेल तर दोघांनीही आपल्यात काही बदल करणे गरजेचे आहे. काही प्रमाणात स्वत:ला सुधारणे आवश्यक आहे. नातेसंबंध संपवल्यावर आपली शोकप्रक्रिया व्यवस्थित पार पडली तर आपण आपल्या दु:खातून क्षमाशीलता, सामंजस्य आणि कृतज्ञता मागे ठेवूनच बाहेर पडतो, त्यामुळे आपले अंतर्मन बळकट होते आणि विश्वास निर्माण होतो की आपल्याला हवे असलेले प्रेम आपण मिळवू शकतो.

अशा पद्धतीचे व्यावहारिक शहाणपण अंगी बाळगून आपण आता गरजू, निराश, काळजीखोर, असुरक्षित आणि उगाच जोडीदाराला चिकटायला जाणारे असे राहत नाही. आपले असे मानसिक आरोग्य सुधारल्याने व हृदयसुद्धा भक्कम झाल्यामुळे आपण बेफिकीर बनतो; मग हवे तर आपल्यात थोडे बदल करून आपल्या जोडीदाराला आपल्याकडे वळवायला भाग पाडतो किंवा मग त्याला ठोकरून तो आपल्यासाठी योग्य नाही या मतावर आपण ठाम राहतो. असे यशस्वीपणे शोकप्रक्रिया पार पाडून आपण तेच संबंध पुनर्प्रस्थापित करतो किंवा यापेक्षा अधिक चांगल्या नातेसंबंधात गुंततो.

६) निराशावादाला दूर ठेवा.

काही वेळेस जरी आपल्याबरोबर गैरवर्तन झाले असेल, आपण दुर्लक्षिले गेलो असू, फसवणूक झाली असेल किंवा आपला परित्याग केला गेला असेल, आपला विश्वासघात केला गेला असेल तर सतत आपण नाहक बळी पडलो असे आपल्याला वाटत राहते. हे जरी खरे असले आणि नातेसंबंधांच्या शेवटच्या टप्प्यावर आपण बळी गेल्याची भावना येत असली तरीसुद्धा आता आपण आपल्याला पाहिजे ते मिळवायला मुक्त झालो आहोत हेही लक्षात घ्यायला हवे. आता आपली पुन्हा फसवणूक होणार नाही, पण आपण आता जे मिळवू त्याला आपण जबाबदार राहू हे समजावून घ्या.

जरी आपल्या मनाशी आता आपली खात्री झाली की आता आपण परिस्थितीचे गुलाम नाही तरीसुद्धा मनाच्या कुठल्यातरी कोपऱ्यात ती भीती असतेच; परिणामी मनात निराशा दाटून येते की आपल्याला आपल्या लायकीप्रमाणे आणि गरजेप्रमाणे काही मिळेल की नाही! म्हणून निराशावादाला दूर ठेवल्याशिवाय योग्य निवड करून प्रेम मिळविण्याच्या कृतीस चालना मिळणार नाही हेही लक्षात घ्या.

जरी आपण स्वतःचा बचाव करणारा पवित्रा घेतला तरी आपला बळी जात आहे असे सारखे वाटत राहते.

आपला बळी जातो आहे ही भावना मनात येण्याची प्रवृत्ती समजण्यासारखी आहे, पण जर आपल्याला उपचार प्रक्रियेसाठी मदत मिळाली नाही तर त्याने मानसिक आरोग्य बिघडू शकते. निराशावादी सूर लावणे हे आपल्या अनिर्णित वेदनेचे द्योतक आहे. आपल्या हृदयाची जखम भरून काढणे आणि पुन्हा कोणावर विश्वास ठेवावासा वाटणे हे आपल्यासमोरील एक आव्हान असते. आपल्या वेदनेतून मुक्त कसे व्हायचे हे नीट समजले नाही तर आयुष्यभर आपण एकाच नकारात्मक भावनेने पछाडले जातो की आपला आपल्या पूर्व आयुष्यात बळी गेला आहे...! खाली काही उदाहरणे दिली आहेत- जेव्हा आपण खालील घातक विधाने करून आपण कसे बळी पडलो ते सांगतो.

(१) हे सगळे असे घडल्यामुळे मी आनंदी राहू शकत नाही.
(२) हे सगळे असे घडल्यामुळे माझे आयुष्य धुळीस मिळाले.
(३) हे असे घडल्यामुळे माझे आयुष्य वाया गेले.
(४) हे असे घडल्यामुळे मी आता पुन्हा प्रेम करू शकणार नाही.
(५) हे असे घडल्यामुळे मी पुन्हा कोणावरच विश्वास टाकू शकणार नाही.

(६) हे असे घडल्यामुळे मी आता इतका विटलो आहे की, पुन्हा नव्याने सुरुवात करणे मला जमणार नाही.

(७) हे असे घडल्यामुळे माझी प्रेमळ बनण्याची इच्छा नाही.

(८) हे असे घडल्यामुळे माझ्यामध्ये इतका कडवटपणा आला आहे की, मी पुन्हा प्रेम करणार नाही.

(९) जे काही आज घडले, त्यामुळे मी नाराज आहे.

(१०) जे काही घडले, त्यामुळे मी आता कोणावर विश्वास टाकायला धजावत नाही.

(११) मी आज एकटाच आहे आणि जे काही घडले, त्यामुळे मला पुन्हा प्रेम मिळणार नाही.

(१२) जे काही घडले, त्याचा राग कायम माझ्या डोक्यात राहील.

(१३) माझ्या आयुष्याचा चांगला काळ आता सरला आहे. आता पुन्हा प्रेम मिळण्याची शक्यता नाही.

आपल्या अशा समजांचा उपयोग आपल्या अनिर्णित भावनांच्या डोहात उडी मारण्यासाठी स्प्रिंगबोर्ड म्हणून का होऊ नये? उदाहरणार्थ, जर माझा असा ठाम विश्वास आहे की, 'मी पुन्हा प्रेम करू शकणार नाही.' अशा वेळी मी जरा वेळ काढून माझ्या भीतीच्या भावनांचा शोध घ्यायला पाहिजे. भीतीच्या भावना जाणवल्यानंतर मग मला अशाच प्रकारची भीती ज्या वेळी वाटली होती त्याकडे मी मार्गदर्शक म्हणून बघू शकेन.

आपले नकारात्मक समज- आपण आपल्या ज्या अनुत्तरित भावना मनाच्या खोल अंतरंगात दडलेल्या आहेत- त्या शोधून काढण्यासाठी फ्लॅशलाईट म्हणून वापरू शकतो.

उपचार प्रक्रिया चालू असताना असे काही समज होणे निश्चितच समजून घेण्यासारखे आहे, पण आता आपली चुकीची विचारसरणी लक्षात घेणे हे आपले ध्येय आहे. आपण आत्ता हे समजून घेतले पाहिजे की आपला 'बळी गेला आहे' या गैरसमजाच्या विळख्यात आपण अडकले आहोत, त्यामुळे आता आपल्या नकारात्मक भावना- ज्या वरील प्रकारच्या समजांशी जोडल्या गेल्या आहेत त्यांच्यावर प्रक्रिया करणे गरजेचे आहे. आपल्या अंतर्मनातून येणारा प्रतिसाद, आपले अंगभूत शहाणपण, ग्रहणशक्ती आणि क्रियाशीलता यांच्या साहाय्याने नकारात्मक भावना दूर होण्यास मदत होते. आपल्या अंगभूत शहाणपणामुळे आपला बळी गेला हा गैरसमज दूर होतो.

आपल्या वेदनांसाठी आपल्या भूतकाळाला आपण सतत दोष देत राहिलो तर आपले जे दु:ख, ज्या वेदना आहेत त्या भूतकाळाशी निगडित असतील आणि त्याचा वर्तमानकाळाशी काडीचाही संबंध असणार नाही. भूतकाळातील अनिर्णित वेदना आपल्याला वर्तमानकाळातील शक्यतांपासून दूर ठेवतात. जोपर्यंत आपल्या हृदयावर उपचार होत नाहीत तोपर्यंत नवीन आयुष्याला सुरुवात करण्याची उर्मी आपल्यात येत नाही, उलट काही प्रमाणात तरी भूतकाळातले दु:ख आपल्याला सोसावे लागते, म्हणून सतत आपला बळी गेला आहे किंवा आपली वंचना झाली आहे याचे दु:ख बाळगून आपण आपले आयुष्य चांगल्या पद्धतीने उपभोगू शकत नाही.

७) द्वेष आणि मत्सर यांना दूर ठेवा.

जेव्हा लग्न किंवा नातेसंबंध संपुष्टात येतात तेव्हा त्याची प्रतिक्रिया मत्सर ही असू शकते; शिवाय काटा जर आपल्या पायात रुतला असेल तर दुसऱ्यांच्या सुख संपत्तीत आपण मत्सरापोटी सहभागी होऊ शकत नाही. जरी मत्सरामुळे आपले प्रेमाचे मार्ग बंद होतात तरी मत्सर ओळखणे हे महत्त्वाचे असते, तरच आपण त्यावर उपचार करू शकतो.

मत्सर आणि द्वेष हे मनाच्या पृष्ठभागावर अनेक वेगवेगळ्या मार्गांनी येतात. त्यांपैकी खालील काही उदाहरणे बघा.

* जेव्हा आपल्याला समजते की आपला जुना जोडीदार हा आनंदात आहे आणि तो खूप मजेत राहतो. त्याबरोबर आपल्या अंगाची लाही-लाही होते आणि आपल्याला खूप त्रास होतो. आपला हा संताप केवळ मत्सरापोटी असतो.
* जेव्हा आपली मुले किंवा इतर लोक आपल्या जुन्या जोडीदाराबद्दल चार चांगले शब्द उच्चारतात तेव्हा आपण बेचैन होतो. आपली ही बेचैनी द्वेषापोटी असते.
* आपल्या कल्पनेतसुद्धा आपला जुना जोडीदार मौजमजा करताना किंवा प्रेमालाप करताना दिसला तरी आपण खूप दुखावले जातो व आपल्याला त्याने टोचणाऱ्या काट्यासारखे दूर केले याचे दु:ख होते. हे सगळे मत्सरापोटीच!
* जुन्या जोडीदाराच्या आनंदाने आपण दु:खी होतो तर त्यांच्या दु:खामुळे आपण आनंदी होतो. आपला आनंद व आपले दु:ख यांची उत्पत्ती मत्सरापोटीच होत असते.

* एखादे जोडपे हसता-खेळताना पाहिले की, आपण विचार करतो- 'हे टिकणार नाही.' आपला हा उपहासपूर्ण दृष्टिकोन द्वेषापोटीच बनलेला असतो.

मत्सराच्या अनेक वेगवेगळ्या छटा आहेत आणि जाणवण्याचे मार्ग आहेत- जे आपले आयुष्य दु:खी करतात. मत्सराच्या या खुणा सहन करण्यापेक्षा त्यांच्यावर उपचार केले तर त्याचा आयुष्य चांगले बनवायला उपयोग होईल. मत्सर स्पष्टपणे सुचवतो की, आपल्या अपूर्ण राहिलेल्या इच्छा आणि आपल्या अनुत्तरित भावनांकडे केलेले दुर्लक्ष याचंच द्योतक म्हणजे मत्सर!

जेव्हा आपण द्वेष्टे असतो तेव्हा इतरांचा आनंद आपल्याला दु:खी करतो आणि इतरांचं दु:ख आपल्याला आनंदी करते.

मत्सराचा उगम केव्हा होतो- जेव्हा आपल्याला हवी असलेली गोष्ट इतरांना मिळते; 'हो! हे फक्त माझ्यासाठीच आहे.' असे वाटण्याऐवजी दुसऱ्यांना ते मिळाले म्हणून आपण रागावतो; आपण आनंदी नसतानासुद्धा आपण आनंदी आहोत असे सगळ्यांना सांगत सुटतो, पण आपल्याला अधिक हवे असते. अशावेळी द्वेषाचा जन्म होतो- जो आपण स्वत:पासूनसुद्धा लपवतो. त्याच्याकडे निर्देश करून उघड करणारा तो एक पॉईण्टर(छडी)च असतो. जेव्हा मला इतरांच्या यशाचा द्वेष वाटतो तेव्हा मलासुद्धा आणखी यश मिळावे असे वाटत असते. जेव्हा इतरांचे प्रेमप्रकरण सुरक्षित चालू असलेले मी पाहतो, तेव्हा माझ्यावरसुद्धा कोणीतरी प्रेम करावे असे मला वाटत असते. द्वेष आणि मत्सर ह्या भावना आपल्या मनाच्या सुप्त इच्छांना उघडे पाडीत असतात.

आपल्याला एखादी गोष्ट हवी असली पण आपली खात्री असली की ती आपल्याला मिळणे शक्य नाही, तेव्हा आपण आपल्या मनाची निराशा टाळण्यासाठी आपल्या इच्छा-आकांक्षा लहान करतो आणि शक्य झाले तर नाकारतोच! आपण मनाची समजूत घालतो की मला जर हे मिळत नसेल तर हे तितके महत्त्वाचे नाही. नाहीतरी मला ते नकोच होते! पण तरीही मनाच्या एखाद्या कोपऱ्यात त्या गोष्टींविषयी लालसा असतेच आणि ती दुसऱ्या कोणाला मिळाली तर आपल्याला मत्सर वाटतो.

जोपर्यंत आपण दुसऱ्याच्या आनंदात आणि यशात सहभागी होत नाही, तोपर्यंत आपण आनंदी आणि परिपूर्ण असण्याची शक्यता कमीच असते. जोपर्यंत आपल्याला मत्सर आणि हेवा वाटतो, तोपर्यंत आपण आपल्याला आयुष्यात हवी असलेली गोष्ट दूर ढकलत असतो. हेवा वाटणे ही तर याचीच स्पष्ट खूण असते

की आपण आपल्या आयुष्यातील संभवनीय गोष्टी ज्या आपल्याला हव्या आहेत-घडू शकत आहेत त्या प्रकट करायला नकार देत आहोत.

जोपर्यंत आपल्याला मत्सर आणि हेवा वाटतो, तोपर्यंत आपल्याला आयुष्यात हवी असलेली गोष्ट आपण दूर ढकलत असतो.

आपल्या आयुष्यात आपल्याला ज्या षड्रिपूंचा सामना करावा लागतो त्यांपैकी मत्सर ही मनाला व्यथित करणाऱ्या अनेक भावनांपैकी एक भावना आहे. मत्सर आपल्याला जेवढा अधिक वाटेल तेवढे आपण अधिक व्यथित होतो. आपल्या इतर ज्या नकारात्मक भावना आहेत- म्हणजे राग, दुःख, भीती आणि खिन्नता या भावना जाणवून घेतल्या की त्यांचा निचरा होतो, पण मत्सराची भावना तशी नाही-जाणवून घेतली तरी त्यापासून मुक्तता मिळत नाही.

जेव्हा मनाला हेव्याचा स्पर्श होतो तेव्हा ते म्हणते, 'मला जे हवे आहे ते तुझ्याकडे आहे.' पण वेदनामयी मत्सर म्हणते, 'मला हवे असलेले तुझ्याकडे आहे आणि ते मला मिळाले नाही म्हणून मला दुःख होत आहे.' खरोखर 'हेवा' ही भावना अधिक चांगली. ती आपल्याला महत्त्वपूर्ण मागदर्शन करते, कारण आपल्याला आपल्या भावनांवर प्रक्रिया करायला पाहिजे आणि त्यामधून मुक्त व्हायला पाहिजे. जर आपण आपल्या भावनांशी सामना केला नाही आणि आपल्या खोलवरच्या भावनांवर उपचार केले नाहीत तर आपल्यालाही नकळतपणे आपण आपल्याला हव्या असलेल्या प्रेमाला, आनंदाला आणि यशाला आपल्यापासून दूर लोटू.

अशा प्रकारे मत्सराच्या विळख्यात अडकण्यापेक्षा आपण आपल्या या नकारात्मक भावना, आपल्या अंतर्मनात खोलवर दडपल्याच्या भावना जाणवून घेण्यासाठी वापरू शकतो. आपण मनाशी हे म्हणू शकतो की तुझ्या पूर्वीच्या जोडीदाराने पुन्हा लग्न केले म्हणून तू मत्सर करतेस. अशा प्रकारे मत्सरी, बेचैन, संतापी किंवा टीकाकार होण्यापेक्षा तुम्ही तुमच्या भावनांचा शोध घेऊन कागदावर त्या उतरवणे हे अधिक हितकारक ठरेल.

मत्सराच्या अंतरंगात असलेल्या भावना उलगडवणे.

१. भीती-

मला अशी भीती वाटते की, मला आयुष्यात योग्य पुरुष मिळेल की नाही.
मला भीती वाटते की, मी करत असलेली गोष्ट योग्य नाही.
मला भीती वाटते की, मी तेवढीशी चांगली नाही.

मला भीती वाटते की, आमच्या लग्नातली समस्या माझ्यामुळेच होती.
मला भीती वाटते की, प्रेम मिळवण्यासाठी काय करायला पाहिजे ते मला कळत नाही.

२. दुःख-

मी दु;खी आहे, कारण माझे पुन्हा लग्न होणे शक्य नाही.
मी दु:खी आहे, कारण मी माझ्या आयुष्यात आनंदी नाही.
मी दु:खी आहे, कारण आमचे लग्न मोडले.
मी दु:खी आहे, कारण आत्ता मी सुखी नाही.
मी दु:खी आहे, कारण अजूनही मी अविवाहित आहे.
मी दु:खी आहे, कारण अजूनपर्यंत मला माझ्या योग्य कोणी भेटले नाही.

३. राग-

मला राग येतो, कारण अजून मी एकटाच आहे.
मला राग येतो, कारण आमचे वैवाहिक जीवन संपले.
मला राग येतो, कारण दुसरे सुखी आहेत पण मी नाही.
मी रागावलोय, कारण अजूनही मी प्रेम शोधतो आहे.
मी रागावलोय, कारण मला आता पुन्हा नव्याने सुरुवात करायची आहे.
मी रागावलोय, कारण सगळे त्यांच्याकडेच लक्ष देतात आणि माझ्याकडे नाही.
मी रागावलोय, कारण जेव्हा आम्ही विवाहबद्ध झालो त्यावेळी तिने उघडपणे काही सांगितले नाही.

४. खिन्नता-

माझे चुकले, कारण मी त्यांच्यासाठी आनंदी राहिले नाही.
माझे चुकलेच, कारण मी त्यांच्या प्रेमावर विश्वास ठेवू शकले नाही.
मी फार उदास आहे, कारण माझे लग्न होऊ शकत नाही.
मी फार उदास आहे, कारण मला आयुष्यात माझ्या योग्यतेचा पुरुष भेटत नाही.
मी फार उदास आहे, कारण माझ्यावर तस्सेच प्रेम करणारा कोणी मला अजून भेटला नाही.

५. हेतू-

मला पुन्हा लग्न करायचे आहे.
मला माझ्यावर प्रेम करणारे कोणीतरी शोधायचे आहे.
मला माझ्या पूर्वीच्या जोडीदाराला क्षमा करायची आहे.
मला आता जोडीदारावर टीका करायची नाही आणि कुणाचाच मत्सरसुद्धा करायचा नाही.
मला पुन्हा प्रेम करायचे आहे.
मला पुन्हा चांगले आणि आनंदी जीवन जगायचे आहे.

६. क्षमाशीलता, सामंजस्य, कृतज्ञता आणि विश्वास-

या सकारात्मक भावना-
मला दुखावल्याबद्दल मी माझ्या जुन्या जोडीदाराला क्षमा करते.
माझी वंचना केल्याबद्दल मी माझ्या जुन्या जोडीदाराला क्षमा करते.
माझ्यावर पूर्वीचे प्रेम न केल्याबद्दल मी माझ्या जुन्या जोडीदाराला क्षमा करते.
मी माझ्या सगळ्या मित्रांनाही क्षमा करते, कारण ते त्याची बाजू घेतात.
मला समजते की त्याला आनंदी राहण्याचा हक्क आहे.
मला समजते की आम्ही दोघे एकमेकांना योग्य नव्हतो.
मला प्रेम पुन्हा मिळण्याची संधी उपलब्ध करून दिल्याबद्दल मी कृतज्ञ राहीन.
माझ्या आयुष्यात जे प्रेम असायला हवे ते आजही आहे, याबद्दल मी कृतज्ञ आहे.
मी माझ्या कुटुंबाची आणि मित्रमैत्रिणींची ऋणी राहीन.
मला विश्वास आहे की मला पुन्हा प्रेम मिळेल.
मला विश्वास आहे की मला गरज असलेल्या गोष्टी मला मिळण्याच्या मार्गावर आहेत.
मला विश्वास आहे की मला हवे असलेले प्रेम पुन्हा मिळेल.

या उदाहरणांवरून मत्सराच्या विळख्यात अडकून पडण्यापेक्षा प्रत्येकाने आपल्या हृदयात लपलेल्या भावनांचा तळ गाठून त्यांना पृष्ठभागावर आणलं पाहिजे. जेव्हा या नकारात्मक भावनांचा शोध लागेल तेव्हाच लपलेल्या सकारात्मक भावना जाणवण्यास संधी मिळेल.

भूतकाळावर उपचार

आपले आयुष्य सात नकारात्मक भावनांनी व्यापून टाकून व्यथित करण्यापेक्षा, त्या शोधून काढून आपल्या अनिर्णित भावनांवर उपचार करण्यासाठी आपण त्यांचा वापर करावा. या सातपैकी एका जरी भावनेत आपण गुंतून पडलो तरी आपण नवीन नातेसंबंध प्रस्थापित करू शकत नाही. आपल्याला जर आयुष्यातील अमर्याद सुखांचा आणि प्रेम मिळण्याच्या शक्यतांचा अनुभव घ्यायचा असेल, तर भूतकाळातील मनाच्या जखमांवर उपचार करणे गरजेचे आहे. शेवटी जेव्हा आपण आपल्या वेदनांमधून मुक्त होतो आणि जे काही घडले त्याकडे दुर्लक्ष करतो तेव्हाच काही सकारात्मक शक्यतांचा अनुभव आपल्याला येईल आणि आपले भले कसे होऊ शकेल याचा विचार मनात येईल.

जेव्हा नातेसंबंधांच्या शेवटी तुम्ही आनंदाचे क्षण साजरे करत असाल आणि या घटनेतून जे काही शिकायला मिळाले त्याबद्दल कृतज्ञता व्यक्त करीत असाल, तर त्याचा अर्थ तुम्ही तुमच्या वेदनेतून मुक्त झालेले आहात आणि तुमच्या हृदयावरील उपचार प्रक्रिया पूर्ण झालेली आहे असे समजावे. जर या नातेसंबंधात तुम्हाला वाईट वागणूक मिळाली असेल तर निश्चितच तुम्ही त्या दुर्वर्तनाबद्दल कृतज्ञ राहू शकत नाही, पण या प्रसंगांमधून मिळालेली ताकद आणि शहाणपण याबद्दल मात्र नक्कीच कृतज्ञ राहू शकता, कारण त्याचा परिणाम असा होतो की, आपण आपला भूतकाळ विसरू शकतो व त्यायोगे हृदयावरील उपचार पूर्ण होऊ शकतात. त्यासाठी पुढच्या प्रकरणात वेदनेचा विसर पडणे हे किती चैतन्यमय आणि आयुष्याला प्रवाही करणारे असते हे आपण पाहू या.

■

१०

वेदनेतून मुक्तता

आयुष्यात जी काही हानी, नुकसान, अपयश, तोटे होणे शक्य असते, त्यांपैकी घटस्फोट हे एक वैवाहिक जीवनातील असे अपयश असते की ज्याचा शोक करणे अवघड असते. आपली प्रिय व्यक्ती मृत पावण्यापेक्षाही हे अवघड असते. जेव्हा आपला जोडीदार मृत्यू पावतो तेव्हा आपल्याला हे मान्यच करावे लागते की, आपण त्याला परत आणू शकत नाही. त्यावेळी शेवट हा ठरलेलाच असतो. आपल्या मनाची समजूत निःसंदेह पटते की आता आपण त्याच्या प्रेमावर व आधारावर अवलंबून राहू शकत नाही, त्यामुळे आहे त्या वस्तुस्थितीला शरण जाऊन आपण आपली शोकप्रक्रिया पूर्ण करू शकतो.

पण घटस्फोटाची गोष्ट वेगळी असते. आपला जोडीदार जिवंत असतो. आपल्या हृदयात अजूनही पराभवाचं, अपमानाचं शल्य बोचत असतं, त्यामुळे शोकप्रक्रिया खूप अवघड होऊन बसते. आपल्या मनात अजूनही राग असतो, कारण आपल्या पूर्वीच्या जोडीदाराने आपल्याला वाईट वागणूक दिलेली असते. आपल्या जोडीदाराचा आपल्याला मत्सरही वाटत असतो, कारण तिने नव्याने आयुष्य सुरू करून पुन्हा प्रेम मिळवलेले असते. आपण तिला दूषणे देतो, कारण तिने आपल्याला पुरेसा आधार दिलेला नसतो. कदाचित तिच्याशी नको असताना वारंवार संपर्क साधावा लागतो या गोष्टीचाही आपल्याला राग येत असतो.

असे आपल्याला वाईट वागवल्याबद्दल कोणत्याही मर्यादेपर्यंत आपल्याला सतत वाईट वाटत राहते.

जोपर्यंत दुःख होत राहते तोपर्यंत आपली आपल्या जोडीदाराकडून आधार

आणि प्रेम मिळण्याची गरज संपली असे आपण म्हणू शकत नाही. उदाहरणार्थ, एखादा अनोळखी माणूस आपल्याशी उद्धटपणे वागला तर आपण ते फारसे मनावर घेत नाही, पण आपला जुना जोडीदार आपल्याशी उद्धटपणे वागल्यास ते सहन होत नाही. साहजिकच आपल्या अनोळखी माणसाकडून अपेक्षा वेगळ्या असतात. घटस्फोटानंतर आपल्या जुन्या जोडीदाराकडून आणि पती किंवा पत्नी या नात्यातून केलेल्या अपेक्षा यांच्याशी तडजोड करण्याची वेळ येते.

इतक्या वर्षांची आपल्याला सवय झालेली असते की आपण जो प्रेम आणि आधार दिलेला असतो तो आपल्याला जोडीदाराकडून परत मिळत असतो; मात्र आता आपल्याला प्रेम व आधार मिळत नाही आणि आपल्या मनाचा कुठला तरी कोपरा त्याच अपेक्षा करीत असतो. आपल्याला अजूनही वाटते की तो आपलाच आहे. मनात कुठेतरी आपल्याला त्याच्याकडून काहीतरी मिळावे ही अपेक्षा असते. आपण जोपर्यंत जोडीदारावर विसंबून राहणे सोडणार नाही, तोपर्यंत आपण त्याच्याकडून दुखावलेच जाणार आहोत.

घटस्फोटानंतरसुद्धा जर दुःख, वेदना जाणवत राहिल्या, तर याचा अर्थ- आपल्या जुन्या जोडीदाराची भावनिक पातळीवर अजूनही आपल्याला गरज आहे.

असमाधानाची भावना तर आपल्या मनात असतेच, पण दुःखाची भावना स्पष्टपणे हे दाखवते की प्रेम आणि आधार यांचा शोध आपण चुकीच्या दिशेने घेत आहोत. प्रत्येक दिवशी जर आपण दुःखालाच कवटाळून बसलो तर आपल्याला ज्या प्रेम आणि आधाराची गरज आहे ते मिळण्याची संधी आपण गमावून बसू.

वेदनेतून आपण मुक्त झालो की आपण आयुष्याला नव्याने सुरुवात करू शकतो आणि आपण ज्या प्रेमाला पात्र आहोत आणि ज्याची आपल्याला गरज आहे ते आपल्याला मिळू शकते. जोपर्यंत भावनिक आधारासाठी आपण आपल्या जोडीदारावर अवलंबून राहू तोपर्यंत हृदयावर उपचार होण्याऐवजी रोषच वाढत जाईल. जेव्हा आधार मिळण्याची शक्यता असते तेव्हा भावनिक आधार वगैरे ठीक असते, पण जेव्हा जोडीदाराचे प्रेम व आधार मिळण्याची शक्यता नसते तेव्हा आपण आपले अवलंबित्व घालवले पाहिजे.

जोपर्यंत भावनिक आधारासाठी आपण आपल्या जोडीदारावर अवलंबून राहणे चालू ठेवू तोपर्यंत आपण आपल्या दुःखामध्ये वाढच करू.

आपल्या मोडलेल्या हाडावर उपचार करायचा असेल तर तो आपण ते हाड आधी मोडले आहे किंवा नाही हे समजल्याशिवाय करू का? सतत भावनिक पातळीवर जर जोडीदारावरच अवलंबून राहिलो तर जोडीदाराचे आणि आपले आयुष्य आता वेगळे झाले आहे हे कसे समजेल? अशा अवलंबित्वामुळे आपण काय करतो तर आपल्या अपयशाच्या भावना रोखून धरतो आणि आपल्या खिन्नतेला, औदासीन्याला नाकारतो; पण मनाशी आपल्याला मान्य करावेच लागेल की आता जोडीदाराकडून आपल्या कुठल्याच गरजा पूर्ण होणार नाहीत, त्यामुळे जरी आपल्याला तात्पुरता आराम मिळत असला तरी आपण आपल्या जोडीदारावर तो आपल्याला हवे ते मिळण्यात सहकार्य करत नाही म्हणून रागावतो.

अशा वेळी जेव्हा आपल्या अपेक्षा पूर्ण होत नाहीत आणि आपण दुखावले जातो, तेव्हा आपला बळी जातोय अशी भावना आपल्यामध्ये येते. आपला जोडीदार आपल्या सुखाच्या मार्गाच्या आड येतोय असेच आपल्याला वाटत राहते. हे समजण्यासाठी पुढे काही सामान्य उदाहरणे दिली आहेत की, केव्हा आपण दुखावलो गेलो असे आपल्याला वाटते तर केव्हा आपणास बळी पडलो आहोत या भावनेने सतत वेदना होत राहते.

दुखावले जाणे	**बळी पडणे**
* मी दुखावलो गेलो आहे, कारण तू तुझ्याकडून परिस्थिती सुधारण्यासाठी काही प्रयत्नच केले नाहीस.	* तू जर प्रयत्न केले असतेस तर आज मी सुखी झालो असतो.
* मी दुखावलो गेलो, कारण मी तुला जी मदत केली होती त्याचा तू विचारच केला नाहीस.	* तुला मदत केली नसती तर आज मी सुखी झालो असतो.
* मी दुखावलो गेलो, कारण तू माझी पर्वा केली नाहीस.	* तू माझ्या गरजांची पर्वा केली असतीस, तर मी आज सुखी होऊ शकलो असतो.
* मला खूप वाईट वाटते की, तू आता खूप बदललीस.	* तू अशी बदलली नसतीस तर मी आज सुखी झालो असतो.
* मला खूप वाईट वाटते की, तू मला नाकारलेस.	* तू जर माझ्यावर पुन्हा पहिल्यासारखे प्रेम केले असतेस तर मी आज सुखी झालो असतो.

* मला दु:ख होते की, तू माझ्याकडे दुर्लक्ष केलेस.	* तू माझी पर्वा केली असतीस तर आज मी अधिक सुखी झालो असतो.
* मला दु:ख होते की, तू मला फसवलेस, तू तुझे वचन पाळले नाहीस.	* जर तू तुझे वचन पाळले असतेस तर मी आज सुखी झालो असतो.
* मला वाईट वाटते की, तू माझ्यावर टीका केलीस.	* तू जर मला आधार दिला असतास तर मी सुखी झालो असतो.
* मला वाईट वाटते की, तू मला मूर्ख बनवलेस.	* तू जर मला सन्मानाने वागवले असतेस तर मी आज सुखी झालो असतो.
* मला वाईट वाटते की, तू माझा त्याग केलास!	* तू जर माझी साथ सोडली नसतीस तर मी आज सुखी झालो असतो.

अशा प्रकारे आपल्या दु:खाच्या भावना शोधून काढून आपण प्रत्येक वेळीच परिस्थितीचे शिकार झालो आहोत का, की फक्त दुखावले गेलो आहोत यातील फरक शोधून काढू शकतो. अशा 'बळी पडलो आहोत' या विचारसरणीमुळे आपण आपल्या वेदनांच्या भावनांमधून कधीच बाहेर पडू शकत नाही.

वर्तमानकाळात जगा.

जर आपल्याला आपल्या दु:खातून बाहेर पडायचे असेल तर आपण हे समजून घ्यायला पाहिजे की, आता इथून पुढे आपल्या जोडीदारावर आपण अवलंबून राहायचे नाही. जेव्हा नातेसंबंध संपतात तेव्हा आपण हे समजून घेतले पाहिजे की, आता सारे काही संपले आहे. आपला जुना जोडीदार हा आपल्या दु:खाला जबाबदार नाही. दुखापत झाली हे खरे पण आता इथून पुढील परिस्थितीला आपणच जबाबदार आहोत, तो नाही. हे खरे की त्याने आपल्याला दुखावले, पण आपल्या दुखऱ्या मनावर फुंकर घालणे हे आपलेच काम आहे. आपल्या भंगलेल्या हृदयावरच्या उपचाराची जबाबदारी आपलीच आहे, त्याची नाही.

आपल्याला परिपूर्ण असण्यासाठी आणि आनंदी असण्यासाठी आपल्या जोडीदारावर अवलंबून राहण्याची गरज नाही, हे एकदा आपल्याला समजले की जोडीदार आपल्याला दु:ख देऊ शकत नाही आणि आपण एकदा या दु:खातून बाहेर पडलो तरच आपला वर्तमानकाळ सुखाचा असेल. हा अत्यंत साधा वाटणारा पण गहन

असा विचार आहे. जर काळजी करण्यासारखे काही नसेलच तर आपोआप काळज्या गळून पडतात किंवा आपण काळजी करणे सोडून देतो. जर दु:ख करण्यासारखे काहीच नसेल तर आपण दु:खही करणार नाही. आत्ता वर्तमानकाळात जर दु:ख करण्यासारखे काहीच नसले तर भूतकाळातल्या मनात रेंगाळणाऱ्या दु:खाकडे मी सहज दुर्लक्ष करू शकेन.

आपल्या जुन्या जोडीदारावर आपण आता अवलंबून नाही हे समजल्यावर तो किंवा ती तुम्हाला दुखवू शकत नाही.

जर आपला जुना जोडीदार आपल्याला चिडवण्यासाठी काही करत असेल तर आपण हे लक्षात घ्यायला हवे की त्यामुळे आपल्या हृदयाला काही ठेच पोहोचत नाही ना! तर ते आधी मोडून पडलेय हा फरक फार महत्त्वाचा आहे. अशी कल्पना करा की ताप जसा आपण थर्मामीटरवर मोजू शकतो, तसे दु:खाचे एखादे परिमाण असते, तर त्या मोजपट्टीवर संतापजनक कृत्य ५° डिग्रीला असते पण भंगलेलं हृदय १००° सेल्सिअसला असते.

जर तुमच्या हृदयाची जखम पूर्णपणे बरी झाली असेल आणि तुमच्या जुन्या जोडीदाराने तुम्हाला चिडवले तर तुम्हाला ५° डिग्रीपर्यंतच दु:ख जाणवेल, पण तुमचे हृदय अजूनही भग्न अवस्थेत आहे आणि तुमच्या जोडीदाराने तुम्हाला चिडवले तर तुम्हाला १००° से + ५° से. असे १०५° डिग्रीपर्यंतचे दु:ख जाणवेल.

जर हा फरक आपल्याला नीट समजला नाही तर आपली अशी खात्री होईल की ती पुन्हा एकदा तुमचा हृदयभंग करते आहे. जरी असा विचार केला की आपली जखम १०५° डिग्री से. इतकी आहे तर आपण वर्तमानकाळाच्या दु:खाचा संबंध भूतकाळातील अनिर्णित दु:खाशी लावत आहोत. असे चुकीचे समज करून घेतल्याने की आपला जोडीदार आपल्याला त्रास देतो आहे तर आपल्या वेदना अधिक वाढतात. जर आपण आपल्या भंगलेल्या हृदयावर उपचार करण्यासाठी वेळ काढला नाही तर ती ज्या गोष्टी आपल्याला चिडवण्यासाठी आणि त्रास देण्यासाठी करते त्या असह्य होतात.

जोपर्यंत आपला असा विश्वास असतो की आपला विनाकारण बळी दिला गेला आहे- तोपर्यंत वर्तमानकाळात आपल्याला सतत दुखावले गेल्याची भावना असते. आपल्याला कोणी जाणीवपूर्वक दुखावल्यास त्या दु:खाकडे दुर्लक्ष करणे अवघड असते. आपल्या दु:खातून मुक्ती मिळण्यासाठी आपल्याला वर्तमानात जगायला हवे आणि सतत आठवण ठेवायला हवी की, ज्या दु:खातून आपल्याला मुक्त व्हायचे आहे ते दु:ख म्हणजे भूतकाळ आहे.

आपण स्वतःच्या मनाची समजूत घालायला हवी की आपण बळी पडलो होतो, पण आता आपण तसे नाही आहोत.

आपले तुटलेले हाड नीट करण्यासाठी आधी आपले हाड तुटले आहे याची माहिती हवी, तरच आपण त्याला पुन्हा इजा होण्यापासून वाचवू शकतो. आपण ते हाड पुन्हा सरळ बसवू शकत नाही, जर आपण त्याला मोडलेलेच ठेवले तर! तसेच हे आहे की जेव्हा आपला असा समज असतो की आपला बळी गेला आहे- तेव्हा आपल्या हृदयाला आपण क्षमाशीलता, सामंजस्य, कृतज्ञता आणि विश्वास यांच्या साहाय्याने पूर्वपदावर आणू शकत नाही.

जर आपण आपल्या जोडीदाराला नेहमीच आपल्या हृदयावर वार करण्याची ताकद दिली तर आपली जखम कधीच भरून येणार नाही.

खाली काही उदाहरणे दिली आहेत त्या आधारे वर्तमानकाळात जगून तुम्ही तुमच्या बळी पडले गेल्याच्या विचारसरणीपासून मुक्त होऊ शकता.

* हो, खरे आहे! मी अतिशय निराश झालो आहे. माझी फसवणूक झाली आहे, पण आता मी माझ्या इच्छा, आकांक्षा आणि अपेक्षा बदलण्याचे ठरवले आहे.
* हो, खरे आहे! माझे प्रेम माझ्यापासून हिरावून घेतले आहे. मी नाकारला गेलो आहे. मला सोडून दिले गेले आहे, पण हेच प्रेम मी आता दुसरीकडे शोधण्यासाठी मुक्त झालो आहे.
* हो, खरे आहे! मी दुःखात आहे, पण आता या दुःखाचे सावट अधिक काळपर्यंत माझ्यावर टिकणार नाही.
* हो, खरे आहे! माझा प्रेमभंग झाला आहे, पण माझ्या हृदयाचीही मोडतोड झाली आहे. तिच्यावर उपचार करायला मी समर्थ आहे.
* हो, खरे आहे! मी माझा वेळ वाया घालवलाय, पण त्यामधून मी अत्यंत उपयुक्त असे धडे शिकलो. आता मी माझ्या भंगलेल्या हृदयावर उपचार करू शकतो आणि खरे आणि चिरकाल टिकणारे प्रेम मिळवण्याची तयारी करू शकतो.

उपचाराचे दोन भाग

उपचार प्रक्रियेत मूलभूत दोन विभागांत उपचाराची विभागणी होते. हे दोन्ही

टप्पे उपचारासाठी आवश्यक असतात. एका बाजूने आपल्याला जे वाटतेय ते वाटण्याची आपल्या मनाला परवानगी दिली पाहिजे, त्याचवेळी दुसऱ्या बाजूने आपल्या मनात बळी पडण्याची खंत नसावी. आपला भूतकाळात बळी दिला गेला याची आठवण होत असतानाच आपला वर्तमानकाळ त्यापेक्षा वेगळा आहे आणि आता पुन्हा आपला बळी जाणार नाही ही भावना जपणे हृदयावरील उपचारासाठी आवश्यक असते.

आपल्या जखमेवर उपाय करण्यासाठी आधी ती आपल्याला जाणवणे गरजेचे तर असते, पण ती जखम भूतकाळातील आहे हे समजणे अधिक गरजेचे आहे.

ही उपचार प्रक्रिया प्रेमळ पालकांच्या हातात घट्ट हात धरून ठेवलेल्या बालकाच्या उदाहरणावरून अधिक चांगल्या प्रकारे समजावून घेता येईल. लहान मूल रडत असते, म्हणते, 'तुम्हाला मी आवडतच नाही.' अशा वेळी पालक त्याची समजूत घालतात, 'काहीतरीच काय बोलतोस बाळा, आमचे तुझ्यावर किती प्रेम आहे आणि ते नेहमीच राहणार आहे.' प्रेमळ पालक मुलाला उचलून कडेवर घेतात, त्याची वेदना आणि दुःख समजावून घेतात आणि मुलाला आश्वासन देतात की त्याच्यावर ते नेहमीच प्रेम करतील.

अगदी अशाच प्रकारे जेव्हा आपण निराश असतो की आपला बळी दिला गेला किंवा आपण परिस्थितीचे शिकार बनलो तेव्हा आपल्यामध्ये असाच जबाबदार पालकाप्रमाणे सकारात्मक दृष्टिकोन असायला हवा; पण त्याचवेळी आपलेच दुसरे एक मन हे एखाद्या लहान मुलांसारखे असते की, ज्या परस्परविरोधी भावना ह्या अस्पष्ट असतात आणि त्या त्याला व्यक्त करायच्या असतात. अशा वेळी पालकाच्या भूमिकेतून, आपण बळी न पडल्याचा दृष्टिकोन बाळगला तर हा योग्य दृष्टिकोनच शेवटी आपल्या बळी पडण्याच्या भावनेला दूर करतो.

आपल्या वेदनांपासून सुटका होण्यासाठी आपण एकाच वेळी- आपला आता बळी पडत नसल्याचा, पण पूर्वी बळी पडल्याची भावना जाणवणे गरजेचे आहे.

ही उपचारपद्धती वेगळी मूर्त स्वरूपात जाणवून घ्यायची असेल तर पुढील एक छोटासा प्रयोग करा. काही थोडे मिनिट्स त्यासाठी द्या. आता दोन वेगवेगळ्या गोष्टी तुम्हाला एकाच वेळी करायच्या आहेत. तुमचा डावा हात तुमच्या पोटावर

क्लॉकवाईज दिशेने गोल गोल फिरवा आणि त्याच वेळी तुमच्या उजव्या हाताने डोक्यावर थापटा.

हा प्रयोग सुरू केलात का? यासाठी फक्त काही मिनिटे लागतील. तुम्हाला मजाही वाटेल. हा प्रयोग चालू असेपर्यंत पुढे काही वाचू नका. या क्रिया आता तुम्ही अगदी सहजपणे करू शकाल. आता हातांची अदलाबदल करा किंवा पोटावरून हात आता उलट दिशेने गोल गोल फिरवा.

योग्य सरावाने तुमच्या लक्षात येईल की हे तितकेसे अवघड नाही, पण ते आपोआप नक्कीच होत नाही, हे मुद्दाम हेतुपूर्वक करावे लागते. त्याच पद्धतीने आपल्या भावनिक यातनांशी सामना करणे अवघड नाही, फक्त त्यासाठीसुद्धा स्वच्छ आणि मुद्दाम घेतलेला उद्देश असावा लागतो. जेव्हा एकाच वेळी आपल्याला हे जाणवेल की आता इथून पुढे आपण बळी पडणार नाही आहोत, (डोक्यावर हात थोपटण्याची क्रिया) पण जेव्हा आपण बळी पडलो होतो (पोटावर हात फिरवण्याची क्रिया), तेव्हाच आपण उपचारात्मक विचारसरणी धारण केली हे समजावे.

उपचारात्मक विचारसरणी निर्माण करावी.

खूप लोकांना हे समजत नाही की उपचारात्मक विचार मनात कसे आणायचे? काही वेळेस असे होते की आपण बळी पडलो आहोत हे सत्य ते नाकारतात किंवा त्या भावनेत ते स्वत:च हरवून जातात आणि आपला बळी गेला आहे हे ते विसरू शकत नाहीत व याचा परिणाम असा होतो की त्यांचे व्यक्तिमत्त्व हे अप्रिय पाहुण्यांचे निवासस्थान बनते. सतत जाणवणाऱ्या वेदना, मत्सर, राग, दोषारोप, अलिप्तता, निराशा, असुरक्षितता आणि अपराधीपण या भावनांपासून कटाक्षाने दूर राहतात. जोपर्यंत ते त्यांच्या हृदयावर उपचार करू शकत नाहीत तोपर्यंत त्यांचे आंतरिक प्रेम, शहाणपण, स्वीकार आणि नवनिर्मिती त्यांना जाणवणार नाही.

आपल्या भावनांवरून इतरांजवळ फक्त बोलण्याने परिस्थिती आणखी बिघडते, त्यासाठी आपल्याला उपचारात्मक विचारसरणी बाळगावी लागते. जेव्हा ऐकणारा आपल्या दु:खाशी फक्त सहमत असतो तेव्हा आपल्यात फक्त कडवटपणा, औदासीन्य आणि कोरडेपण शिल्लक राहते. हृदयावर उपचारासाठी फक्त बोलणे पुरेसे पडत नाही. काही वेळेस मनातले ओठावर आल्याने तात्पुरते बरे वाटतेसुद्धा, पण ते कायम टिकणारे नसते.

रागावणे किंवा तक्रार करत राहणे यामुळे क्षमाशीलता मिळत नाही. दु:ख होणे किंवा वेदना होणे यानेसुद्धा फक्त डोके दुखते. आपल्याला जे घडले आहे ते नीट समजून घेतले पाहिजे आणि ते स्वीकारले पाहिजे. आपली भीती, काळजी, शंका

यांचा शोध घेऊनही फक्त असुरक्षितता पदरी पडते. आपल्याला मिळालेल्या आशीर्वादांसाठी आपण आभारी राहायला हवे. आपली शरम, लाज, खंत या भावनांबद्दल बोलून आपल्यातले रितेपण, अयोग्यता आणि अपराधीपण आपण वाढवतो. त्यासाठी आपण स्वत:ला क्षमाशील बनवले पाहिजे.

आपल्या भूतकाळातील भावनांचा शोध घेऊन आणि त्यांचा उपयोग क्षमाशील होण्यासाठी, आपली समज वाढवण्यासाठी, आभार मानण्यासाठी आणि पुन्हा विश्वास ठेवण्यासाठी करून आपल्या हृदयावरील उपचार पूर्ण करून, आपण योग्य उपचारात्मक विचारसरणी बनवू शकतो.

■

११

९०-१०चे तत्त्व

वर्तमानकाळातील आपल्या दु:खाचा संबंध नेहमीच भूतकाळातील आपल्या अनिर्णित भावनांशी असतो. वर्तमानकाळातील एखाद्या वेदनेने आपण जेव्हा घायाळ झालो असू तेव्हा भूतकाळातील अशीच एखादी वेदना मनाच्या पृष्ठभागावर येते. आपल्या बालपणीच्या दाबून ठेवलेल्या भावना किंवा जुन्या नातेसंबंधांतील अनिर्णित भावना आपल्या वर्तमानकाळातील दु:खाला अधिक तीव्र बनवतात, त्यामुळेच अनेकदा आपल्या वर्तमानकाळातील ९०% वेदनांचा संबंध हा भूतकाळाशी असतो तर फक्त १०% वेदनांनाच चालू घडामोडींशी देणेघेणे असते, त्यामुळेच आपण वेदनादायी भावनांमधून मुक्त होऊ शकत नाही. त्याचे कारण म्हणजे आपल्याला वरवर पाहता दु:खाची जी कारणे दिसतात, ती तितकीशी खरी नसतात हे होय.

फक्त १०% वेदनांचाच संबंध आपल्याला सध्या अस्वस्थ करणाऱ्या भावनांशी असतो.

हे ९०-१०चे तत्त्व आपल्याला व्यवहारात नेहमीच अनुभवाला येते. कधीतरी आपल्याला एखाद्या भयानक दिवसाचा सामना करावा लागतो- म्हणजे त्या दिवशी प्रत्येकजण आपल्याशी उद्धटपणे वागतो, आपण ट्रॅफिक जाममधे अडकतो, आपले डोके दुखते आणि अशाच अतिशय वाईट मन:स्थितीत आपण घरी पोहोचतो, आपल्या अनुत्तरित भावनांना सोबत घेऊन! आणि नेमके त्याचवेळी आपल्या बायकोला आपल्याला खिजवायची सणक येते. बास! संपूर्ण दिवसाचा राग तिच्यावरच निघतो. तिचा हा उद्धटपणा म्हणजे उंटाच्या पाठीवर असलेल्या ओझ्यामध्ये एक गवताची काडी टाकण्यासारखा असल्यामुळे उंट सपशेल कोलमडतो.

बरेचदा आपल्या जोडीदारावर आपण नाराज का होतो तर बऱ्याच वेळा दिवसभर आपल्याबरोबर घडलेल्या नावडीच्या घटनांची ती एक प्रतिक्रिया असते. जर आपला दिवस अगदी छान, मनाप्रमाणे गेला आणि आपला जोडीदार आपल्याशी उर्मटपणे वागला तरी फारसे काही बिघडत नाही. आपण परिस्थिती सावरू शकतो. आपण समजुतीने घेऊ शकतो, कारण आपला दिवस चांगला गेलेला असतो आणि घराबाहेरील अनुत्तरित भावनांचे ओझे आपण घरात आणलेले नसते.

आपल्या बालपणातील दाबून ठेवलेल्या सुप्त भावनांच्या बाबतीतसुद्धा हेच तत्त्व लागू होते. जेव्हा आपण आपल्या दुःखामुळे उद्‌ध्वस्त झालेले असतो- त्याची ठिणगी खरे म्हणजे आपल्या गत जीवनातच पडलेली असते; तसेच जेव्हा आपण संताप, दोषारोप, अलिप्तता, अपराधीपण, असुरक्षितता, निराशावाद आणि मत्सर वा नकारात्मक भावनांमध्ये अडकून बसतो तेव्हा असे खुशाल समजावे की ही वेदना ९०% भूतकाळातील घटनेशी संबंधित आहे आणि फक्त १०% वर्तमानकाळाशी संबंधित आहे.

जेव्हा आपल्या नकारात्मक भावनांना एकदम झटकून टाकणे अवघड असते तेव्हा सामान्यपणे ते असे दाखवते की आपल्या वर्तमानकाळातील भावना भूतकाळातील भावनांशी जोडल्या पाहिजेत. जर भूतकाळातील अनिर्णित भावना मुक्त केल्या गेल्या तरच उपचारपद्धती अधिक सोपी होईल.

चालू घटनांपेक्षा भूतकाळातील घटनांवर उपचार करणे सोपे असते. जेव्हा आपण भूतकाळातील घटनांबद्दल विचार करतो तेव्हा त्या घटनांचे फलित काय ते आपल्याला माहिती असते ही एक जमेची बाजू आहे. आपण त्या गोष्टींकडे विशिष्ट हेतूने बघतो व अत्यंत कनवाळूपणे ते सगळे ऐकतो त्यामुळे आपल्या मनाच्या जखमेवर उपचार होऊ शकतात. शरीराचा काही भाग जरी वेदनामय असला तरी दुसरा भाग काळजीवाहू मित्रासारखा किंवा प्रेमळ जोडीदारासारखा असतो.

जेव्हा आपण आपला भूतकाळ बरा करतो तेव्हा त्यातील घटनांचा शेवट ठरलेला असतो ही एक जमेची बाजू असते.

वर्तमानकाळातील कठीण प्रसंगात भूतकाळातील त्याच प्रकारचे कठीण प्रसंग आठवून व त्यावर आपण यशस्वीपणे केलेली मात्रा आठवून सुरक्षित वाटते व आधार मिळतो. वर्तमानकाळातील वेदनांचा संबंध भूतकाळातील तशाच वेदनांशी जोडून त्या वेदना हलक्या केल्या जातात.

अशा पद्धतीचा मार्ग अवलंबण्याने माझ्या फक्त हजारो शिष्यांनाच उपयोग

झाला नाही तर मलासुद्धा स्वत:ला माझ्या पहिल्या अयशस्वी लग्नाच्या संदर्भात स्वत:वर उपचार करण्यासाठी झाला होता.

वर्तमानावर उपचार करण्यासाठी भूतकाळावर उपचार

जेव्हा मी माझी बायको बोनी हिला प्रथम भेटलो तेव्हा प्रथमदर्शनीच प्रेमात पडलो. दीड वर्षांपर्यंत एकमेकांना भेटत राहिल्यानंतर माझ्या मनात आले की मी बोनीशी लग्न करायला हवे पण तरीही मी तयार नव्हतो. माझ्या मनाच्या काही भागाला माझ्या निर्णयाबद्दल खात्री नव्हती. माझे तिच्यावर प्रेम होते पण लग्न करावे की नाही याबद्दल मी द्विधा मन:स्थितीत होतो. त्या वेळेस अनिश्चितता ही प्रेमप्रकरणामधली नेहमीचीच बाब असते याची मला जाणीव नव्हती आणि हे प्रकरण आम्ही अर्ध्यातच थांबवून आमचे नातेसंबंध थांबवले.

पुढच्या तीन वर्षांच्या काळात मी माझ्या जुन्या मैत्रिणीशी लग्न केले. आम्ही दोघेही मानसशास्त्राचे विद्यार्थी होतो व आमच्या डॉक्टरेटच्या पदव्यांचा अभ्यास करत होतो. नंतर आम्ही नातेसंबंध जपण्याविषयीच्या कार्यशाळांमध्ये शिकवायला सुरुवात केली. आम्ही दोघे एकमेकांच्या प्रेमात पडलो आणि शेवटी लग्न करण्याचे ठरविले. आमचे प्रेमसंबंध बहरू लागले. आम्ही अनेक अनुभवांमधून शिकत होतो आणि आमचे नातेसंबंधसुद्धा जपत होतो.

पण लग्नानंतर दोनच वर्षांमध्ये आम्हाला विभक्त व्हावेसे वाटले. आमच्यातील प्रेम, जिव्हाळा संपुष्टात आला होता आणि आम्हाला दोघांनाही प्रश्न पडला होता की आम्ही दोघे एकमेकांसाठी सुयोग्य आहोत का? आम्ही घटस्फोट घेण्याचा निर्णय घेतला. मी माझ्या हृदयाची समजूत घातली व प्रेमाने माझ्या लग्नाला पूर्णविराम दिला आणि नंतर बोनी माझ्यासाठी योग्य जोडीदार आहे याची मला जाणीव झाली.

विभक्त होण्याचा दिवस

मला तो दिवस अजूनही स्पष्ट आठवतो. जरी निर्णय योग्यच होता तरी मी खूप साशंक होतो. माझा अजूनही विश्वास बसत नव्हता की आमच्या नात्याचा असा शेवट होत आहे. आमचे नातेसंबंध संपल्यामुळे मी खूप दु:खी झालो होतो. आमचे वैवाहिक जीवन संपवण्याचा हा निर्णय जरी आम्ही दोघांनी मिळून घेतला होता तरी अजूनही मनाच्या कुठल्या तरी कोपऱ्यात अजूनही ती मला हवी होती, माझे तिच्यावर प्रेम होते, मला तिची गरज होती. आमच्यात तशी जवळीकच होती.

तीसुद्धा खूप उद्ध्वस्त झाली होती. आमचे एकमेकांवर प्रेम होते, पण आम्ही एकमेकांसाठी योग्य नाही याची आम्हाला जाणीव होती.

मी एकटाच तिथून निघून गेलो आणि काही तासांपर्यंत अक्षरश: रडलो. नंतर एकटाच गाडी घेऊन बाहेर पडलो आणि आम्ही दोघे मिळून जी गाणी आनंदाने ऐकत असू ती गाणी ऐकली. बादलीभर रडून झाले. मी आता पुढे काय करणार आहे हे माझे मलाही माहिती नव्हते. मी नंतर कुठे जाणार आहे हेसुद्धा मला सुचत नव्हते. लग्नातले माझे हे अपयश माझ्या कार्यक्षेत्रासाठीसुद्धा मारक होते. मला माझे स्वत:चे लग्न वाचवता आले नाही अशा परिस्थितीत 'मी नातेसंबंधांवरच्या कार्यशाळेत इतरांना काय शिकवणार?' असा मला प्रश्न पडला.

मी इतका उद्ध्वस्त झालो होतो की मी माझ्या आईला बोलावून घेतले. एरवी मी तिला फक्त तिचे सगळे उत्तम चालले आहे की नाही ते पाहण्यासाठी किंवा माझ्या आयुष्यातील काही चांगल्या गोष्टी तिच्याबरोबर वाटून घेण्यासाठी बोलावत असे. जवळपास वीस वर्षांनी आज पुन्हा असा प्रसंग आला होता की, मी तिच्याबरोबर रडलो होतो किंवा मी माझे दु:ख तिच्याबरोबर शेअर करत होतो.

मी माझ्या आईशी फोनवर बोललो व तिला विचारले की ती कॅलिफोर्नियाला येऊ शकते का? कारण मी लॉसएंजेलिसला राहत होतो व ती टेक्सासला राहत होती. ती ताबडतोब 'हो' म्हणाली. ती म्हणाली की खरे तर एका नातवंडाला भेटायला जाण्यासाठी तिच्या बॅगा भरल्या आहेत आणि आता ती विमानतळाच्या रस्त्यावरच आहे, पण ती आता तिचे विमानाचे तिकीट बदलून घेऊन कॅलिफोर्नियाचे तिकीट काढेल.

जेव्हा मी विमानतळावर तिची वाट पाहत बसलो तेव्हा मी माझ्या दु:खाच्या भावना एका कागदावर लिहून काढल्या. मला माहिती होते की माझ्या दु:खातून मुक्त होण्यासाठी हे अत्यंत गरजेचे आहे. मला या गोष्टीचा फक्त भविष्यातच उपयोग झाला असे नाही तर विश्वास बसणार नाही इतका मला त्यामुळे आराम वाटला. जेव्हा मी माझ्या दु:खाच्या भावना लिहीत होतो तेव्हा मनात खोलवर कुठून तरी मला एका बालकाचा कोवळा आवाज ऐकू आला, 'प्लीज, मला एकटे सोडून जाऊ नको ना?' त्याबरोबर मला माझ्या लहानपणाची घटना आठवली- माझे पालक मला विसरून गेले होते ती!

वर्तमानाचा भूतकाळाशी असलेला संबंध

मी जेव्हा सहा वर्षांचा होतो तेव्हा आमचे सगळे कुटुंब सुट्टीला टेक्सासहून लॉसएंजेलिसला गेले. आम्ही सातही जण स्टेशन वॅगनमध्ये होतो आणि कॅलिफोर्नियातील

एका लहानशा गावात आम्ही गेलो. त्या ट्रीपमध्ये मी सगळ्यात लहान होतो. आम्ही समुद्रकिनाऱ्यावरील एक बंगला भाड्याने घेतला होता. त्या वेळी आजूबाजूला राहणारे आमचे काही नातलग आम्हाला भेटायला यायचे.

आम्हा सगळ्या मुलांना डिस्नेलँडला भेट देण्याची प्रचंड उत्कंठा होती. आम्ही जेव्हा समुद्रकिनाऱ्यावरील बंगल्यात भाड्याने राहत होतो तेव्हा आमचे एक नातेवाईक आम्हाला भेटायला आले. त्यांनी आम्हाला त्यांच्याकडे येण्याचे आमंत्रण दिले. माझा थोरला भाऊ माझ्या कानात कुजबुजला की हे नातेवाईक डिस्नेलँडच्या शेजारी राहतात. त्यामुळे मी स्वत:हून त्यांच्याबरोबर जाण्याची इच्छा व्यक्त केली. मला असे वाटले की माझे सर्व कुटुंब मागाहून येणार आहे.

जेव्हा मी त्या नातेवाइकांकडे पोहोचलो तेव्हा मला आश्चर्य वाटले की आमच्या कुटुंबातील कोणीच दुसऱ्या गाडीमधून तेथे पोहोचले नव्हते. तो माझ्यासाठी प्रचंड मोठा धक्का होता. माझी आई तेथे नाही या विचाराने मी भयभीत झालो. सगळ्या अनोळखी लोकांमध्ये मी एकटाच होतो. मी एक आठवडाभर तेथे राहिलो आणि आम्ही एकदाही डिस्नेलँडला गेलो नाही.

खरेतर मुलांना प्रेम मिळवण्याच्या आणि आपण निष्प्रभ नाही हे जाणवण्याच्या अनेक संधी येतात, पण त्या त्यांना समजत नाहीत.

या सात दिवसात माझ्या कधी लक्षातच आले नाही की मी त्या काकूंना सांगून माझ्या आईला बोलावून घ्यावे. मला वाटले की माझे कुटुंब मला विसरून गेले आहे. मला तर वाटले की मी आता पुन्हा कधीच माझ्या कुटुंबाला भेटणार नाही. एके दिवशी मी बंड करून उठलो. मी कुणाला काहीही न सांगता ब्लॉकच्या शेवटच्या टोकापर्यंत गेलो. मला त्या तुरुंगातून बाहेर पडायचे होते आणि माझ्या कुटुंबाला भेटायचे होते, पण त्या टोकानंतर कुठे जायचे हे मला समजत नव्हते. मला पराभूत झाल्यासारखे वाटले आणि मी मान खाली टाकून पुन्हा मागे फिरलो.

घराकडे परत

सातव्या दिवशी माझी मोठी चुलत बहीण मला चिडवायला लागली आणि मी ओक्साबोक्शी रडू लागलो. माझी काकू माझ्याकडे पाहून म्हणाली, "मला वाटतंय तुला आता तुझी आई हवी आहे." त्या क्षणी माझे हुंदके जोरजोरात बाहेर पडले. तोपर्यंत कोणालाच माझ्या कुटुंबापासून दूर आल्यामुळे मी अस्वस्थ झालो होतो याची जाणीव नव्हती.

माझी काकू म्हणाली, की गेल्या कित्येक वर्षांत मी कोणत्याच मुलाला इतके अस्वस्थ झालेले पाहिले नाही. तिने ताबडतोब मला माझ्या घरी आणले. माझ्या

आईला अधिक काळजी वाटू नये म्हणून काकूने आईला काहीच सांगितले नाही, पण मला किती असुरक्षित वाटले असावे याचा अंदाज माझ्या आईला आला आणि म्हणून तिने पुढचा सबंध दिवस माझ्याबरोबर घालवला.

मला अजून आठवते की दुसऱ्या दिवशी पुन्हा जेव्हा मी समुद्रकिनाऱ्यावर आलो तेव्हा मला जाणवले की जग ही एक प्रचंड मोठी जागा आहे आणि त्या मानाने आपण फार लहान आहोत. मला आश्चर्य वाटायचे की हे आजूबाजूचे लोक कोण आहेत? हे कुठून आले? त्यांना कोठे जायचे आहे? ते काय करतात आणि आपण काय करायचे आहे?

त्या दिवशी झालेली ही जाणीव आयुष्यभर माझ्याबरोबरच राहिली. शरीराच्या, मनाच्या एका कोपऱ्यात मी सदैव लहान आणि असुरक्षितच राहिलो. मला नेहमीच वाटायचे की या जगात मी माझे स्थान कसे निर्माण करणार? मला वाटायचे की मी जसजसा मोठा होईन तसतसे माझे हे भय जाईल पण तसे झाले नाही. माझ्या तिशीतसुद्धा मनाच्या कोपऱ्यात कुठेतरी मी स्वतःला कुटुंबाकडून त्यागलेला, हतबल झालेला लहान मुलगाच समजत होतो.

आईची वाट पाहत वेटिंग रूममध्ये बसलेल्या मला भूतकाळातील या आठवणी सही न् सही आठवल्या. त्याचा उपयोग मला माझ्या वर्तमानकाळातील दुःख हलके करण्यास झाला. या बालपणाच्या प्रसंगापर्यंत मला नेहमी मी आईचे बोट धरून किनाऱ्यावरून चाललोय असे चित्र डोळ्यांपुढे यायचे, पण त्यानंतर ती सुखद आठवण पूर्णपणे स्मृतिपटलावरून नाहीशी झाली आणि नातेवाइकांकडचे ते सात दिवस आणि ती त्याज्य भावना मनात कायम घर करून बसली.

आठवणी आणि भावना मुक्त झाल्या.

माझ्या पहिल्या लग्नाच्या अपयशाच्या उद्ध्वस्त करणाऱ्या दुःखद भावनांमुळे माझ्या भूतकाळातील दाबून ठेवलेल्या या भावना जागृत झाल्या. जेव्हा मी माझ्या आईची वाट पाहत बसलो होतो तेव्हा मी माझ्या जाणिवा लिहीत बसलो होतो, ज्यांचा मला विसर पडला होता, पण माझ्या जाणिवा लिहिल्यामुळे मी मुक्त झालो. माझा हा अनुभव अधिक समृद्ध होण्यासाठी मी माझ्या आत दडलेल्या सहा वर्षांच्या मुलाचे शब्द त्याच्या तोंडी घालून त्या वेदनेशी सांधा जोडण्याचा प्रयत्न केला व बरे करण्याच्या चारही पायऱ्या वापरल्या.

माझ्या लहानपणच्या वेदनांना मी आवाज दिला- जो आत्तापर्यंत स्पष्टपणे व्यक्त झाला नव्हता किंवा ऐकला गेला नव्हता. जेव्हा हा लहान दुःखी मुलगा त्याची आई हरवली आहे असे ओरडला, तेव्हा विमानतळावर आईची वाट

पाहणाऱ्या माझ्या गालावंरसुद्धा अश्रू ओघळले, कारण त्या सहा वर्षांच्या मुलाला अगदी एकाकी वाटले होते! त्याचा त्याच्या माणसांनी त्याग केला आहे असे त्याला वाटत होते. तो खूप दुखावला गेला होता, फसवला गेला होता. आता काय करायचे याची निश्चिती नव्हती आणि पुन्हा आपले कुटुंब पाहायला मिळणार नाही या कल्पनेने तो भयभीत झाला होता.

आता मागील घटनांचा आढावा घेतला तर आपल्याला हे माहिती आहे की त्या छोट्याशा सहा वर्षांच्या मुलाचा कोणी त्याग केला नव्हता, पण त्या छोट्या मुलाला ही गोष्ट माहिती नव्हती. त्याला वाटत होते की त्याच्या कुटुंबाने त्याला एकटे सोडून दिले आहे आणि आता त्याची काळजी घेणारे कोणी नाही. तो लहान मुलगा रागावला होता, कारण त्याला एकटे सोडून दिले होते. तो दु:खी होता, कारण सगळे त्याला विसरून गेले होते आणि त्यामुळे त्याच्यावर कोणाचेच प्रेम नाही असे त्याला वाटले शिवाय तो दु:खी होता, कारण त्याला घरी जाता येत नव्हते. त्याला अपुरे, अधुरे, निराधार आणि पराभूत वाटत होते.

माझ्या या वेदनामयी आठवणी मी जेव्हा अशा पद्धतीने कागदावर लिहून काढल्या तेव्हा मला पुष्कळ बरे वाटले; तेवढ्यात माझ्या आईचे विमानपण आले. मी तिला मिठीच मारली आणि तिच्या येण्याबद्दल आभार मानले. नंतर थोडक्यात तिला मी माझ्या बायकोला सोडल्याचे सांगितले. मी म्हणालो, ''आता आपण कोठे राहायचे हेसुद्धा मला माहिती नाही.''

यावर आई म्हणाली, ''ती काही मोठी समस्या नाही. आपण इनीऑटकडे राहू.'' माझा या विचित्र योगायोगावर विश्वास बसला नाही. माझा बालपणाचा तो वेदनादायी प्रसंग, त्यावर मी केलेले उपचार आणि पुन्हा एकदा मला त्याच घरात तशाच मनाच्या उद्विग्न अवस्थेत राहायला जावे लागणे. या योगायोगाला तुम्ही काय म्हणाल? पण या वेळी माझी आई माझ्याबरोबर होती.

माझी आई माझ्याबरोबर संपूर्ण आठवडा राहिली. आम्ही दोन वेळा डिस्नेलँडला गेलो. मी अजूनही उद्ध्वस्त मन:स्थितीत होतो, पण मी माझ्या भावना थेट माझ्या आईबरोबर वाटून घेत होतो. तो एक आठवडा मला फार मोठा वाटला, पण त्यातल्या त्यात मी स्वत:ला भाग्यवान समजत होतो की, मला माझे दु:ख वाटून घेण्यासाठी माझ्यावर प्रेम करणारे माणूस तरी होते. अजूनही मी रात्री झोपू शकत नव्हतो आणि खूप वेळा मला थंडी भरून येत होती. मी खूप दु:खी होतो पण एक गोष्ट चांगली होती की मी आईच्या जवळ होतो. काही वेळेस तर अक्षरश: मला मी सहा वर्षांचा अनाथ, पोरका, असुरक्षित मुलगा आहे असे वाटत असे.

सात दिवसांनी म्हणजे माझी आई परत जाण्याच्या आदल्या दिवशी माझा एक फार मोठा ग्राहक जो कॅन्सरने आजारी होता त्याने मला पार्टीसाठी बोलावले. त्याचा

मृत्यू त्याला समोर दिसत होता आणि म्हणून त्याला त्याच्या सगळ्या मित्रांना 'गुड बाय' म्हणायचे होते आणि तो खास दिवस जुन्या आठवणींमध्ये साजरा करायचा होता. (एक महिन्याने त्याचा मृत्यू झाला.)

त्या पार्टीमध्ये अनेक महत्त्वाच्या मोठ्या व्यक्तींबरोबर माझी ओळख करून देण्यात आली. माझा नेहमीचा असा अनुभव आहे की अशा मोठ्या लोकांच्या गराड्यात मला खूप लहान, असुरक्षित असल्यासारखे वाटते पण त्या दिवशी मला तसे वाटले नाही. मी आठवडाभर इतके काही सहन केले होते की त्या पार्टीमध्ये मला खूप छान वाटले. पार्टीमध्ये जेव्हा मी माझ्या आईशेजारी उभा राहून माझ्या आईची एका मोठ्या माणसाशी ओळख करून दिली तेव्हा मला प्रथमच हे जाणवले की मी आईपेक्षा उंच आहे.

एक आठवड्यापर्यंतच्या उपचारानंतर मी जेव्हा वर पाहिले तेव्हा आयुष्यात प्रथमच मला हे जाणवले की मी आईपेक्षा उंच आहे.

यापूर्वी मला नेहमी वाटत असे की माझी आई माझ्यापेक्षा उंच आहे. आयुष्यात पहिल्यांदा मला वाटले, की आता मी मोठा झालो आहे. माझ्या आतल्या सहा वर्षांच्या मुलाला शेवटी मोठे व्हायची संधी मिळाली तर! जरी मी चौतीस वर्षांचा होतो तरी माझ्या आत कुठेतरी मी नेहमीच सहा वर्षांचा असायचो. आईचे बोट धरून समुद्रकिनारी फिरताना आणि भांबावलेला की- या अक्राळविक्राळ जगात या सहा वर्षांच्या मुलाचा निभाव कसा लागणार?

उपहासाने असेच म्हणावे लागेल, की सहा वर्षांच्या जखमी मुलाच्या भावना आणि विचार मनाला जाणवण्याची परवानगी दिल्यानंतरच मी स्वत:ला मोठे करू शकलो. जर लहान मुले त्यांच्या भावना व्यक्त करू शकली नाहीत आणि एखाद्या संकटातून जात असताना त्यांचे म्हणणे प्रेमाने व सहृदयतेने ऐकून घेतले नाही तर ते त्यांच्या भावना दाबून टाकतात. जणू काही ते त्यांचे त्या कालावधीतील अस्तित्वच गोठवून टाकतात आणि हा जो विसरलेला भाग असतो तो त्या मुलाला मोठे होण्याची संधी तोपर्यंत देत नाही जोपर्यंत अशीच एखादी घटना त्याच्या आयुष्यात घडत नाही... पण अशी घटना घडते त्या वेळी मात्र या भावनांना जणू काही कोर्टाने वॉरंट काढावे त्याप्रमाणे दमदाटी करून मनाने त्यांना पृष्ठभागावर आणायला हवे आणि मी तसेच केले; त्या वेदना जाणवून मला त्यावर फुंकर घालण्याची संधी मिळाली.

अशा प्रकारे उपचार केल्याने मला आता कळून चुकले की मी माझ्या पहिल्या बायकोला का विसरू शकत नाही! उगाचच किंवा चुकीने नव्हे तर माझ्यातल्या

मनाच्या कोपऱ्यात अजूनही तिच्याबद्दल ओलावा होता आणि त्यावर उपचार करायला हवे होते. एक वर्षापर्यंत मनाचा हा संघर्ष चालू होता पण हळूहळू उपचार पूर्ण झाले आणि शेवटी मी या निर्णयाला आलो की बोनी हीच माझ्यासाठी योग्य जोडीदार आहे आणि खरोखर अजूनही आमचे वैवाहिक आयुष्य सुखाचे आहे.

पुढील भागात आपण भूतकाळावर उपचार कसे करायचे हे तपशीलवार बघू.

■

१२

मर्मस्थानी उपचार करा

आपल्या दु:खावर इलाज करणाऱ्या ज्या चार उपचारात्मक भावना आहेत त्याखेरीज आणखी एक सगळ्यात सोपा आणि हमखास उपाय म्हणजे आपल्या वर्तमानकाळातील दु:खाचा संबंध आपल्या भूतकाळातील तशाच प्रकारच्या दु:खाशी जोडून आपल्या दुखऱ्या हृदयावर उपचार करायचे. आपल्या सध्याच्या त्रासदायक वेदनांचा संबंध भूतकाळातील आपल्या मर्मस्थानातील खुपणाऱ्या दु:खावर उपचार करून आपण वर्तमानातील वेदनांपासून मुक्तता मिळवू शकतो.

संपूर्ण जगभर ही एक विचारप्रणाली सर्व पद्धतींच्या उपचार प्रक्रियेचा मूलभूत पाया बनली आहे. जर आपण आपल्या भूतकाळातील वेदनांबद्दल व त्रासाबद्दल बोललो तर आपल्याला सद्य:स्थितीला होणाऱ्या वेदनांचा विसर पडतो. जितके आपण जुने दु:ख उगाळत राहू तितके आपल्याला वर्तमानातील दु:खाची कमी जाणवेल. 'मला खूप दु:ख झाले होते.' आणि 'आत्ता मी दु:खी आहे.' या दोन वाक्यांमध्ये खूप फरक आहे.

याचा अर्थ असा नव्हे की आपल्याला आपले दु:ख जाणवायलाच नको. याचा अर्थ एवढाच की दु:ख करत बसणे काही फारसे चांगले नसते, या उलट आपल्या दुखऱ्या भावनांचा उपयोग आपण आपल्या भूतकाळातील अनिर्णित भावनांच्या तळ्यात उसळी मारून येण्यासाठी स्प्रिंगबोर्ड म्हणून वापरला पाहिजे. आपल्याला आपले दु:ख जाणवायला पाहिजे, पण ते म्हणजे आपल्या भूतकाळातील एखाद्या विशिष्ट प्रसंगाबद्दलच्या आपल्या भावना अजूनही अनिर्णित आहे हे दाखवणारी दर्शकसूची आहे. अशा परिस्थितीत आदर्श गोष्ट कोणती तर आपल्या दुखऱ्या भावनांमार्फत आपल्या मनाला उपचाराकडे घेऊन जाणे.

उपचाराच्या तीन पायऱ्या

उपचार प्रक्रियेमध्ये कौशल्य मिळविण्यासाठी पुढील तीन पायऱ्यांची आवश्यकता असते.

पहिली पायरी अशी की आपल्याला आपल्या वर्तमानकाळातील भावनांची जोडणी भूतकाळातील तशाच भावनांशी करायला पाहिजे. आज जर मला कुणीतरी नाकारल्यामुळे दु:ख होत आहे तर मी भूतकाळातील असाच मला कुणीतरी नाकारल्याचा प्रसंग आठवायला पाहिजे.

दुसरी पायरी ही की तो प्रसंग कल्पनेने मन:चक्षुंपुढे उभा करायचा. त्या प्रसंगात पुन्हा स्वत:ला बघायचे आणि जे काही घडले होते त्याचा पुनर्अनुभव घ्यायचा.

तिसरी पायरी अशी की तो प्रसंग आपल्याला पाहिजे त्या परिणामांसह मनाशी रंगवायचा. मी स्वत: माझ्या बाबतीत असे करतो की त्या प्रसंगामध्ये शिरून त्यातील वेदना अनुभवून त्या माझ्या प्रेमाच्या माणसाबरोबर मित्रमैत्रिणीबरोबर, पालकांबरोबर किंवा अगदी देवाबरोबरसुद्धा शेअर करतो. जे मला त्यावेळी भूतकाळात जमले नव्हते, त्यामुळे माझ्या जखमेवर फुंकर घातली जाते व माझी हृदयाची जखम बरी होते.

मला नाकारले म्हणून मी दु:ख करत बसत नाही तर भूतकाळात जेव्हा मी नाकारलो गेलो होतो तो प्रसंग मी आठवतो आणि त्या वेळच्या वेदनेची जुळणी आत्ताच्या वेदनेशी करतो आणि मी का नाकारलो गेलो होतो याचा विचार करतो. नंतर मी माझ्या डोळ्यांसमोर त्या प्रसंगाचे संपूर्ण चित्र उभे करतो आणि त्या वेळचा तो नकार मी पुन्हा अनुभवतो. मग तो प्रसंग अधिक चांगला कसा करता येईल हे बघतो. तसे करण्यासाठी मी कोणत्याही क्षणी चित्र थांबवू शकतो. तो प्रसंग अधिक हलकाफुलका कसा बनवता येईल, त्यातील कडवटपणा कसा नाहीसा करता येईल याचा विचार करतो. जे मला त्या वेळी जमले नव्हते. कोणत्याही क्षणी मी त्यातली कुठलीही एखादी भावना निवडून त्या विशिष्ट भावनेचा खोलवर विचार करून त्यामध्ये क्षमाशीलता, अधिक सागंजस्य, कृतज्ञता आणि विश्वास मिळवण्याचा प्रयत्न करतो.

एखाद्या घटनेचे मन:चक्षुंसमोर चित्र उभे करणे हे एखादा व्हिडिओ पाहण्यासारखे असते. कोणत्याही क्षणी आपण व्हिडिओ 'पॉझ'वर नेऊन ठेवू शकतो. तशाच पद्धतीने एखादा विशिष्ट प्रसंग आठवताना मी ती विशिष्ट परिस्थिती 'गोठवून' किंवा 'फ्रिज' करून ठेवू शकतो. तो वेदनादायी क्षण पुन्हा पुन्हा आठवून त्याच्यावर उपचारप्रक्रियेच्या चार प्रकारच्या भावनांनी उपचार करतो. या उपचार प्रक्रियेत आपण आपले कौशल्य पणाला लावून त्या वेळच्या भावनांची जाणीव होऊ देऊन

त्या वेळी जो आधार मिळाला नव्हता तो आधार मनाला देऊन तो अनुभव समृद्ध केला पाहिजे.

आपल्या वेदना वाटून घेणे.

उपचाराच्या त्या तीन टप्प्यांवर आपल्या भावना आपल्या मित्रांबरोबर, समुपदेशकांबरोबर किंवा आधार केंद्रात जाऊन वाटून घेतल्या तर मदतच होते. त्यांच्याशी बोलताना आपल्या भूतकाळातील तशाच भावनांबरोबर वर्तमानकाळातील भावनांचा मेळ घातला जातो. त्या वेळी समोरची माणसे आपले दुःख तर समजावून घेतच असतात, पण आपणसुद्धा त्या वेळी त्या प्रसंगाचा पुन्हा अनुभव घेतो. काही मर्यादेपर्यंत ऐकणाऱ्या लोकांनीसुद्धा अशाच एखाद्या संकटाचा सामना केला असल्याची शक्यता असते, त्यामुळे आपल्यालासुद्धा बळ येते; त्यामुळेच अशा परिस्थितीत आपोआपच उपचार प्रक्रिया आपले दुःख वाटून घेतल्यामुळे वेगाने होते.

इतरांच्या आधारामुळे आपली उपचार प्रक्रिया जशी सुलभ होते तशीच क्वचित तिच्यात अडथळे पण येतात. जर आजूबाजूचे लोक नुसते ऐकण्याऐवजी जास्तच उपदेशाचे डोस पाजत असतील तर आपल्या खऱ्या भावनांकडे आपले दुर्लक्ष होते आणि आपले पुढचे मार्गच बंद होतात. आपल्या वेदनांची जाणीव व्हायला प्रथम आपल्याला सुरक्षित वाटायला हवे. आपण इतरांकडे मनमोकळेपणाने बोललो याचा अर्थ समोरची व्यक्ती आपले दुःख कमी करेल किंवा आपले चूक-बरोबर सांगेल किंवा ती माहिती आपल्या विरुद्ध वापरेल असे काही मनात आणायचे नसते. आपल्याला अशी खात्री वाटली पाहिजे की आपण जे काही सांगू ते गुप्त राहील, त्याचा बभ्रा होणार नाही. जर या अटी पूर्ण झाल्या तर उपचार प्रक्रिया प्रचंड सुलभ होते.

आपल्या भावना इतरांबरोबर वाटून घेताना वाटणारी सुरक्षितता हा उपचार पद्धतीतील फार महत्त्वाचा भाग आहे. मोठे झाल्यावर आपण काही भावना लपवतो कारण लहान असताना त्या भावना व्यक्त करणे आपल्याला तेवढे सुरक्षित वाटलेले नसते. मोठेपणी आपण आपल्या भावनांचे जे व्यवस्थापन करतो ते खरे म्हणजे आपण खूप लहान वयात शिकलेले असतो. बालपणात आपणास अनेकदा भावना व्यक्त करणे सुरक्षित वाटत नसते. आपण तणावपूर्ण परिस्थितीला सामोरे जाणे शिकत असतो. आपल्या भावना आपण त्यावेळी गिळून टाकत असू.

आपण जेव्हा लहान मुले असतो तेव्हा आपल्या भावना नेमक्या नको त्या वेळी उचंबळून येतात. आपल्या पालकांना, काळजी घेणाऱ्यांना किंवा भावंडांना नेमका त्या वेळी त्यांच्याकडे लक्ष द्यायला वेळ नसतो म्हणा किंवा कौशल्य नसते म्हणा!

त्यामुळे त्या भावनांकडे पाहण्याचा त्यांचा दृष्टिकोन सहानुभूतिपूर्वक नसतो. त्यावेळी अशा प्रकारची सुरक्षितता न मिळाल्यामुळे आणि आपल्या भावनांचा पूर्ण शोध आपल्याला न लागल्यामुळे अशा नकारात्मक भावनांमधून बाहेर पडून क्षमाशीलता, सामंजस्य, स्वीकार, कृतज्ञता आणि विश्वास अशा सकारात्मक भावनांपर्यंत पोहोचणे आपण शिकलेले नसतो.

मोठे झाल्यावर मात्र आपण आपल्याभोवती सुरक्षित कवच निर्माण करण्यास शिकतो व आपल्या वेदनांवर उपचार करतो. आपण असे मित्र निवडतो की जे विनाकारण आपल्यावर टीका करत सुटत नाहीत, तसेच समुपदेशक आणि आधारकेंद्रे निवडतो जे आपल्याला आपल्या भावना ओळखायला मदत करतात. नकारात्मक भावनांचे सकारात्मक भावनांमध्ये रूपांतर करण्यासाठी कोणतीही वेळ चालते. उशीर कधीच होत नाही. भंगलेल्या हृदयावर उपचार करताना आपली ही धारणा हवी की आपण फक्त दुःखावरच इलाज करत नाही आहोत तर अधिक सशक्तपणे जगणे शिकणार आहोत.

उपचाराचे अनेक पापुद्रे

आपल्याला आता वाटते की, 'चला आपली दुःखातून सुटका झाली.' आपल्या प्रगतीमध्ये अडथळे येण्यात अनैसर्गिक असे काहीच नाही, पण जरा कुठे बरे वाटले नाही तोच आपल्याला काही मूलभूत विकार जाणवायला लागतात- म्हणजे दडपलेल्या भावना जशा वेदना, राग, दोषारोप, अलिप्तता, अपराधीपण, असुरक्षितता, निराशावाद आणि मत्सर इ. भावना. याचा अर्थ जरी आपण प्रगती करत असलो तरी आपल्या हृदयावरील उपचार पूर्ण होईपर्यंत या अनिर्णित भावना वरचेवर आपल्या मनाच्या पृष्ठभागावर येऊन आपल्याला त्रास देत असतात.

हृदयावरील उपचाराचे एकावर एक असे अनेक पापुद्रे असतात. आपण जसे कांद्याचे एक एक साल काढतो त्याप्रमाणेच ही पद्धत आहे. आपण वेदनेचा वरचा थर कापला की आतमध्ये दुसरा वेदनेचा थर तयारच असतो. व्यावहारिक भाषेत सांगायचे झाले तर प्रेमळ आणि क्षमाशील भावना मनाला जाणवल्यानंतर पुढच्याच क्षणाला पुन्हा मत्सर आणि रागाच्या भावना जागृत होतात.

हृदयावरील उपचार ही अत्यंत हळूहळू होत जाणारी प्रक्रिया आहे. एका वेळी एकच पापुद्रा उकलायचा असतो.

आपल्याला आत्मविश्वासपूर्ण आणि निश्चिंत वाटले की आपल्याला आता

प्रेम मिळणार याची खात्री होते पण लगेच पुन्हा आपल्याला काळजी वाटते, शंका वाटते व आपला जोडीदार पुन्हा आपण गमावू असेही वाटते. नंतर स्वत:बद्दल पुन्हा चांगले वाटत असताना अपराधीपणाची जाणीव होते. आपण प्रेमाला पात्र नाही आणि अपुरे आहोत असे वाटते. लगेचच काहीही कारण नसताना आपल्या प्रेमळ, उबदार भावनांपासून आपण दूर गेलो आहोत असे वाटते आणि मन बधिर होते. खरेतर हा सगळा इंद्रधनुष्याचा खेळ असतो. ही पीछेहाट नसते तर पुढचा पापुद्रा उघडण्याची तयारी असते.

जखम पूर्ण भरून यायला बराच वेळ लागतो. प्रत्येक वेळी दोन पायऱ्या वर चढलो की एक पायरी खाली उतरण्याचा अनुभव येतो. ही एक पायरी खाली उतरणे म्हणजे पीछेहाट वाटत असली तरी प्रत्यक्षात ती तशी नसते, तर आपण उपचार प्रक्रियेच्या आणखी जवळ जात असतो.

प्रत्येक वेळी आपल्याला असे वाटते की आता आपली उपचार प्रक्रिया संपत आली, पण प्रत्यक्षात आपण फक्त एक पापुद्राच उलगडलेला असतो.

'एका वेळी एकच पापुद्रा उघडणे' हे उपचार प्रणालीचे महत्त्वाचे तत्त्व जाणून घेणे गरजेचे आहे, नाहीतर आपल्या प्रगतीचे टप्पे आपल्याला समजणार नाहीत. प्रसंगी आपण नाउमेद होऊन आणि हेतुपूर्वक आपल्या भावनांवर प्रक्रिया करण्याचेसुद्धा टाळू. आपल्या भावनांवर उपचार करून त्यांचे व्यवस्थापन करण्यापेक्षा आपण आपल्या भावना दडपून तात्पुरता आराम मिळवू, पण त्याचा परिणाम असा होईल की आयुष्यभर या दु:खाचे ओझे वागवावे लागेल.

आपली दडलेली भावना कोणती?

आपल्या भावना दडपून टाकल्यामुळे जेव्हा आपण अस्वस्थ होतो तेव्हा आपण चार उपचारात्मक भावनांपैकी एक किंवा दोन भावना दाबून टाकलेल्या असतात. त्या चार भावना म्हणजे राग, दु:ख, भीती आणि खिन्नता. आपल्या वेदनांवर उपचार करण्यासाठी आपण आपल्या भावना दडपून ठेवण्याच्या उलट क्रिया करायला हवी आणि लपलेली, पृष्ठभागावर न आलेली भावना शोधून काढायला हवी. जर एखादी भावना आपण अगदी बालपणापासून दडवून ठेवली तर आपोआप त्याच्यावर उपचार होणे अशक्य आहे.

आज मी माझे काम लवकरच संपवले आणि चुकून एक फाईल कॉम्प्युटरमध्ये

सेव्ह न करताच बंद केली गेली- त्याचा परिणाम असा झाला की दोन पाने सेव्ह न झाल्यामुळे उडाली. माझे नशीब बलवत्तर म्हणून माझ्याकडे 'बॅक-अप सिस्टीम'ची सुविधा होती, त्यामुळे माझे नुकसान टळले पण जर 'बॅक-अप'ची सुविधा नसती तर माझे खूप मोठे नुकसान झाले असते. अगदी तसंच आपल्या मनाच्या कॉम्प्युटरचेपण असते. मोठे होत असताना आपण आपल्या काही भावना मनातून पुसून टाकतो. त्या भावनांच्या फाईल्स आपण मनाच्या कॉम्प्युटरमधून डिलिट करतो. या डिलिट झालेल्या फाईल्स जोपर्यंत पुन्हा मनाच्या पृष्ठभागावर येणार नाहीत तोपर्यंत आपल्या वेदनेवर उपचार करण्याची आपली क्षमता मर्यादित राहील.

आपल्या विस्मृतीत गेलेल्या आठवणी पुन्हा मनःपटलावर आणून त्याच्यावर उपचार करण्यासाठी आपल्या मनामध्येपण 'बॅक-अप सिस्टीम' आहे.

उदाहरण द्यायचे झाले तर समजा की मला अगदी लहानपणापासून माझ्या रागाच्या भावना दाबून ठेवण्याची सवय आहे. त्याचा परिणाम असा होतो की मी मोठा झाल्यावरसुद्धा राग व्यक्त करण्याची माझी क्षमता मर्यादित राहते, त्यामुळे आयुष्यभर मी भीती, खिन्नता किंवा दुःख या भावनांमध्येच खोलवर रुतून बसेन, परिणामी कधीकधी माझ्यामध्ये मत्सर, अपराधीपण किंवा यांसारख्या भावना दडपल्यामुळे येणाऱ्या भावना जाणवतील. म्हणजे जर मी माझ्या भूतकाळात रागाची भावना दडवून ठेवली असेल तर आत्ताच्या एखाद्या वाईट प्रसंगाचा मला योग्य प्रमाणात राग येणार नाही आणि अशाच प्रकारचा परिणाम इतर कोणत्याही दडपलेल्या भावनेच्या संदर्भात होऊ शकतो.

अशा वेळी मनाच्या कॉम्प्युटरच्या बॅक-अप सिस्टीमचा आधार घेऊन अशा वगळलेल्या घटनेची फाईल पुन्हा शोधावी, यासाठी काय पाहिजे, तर कोणीतरी आपल्या आठवणींना उजाळा दिला पाहिजे. मेंदूतज्ज्ञ डॉक्टर्स मेंदूच्या एखाद्या भागाला उत्तेजित करून पेशंट ज्या गोष्टी विसरला असेल त्या भूतकाळातल्या सगळ्या गोष्टी आठवायला भाग पाडू शकतात. सुदैवाने मेंदूच्या अशा शस्त्रक्रियेशिवाय आपण आपल्या अनिर्णित आणि लपलेल्या भावना उत्तेजित करू शकतो.

आपल्या वेदना जर आपण इतरांना सांगितल्या तर आपल्या लपवून ठेवलेल्या आठवणींवर उपचार होतात.

आपल्या भावना काही वेळेस आपण दडवतो, कारण भूतकाळात त्या व्यक्त

करणे सुरक्षित नव्हते आणि उपयोगीपण नव्हते. जोपर्यंत आपण आपल्या या विश्वासावर ठाम आहोत की, आपण आपले विचार, जाणिवा, इच्छा, आकांक्षा इतरांबरोबर शेअर करू शकत नाही तोपर्यंत आपण आपल्यालाच खात्रीपूर्वक सांगावे, की आपल्या आतमध्ये काही विशिष्ट भावना दडून बसलेल्या आहेत. अर्थातच आपल्या मनाचे असे कप्पे कोणालाही उघडून दाखवणे योग्य नाही. जोपर्यंत आपल्याला योग्य आधार देईल अशी व्यक्ती मिळत नाही तोपर्यंत आपले विचार, भावना, आशा, स्वप्ने रोखून धरणेच योग्य आहे.

एखाद्या समुपदेशकाबरोबर उपचारासाठी विश्वासपूर्ण नाते प्रस्थापित करून किंवा एखाद्या आधारकेंद्राचा आधार घेऊन तुम्हाला तुमच्यामधल्या खदखदणाऱ्या गोष्टी सुरक्षितपणे बाहेर टाकता येतील.

आपले हृदय जर प्रेम, शहाणपण, ग्रहणक्षमता, निर्मितिक्षमता यांचा अनुभव घेण्यासाठी उत्सुकतेने तयार असेल तर ही आपली जबाबदारी आहे की या भूतकाळातील व वर्तमानकाळातील भावनांचे ज्ञान होण्यासाठी सुरक्षित वाटावे म्हणून आपण विशेष प्रयत्न केले पाहिजेत?

भूतकाळावर प्रक्रिया कशी कराल?

वर्तमानकाळातील भावनांचा भूतकाळातील भावनांशी संबंध जोडून तुम्ही आत्तापर्यंत दडपून ठेवलेल्या अशा भावना की ज्यामुळे इतके दिवस तुमच्या क्षमतांवर मर्यादा पडल्या होत्या, त्या भावना अत्यंत परिणामकारक पद्धतीने मुक्त करू शकता. उदाहरणार्थ, जर भूतकाळातील एखादी भीतीची अनुत्तरित भावना तुमच्या मनात असेल तर वर्तमानकाळातील भीतीच्या भावनेतून बाहेर पडणे तुम्हाला मुश्किल होते. जर वर्तमानकाळातल्या भीतीच्या भावनेची तुम्हाला पूर्णपणे जाणीव झाली नाही आणि तुम्ही त्यातून मुक्त झाला नाहीत तर तुमच्या नकारात्मक भावनांचे रूपांतर सकारात्मक भावनांमध्ये होण्याच्या क्षमता तुम्ही गमावून बसाल.

भूतकाळात अनुभवलेली एखादी अनिर्णित भीतीची भावना तुमच्या वर्तमानकाळातील भीतीच्या भावनेला मुक्त होण्यापासून अडवून धरते.

स्मरणशक्तीच्या बळावर असा सराव करून तुम्ही भूतकाळ व वर्तमानकाळातील भावनांची सांगड घालू शकता. पार्श्वभूमी तयार करण्यासाठी मन शांत करणारे

एखादे संगीत लावा आणि आपल्या मनाला त्या संदर्भातले प्रश्न विचारा. त्यांची काय उत्तरे येतात याकडे लक्ष ठेवा. कुठलीही आठवण घ्या आणि तिचे तपशीलवार स्मरण करा. तुमच्या प्रश्नांना योग्य उत्तरे नाही मिळाली तरी चालतील. जर असा प्रश्न असेल की, 'आठवा, तुमच्यावर जेव्हा प्रेम केले गेले.' कदाचित तुम्हाला असे आठवेल की तेव्हा तुमच्यावर कोणी प्रेम केले नाही. हे अपेक्षित आहे आणि त्यात वावगे काही नाही पण जेव्हा वेदनादायक आठवणी येतील, तेव्हा त्यांच्यावर मात्र झडप घाला.

आठवायचे कसे?

भूतकाळातील एखादी आठवण काढण्यासाठी थोडा वेळ काढा आणि 'फीलिंग बेटर एक्सरसाईज'च्या साहाय्याने तो प्रसंग समृद्ध करा. तो प्रसंग अगदी स्पष्ट आठवण्याची किंवा डोळ्यांपुढे चित्र उभे करण्याची गरज नाही. अगदी पुसटशी, अंधुक आठवण बरी. एकदा का तुम्हाला परिस्थितीची कल्पना आली आणि तुम्हाला जे घडायला हवे होते तसे घडले की मग तशी कल्पना करा. अशी कल्पना करा की आत्ताची तुमची भावना व भूतकाळातील प्रसंगातली भावना सारख्याच आहेत. हे करणे तुम्हाला जमले तर भूतकाळातील अशा प्रसंगांची आठवण तुम्हाला भीतिदायक किंवा काळजीयुक्त न वाटता ती आठवणच तुम्हाला आधार देणारी मैत्रीण ठरेल.

अगदी पुसटशी किंवा अंधूक आठवणसुद्धा भूतकाळावर प्रक्रिया करण्यास पुरेशी ठरते.

असे कधीच वाटून घेऊ नका की तुम्ही घटनेवर पुनर्प्रक्रिया करू शकत नाही. एखादी विशिष्ट आठवण पुन्हा पुन्हा प्रक्रियेसाठी वापरणे चांगलेच असते. जेव्हा आपण एखाद्या घटनेवर पुन्हा पुन्हा प्रक्रिया करतो त्या वेळी आपण फक्त आपल्या जखमा उघडत नाही तर आपल्या वेदनांतून मुक्त होण्याची क्षमता वाढवत असतो, त्यातूनच आपल्यात क्षमाशीलता, सामंजस्य, कृतज्ञता आणि विश्वास यांची वृद्धी होते.

आता पुन्हा मागे जाऊन मागील घटनेमध्ये क्षमा न करण्याइतके मोठे अवघड असे काय होते ते समजावून घेऊन तुम्ही क्षमा करून टाकता आणि तुमची क्षमाशीलता वाढवता. पुढच्या वेळेस तुम्ही जेव्हा मागे जाता तेव्हा जरी तुम्हाला क्षमा आधीच मिळालेली आहे तरीसुद्धा आता तुम्ही क्षमा मिळवण्याच्याही मागे जा

आणि ही उपचार प्रक्रिया पुन्हा-पुन्हा अनुभवा. जेव्हा जेव्हा तुम्ही ही उपचार प्रक्रिया पुन्हा पुन्हा अनुभवाल तेव्हा तेव्हा तुमची क्षमाशीलता अधिक वाढीला लागली असे तुम्हाला वाटेल आणि त्यातूनच तुमच्या वेदनेचे सकारात्मक भावनेत रूपांतर होईल.

भूतकाळातील भावनांवर उपचार केल्यामुळे आपल्या क्षमाशीलतेमध्ये, आभार मानण्यात आणि वर्तमानकाळावर निखारा ठेवण्यात वृद्धी होते.

वर्तमानकाळातील एखादी गोष्ट पचवणे किंवा एखाद्या गोष्टीला क्षमा करणे अवघड असते तेव्हा त्या गोष्टीशी संघर्ष करण्यापेक्षा सरळ सूर मारून भूतकाळात जा, तशीच एखादी घटना आठवा की जेव्हा क्षमा करणे अवघड होते आणि त्या भावनेवर प्रक्रिया करा. अशा प्रकारे वर्तमानकाळातील तुमच्या वेदनेची भूतकाळातील वेदनेबरोबर सांगड घालून त्याकडे क्षमाशील नजरेने पाहून वर्तमानकाळातील तुमच्या क्षमा न करण्याच्या वृत्तीतून तुम्ही मुक्त होऊ शकता. भूतकाळातून जेव्हा तुम्ही पुन्हा वर्तमानकाळात येता तेव्हा सहज माफ करून टाकू शकता.

प्रत्येक वेळी भूतकाळातील ठराविक आठवणींकडेच जाण्याची गरज नाही. तुम्ही नवीन आठवणींसाठीसुद्धा आपल्या मनाचे दरवाजे उघडे ठेवा. एका जुन्या आठवणीवर उपचार केले की दुसरी वेदना मनाच्या पृष्ठभागावर उमटते. तिच्यावर उपचार करणे गरजेचे असते. जर तुम्हाला तुमचे बालपण आठवत नसेल तर काही वर्षांपूर्वी घडलेली एखादी घटना आठवा. तुम्ही उपचार करायला सुरुवात कराल तेव्हा तुम्हाला त्याबरोबर आणखीही काही अलीकडे-पलीकडे घडलेले आठवेल.

या प्रक्रियेमध्ये तुम्हाला आणखी मदत करणारी गोष्ट म्हणजे फोटो अल्बम. तुमच्या जुन्या आठवणी ताज्या करण्यासाठी तुमचे जुने फोटो अल्बम्स पहा. तुम्हाला सगळे बरोबरच आठवेल असे नाही. जर तुम्हाला सरळ स्पष्ट काही आठवले नाहीच तर असा विचार करा की, तुम्हाला शक्य असते तर तुम्ही कोणत्या आठवणी काढल्या असत्या? हे जरी कृत्रिम वाटले तरीही त्यामुळे योग्य तो परिणाम साधला जातो. तुमच्या कल्पनाशक्तीमुळे तुम्ही पुन्हा भूतकाळाशी जोडले जाता.

सकारात्मक आठवणींचा शोध घ्या.

उपचार प्रक्रियेमधील आपल्या मनाला विचारायचे जास्तीतजास्त प्रश्न हे सकारात्मक अनुभवांचा शोध घेणारे हवेत. असे सकारात्मक अनुभव आठवून देणारे

प्रश्न विचारल्यामुळे तुमच्या भूतकाळाकडूनच तुम्हाला आधार मिळतो. त्या दरम्यान एखादा वेदनादायी प्रसंग- ज्याच्यावर प्रक्रिया करायला पाहिजे तोसुद्धा आठवून जातो.

आमच्या कार्यशाळेत एकदा साराला विचारण्यात आले की तिच्या वडिलांनी तिच्यावर प्रेम केले असा प्रसंग आठव- तर तिला फक्त एवढेच आठवले की, तिच्या वडिलांनी तिला दिलेले वचन पाळले नाही त्यामुळे ती दुखावली गेली. जेव्हा सुमितला असा प्रसंग आठवायला सांगितले की त्याच्या आईचे त्याच्यावरचे प्रेम त्याला कधी जाणवले?- तेव्हा प्रथम त्याला आठवण झाली की, एकदा त्याच्या आईने त्याला स्वत: गाडी चालवून जेवायला बाहेर नेले होते. त्या वेळी आपण कोणीतरी खास आहोत असे त्याला वाटले. पुन्हा दुसऱ्यांदा प्रश्न विचारल्यावर त्याला आठवले की एकदा माध्यमिक शाळेत असताना आई त्याला घ्यायला यायला विसरली आणि त्या वेळी अनेक तास तो शाळेत एकटाच वाट पाहत बसला; त्या वेळी त्याच्या डोळ्यातून अश्रूंचे पूर वाहिले. तो खूप दुखावला गेला, त्यामुळेच तो त्याच्या वर्तमानकाळातील त्याला कोणीतरी सोडून दिले आहे, त्याचा त्याग केला आहे या भावनेची सांगड तो लहानपणच्या आई त्याला शाळेतून आणायला विसरल्याच्या भावनेशी घालू शकला.

अशा प्रकारे भूतकाळातील अनिर्णित भावनांचे व्यवस्थापन करून आपल्या मनाच्या खोल कप्प्यात दडवून ठेवलेल्या नकारात्मक भावनांचा सकारात्मक भावनांमध्ये बदल होतो.

आपल्या नकारात्मक आठवणी जितक्या जास्त प्रमाणात आपण उलगडत जाऊ, तितक्या आपल्या सकारात्मक आठवणी अधिक स्पष्ट आणि बळकट होतात.

सुमितने त्याचे विसरले गेल्याच्या दुःखावर उपचार करतानाच राग, खेद आणि भीती या भावनासुद्धा जाणवू दिल्या, त्यामुळेच त्याला त्याच्या आईबद्दलचे त्याचे खास प्रेम जाणवले आणि त्याला हवे असलेले आईवडिलांचे प्रेम आणि त्यांची गरज यामुळे वर्तमानकाळात त्याला अधिक आधार मिळाला. जरी त्याच्या जुन्या जोडीदाराकडून तो नाकारला गेला होता तरी त्याच्या कुटुंबाकडून व मित्रांकडून मिळालेल्या प्रेमामुळे त्याला अधिक बरे वाटले.

साराने तिच्या खदखदणाऱ्या भावनांवर प्रक्रिया केली आणि वडिलांना माफ करून टाकले तेव्हा कुठे तिच्या अजाण आणि विश्वासू भावना जागृत झाल्या. जरी सध्या वर्तमानकाळात तिला अपराधी वाटत होते, पण तरी बालपणीची अजाणता

जाणवून तिला स्वत: मूल झाल्याचा अनुभव आला. तिच्या भूतकाळातील मनात खदखदणाऱ्या भावनांवर प्रक्रिया करून तिने वर्तमानकाळातील लज्जा, अपराधीपण आणि अपुरेपण यावर मात केली.

मनाला लुभावणारे सकारात्मक प्रसंग आठवून आणि मनातील किल्मिष काढून टाकून आपल्या रोखून धरलेल्या सकारात्मक भावनांशी आपण पुन्हा जोडले जातो. आपण आपले आयुष्य अत्यंत आनंदाने, प्रेमाने व समरसून जगलो त्या आठवणी मनाच्या पृष्ठभागावर आणू शकतो. असे नाही की आपल्याला पुन्हा लहान व्हायचे आहे पण एकाच वेळी आपल्याला लहान मुलांसारखे निरागस, भरभरून आयुष्य जगायचे आहे व मोठ्यासारखे जबाबदारसुद्धा व्हायचे आहे. प्रेम, आनंद आणि निर्मितिक्षमता यांच्या सान्निध्यात आपल्याला राहायचे आहे.

जेव्हा आपण आपल्या निष्पाप, अजाणतेपणाच्या भावना परत पृष्ठभागावर आणू शकतो आणि अनुभवी, शहाणे, प्रौढ बनतो तेव्हा आपण परिपूर्ण होतो. म्हणजे आपल्याला आपल्या व्यक्तिमत्त्वातील सकारात्मकता वाढवायची आहे यासाठी असे करायचे असे नव्हे तर आपले सकारात्मक गुण उलगडून बघण्याची गरज निर्माण झाली आहे, म्हणून हे सारे करायचे आहे. भूतकाळातील वेदनेवर उपचार केले की वर्तमानकाळातील वेदनेवर आपण अधिक प्रेमाने उपचार करतो.

तुमच्या मनाला वाटेल तसे करा...

स्वत:च्या मनाला प्रश्न विचारा आणि नंतर तुमच्या मनात जे येईल त्याच्यावर काम करा. जर तुमच्या मनात आले की हे तुम्हाला करायचे नाही तर मुळीच करू नका. सरळ तुमच्या दुसऱ्या प्रश्नाकडे वळा. तोही प्रश्न तुम्ही आत्ता लगेचच सोडवला पाहिजे असे काही नाही. याचा फायदा असा होईल की तुमच्या हृदयावरच उपचार झाले तर तुमच्या मनात जे जे येईल त्याच्याशी तुम्ही योग्य तो व्यवहार करू शकाल आणि जे काही मनात असेल त्याच्यावरही उपचार करू शकाल.

अर्थातच या प्रश्नांचा हेतू तुमचे गाडलेले दु:ख उकरून काढायचे हा नाहीच. जर तुम्ही चांगल्या मन:स्थितीत असाल आणि आनंदी असाल तर काहीच गरज नाही भूतकाळात डोकावण्याची. या सगळ्या प्रक्रिया केवळ तुम्हाला तुमच्या दु:खातून बाहेर काढण्यासाठीच तयार करण्यात आल्या आहेत. तुम्ही भूतकाळातील ज्या आव्हानांना यशस्वीपणे तोंड दिले ते सकारात्मक क्षण आठवा. तुमच्या वेदना दूर पळतील आणि वर्तमानकाळातील आव्हानांना तोंड देण्यास तुम्ही सज्ज व्हाल.

या प्रश्नांचा हेतू तुमच्या गाडल्या गेलेल्या आठवणी उकरून काढणे हा नव्हे तर भूतकाळातील यशापासून आधार मिळवणे हा आहे.

एका अर्थाने अशा प्रकारे आपण एका दगडात दोन पक्षी मारतो. आपल्या वर्तमानकाळातील भावनांवर परिणाम करणारे व भावना तीव्र करणारे भूतकाळातील मुद्दे यावर आपण उपचार करीत आहोत, त्यामुळे आपल्या भूतकाळातील नकारात्मक भावनांशी आपण जोडले जाऊन आपल्या वर्तमानकाळातील मुद्दे यावर निर्णय घेण्यास आपल्याला आधार मिळतो.

अशा प्रकारच्या प्रश्नांची यादी समुपदेशनाच्या वेळी किंवा कार्यशाळेत पण वापरता येते. कार्यशाळेत किंवा आधारकेंद्रात तुम्ही उमेदवारांच्या दोन-दोनच्या जोड्या करून हा प्रश्नोत्तरांचा सराव घेऊ शकता. एकमेकांना प्रश्न विचारून आपल्या जुन्या आठवणी मनाच्या पृष्ठभागावर आणायच्या. सरतेशेवटी जेव्हा तुम्ही नेमके सध्या डाचत असलेल्या भावनेपाशी पोहोचाल तेव्हा प्रश्नोत्तरे थांबवून त्या भावनेवर प्रक्रिया करावी. अशा नाट्यमय पद्धतीने तुम्हाला बरे वाटेल व नकारात्मक भावनांचा निचरा होईल.

समुपदेशनाच्या वेळी किंवा कार्यशाळेत तुम्ही जेव्हा भूतकाळातील एखाद्या डाचणाऱ्या भावनेपासून मुक्ती मिळवता तेव्हा तुम्ही तुमचा अनुभव इतर चार उपचारात्मक भावनांबरोबर समृद्ध केला पाहिजे. तुमचा जोडीदार किंवा समुपदेशक तुम्हाला ज्यायोगे बरे वाटेल असे प्रश्न विचारेल. ते तुम्हाला प्रतिसाद पत्राच्या मुद्याबद्दल सांगतील तसेच कम्प्लिशन लेटरबद्दलही सांगतील. त्या मसुद्याला धरूनच नको असलेली वाक्ये किंवा चर्चा हे टाळायला पाहिजे. प्रक्रियेनंतर चर्चा करणे योग्य होईल.

समुपदेशनायोगे किंवा कार्यशाळेत तुम्ही तुमच्या भूतकाळातील डाचणारी दु:खे बरी करू शकता.

डोळे मिटून घ्या आणि अशी कल्पना करा की तुम्ही भूतकाळात आहात आणि प्रश्नांना उत्तरे देत आहात. तुम्हाला हवा असलेला प्रतिसाद ऐकायला मिळाला तर ते किती उपयोगी असते हे तुम्हाला अशा पद्धतीच्या नाट्यमय वागणुकीतून कळेल. कल्पना करा की तुम्हाला तुमच्या भूतकाळात जो प्रतिसाद मिळायला हवा होता असे वाटले ते शब्द तुम्ही डोळे मिटून तुमच्या जोडीदाराच्या तोंडी घालताय! कल्पना करा- जे ऐकायला तुमचे कान आसुसले होते तेच तुम्हाला ऐकायला मिळाले तर काय मज्जा येईल! नाटक करा की नेमके हेच घडते आहे. तुम्ही ज्या

प्रेमाला पात्र आहात ते प्रेम तुम्हाला मिळाले असे वाटण्याची परवानगी तुमच्या मनाला द्या. अशा प्रकारे प्रेमाची वाटचाल केल्यानंतर आपोआपच आत्तापर्यंत दडवलेल्या प्रेमाच्या भावना तुम्ही उलगडाल.

जरी आपण भूतकाळ विसरू शकलो नाही तरी आपण स्वत:ला तो खास अनुभव देऊ शकतो की जर आपल्यावर प्रेम करणारे कोणी असते आणि त्यांनी आपली आस्थेने विचारपूस केली असती तर आपल्याला कसे वाटले असते? आपल्या हृदयाच्या जखमा भरण्यासाठी आपल्याला आपला भूतकाळ बदलण्याची गरज नाही, कारण आपण तो बदलूसुद्धा शकत नाही. फक्त आपली गरज काय असते, तर ज्या प्रेम आणि आधारापासून आपण त्या वेळी वंचित झालो होतो तो मिळवणे ज्यायोगे प्रेम, विश्वास, आनंद, कौतुक, आत्मविश्वास, भावविवशता, उत्साह या सगळ्या सकारात्मक भावना आपल्याला जाणवतील.

महत्त्वाची कौशल्ये आत्मसात करणे.

आपल्या सकारात्मक भावना उलगडून दाखवायला मदत करण्याखेरीज आपल्या भूतकाळातील आठवणींवर प्रक्रिया करण्याची शक्ती आपल्याला पूर्वी अवगत नसलेली अनेक कौशल्ये मिळवून देते. त्या महत्त्वाच्या कौशल्यांची यादी खालीलप्रमाणे—

१) क्षमाशीलता
२) स्वत:ला क्षमा करणे.
३) दुसऱ्यांचा आदर करणे.
४) स्वत:चा मान राखणे.
५) मदत देऊ करणे.
६) मदतीसाठी दुसऱ्याला विचारणे/मदत मागणे.
७) योग्य पद्धतीने भावना व्यक्त करणे.
८) आपले विचार, भावना आणि मागण्या स्पष्ट शब्दात सांगणे.
९) सहृदयतेने दुसऱ्यांची दु:खे ऐकून घेणे.
१०) धीर धरणे.
११) स्वत:च्या चुकांची दुरुस्ती करणे.
१२) आपले समाधान थोडे लांबणीवर टाकणे.
१३) इतरांना सहकार्य करणे.
१४) आपले यश इतरांमध्ये वाटून घेणे.
१५) आपला मोठेपणा इतरांमध्ये वाटणे.

१६) इतरांकडून मान्यता आणि स्तुती मिळविणे.
१७) इतरांचे उपकार मानणे आणि कौतुक करणे.
१८) विचारपूर्वक धोके स्वीकारणे.
१९) चांगले, वाईट याचे भान, सदसद्विवेकबुद्धी अंगी बाणणे.
२०) प्रामाणिकपणा
२१) आपली व इतरांची लायकी ओळखणे.
२२) आपल्या समस्यांवर तोडगे काढणे.
२३) जे आपण बदलू शकत नाही त्याचा स्वीकार करणे.
२४) स्वत:शी थेट हृदयापासून विचार करणे.
२५) आपल्या कृत्यांची आणि आपल्या जाणिवांची जबाबदारी घेणे.
२६) निरिच्छ मनाने देणे आणि स्वत:च्या मर्यादा आखणे.

ती यादी वाचल्यानंतर तुमच्या असे लक्षात येईल की, अनेक प्रौढ व्यक्तींनासुद्धा ही कौशल्ये आत्मसात करता येत नाहीत, तरीसुद्धा अजून वेळ गेलेली नाही. चांगल्या गोष्टी केव्हाही कराव्यात. तुमच्या हृदयावर प्रक्रिया करायला पुरेसा वेळ दिल्याने जगण्यासाठी उपयोगी ठरणारी महत्त्वाची कौशल्ये आत्मसात केली जातात. वर्तमानकाळातील दुखण्यावर इलाज म्हणून भूतकाळातील भावनांवर उपचार करण्यानेच तुमच्यामध्ये किती जास्त ताकद आहे हे तुमच्या लक्षात येईल. हे सराव पुन्हा पुन्हा करून या यादीमधील प्रत्येक कौशल्य तुम्ही संपादन करू शकाल.

आठवणीतील सराव

स्वत:ला पुढील प्रश्न विचारा आणि त्याची काय उत्तरे येतात ते पहा. एखादी घटना आठवल्यानंतर त्याची सुरुवात, मध्य आणि शेवट हे सगळेच आठवा. नंतर पुन्हा तुमच्या आठवणी मागे मागे न्या आणि त्याही मागची आठवण आठवा. आपला प्रश्न दोनदा किंवा तीनदा विचारा. आता तुमच्या मनात किंतू राहिला नाही याची खात्री करून मगच पुढच्या प्रश्नाकडे जा. तुम्ही जेव्हा दु:खात असता तेव्हा अशा प्रकारे सकारात्मक भावना आठवल्यामुळे तुम्हाला दिलासा मिळतो.

जर वेदनादायी किंवा नकारात्मक आठवणीच मनाच्या पृष्ठभागावर यायला लागल्या तर त्यांचासुद्धा स्वीकार करा. सध्या वाटणाऱ्या वेदनेचा संबंध भूतकाळातील वेदनांशी लावला तर फार परिणामकारकरीत्या उपचार होऊ शकतो. एकदा का या मनाला डाचणाऱ्या किंवा वेदनादायक आठवणी ओळखता आल्या की मग त्याच्या पुढची पायरी अशी की, 'फीलिंग बेटर एक्ससरसाईज'च्या साहाय्याने त्याच्यावर उपचार प्रक्रिया करायची.

प्रत्येक वेळी तुम्ही प्रश्न विचाराल तेव्हा काळ हळूहळू पुढे सरकवा. शेवटी अगदी ताज्या घटना आठवा. जर प्रश्न असा असेल की, 'तुम्ही शाळेत जाण्याचा तो प्रसंग आठवा.' तर तेव्हा जमले तर अगदी शाळेचा पहिला दिवसपण आठवा. पुढे दिलेल्या यादीतील कोणत्याही भागाबद्दल तुमच्यावर सक्ती नाही. तुम्ही अगदी पहिल्यापासून सुरुवात करू शकता किंवा मधले काही प्रश्न टाळू शकता. प्रश्नांची उत्तरे पुन्हा पुन्हा देऊ शकता.

नव्याने सुरुवात करण्यासाठी प्रश्नांच्या साहाय्याने प्रक्रिया

१) तो प्रसंग आठवा, जेव्हा तुम्ही खूप कष्टाने यशस्वी झालात.

२) आठवा, जेव्हा तुम्ही आत्मविश्वासाने भारलेले होतात.

३) आठवा, जेव्हा तुम्ही भयभीत झाला होतात, पण नंतर तुम्हाला सुरक्षित वाटले.

४) आठवा, जेव्हा तुम्ही कोणावरतरी विश्वास टाकलात.

५) आठवा, जेव्हा तुम्ही निराश झाला नाहीत.

६) आठवा, जेव्हा तुम्ही दुसऱ्यांवर अवलंबून होतात.

७) आठवा, जेव्हा तुम्ही विसरले गेले होतात, पण नंतर तुमची सगळ्यांना आठवण झाली.

८) आठवा, तुम्हाला ज्याची गरज होती ते तुम्हाला मिळाले.

९) आठवा, ज्याची तुम्हाला खूप गरज होती असे वाटले, पण ते तुम्हाला दुसरीकडून मिळवावे लागले.

१०) आठवा, जे दुसऱ्या कोणाला हवे ते तुमच्याकडे आहे.

११) आठवा, दुसऱ्याकडे असलेली गोष्ट तुम्हाला हवी आहे आणि ते मिळविण्यासाठी तुम्ही प्रवृत्त झालात.

१२) आठवा, तुम्हाला जे हवे ते तुम्हाला मिळाले.

१३) आठवा, तुम्हाला हवे ते तुम्हाला मिळाले नाही, पण तुम्ही पुन्हा प्रयत्न केले.

१४) आठवा, की तुम्हाला हवे असलेले दुसऱ्या कोणाला तरी मिळाले, पण तरीही तुम्हाला आनंद झाला.

१५) आठवा, तुम्ही काहीतरी मागितले आणि तुम्हाला हवे असलेले तुम्हाला मिळाले.

१६) आठवा, तुम्हाला हवी असलेली गोष्ट तुम्ही आता वेगळ्या पद्धतीने पुन्हा मागितली.

१७) आठवा, सगळ्यांच्याच भल्यासाठी तुम्ही काही तडजोडी केल्या.
१८) आठवा, तुम्हाला शारीरिक अपंगत्व आले होते.
१९) आठवा, तुम्ही तुमच्या शारीरिक अपंगत्वावर मात केली.
२०) आठवा, जेव्हा तुम्हाला प्रोत्साहन मिळाले.
२१) आठवा, जेव्हा इतरांनी तुमच्यावर विश्वास ठेवला.
२२) आठवा, जेव्हा तुम्ही सर्वांना हवेहवेसे होतात.
२३) आठवा, जेव्हा तुम्ही कोणाला तरी आवडलात.
२४) आठवा, जेव्हा तुमची चांगली मैत्री झाली.
२५) आठवा, जेव्हा तुम्ही एखादी गोष्ट पूर्ण केलीत.
२६) आठवा, जेव्हा तुम्ही केलेल्या चुकीबद्दल तुम्हाला क्षमा केली गेली.
२७) आठवा, जेव्हा तुम्ही तुमच्या मोहावर विजय मिळवलात.
२८) आठवा, तुमचे आजारपण आणि तुमचे बरे होणे.
२९) आठवा, तुम्हाला पाहून कोणाला तरी बरे वाटले.
३०) आठवा, जेव्हा तुम्ही स्वतःवरच खूश झालात.
३१) आठवा, आधी तुम्ही संभ्रमात होतात की काय करावे, पण नंतर तुम्हाला ते समजले.
३२) आठवा, की सगळे मनासारखे घडले.
३३) आठवा, तुम्ही एखाद्या नवीन स्थळाला भेट दिलीत.
३४) आठवा, तुम्ही खरेदीसाठी गेलात आणि तुम्ही जे घेतले ते तुम्हाला मनापासून आवडले.
३५) आठवा, तुम्हाला तुमची समस्या सोडवण्यासाठी कोणाची तरी मदत झाली.
३६) आठवा, तुम्ही रडलात आणि मग तुम्हाला बरे वाटले.
३७) आठवा, तुम्ही खूप अपमानास्पद परिस्थितीत होतात पण नंतर सगळे ठीक झाले.
३८) आठवा, तुम्ही जेव्हा एखादी गोष्ट गुप्त ठेवली.
३९) आठवा, तुम्ही केलेल्या चुकीमुळे तुम्ही धडा शिकलात.
४०) आठवा, तुम्ही स्वतःला अपात्र वाटलात, पण तुम्ही तुमच्या या भावनेकडे दुर्लक्ष केले.
४१) आठवा, तुम्ही खरेतर नाउमेद झाला होतात पण तुम्ही निभावून नेले.
४२) आठवा, जेव्हा बाकीचे उशिरा आले पण तुम्ही रागावला नाहीत.
४३) आठवा, जेव्हा तुम्ही ठरावीक ठिकाणी वेळेवर पोहोचलात.
४४) आठवा, जेव्हा तुम्ही स्वतःची बाजू मांडली.

४५) आठवा, जेव्हा कोणीतरी तुमची बाजू मांडली
४६) आठवा, जेव्हा कोणीतरी तुमचे उपकार मानले.
४७) आठवा, जेव्हा तुम्हाला गरज होती आणि कोणीतरी मदत केली.
४८) आठवा, तुमची फसवणूक झाली पण तुम्ही त्यापासून धडा शिकलात.
४९) आठवा, कोणीतरी तुम्हाला दिलेले वचन मोडले आणि तरीही शेवटी तुम्हाला हवे ते मिळाले.
५०) आठवा, तुम्ही मित्रमैत्रिणींबरोबर खूप मज्जा केली.
५१) तुम्ही ड्रायव्हिंग शिकला ते आठवा.
५२) आठवा, तुम्ही ड्रायव्हिंग टेस्टमध्ये पास झालात.
५३) आठवा, तुम्ही पुस्तक वाचून संपवले.
५४) आठवा, रात्र-रात्र जागून तुम्ही टी.व्ही. पाहिला.
५५) आठवा, कधीतरी खूप पहाटे उठलात.
५६) आठवा की, कार्यपूर्तीसाठी तुम्ही समय निश्चित केला.
५७) आठवा, पुन्हा झालेले मनोमीलन.
५८) आठवा, तुमच्यासाठी कोणी पार्टी ठरवली.
५९) आठवा, पडलात पण पुन्हा नवीन जोमाने उभे राहिलात.
६०) आठवा, तुम्हाला कोणी विसरले नाही.
६१) आठवा, प्रणयासंबंधी काही नवीन शिकलात.
६२) आठवा, कुणाशी प्रेम केले.
६३) आठवा, कुणाला किस केले.
६४) आठवा, तुम्ही काहीतरी नवीन सुरू केले.
६५) आठवा, तुमचे एखादे दुःख जे तुम्ही शेवटी स्वीकारले.
६६) आठवा, तुमच्या माहितीचे कोणीतरी ज्यांनी तुम्हाला उपकृत केले होते.
६७) आठवा, तुम्ही इतरांबरोबर पोहायला गेलात.
६८) आठवा, तुम्ही खूप उंचावरून उडी मारली.
६९) आठवा, तुम्हाला एखादी जखम झाली आणि तुमची खूप काळजी घेतली गेली.
७०) आठवा, तुम्ही हॉस्पिटलमध्ये आहात.
७१) आठवा, तुम्ही लाँग ड्राईव्हवर गेलात.
७२) आठवा, तुम्हाला कोणी जेवू-खाऊ घातले.
७३) आठवा, तुम्ही केलेली मौजमजा
७४) आठवा, तुम्ही तुमच्यात केलेले बदल
७५) आठवा, तुम्ही केलेले पर्यटन

७६) आठवा, तुम्ही पूर्ण केलेला प्रकल्प
७७) आठवा, तुमच्या कामाबद्दलची प्रशंसा
७८) आठवा, तुम्हाला कोणीतरी लुटले पण तुमच्याजवळ तुमच्या गरजेचे कोणीतरी आहे.
७९) आठवा, तुम्ही तुमचे भांडण मिटवले.
८०) आठवा, तुमचा कोणी सहानुभूतिपूर्वक विचार केला.
८१) आठवा, तुम्ही कोणासाठी तरी त्याग केला.
८२) आठवा, तुम्ही नवीन मित्र केले ती वेळ!
८३) आठवा, जेव्हा तुम्हाला तुमच्या ह्रदयाची भाषा समजली.
८४) आठवा, तुम्ही एखादे व्यसन सोडून दिले.
८५) आठवा, तुम्ही केलेल्या चुकीबद्दल स्वत:ला माफ केले.
८६) आठवा, तुमच्या आवडीचे तुम्ही खाल्ले.
८७) आठवा, शेवटी एकदाचा तुम्हाला तुमचा मार्ग सापडला.
८८) आठवा, जेव्हा तुम्हाला तुमची चिकाटी दाखवावी लागली.
८९) आठवा, तुम्ही तुमच्या ताकदीपेक्षा जास्त काम केले आणि त्याचा तुम्हाला सार्थ अभिमान आहे.
९०) आठवा, तुम्ही कित्येक तासांपर्यंत ड्रायव्हिंग केले आणि शेवटी विश्रांती घेतली.
९१) आठवा, तुम्ही बाहेर घालवलेली रात्र!
९२) आठवा, तुम्ही सकाळी उठल्यावर स्वत:बद्दल तुमचा ऊर अभिमानाने भरून आला.
९३) आठवा, तुमच्या अडीअडचणीत तुम्हाला मिळालेली मदत!
९४) आठवा, तुम्ही आजारी असताना तुम्हाला कोणी भेटायला आले.
९५) आठना, तुम्ही कोणाला फुले नेली.
९६) आठवा, तुम्हाला उशीर झाला पण फारसे काही बिघडले नाही.
९७) आठवा, तुम्हाला वाटले होते तेवढे काही वाईट घडले नाही.
९८) आठवा, चुकीची गोष्ट करूनसुद्धा गोष्टी चांगल्याच घडल्या.
९९) आठवा, तुम्हाला कोणीतरी मदत देऊ केली.
१००) आठवा, तुमचे बरोबर असूनही तुम्हाला गैर मानले गेले.
१०१) आठवा, तुम्ही ज्या वेळी महत्त्वाचा धडा शिकलात.
१०२) आठवा, जेव्हा तुम्हाला बक्षीस अपेक्षित होते.
१०३) आठवा, जेव्हा तुमच्या लक्षात आले की तुम्ही फसवले गेला नाहीत.
१०४) आठवा, तुम्हाला वाटले होते की तुमचे पैसे परत मिळतील.

१०५) आठवा, काही तरी घडणार या अपेक्षेने तुम्ही भविष्याची वाट पाहत असाल.
१०६) आठवा, तुमची एखादी महत्त्वाची इच्छा व्यक्त झाली.
१०७) आठवा, एखाद्याला तुम्ही त्याचे पैसे परत केले.
१०८) आठवा, तुम्ही एखाद्याला परतफेडीची अपेक्षा न करता भेटवस्तू दिली.
१०९) आठवा, तुम्हाला काहीतरी फुकट मिळाले.
११०) आठवा, तुम्हाला तुमचा मार्ग सापडला.
१११) आठवा, तुमच्या पैशांनी तुम्ही काही खरेदी केले.
११२) आठवा, तुमच्याबरोबर कोणीतरी काहीतरी शेअर केले.
११३) आठवा, तुम्ही कोणाला तरी थांबायला सांगितले.
११४) आठवा, तुम्ही कोणावर तरी नजर ठेवायला सांगितली.
११५) आठवा, तुम्ही स्वतःचा बचाव केला.
११६) आठवा, तुम्ही वादविवादात जिंकलात.
११७) आठवा, तुम्ही कोणाला तरी शिकवले.
११८) आठवा, तुम्ही काहीतरी नव्याने शिकलात.
११९) आठवा, तुमची संकटातून सहीसलामत सुटका झाली.
१२०) आठवा, तुम्ही शिकवत आहात.
१२१) आठवा, इतरांसमोर तुम्ही काहीतरी करून दाखवत आहात.
१२२) आठवा, तुम्ही इतरांना हसवत आहात.
१२३) आठवा, एखाद्या जमावासमोर तुम्ही भाषण देत आहात.
१२४) आठवा, तुम्ही अगदी योग्य-समर्पक उत्तर दिले.
१२५) आठवा, फक्त तुम्हीच निवडले गेलात.
१२६) आठवा, तुम्ही खेळ जिंकलात.
१२७) आठवा, एखाद्या जिंकलेल्या संघाचे तुम्ही सदस्य आहात.
१२८) आठवा, तुमची गुणसंख्या वाढत आहे.
१२९) आठवा, तुम्हाला बक्षीस मिळाले.
१३०) आठवा, इतरांच्या आनंदाने तुम्हाला आनंद झाला.
१३१) आठवा, तुम्ही इतरांसोबत एखादी गोष्ट वाटून घेत आहात.
१३२) आठवा, काहीतरी खास कामासाठी तुम्ही लवकर उठलात.
१३३) आठवा, तुम्हाला स्वतःचा गर्व वाटला.
१३४) आठवा, इतरांना तुमच्याबद्दल गर्व वाटला.
१३५) आठवा, तुमची दखल घेण्यात यावी ही तुमची इच्छा होती.
१३६) आठवा, सगळे कसे अगदी मनासारखे घडले.

१३७) आठवा, तुम्हाला काळजी वाटली आणि तुम्हाला मदत हवी आहे.

१३८) आठवा, तुम्ही सुरक्षित ठिकाणी जात आहात.

१३९) आठवा, तुम्ही लक्षात घेऊ नये असे तुमचे वागणे!

१४०) आठवा, तुमच्या चुकीची तुम्ही दुरुस्ती करता.

१४१) आठवा, तुमचा उशीर माफ केला गेला.

१४२) आठवा, तुमची आठवण इतरांना होते.

१४३) आठवा, तुम्ही तुमची करून दिलेली ओळख!

१४४) आठवा, तुम्ही एकटेच खेळत आहात.

१४५) आठवा, तुम्ही मित्रांबरोबर खेळत आहात.

१४६) आठवा, एखाद्या आजारी प्राण्याची तुम्ही काळजी घेत आहात.

१४७) आठवा, मदत केल्यामुळे तुम्हाला आनंद झाला.

१४८) आठवा, तुमच्याशी कोणी वाईट का वागले याचे कारण तुम्हाला समजले.

१४९) आठवा, कोणीतरी उशिरा आल्याचे तुम्ही माफ करून टाकले.

१५०) आठवा, खूप दीर्घ काळ वाट पाहिल्यानंतर शेवटी तुम्हाला हवे ते मिळाले.

१५१) आठवा, तुमच्या त्रास देणाऱ्या गाडीवर तुम्ही मात केलीत किंवा तुमचे पेट्रोल संपले.

१५२) आठवा, कोणीतरी तुमची माफी मागत आहे.

१५३) आठवा, तुम्ही एखादी गुप्त गोष्ट सांगताय.

१५४) आठवा, तुम्हाला कोणीतरी एखादी गुप्त गोष्ट फक्त तुमच्या जवळच ठेवायला सांगत आहे.

१५५) आठवा, तुम्ही विश्वासाला पात्र ठरून गुप्त गोष्ट कोणालाच सांगितली नाही.

१५६) आठवा, आणीबाणीच्या प्रसंगातून तुम्ही यशस्वीपणे बाहेर पडलात.

१५७) आठवा, एखाद्याला वाचवण्यासाठी तुम्हाला खोटे बोलावे लागले.

१५८) आठवा, महत्प्रयासाने तुमची सुटका झाली.

१५९) आठवा, शेवटी तुमचे चांगले बस्तान बसले.

१६०) आठवा, शेवटी देवाने तुमची प्रार्थना ऐकली.

१६१) आठवा, जग हे जादूई नगरी आहे यावर तुमचा विश्वास होता.

१६२) आठवा, मोठ्या विश्वासाने तुम्ही तुमच्या अंतर्मनातील गोष्टी कोणालातरी सांगितल्या.

१६३) आठवा, तुम्हाला अनोळखी व्यक्ती भेटली आणि ती तुम्हाला आवडली.

१६४) आठवा, परिस्थिती निवळली.

१६५) आठवा, तुम्ही एखादे आव्हान स्वीकारले व इतरांनी तुमचे कौतुक केले.
१६६) आठवा, तुमच्यावर कोणीतरी विश्वास टाकला.
१६७) आठवा, तुम्ही घेतलेला योग्य निर्णय!
१६८) आठवा, तुम्ही चकित झालेला प्रसंग!
१६९) आठवा, कोणामुळे तरी तुम्हाला बरे वाटले.
१७०) आठवा, कोणाचीतरी तुमच्यावर श्रद्धा आहे.
१७१) आठवा, वेळ आली होती पण तुम्हाला शिक्षा झाली नाही.
१७२) आठवा, कोणी तुम्हाला थांबवले नाही.
१७३) आठवा, तुम्हाला जे वाटले ते तुम्ही बोललात.
१७४) आठवा, तुम्हाला सगळे स्पष्ट समजले.
१७५) आठवा, एखादे चित्र पाहून तुम्ही खूप हसलात.
१७६) आठवा, एखाद्या गोष्टीमुळे तुम्ही उत्तेजित झालात.
१७७) आठवा, तुमच्यावर झालेला अन्याय नंतर दुरुस्त केला गेला.
१७८) आठवा, तुम्हाला संरक्षण दिले गेले.
१७९) आठवा, इतरांचे बदललेले मनोव्यापार तुम्ही पाहिले.
१८०) आठवा, तुमचे मनपरिवर्तन झाले.
१८१) आठवा, एखाद्याबद्दलचे तुमचे मत बदलले.
१८२) आठवा, काहीतरी वेगळेच शिजत होते.
१८३) आठवा, तुम्हाला आधार न देणारी मैत्री तुम्ही तोडून टाकली.
१८४) आठवा, तुम्ही नकार देऊनही मैत्री कायम टिकली.
१८५) आठवा, तुम्ही सहमत नसतानासुद्धा इतरांना तुम्ही आवडलात.
१८६) आठवा, तुम्ही दुसऱ्या कोणासाठी तरी एक छानशी योजना आखली.
१८७) आठवा, तुम्ही एक छानशी पार्टी आयोजित केली.
१८८) आठवा, एखाद्या त्रासामध्ये तुम्ही स्वत:ला पाहिले.
१८९) आठवा, एखाद्या चित्रासाठी तुम्ही पोझ दिली.
१९०) आठवा, स्वत:च्या भल्यासाठी एखादी गोष्ट करण्यास तुम्ही भाग पडलात.
१९१) आठवा, एखाद्या अन्यायामुळे तुम्ही संतप्त झालात.
१९२) आठवा, तुमचे एखादे काम करून घेण्यासाठी तुम्ही कोणालातरी पैसे दिले.
१९३) आठवा, तुम्ही तुमची जबाबदारी दुसऱ्याला सुपूर्द केलीत.
१९४) आठवा, तुम्ही काय करायला हवे होते!
१९५) आठवा, तुमच्या आवडीच्या व्यक्तीबरोबर तुम्ही असहमत झालात.
१९६) आठवा, तुम्ही आत्मविश्वासाने भारले आहात.

१९७) आठवा, तुमच्या वडिलांचे प्रेम!
१९८) आठवा, तुमच्या आईचे प्रेम!
१९९) आठवा, फक्त तुम्ही आणि तुमची आई असे दोघेच होतात.
२००) आठवा, तुमच्या आईने तुमची समजूत घातली.
२०१) आठवा, तुमच्या वडिलांनी तुमची समजूत घातली.
२०२) आठवा, तुमच्या वडिलांनी केलेली मदत!
२०३) आठवा, तुमच्या आईने केलेली मदत!
२०४) आठवा, तुमच्या वडिलांनी तुम्हाला आधार दिला.
२०५) आठवा, तुमच्या वडिलांनी तुमच्यासाठी खाल्लेल्या खस्ता!
२०६) आठवा, तुमच्या आईनी तुमच्यासाठी खाल्लेल्या खस्ता!
२०७) आठवा, तुमच्या आईची तुम्हाला असलेली संमती!
२०८) आठवा, तुमच्या वडिलांची तुम्हाला असलेली संमती!
२०९) आठवा, मनाप्रमाणे केलेली भटकंती!
२१०) आठवा, तुमची एकांतात वेळ घालवण्याची जागा!
२११) आठवा, तुमच्याकडे दिले गेलेले असामान्य लक्ष!
२१२) आठवा, युद्ध जिंकल्यासारखा आनंद!
२१३) आठवा, मित्रमैत्रिणींबरोबर केलेला प्रवास!
२१४) आठवा, तुम्ही केलेली साफसफाई!
२१५) आठवा, एखादा प्रकल्प संपविण्याची घाई!
२१६) आठवा, तुमच्या वडिलांनी केलेली क्षमा!
२१७) आठवा, तुमच्या आईने केलेली क्षमा!
२१८) आठवा, तुमचे वडील तुमचे संरक्षण करत आहेत.
२१९) आठवा, तुमची आई खंबीरपणे तुमच्या पाठीशी उभी आहे.
२२०) आठवा, तुमच्या वडिलांनी तुम्हाला जे शिकवले!
२२१) आठवा, तुमच्या आईने तुम्हाला जे शिकवले!
२२२) आठवा, सकाळच्या नाष्ट्यासाठीचा तुमचा आवडीचा पदार्थ!
२२३) आठवा, तुमची भावंडे तुमची काळजी घेत आहेत.
२२४) आठवा, तुमचे वडील तुमची काळजी घेत आहेत.
२२५) आठवा, तुम्ही हरवला होतात पण पुन्हा सापडलात.
२२६) आठवा, ज्याला पाहून तुम्हाला खूप आनंद झाला होता.
२२७) आठवा, तुम्हीच एखाद्या गोष्टीला आमंत्रण दिले.
२२८) आठवा, तुम्ही खास आहात हे तुम्हाला जाणवले.
२२९) आठवा, तुम्ही चांगल्या अर्थाने इतरांपेक्षा वेगळे आहात.

२३०) आठवा, तुम्ही (एखाद्या गोष्टीला) 'नाही' म्हणालात.

२३१) आठवा, तुम्हाला रागही आला पण सामर्थ्यशालीही वाटले.

२३२) आठवा, तुम्ही दु:खी आहात पण तरीही तुम्हाला फारसे वाईट वाटत नाही.

२३३) आठवा, तुम्हाला भीती वाटते पण तरीही तुम्ही आत्मविश्वासाने भारलेले आहात.

२३४) आठवा, तुम्ही दिलगीर आहात पण तरीही फारसे वाईट काही घडले नाही.

२३५) आठवा, तुम्हाला दुबळे वाटते तरीही तुमची श्रद्धा आहे.

२३६) आठवा, एखाद्या अपघातातून तुम्ही वाचलात.

२३७) आठवा, एखादी चांगली बातमी!

२३८) आठवा, एखाद्याला प्रेमाने गुडबाय केलेत.

२३९) आठवा, नव्याने सुरुवात केलीत आणि प्रेमाने न्हाऊन निघालात.

जेव्हा जेव्हा वर्तमानकाळात तुम्हाला दु:ख, वेदना होतात त्या त्या वेळी तुमच्या भूतकाळातील सकारात्मक अनुभवांमुळे तुम्हाला आणखी आधार मिळायला उपयोग होतो. जर वर्तमानकाळातील वेदनेची सांगड तुम्ही भूतकाळाशी घातली तर कुठल्याही नकारात्मक भावनेला मनाच्या पृष्ठभागावर येण्याची संधी मिळेल. जेव्हा तुम्ही सकारात्मक प्रश्न विचाराल तेव्हा हे घडेल अशी खात्री आहे. तुमच्या वर्तमानकाळातील दु:खाचा भूतकाळातील दु:खाशी संबंध जोडून ताबडतोब तुम्ही त्या वेदनेतून मुक्त व्हाल. अगदी मोकळ्या मनाने तुम्ही या यादीचा पुन्हा पुन्हा उपयोग करा.

■

१३

मनात प्रेम सतत तेवत ठेवा

आयुष्याला नव्याने सुरुवात करायची असते तेव्हा सगळ्यात महत्त्वाचा घटक म्हणजे नेहमी प्रेम आठवत राहणे. जेव्हा मुद्दामच आपण आपल्या जोडीदाराबरोबर घालवलेले काही खास क्षण आठवतो आणि त्यासाठी वेळ काढतो तेव्हा आपण आपल्या हृदयावर परिणामकारकरीत्या उपचार करू शकतो. असे करण्याने शेवटी आपल्याला फक्त प्रेमच आठवते आणि दु:ख आपण विसरून जातो. जर असे प्रेम आपल्याला आठवले नाही तर हृदयाचा फार मोठा कप्पा उर्वरित आयुष्यासाठी बंदच राहतो.

सुरुवातीला जरी असे प्रेम आठवणे म्हणजे रडण्याला निमंत्रण असते हे खरे असले तरी हे अश्रू हे उपचार करणारे अश्रू असता आणि त्यामुळे शेवटी उलट आपल्याला बरेच वाटणार असते.

जर आपला जोडीदार मरण पावला असेल तर त्याचे प्रेम आठवणे हे नेहमीच अधिक सोपे असते, पण जेव्हा वेदनात्मक घटस्फोट होतो तेव्हा आपण इतके अस्वस्थ असतो किंवा जोडीदारावर रागावलेले असतो की तेव्हा आपल्याला त्या जुन्या दिवसातल्या प्रेमाची आठवणसुद्धा नको असते; पण या अडथळ्यावर मात करण्याचा मार्गसुद्धा आहे.

खूप संघर्ष होऊन जर तो आणि ती वेगळे झाले असतील तर ते दोघेही इतके अस्वस्थ असतात की त्यांना त्या प्रेमाची आठवणसुद्धा नको असते.

जर तुम्ही तुमच्या जुन्या जोडीदारावरून खूप अस्वस्थ असाल तर असे समजा की तो किंवा ती मेली आहे. आता आपला जोडीदार जिवंत नाही याची स्वत:ला

जाणीव होऊ द्या. जर या कल्पनेने तुम्हाला सुटल्यासारखे वाटले तर आणखी मागे मागे भूतकाळात शिरून ती व्यक्ती आता या जगात नाही हे मानून पूर्वीच्या प्रेमळ आठवणी काढा, त्यामुळे तुमचे हृदय थोडे तरी प्रेमळ होईल.

पण असे जर घडले नाही, म्हणजे अजूनही तुमच्या मनात पुन्हा एकत्र येण्याची थोडी जरी आशा असेल तर मात्र हा प्रयोग करता येत नाही, कारण त्यामुळे तुमच्या दुःखाच्या जाणिवांचे मार्ग बंद होतील. जर तुम्ही आशेवर जगत असाल, तर तुम्हाला प्रेमाचा सल्ला हा की, थोड्या काळासाठी तरी ही आशा सोडून द्या. जरी पुनर्मीलन खरोखर शक्य असले तरी तुमच्या हृदयावर उपचार झाले तरच तुम्ही अधिक चांगल्या प्रकारे तयार व्हाल.

जेव्हा तुम्हाला पुन्हा एकत्र येण्याची आशा असते तेव्हा तुम्ही दुःख करू शकत नाही.

पुन्हा प्रेमाने जोडून राहण्यासाठी अशी तयारी केली, की असे उपचार झाले याची चलचित्रे तुमच्या डोळ्यासमोर तरळू लागतील. असा सराव करण्यासाठी योग्य ती वेळ साधेपर्यंत वाट पहा. उपचार प्रक्रियेच्या या बारा आठवड्यांच्या कालावधीत एका आठवड्यासाठी एकच चित्र निवडा. आठवडाभर प्रत्येक दिवशी चित्र प्रक्रिया चालू ठेवा आणि नंतर पुढच्या आठवड्यातील चित्राकडे बघा.

हे चलचित्र अगदी हळूहळू पहा. प्रत्येक प्रश्नानंतर दहा सेकंदांचा वेळ धरा आणि तुमच्या आतून येणाऱ्या प्रतिसादाचे सखोल मनन करा. ही सराव पद्धती वाचायला जरी फक्त काही क्षणच लागत असले तरी प्रत्यक्ष करायला किमान दहा मिनिटे तरी लागतात. बारा आठवड्यांचा हा उपचार प्रक्रियेचा कार्यक्रम पूर्ण झाल्यानंतर हवे तर पुन्हा भूतकाळात एखाद्या विशिष्ट आठवणीवर तुम्ही स्थिरावू शकता.

पार्श्वभूमी तयार करण्यासाठी तुम्ही हवे तर एखादे संगीत लावू शकता आणि मग ती चित्रे पाहू शकता किंवा तुम्ही त्या आठवणी आणि संगीत एखाद्या रेकॉर्डरमध्येसुद्धा घालू शकता आणि पडल्या पडल्या लक्ष देऊन ऐकू व पाहू शकता. तुम्हाला त्यामुळे छान, आरामदायी झोप लागेल आणि उबदार वाटेल. मी स्वतः माझ्यासाठी असे हृदयावर उपचार करणारे संगीत रेकॉर्ड करून ठेवले आहे.

प्रेम आठवण्याची चलचित्रे

प्रत्येक चलचित्र डोळ्यांसमोर आणण्यासाठी तुमच्या शरीराला जरा विश्रांती

द्या. शरीराच्या प्रत्येक भागाच्या जाणिवेबद्दल सजग व्हा आणि नंतर सोडून द्या. अशी कल्पना करा की प्रत्येक खोल श्वासाबरोबर तुम्ही प्रत्येक इंद्रियाला प्राणवायूचा पुरवठा करत आहात आणि उच्छ्वासाबरोबर तुमची गात्रे शिथिल करत आहात. जेव्हा तुमचे शरीर पूर्णपणे शिथिल होईल तेव्हा तुमच्या मनाला प्रश्न विचारून काय प्रतिसाद मिळतो ते पहा. तुमचे चलचित्र पाहणे पूर्ण झाले की स्वत:ला पुन्हा सद्य परिस्थितीत आणा आणि पुन्हा श्वास-उच्छ्वासाचा प्रयोग करा. काळाशी तादात्म्य पावण्यासाठी दहा वेळा खाली दिलेला मंत्र प्रत्येक वेळी म्हणा.

'आत्ता सध्या मी माझ्या आयुष्यातील हृदयावर उपचार करण्याच्या प्रक्रियेत आहे.'

'आत्ता सध्या मी स्वत:बद्दल अधिक बरे वाटावे म्हणून करण्याच्या उपचार प्रक्रियेत आहे.'

'आत्ता सध्या मी माझे हरवलेले प्रेम पुन्हा मिळविण्याच्या प्रक्रियेत आहे.'

'आत्ता सध्या मी माझ्या पूर्वीच्या जोडीदाराला माफ करण्याच्या प्रक्रियेत आहे.'

'आत्ता सध्या मी दिवसाला सामोरे जायच्या तयारीच्या प्रक्रियेत आहे.'

आठवडा पहिला

तुम्ही कसे भेटलात?

आठवा जेव्हा तुम्ही एकमेकांना प्रथम भेटलात. तुम्ही कसे भेटलात? तुम्ही कोठे गेलात? प्रथम तुम्हाला एकमेकांवरच्या प्रेमाची जाणीव कधी झाली? तुम्हाला त्यावेळी काय म्हणायचे होते, पण तुम्ही म्हणू शकला नाहीत? मग तुम्ही काय म्हणालात? मग ती/तो काय म्हणाला/ली? मग तुम्ही काय केले? त्याने किंवा तिने काय केले? त्याच्या/तिच्याबद्दल खास-विशेष असे काय आहे? कल्पनाशक्तीने डोळ्यांसमोर चित्र रंगवा आणि त्या काळात जाऊन त्याच्या किंवा तिच्या डोळ्यात डोळे घालून बघा. त्याच्या किंवा तिच्यासाठी तुमच्या हृदयात प्रेम जाणून घ्या. त्याच्या किंवा तिच्यामुळे तुमच्या मनात काय खळबळ माजते? अशा सर्व भावनांचा वेध घेऊन प्रेमावर लक्ष केंद्रित करा. त्याचवेळी आता तो किंवा ती तुमच्या आयुष्यात नाही ही वेदना जाणून घ्या. तुम्हाला त्यांची किती आठवण येते ते जाणवा.

ही वेदना जेव्हा मनाच्या पृष्ठभागावर येईल तेव्हाच प्रेमावर पण लक्ष केंद्रित करा. फक्त प्रेम! प्रेमामुळे खूप बरे वाटते. प्रेम वृद्धिंगत होणारे असते. प्रेम म्हणजे जणू विश्वरूप दर्शन! प्रेम स्वीकार शिकवते. असे तुम्हाला वाटणारे प्रेम हे तुमच्या हृदयाची वेदना कमी करते. असे करत करत एक दिवस तुम्हालाच जाणवेल की आता वेदनेचा लवलेशसुद्धा नाही. फक्त प्रेम आणि प्रेमच आहे.

आठवडा दुसरा

तुमची पहिली भेट

आठवा तुमची रोमांचकारक पहिली भेट. तुम्ही दोघांनी मिळून काय केले? तुमचा पहिला पहिला स्पर्श, तुम्हाला त्याने/तिने हळुवार स्पर्श केला. आठवा तुमचे पहिले चुंबन. आठवा ती तुम्हाला झालेली पहिली जाणीव की त्याचे किंवा तिचे तुमच्यावर प्रेम आहे आणि आता पुढील आयुष्य एकमेकांच्याबरोबर काढायचे आहे. त्या काळात जा आणि आठवा एकमेकांबरोबर असणे कसे वाटत होते!

त्याची किंवा तिची अनुपस्थिती तुम्हाला किती दु:खी करते आहे याचा शोक करा. तुमच्या आशा आणि इच्छा जाणवत तुमच्या इच्छा-आकांक्षा यांचे जेथे उगमस्थान आहे तेथे स्पर्श करा. तुम्हाला त्याला किंवा तिला आनंदी ठेवायचे आहे हे जाणवून घ्या. सगळे काही ठीक होईल आणि तुम्ही आयुष्यभर सुखी व्हाल हा तुमचा विश्वास वाढवा.

कल्पना करा तुम्ही दोघे एकमेकांच्या कुशीत आहात. तुमच्यातले खास नाते आणि एकमेकांच्या सान्निध्यातील ऊब जाणवून घ्या. तिला किंवा त्याला गमावण्याची वेदना मनाच्या पृष्ठभागावर आली की तुमचे प्रेम आणि जिव्हाळा यावर लक्ष केंद्रित करा. फक्त प्रेम! प्रेमामुळे तुम्हाला सुरक्षित व आरामशीर वाटेल. प्रेम हे उबदार आणि फुंकर घालणारे असते. तुम्ही जे आहात आणि तुम्हाला जे हवेसे वाटते ते सगळे मिळवून देण्यास प्रेमच कारणीभूत होते आणि त्या दिवशी तुमची वेदना निघून जाईल आणि फक्त प्रेमच उरेल... फक्त प्रेम!

आठवडा तीसरा

एक उत्कट क्षण

एकांतातला तो उत्कट आणि अत्यंत उच्च क्षण आठवा. असा क्षण की जो तुमच्या आपसात वाटून घेतलेल्या खास भावनांचा सोबती असेल. त्यानंतरचे तुमचे बहरलेले प्रेम आठवा. तुमच्या भावना आणि अपेक्षा जाणवून घ्या. असा खास प्रसंग घडण्यामागे ईश्वराची काही विशेष योजना तर नव्हती? आठवा त्या वेळी तुम्ही किती उत्तेजित झाला होतात. काय घडले आणि तुम्ही कुठे गेलात, त्यावेळचे तापमान काय होते ते आठवा. आठवा हवेचा सुगंध.

दीर्घ श्वास घ्या आणि मनाने तेथे पोहोचा. तुम्हाला तुमच्या हृदयात आणि शरीरात जी उत्कटता जाणवली तिची अनुभूती घ्या. आठवा त्यावेळची तुमची ज्वलंत इच्छा. तुमच्या जोडीदाराची तुम्हाला मिळविण्याची उत्कट इच्छा आणि त्याचे/तिचे आलिंगन देणे. तुमचे एकमेकांत विरून जाणे. तुमची शरणागती,

त्यातली उत्कटता आणि तुमचे आनंदाच्या शिखराच्या उंच टोकावर असणे. तुमच्या मीलनाचा उत्कट क्षण, तुमचे एकमेकांच्या बाहुतले विसावणे आणि शांत आणि समाधानी असणे.

आणि आता, वर्तमानकाळात तुमच्या हृदयात निर्माण झालेली पोकळी, पुन्हा एकदा तिच्या/त्याच्या शरीराशी आणि त्याच्याशी असलेले खास नाते हवे असण्याची हतबल इच्छा जाणवा. वियोगाची वेदना जाणवा आणि त्याचवेळी मनाच्या एका कोपऱ्यात एकमेकांबरोबर वाटून घेतलेले उत्कट, रोमांचकारी क्षण आठवा. वियोगाचे दु:ख आणि मीलनातील अत्यानंद या दोन्ही भावनांचे एकत्रिकरण होऊ द्या. ते प्रेम जाणवून घ्या आणि त्यायोगे तुमच्या आत्म्यावर उपचार करा. प्रेम शांतता देते. प्रेम समाधान देते. तुमच्या प्रेमाच्या आठवणींमधून शांती मिळवा. एके दिवशी तुमच्या असे लक्षात येईल की तुमच्या वेदनेची एकसुद्धा नामोनिशाणी राहिलेली नाही. आता फक्त तुमच्या प्रेमामधली आश्वासक शांतता उरली आहे.

आठवडा चौथा

जोडीदाराचा आधार

आठवा ती वेळ जेव्हा तुम्हाला हे प्रकर्षाने जाणवले की तुमचा जोडीदार तुमच्यासाठी तेथे आहे. तुम्हाला तिची किंवा त्याची आत्ता खूप गरज आहे आणि तुम्हाला हवा असलेला आधार तिच्याकडून/त्याच्याकडून तुम्हाला मिळतो आहे. आठवा नेमके काय घडले? तुम्हाला कसली गरज होती? तुम्ही काय म्हणालात? ती किंवा तो काय म्हणाला? त्याने किंवा तिने काय केले? त्याने किंवा तिने तुमच्यासाठी काय केले?

जेव्हा तुम्ही दीर्घ श्वास घ्याल... कल्पना करा तेव्हा तुम्ही भूतकाळात जाल. कल्पना करा तुमच्या दोघांच्याही गरजा सारख्याच आहेत. तुम्हाला प्रेमाची गरज आहे याची जाणीव तुम्हाला होत आहे. तुम्हाला जवळीक हवी आहे. स्वीकारसुद्धा हवा आहे. विश्वास हवा आहे. तुमची काळजीसुद्धा घेतली जायला हवी आहे. विचार करा की आपले काहीतरी असणे, एका प्रेमळ नातेसंबंधाचे आपण महत्त्वाचे घटक आहोत ही भावना किती सुखद असते. त्याच्या किंवा तिच्या आधारासाठी कृतज्ञता व्यक्त करा. आपले आयुष्य दुसऱ्याबरोबर वाटून घेताना आनंद उपभोगून घ्या. संपूर्ण आयुष्यातले ओझे आपल्याला एकट्याला वागवायचे नाही या कल्पनेने एक सुटकेचा श्वास सोडा.

तुमचे हृदय कृतज्ञतेने भरून जाऊ दे. जर अजूनही तुम्हाला एकटे वाटत असेल, आयुष्य एखाद्या ओझ्यासारखे वाटत असेल तर कृतज्ञतेच्या भावनेवर लक्ष केंद्रित करा. त्याने किंवा तिने तुमच्यासाठी जे केले त्याबद्दल आभार माना. तुमच्या

हृदयात तुम्ही कशाबद्दल कृतज्ञ आहात याची पावती द्या. तुमच्या दुःखाची वेदना जाणवू द्या, पण त्याचवेळी तिने किंवा त्याने तुमच्यासाठी जे केले त्याबद्दल आभारही माना. एक दिवस तुमचे दुःख पळून गेलेले असेल. तुमचे आयुष्य पुन्हा एकदा प्रेम आणि आधार यामुळे समृद्ध होईल.

आठवडा पाचवा

साध्या गोष्टी

तुमचा जोडीदार ज्या साध्या साध्या गोष्टी करायचा त्या आठवा. उदाहरणार्थ, योजना आखणे, जमवाजमव करणे, खरेदी करणे, स्वयंपाक करणे, गाडी चालवणे, सामान वाहून नेणे, बील देणे किंवा पत्रे पोस्ट करणे, तो किंवा ती तुमच्यासाठी या साध्या गोष्टी करत असे, हो की नाही? तिची किंवा त्याची तुम्हाला न आवडणारी गोष्ट कोणती? तिच्याबद्दल किंवा त्याच्याबद्दल वेगळेपण कोणते? अशा गोष्टी जे इतर करत नाहीत? कदाचित ती किंवा तो ज्या पद्धतीने शिंकतात? ज्या पद्धतीने ती किंवा तो शब्दोच्चार करतात? तिची किंवा त्याची बघण्याची पद्धत? ती किंवा तो तुमच्याकडे कसे बघतात ते आठवा.

आता एक दीर्घ श्वास घ्या आणि कल्पना करा की तुम्ही तिच्याबरोबर किंवा त्याच्याबरोबर आनंदाचा क्षण घालवत आहात. त्याच्याबद्दल किंवा तिच्याबद्दल तुमच्या प्रेमळ, उबदार भावना जाणवून घ्या आणि ती किंवा तो तुमची काळजी घेतात त्याबद्दल त्यांचे कौतुक करा. कोणीतरी आपली काळजी घेते या कल्पनेने तुम्ही सुखावाल. आपण आता एकटे नाही, एवढेच नाही तर आता आपण खाससुद्धा आहोत.

आज तुम्ही एकटे आहात याचे तुम्हाला दुःख होते आहे ना, मग ते जुने दिवस व ते खास प्रेम आठवा. त्या अमर्याद प्रेमाच्या आठवणींनी तुमचा आत्मा तृप्त होऊ दे. जेव्हा तुम्हाला वेदना जाणवतील तेव्हा या प्रेमावर लक्ष केंद्रित करा. तुमच्या जोडीदाराचे प्रेम जाणवून घ्या. त्या प्रेमाच्या पाकिटात स्वतःला बंद करा. कल्पना करा की त्या प्रेमळ, उबदार स्पर्शाने तुम्ही बांधले गेला आहात; त्या प्रेमाला सीमा नाही आणि ते शाश्वत आहे. त्याला किंवा तिला कळू दे की तो किंवा ती विसरले गेले नाहीत आणि तुम्ही त्याच्यावर किंवा तिच्यावर सदैव प्रेम करत आहात. एक दिवस तुमचे हे दुःख नक्की पळून जाईल आणि तुम्हाला तुमचे हे खास प्रेम नक्की मिळत राहील.

आठवडा सहावा

आयुष्यातील सुखाचे क्षण शेअर करा.

आठवा ते दिवस जेव्हा तुमच्या जोडीदाराच्या आनंदात तुम्ही स्वतःचा आनंद शोधत होतात. ते सोनेरी दिवस, तुमचा जोडीदार खूश झाला म्हणून तुम्ही खूश होत होतात. तो किंवा ती कशामुळे खूश होत होती; तुम्ही तिला किंवा त्याला कशी मदत केली; त्या समृद्ध काळाची भागीदारी केल्यामुळे दोघांनाही कसे बरे वाटले ती वेळ आठवा. जेव्हा तुम्ही तिला किंवा त्याला पहिल्यांदा खूश केले. तुम्ही तिच्या किंवा त्याच्या आयुष्यात खूप चांगला बदल घडवून आणल्यामुळे तुम्हाला किती बरे वाटले! तुम्ही तिला किंवा त्याला पहिल्यांदा खूश केले ती वेळ आठवा. एकमेकांची अशी काळजी घेणे किती अर्थपूर्ण असते हेसुद्धा तुम्ही जाणवून घ्या.

ती वेळ आठवा जेव्हा तुम्ही यशस्वी झालात. त्याचा तिला किंवा त्याला खूप अभिमान वाटला. ती किंवा तो अगदी मनापासून तुमच्या यशावर खूश होते. तिला किंवा त्याला तुम्ही यशस्वी व्हायलाच हवे होते. तुमच्या आनंदामुळे ती किंवा तो आनंदी झाले. तुमच्यावर प्रेम करणाऱ्या कोणाबरोबर तरी मनमोकळेपणे यश वाटून घेणे किती सुखद असते! इतरही तुम्ही दोघांनी एकत्रितपणे घालवलेल्या चांगल्या वेळा आठवा. तेव्हा नेमके काय घडायचे? तुम्हाला दोघांनाही आनंदी करणारे प्रसंग कोणते होते?

जेव्हा तुम्ही त्याचा/तिचा प्रेमळ आधार आठवाल तेव्हा तुमच्या वेदनेवर फुंकर घातली जाईल. तिच्या/त्याच्या आधाराबद्दल कृतज्ञता जाणवून घेतली तर तुमच्या आत्म्याला दिलासा मिळेल आणि तुमचे एकटेपणाचे दुःख सहन करायला त्याची तुम्हाला मदत होईल. तिच्या/त्याच्या प्रेमाच्या आठवणीमुळे तुम्हाला समाधान वाटेल व पुन्हा एकदा तुम्हाला हवे असलेले प्रेम व आधार याच्यापर्यंत तुम्हाला पोहोचता येईल. तुम्ही प्रेम करण्यास पात्र आहात याचे त्याच्या/तिच्यामुळे शिक्कामोर्तब झाले याबद्दल आभार माना आणि अशा अवघड प्रसंगी त्या आधाराची तुम्हाला गरज होती हे जाणवून. एक दिवस असा येईल की तुमच्या वेदना संपलेल्या असतील.

आठवडा सातवा

प्रेमाची ताकद

ती वेळ आठवा जेव्हा तुम्ही दुःखी होतात किंवा निराश झाला होतात तेव्हा नेमके काय घडले? तुम्हाला जे घडायला हवे होते ते घडले नाही का? आठवा त्याचे किंवा तिचे प्रेम आणि आधार ज्यामुळे तुमची वेदना सुसह्य झाली. आठवा

जेव्हा विरोधक तुमच्या समोर ठाकले तेव्हा तुमच्या जोडीदाराकडून तुम्हाला मिळालेला आश्वासक मदतीचा संरक्षक हात. जोडीदाराच्या अशा प्रेमामुळे तुम्हाला मिळालेला दिलासा आठवा.

आता एक दीर्घ श्वास घ्या आणि कल्पना करा की तुम्ही भूतकाळात गेला आहात. तुमचा जोडीदार तुम्हाला शोधत तुमच्यापर्यंत आला आहे व त्याने तुम्हाला मिठी मारली आहे. तुमच्या जोडीदाराचा हळुवार स्वीकार आणि सामंजस्य जाणवून घ्या. तुमचे दुःख, तुमच्या जोडीदाराला सांगून वेदनेपासून मुक्तता मिळवा. आयुष्यातले वेदनेचे हे ओझे तुमच्या खांद्यावर एकट्याने पेलू नका.

तिच्या किंवा त्याच्या प्रेमळ आधारामुळे तुम्हाला दिलासा मिळेल. आज तुमच्या दुःखांनासुद्धा अगदी मोकळ्या मनाने वाट करून द्या. पूर्णपणे दुःख वाहून जाऊ देत. आता तुम्हाला जाणवेल की जोडीदाराच्या स्वीकारामध्ये आणि सामंजस्यामध्ये किती ताकद आहे आणि त्या प्रेमामुळे तुमच्या अंतरंगात शिरशिरी उठेल आणि कोलमडून पडलेले तुम्ही पुन्हा ताठ व्हाल. प्रेमापासून कधीही दूर पळू नका. तुम्हाला पाहिजे तेवढा वेळ घ्या आणि तुम्ही ज्या आधाराला पात्र आहात तो आधार मिळवा. एक दिवस तुमची वेदनाही पूर्णपणे नाहीशी होईल आणि आयुष्यात पुन्हा एकदा तुम्ही प्रेमाची ताकद अनुभवाल.

आठवडा आठवा

असुरक्षिततेच्या छायेत

ती वेळ आठवा- जेव्हा तुम्हाला खात्री नव्हती किंवा तुम्हाला भीती वाटत होती, पण तुमच्या जोडीदाराचा तुमच्यावर ठाम विश्वास होता. तुम्ही कशाला घाबरत होतात? असे काय होते की जे घडू नये असे तुम्हाला वाटत होते ते घडू शकले असते? त्यामुळे तुम्हाला कसे वाटले? तुम्ही असुरक्षित होतात आणि त्या वेळी तिने किंवा त्याने तुम्हाला आधार देऊन मदतीचे आश्वासन दिले. ती वेळ आठवा, तो किंवा ती तिथे उपस्थित होते व म्हणत होते, ‘आम्हाला माहिती आहे की हे तू करू शकतोस. आमचा तुझ्यावर विश्वास आहे.’ किंवा ‘सगळे काही ठीक होईल.’

आता एक दीर्घ श्वास घ्या. आता तुम्ही तुमच्या भूतकाळात गेलात. कल्पना करा. तुम्ही तुमचा भूतकाळ पाहत आहात. तुम्ही मोठ्या संकटात आहात. विरोधक तुमच्यावर हल्ला करण्याच्या बेतात आहेत. अशा वेळी तुम्हाला प्रेमळ आधार मिळतो. तुम्हाला आता असे कोणीतरी सांगणारे हवे आहे की तुमचाच विजय होणार आहे. तुम्हाला प्रोत्साहन देणारे हवे आहे. त्याला प्रतिसाद म्हणून तुमच्या हृदयात तुमच्या या जोडीदाराबद्दल प्रेम वाटू द्या.

तिचा किंवा त्याचा आधार आठवा, तिच्या किंवा त्याच्या आधाराशिवाय तुम्हाला सुरक्षित वाटत नाही हे जाणवून घ्या. तुमच्या मनाला अशी भीती जाणवू द्या की तुमच्यावर कोणी प्रेम करणार नाही. अशी पण भीती वाटू द्या की तुमच्या आयुष्यात पुन्हा सूर्य कधी उगवणारच नाही. भीतीची अशी भावना मनात आणून पूर्वी तिने किंवा त्याने दिलेल्या आधाराची ताकद आठवा.

त्या प्रेमळ आधारामुळे तुम्हाला किती सामर्थ्य मिळाले हे लक्षात घेऊन आपल्या दु:खावर उपचार करण्याची गरज आहे असा निश्चय करा. तुमचे प्रेम लपवून ठेवू नका. ते मुक्त मनाने मोकळे करा. तुमच्या गरजेच्या अशा वेळी इतरांनासुद्धा तेथे असू दे. तुमच्या आयुष्याला नव्याने सुरुवात करण्यासाठी या ताकदीचा आधार वाटावा म्हणून 'त्याचे मी स्मरण करीन' असे स्वत:ला वचन द्या. तुमच्या जोडीदाराने दिलेल्या भेटवस्तू स्वीकारून आणि वापरून त्यांचा आदर करा. त्याला किंवा तिला हे कळू द्या की त्याचे प्रेम आणि आधार तुम्ही विसरला नाहीत आणि पुढेसुद्धा कधीच विसरणार नाही. एक दिवस तुमची वेदना नाहीशी होईल आणि पुन्हा एकदा तुमच्यात सामर्थ्य येईल आणि तुम्हीही कोणीतरी आहात याची जाणीव होईल.

आठवडा नववा

क्षमेची जादू

तो क्षण आठवा, जेव्हा तुम्ही चूक केलीत आणि तुमच्या जोडीदाराने तुम्हाला क्षमा केली. काय घडले? तुमची चूक काय होती? तुम्ही तुमच्या जोडीदाराला कसे दुखावले? कसे नाराज केले? तुमच्या जोडीदाराच्या विनाशर्त प्रेमामुळे, सामंजस्यामुळे आणि स्वीकारामुळे तुम्हाला कसे वाटले?

आता एक दीर्घ श्वास घ्या आणि कल्पना करा की तुम्ही भूतकाळात गेलात.

त्याला किंवा तिला दुखावल्याबद्दल तुम्हाला प्रामाणिकपणे खंत होत आहे. तुम्ही काय सांगितले जे तुम्हाला आत्ता सांगायला आवडले असते. पश्चात्तापाची भावना जाणवून घ्या आणि म्हणा, 'माझे तुझ्यावर प्रेम आहे. जे काय घडले त्याबद्दल मी दिलगीर आहे.' त्याच्या किंवा तिच्या विनाशर्त प्रेमामध्ये किती उपचारात्मक ताकद आहे हे जाणवून घ्या.

जेव्हा तुम्हाला त्याचा किंवा तिचा प्रेमळ आधार जाणवेल तेव्हाच तुमच्या जोडीदाराला तुम्ही परत आणू शकत नाही, या दु:खाची वेदना जाणवून घ्या. तुम्हाला तुमच्या दु:खाची जाणीव झाली की त्याच्या किंवा तिच्या प्रेमाचा आणि क्षमेचा सांत्वनशील प्रभाव तुम्हाला जाणवेल. लक्षात घ्या तो किंवा ती तुम्हाला माफ करत आहे. कल्पना करा ती/तो म्हणत आहेत, 'मला माहिती आहे तुझे

माझ्यावर प्रेम आहे. तू तुला जमेल तेवढे सगळे केलेस आणि कुणाचीही तेवढीच अपेक्षा असते.' तिच्या किंवा त्याच्या प्रेमाची ही भेट आहे असे जाणवून घ्या.

कल्पना करा तुमचा आत्मा त्याच्या किंवा तिच्या प्रेम आणि क्षमेमुळे न्हाऊन निघाला आहे. तुमच्या आत्म्याची अजाणता जाणवून घ्या, जसे फूल सूर्याच्या किरणाने उमलते तसेच तुमच्या आत्म्याचेही जोडीदाराच्या प्रेमामुळे होते हे जाणवून घ्या. अशा पद्धतीने नव्याने जन्म झाला की प्रेमाच्या उपचार पद्धतीमधील ताकदीसाठी कृतज्ञता व्यक्त करा. मग थोड्याच वेळात तुम्हाला समजेल की वेदना निघून गेली आहे आणि आता तुम्ही नव्या जोमाने पुन्हा प्रेम करू शकाल.

आठवडा दहावा

तुम्हाला समजून घेतले गेले–

ती वेळ आठवा जेव्हा तुम्हाला खरोखर समजून घेतले गेले. नेमके काय घडले? तुमचा जोडीदार काय म्हणाला? त्याने काय केले? आणखी पण असे प्रसंग आठवा जेव्हा इतरांनी तुम्हाला विरोध केला पण तुमचा जोडीदार मात्र ठामपणे तुमच्या पाठीशी उभा होता. आठवा ती वेळ जेव्हा या आधाराची तुम्हाला गरज होती. जेव्हा तुमच्या जोडीदाराला तुमचा स्वत:शी व इतरांशी चाललेला संघर्ष व तुम्ही निकराने देत असलेला लढा त्याला समजतोय हे तुम्हाला कळते- तुम्हाला कसे वाटले ते आठवा.

आता एक दीर्घ श्वास घ्या आणि कल्पना करा की तुम्ही त्या भूतकाळात गेला आहात. तो किंवा ती तुम्ही सध्या कोणत्या परिस्थितीतून जात आहात हे समजून घेत आहेत हे कळल्यावर तुम्हाला कसे वाटले हे जाणवून घ्या. तो किंवा ती तुम्ही योग्य तेच करत आहात याची पावती देत आहेत हे जाणवून घ्या. त्याला किंवा तिला तुमची ही पूर्ण गोष्ट माहिती आहे आणि तुमची वेदनासुद्धा समजते आहे. आता तुम्हाला आठवतोय तिचा किंवा त्याचा सहसंवेदनेने भारलेला सामंजस्यपूर्ण आधार! त्या जाणिवेने तुम्ही सुटकेचा नि:श्वास सोडा.

आपण कोणाला तरी गमावलेय या वेदनेचा बहुतांश भाग हा आपण सध्या कोणत्या कालखंडातून चाललो आहोत हे इतरांना समजत नाही यामध्ये असतो. आपल्याला असे वाटते की आपल्याला कोणीच समजून घेतले नाही. जेव्हा ही वेदना तुम्हाला जाणवते तेव्हा तुमचा जोडीदार तुम्हाला भक्कम आधार देतो आहे याची आठवण करा. जेव्हा कोणीतरी तुम्हाला ओळखते, कोणीतरी तुम्हाला भेटते आणि तुमच्या प्रयत्नांची, कष्टाची, दु:खाची आणि पराक्रमांची नोंद घेते तेव्हा सगळे सोपे वाटते आणि त्यामुळे बरेही वाटते.

तुमच्या जोडीदाराच्या सामंजस्यामध्ये मधाची गोळी आहे ते जाणवून घ्या, पण

जेव्हा दोन आत्मे खऱ्या अर्थाने प्रेमाने एकमेकांच्या जवळ येतील आणि बरे-वाईट प्रसंग एकत्रपणे अनुभवतील आणि एकत्र स्वप्ने पाहतील तेव्हाच त्याची जाणीव होईल. तुमच्या एकटेपणाचे दु:ख जाणवून घ्या आणि तुमच्या आत्म्याला तुमच्या आयुष्यातील अनुभव जोडीदाराबरोबर वाटून घेऊन जो आराम वाटला तो आठवा. जे इतर लोक अशाच दु:खात असतील त्यांनाही तुम्हाला जे ज्ञान झाले त्याचा लाभ द्या. तुम्हाला आत्ता हेसुद्धा जाणवेल की त्यांनाही तुम्ही कोणत्या परिस्थितीतून जात आहात याची जाणीव होईल आणि अचानक एके दिवशी तुमची वेदना पळून गेलेली असेल आणि तुम्ही एकटे नसाल.

आठवडा आकरावा

तुमची गरज वाटणे–

ती वेळ आठवा जेव्हा तुमची कोणालातरी गरज होती. तुमच्यावर कोणीतरी मालकी हक्क प्रस्थापित करत होते. तुम्ही तिच्या किंवा त्याच्या आयुष्याचा एक अविभाज्य भाग होतात आणि ती किंवा तो तुमच्या आयुष्याचा एक अविभाज्य भाग होता. आठवा तिचे किंवा त्याचे तुमच्याकडे आधार मागणे आणि तुम्ही कोणत्या ना कोणत्या प्रकारे तो देणे.

आता एक दीर्घ श्वास घ्या आणि भूतकाळात जा. आठवा त्याचे किंवा तिचे प्रेम तुमच्यासाठी काय होते? तुम्ही तिच्या किंवा त्याच्या आयुष्यात जे आणले त्यामुळे तिने/त्याने जे कौतुक केले ते आठवा. तिने/त्याने तुमच्या आयुष्याला जो नवा अर्थ दिला तो जाणवून घ्या. तुमचे त्याच्याशी किंवा तिच्याशी असलेले नाते जाणवून घ्या. तिला किंवा त्याला गमावणे म्हणजे एखादा अवयव गमावण्यासारखे आहे हे जाणवून घ्या. तुमच्या शरीराचा एक भाग! तुमच्या शरीराचा एक अविभाज्य भाग! जसा एक खास अवयव प्रेमाने काळजी घेण्याजोगा अवयव, तो कधीच वेगळा करता येणार नाही.

जेव्हा तुम्हाला असे दु:खाचे उमाळे येतात तेव्हा खुशाल दु:ख करा, खेद वाटू द्या पण त्याचवेळी तिने किंवा त्याने तुमच्यासाठी जे केले त्याची कृतज्ञता वाटू द्या. त्या खास आठवणींना मनात विशिष्ट दर्जा द्या. तिला/त्याला तुमच्या प्रेमाची गरज, त्यावर असलेले अवलंबित्व आठवा. तिला किंवा त्याला माहिती असू द्या की तुमच्या हृदयाच्या कप्प्यात त्यांची आठवण सतत तेवत राहील.

ती/तो नेहमीच तुमच्या आयुष्याचा एक भाग राहणार आहे. हे समजून त्यातील कडवट-गोड आनंद जाणवून घ्या. तुम्ही त्याची/तिची कधीही आठवण काढून ते खास प्रेम पुन्हा अनुभवू शकता. माहिती असू द्या की काळ हेच यावरचे उत्तम औषध आहे. कालांतराने त्या आठवणी हळूहळू कमी वेदनादायक होतील.

तुमच्या हृदयातील प्रेम तुमच्या जखमा लवकर भरण्यास मदत करेल. त्या प्रेमाच्या साहाय्यानेच तुमचा नवा जन्म होईल आणि तुमचे आयुष्य प्रेमाने भरून जाईल.

आठवडा बारावा

प्रेमाच्या भेटी

आठवा तुमच्या जोडीदाराच्या प्रेमाने तुम्हाला काय-काय दिले? आठवा त्याचा तुमच्या आयुष्यावर कसा सकारात्मक परिणाम झाला? आठवा त्यापूर्वी तुमचे आयुष्य कसे होते? तिने/त्याने तुमचे आयुष्य कसे प्रकाशमान केले? जेव्हा तुम्हाला गरज होती तेव्हा तुमच्या जोडीदाराने तुम्हाला कसे सामर्थ्य दिले? आठवा तुम्ही एकत्र असताना किती आनंदी होतात? तुम्ही एकत्र काय काय मजा केली ते आठवा. ते आठवा की तुम्हाला जे नेमके हवे होते ते तुमचा जोडीदार तुम्हाला कसे देत होता? तुमच्या जोडीदाराचे तुमच्यावर प्रेम आहे याबद्दल तुम्ही देवाचे आभार मानत होता ते आठवा.

आता एक खोल श्वास घ्या आणि पुन्हा एकदा भूतकाळात डुबकी मारून त्याच्या किंवा तिच्या तिथे उपस्थित असण्याचा आनंद घ्या. तिच्या/त्याच्या प्रेमाच्या सूर्यप्रकाशात न्हाऊन घ्या. तुमचा त्याच्या/तिच्याबद्दलच्या प्रेमाचा गोडवा जाणवून घ्या. ती/तो तुम्हाला सोडून जाण्यापूर्वी जे काही मोजके चांगले क्षण मिळाले होते त्यामुळे तुम्ही किती आनंदित झाला होता!.

जेव्हा तुम्हाला दु:खाचे उमाळे येतील तेव्हा तुमच्या जोडीदाराने तुम्हाला जो आनंद दिला तो आठवून मनाला दिलासा द्या. अशा प्रेमळ आठवणींमध्ये तुमच्या दु:खाचा निचरा होऊ दे. तुम्ही देवाजवळ केलेल्या प्रार्थनेला तुमचा जोडीदार हे उत्तर आहे. तो फक्त नशिबाचा भाग नव्हे. देवाचे तुमच्यावर प्रेम आहे आणि देवाने तुम्हाला दुर्लक्षित करून सोडून दिलेले नाही.

आता जरी ते तुम्हाला जाणवले नाही तरी या अनुभवातून तुम्ही बळकट व्हाल आणि पूर्वीपेक्षा अधिक प्रेम देऊ व घेऊ शकाल. तुम्हाला कोणीच विसरलेले नाही. तुमच्यावर अजूनही सगळे प्रेम करतात आणि करत राहतील. एक दिवस तुमचे दु:ख पळून जाईल आणि तुम्ही देवाच्या प्रेमास व दयेस प्राप्त व्हाल व सुखी व्हाल.

■

१४

हृदयावरील उपचाराचे एकशेएक मार्ग

आपल्या जोडीदाराला प्रेमाने आठवून आपल्या हृदयावर उपचार करण्याचे अनेक निरनिराळे मार्ग व प्रक्रिया आहेत. आपल्या भावना जाणवून घेण्यासाठी मदत करणाऱ्या कोणत्याही गोष्टीमुळे आपल्या या प्रक्रियेत फायदाच होईल. यांपैकी प्रत्येक मार्ग आपल्याला प्रेम, सामंजस्य, क्षमा, कृतज्ञता आणि विश्वास यांच्याकडेच नेतो, त्यामुळे हा मार्ग चांगला किंवा तो मार्ग अधिक चांगला असे आपण काहीही म्हणू शकत नाही.

तुमचे प्रेम आठवणारे आणि तुमच्या प्रेमाचा सन्मान करणारे एकशे एक मार्ग आहेत. आपण आता काहीच करू शकत नाही. आपण दुबळे आहोत असे वाटून न घेता नैसर्गिक उपचार प्रक्रियेला मदत करण्यासाठी या सूचनांचा योग्य ठिकाणी वापर करा. या सूचनांपैकी कोणतीही सूचना वापरून तुमच्या जोडीदाराला प्रेमाने साद घाला आणि त्याच्या प्रेमळ सान्निध्यात राहा.

या सूचनांच्या यादीचा उपयोग जेव्हा तुमच्या नातेसंबंधांचा शेवट घटस्फोटात, वियोगात किंवा भांडणात झाला असेल तेव्हाही तुम्ही करू शकता. जर आपला हृदयभंग झाला आहे आणि आपला जोडीदार अजून जिवंत आहे तर हृदयावरील उपचार प्रक्रियेसाठी आपण असा समज करून घ्यायचा, की ती व्यक्ती आता परत येऊ शकणार नाही. ती काळाच्या पडद्याआड गेली आहे. ती व्यक्ती खरेच मृत पावली आहे असे समजावे.

खालील सूचनांचा योग्य मार्गाने वापर करून तुम्ही तुमचे दुःख हलके करू शकता.

१) तुमच्या आत्म्याला स्पर्श करणारे संगीत किंवा गाणी पुन्हा पुन्हा ऐका.

२) सिनेमा पाहायला जा किंवा व्हीडीओवर असे काही पहा- ज्यामुळे तुम्हाला रडू येईल.

३) एखाद्या साहसी सहलीला जा. अगदी एका दिवसाची असेल तरी चालेल. तुम्ही स्वत: नवीन अनुभव घ्या, ज्यायोगे तुम्हालाही काही नवीन मार्ग सापडेल.

४) तुमच्या आवडीचे पुस्तक वाचा किंवा एखाद्या पुस्तक-भिशीमध्ये जा- जेथे वाचलेल्या गोष्टींवर चर्चा करू शकाल.

५) नृत्य करायला जा किंवा काही मौजमजा करा. शोक करणे याचा अर्थ चोवीस तास चेहरा लांब करून बसणे नव्हे. जे लोक मौजमजा करतात त्यांच्याबरोबर आपणही चार क्षण सुखाचे घालवून आपल्या मनाला उभारी आणण्याची आपलीही गरज असते.

६) तुम्ही तुमच्या जोडीदाराबरोबर पूर्वी ज्या ठिकाणांना भेटी दिल्या होत्या व विशेष चांगला वेळ घालवला होता तेथे परत जा किंवा जेथे तुम्ही प्रथम भेटला होतात तेथे जा.

७) तुम्ही तुमच्या जोडीदाराला लिहिलेली व त्याची/तिची तुम्हाला आलेली पत्रे वाचा.

८) तुमच्या जोडीदाराची उपस्थिती जाणवून घ्या आणि तो तेथे आहे असे समजून तुमचे मन मोकळे करा. असा विश्वास ठेवा की तो/ती तुमचे सगळे ऐकत आहे आणि तुम्हाला प्रतिसाद पण देत आहे. एखाद्या मित्राला तुमच्यासमोर बसवून आणि त्याला तुमचे जोडीदार समजूनसुद्धा तुम्ही हा प्रयोग करू शकता. तुमच्या मित्राला फक्त काय करायचे तर तुमचा हात हातात घेऊन तुम्ही सांगता ते काळजीपूर्वक ऐकायचे आहे.

९) तुम्ही एकत्र असताना काढलेला फोटो पुन्हा पहा.

१०) मोठी लांब मेणबत्ती तिच्या आठवणीमध्ये जळू द्या किंवा एखादी वासाची मेणबत्ती लावा, त्यामुळे तुम्हाला तुमच्या प्रेमाचा सुगंध जाणवेल.

११) एकटेच फोटो अल्बम बघत बसा. नंतर मित्रांबरोबर पुन्हा बघा. प्रत्येक वेळी फोटो बघताना नवीन मित्र शोधा. त्याला त्या-त्या प्रसंगांच्या आठवणी सांगताना तुम्हाला जोडीदाराच्या जवळ असल्याचा आभास निर्माण होईल.

१२) मित्रांसाठी आणि कुटुंबासाठी त्याच्या जीवनाचे एक पुस्तकच तयार करा.

१३) तिच्याबद्दलच्या अगदी वैयक्तिक गोष्टींवर निश्चित मत असू द्या.

१४) तिचे/त्याचे चित्र तुमच्याजवळ ठेवा आणि रोज चित्राकडे पाहून 'गुड मॉर्निंग' आणि 'गुड नाईट' म्हणा.

१५) तुमच्या वियोगाची आणि दु:खाची गोष्ट एकेक करून सगळ्या मित्रांना

सांगा. प्रत्येकाला वेगवेगळे सांगताना तुमच्या वेदनेच्या एक-एक थरावर उपचार होतील आणि तुमच्यातली प्रेमाची भावना वाढीला लागेल.

१६) तुमची वियोग कथा सांगण्यासाठी आधारकेंद्राची मदत घ्या. इतर लोक जेव्हा त्यांच्या प्रेमाच्या कथा सांगतात त्या काळजीपूर्वक ऐका. त्यांची दु:खे ऐकताना तुम्हाला तुमच्या वेदना जाणवण्याला मदत होईल. प्रत्येक आठवड्यात हळूहळू तुम्हाला बरे वाटत जाईल.

१७) तुमच्यासारखे अनुभव ज्यांना येत असतील अशा लोकांबरोबर एक उपचारात्मक कार्यशाळा घ्या. उपचाराची प्रक्रिया नेहमीच आधार देणाऱ्या लोकांबरोबर केली तर ती अधिक सोपी असते.

१८) सगळ्यांबरोबर एकत्रितपणे एखादी गोष्ट करा किंवा सहलीला जा. इतरांबरोबर नवीन अनुभव अनुभवताना तुमचाच नवीन जन्म झाला आहे असे तुम्हाला जाणवेल.

१९) तुमच्या जोडीदाराच्या चांगल्या गुणांची यादी तयार करा आणि एखाद्या चांगल्या मित्राबरोबर ती मोठ्याने वाचा.

२०) इंटरनेटवर चॅटरूममध्ये जा. चॅटिंग करा पण कुठेही आपली खरी ओळख किंवा नाव सांगू नका, त्यामुळे मोकळीक मिळेल. तुम्हाला नवीन भराऱ्या मारता येतील, पण स्वातंत्र्य घेतानासुद्धा आपला प्रामाणिकपणा सोडू नका.

२१) तुमच्या जोडीदाराच्या आठवणीसाठी काहीतरी शिका. असे काहीतरी की ज्यामध्ये तुमच्या जोडीदाराला रुची होती.

२२) स्वत:साठीच एखादी भेटवस्तू खरेदी करा आणि असे समजा की ती भेटवस्तू तुमच्या जोडीदारानेच तुम्हाला दिली आहे. असा विचार करा की तुमचे दु:ख हलके करावेसे वाटले असते तर तुमच्या जोडीदाराने काय केले असते? तसे तुम्ही स्वत: करा.

२३) केवळ तुमच्या जोडीदाराला तसे आवडते म्हणून तुम्ही जी गोष्ट करता ती आठवा आणि करत जा.

२४) जर जोडीदार मृत्यू पावला असेल तर त्याच्या थडग्याजवळ किंवा जिवंत असेल तर फोटोजवळ फुले वाहा. असे रोज एक आठवडाभर करा, मग महिनाभर आठवड्यातून एकदा करा, मग वर्षातून एक महिन्यापर्यंत करा नंतर फक्त प्रत्येक वाढदिवसाला आयुष्यभर करा.

२५) तुमच्यासाठी आत्तापर्यंत तुमच्या जोडीदाराने काय केले व इतरांसाठी काय केले याची यादी करा. इतरांनाही हा प्रश्न विचारा.

२६) तुमची कृतज्ञतेची भावना तिला किंवा त्याला पत्राने कळवा.

२७) तो तुम्हाला पत्र लिहीत आहे असे समजून स्वत:ला प्रोत्साहन द्या आणि आपल्या नावे पोस्टात टाका.

२८) तुमच्या बागेचा एक कोपरा तिच्या/त्याच्या नावे अर्पण करा.

२९) काही तरी खूप सुंदर असे खरेदी करून शो पीस म्हणून तिच्या किंवा त्याच्या आठवणीप्रीत्यर्थ शोकेसमध्ये ठेवा.

३०) क्षमा मागणारे पत्र लिहा. तुम्हाला तिने/त्याने केलेली आठवणारी प्रत्येक चूक माफ करून टाका. ते पत्र तिचा/त्याचा मित्र म्हणून लक्षपूर्वक वाचा. तुम्ही हे पत्र वाचत असताना तुमचा जोडीदार ऐकतोय अशी कल्पना करा.

३१) दिलगिरीयुक्त पत्र लिहा. तुम्हाला तुमच्या चुका मान्य असल्याचे कबूल करा. एखाद्या मित्रासमोर किंवा थेरपिस्टसमोर हे करा.

३२) आता त्याच्या किंवा तिच्याकडून हे पत्र लिहिले हे गेले आहे असे समजा व त्याने किंवा तिने तुमच्या सगळ्या चुका माफ केल्या असे त्या पत्रात लिहा. तुम्ही स्वत:च तुमच्या पत्त्यावर पोस्ट करा आणि पत्र मिळाल्यावर तुमच्या भावना मित्राबरोबर किंवा थेरपिस्टबरोबर शेअर करा. डोळे बंद करा. थेरपिस्ट पत्र वाचेल तेव्हा असे समजा तुमचा जोडीदारच हे बोलत आहे.

३३) दिलगिरीयुक्त पत्र त्याच्या/तिच्याकडून लिहिले गेले हे गृहीत धरून ते पोस्ट करा. थेरपिस्ट हे पत्र वाचतो आहे असे नाटक करा. तुमचे डोळे बंद करा आणि तुम्ही क्षमा करताय किंवा तुमच्या इतर भावना तुम्ही व्यक्त करताय अशी कल्पना करा.

३४) तुमच्या जोडीदाराची कशावर श्रद्धा होती ते आठवा. तेथे काही तिच्या नावे देणगी द्या आणि शक्य झाले तर, जर ते सार्वजनिक ठिकाण असेल तर एखादे छोटेसे स्मृतिचिन्ह तिचे नाव कोरून बसवा.

३५) दिवसातून फक्त एक तास हे उपचारात्मक सराव करण्यासाठी काढा किंवा हृदयावर उपचार करणाऱ्या सीडीज किंवा कॅसेट्स पाहा, ऐका. तुमच्या दु:खाचा शोक करताना एखादे ठरावीक संगीतच निवडा.

३६) तुमच्या मित्रांना सांगा की अशा पद्धतीने मी दु:ख उगाळले की मला बरे वाटते. जरी ते त्रासदायक असले तरी जोडीदाराचे प्रेम जाणवणे हा सुखद अनुभव असतो. जर तुमच्या मित्राला याची कल्पना नसेल तर तुमच्या अशा वागण्याने त्याला खूप कंटाळा येईल. तो स्वत: या अनुभवातून गेलेला नसल्यामुळे तो हे सगळे समजून घेऊ शकणार नाही.

३७) ज्यांनी त्यांचे प्रेम गमावले आहे अशा लोकांनी सांगितलेले अनुभव ऐका. तुम्हाला त्यांच्या जागी मानून तुम्हाला समजेल की तुम्ही एकटे नाही

आहात, त्यामुळे तुमचा एकटेपणा कमी होईल.

३८) कोठेतरी एखाद्या नवीन ठिकाणी जा आणि नवीन लोकांना भेटा. असे नवे अनुभव तुमच्या अंतर्मनाला तजेला प्राप्त करून देतात.

३९) एखादा प्राणी पाळा. कुत्रा, मांजर पाळून त्यांची काळजी घेतली की मन शांत होईल आणि हृदयावरही उपचार होतील, त्यामुळे तुम्ही अधिक तरुण व्हाल.

४०) तुमच्या मित्रांकडे आधार मागा- ते आनंदाने देतील. त्यांच्याकडे जेवायला जाण्याची तयारी दाखवा. त्यांनी जर ते करायचे टाळले तर त्याचे कारण एवढेच असेल की त्यांना काय बोलावे आणि तुमच्याशी कसे वागावे ते समजत नाही. तुमच्यासाठी ते काय करू शकतात हे समजून घ्यायला त्यांना आवडेल.

४१) उपचार प्रक्रियेची घाई करू नका. साधारणतः तीन ते नऊ महिन्यांपर्यंत दुःख करण्यास मनाला परवानगी द्या. तुम्हीच ठरवा कधीपर्यंत दुःख करायचे. जर तुमचे असे काही सुनियोजित नसेल तर उपचाराच्या खास वेळा ठरवणे टाळा. कदाचित तुमचे मन हृदयावरील उपचारासाठी काही खास संधीची उपलब्धता बघत असेल.

४२) रोज सकाळी उठल्यावर आरशात पाहा आणि मोठ्याने म्हणा, 'आता या क्षणी आयुष्यात मी अशा प्रक्रियेत आहे की...' हे वाक्य प्रत्येक वेळी असे पूर्ण करा की तुमच्या मनात जे काही येईल ते म्हणा. असे दहा वेळा करा.

४३) अशी कल्पना करा की तुमचा जोडीदार तुमच्या बरोबर आहे आणि पुढच्या आयुष्यात तुम्ही विशेष काही तरी करणार आहात आणि तसे करा.

४४) अशी कल्पना करा की जे काही घडले ते योग्यच होते अशी तुमची खात्री असेल तर तुम्हाला कसे वाटेल.

४५) आत्तापर्यंत तुम्हाला मिळालेले आशीर्वाद आठवा. जेव्हा आपल्याला दुःख होते, तेव्हा आपल्या जवळच्या चांगल्या गोष्टींचा आपल्याला विसर पडतो.

४६) अगदी शांत बसा. जेव्हा तुम्हाला तुमची बाजू कमकुवत वाटते तेव्हा निराश होण्याऐवजी स्वतःच्या मनाला उत्तेजित करणाऱ्या गोष्टी करा.

४७) तुम्ही नाउमेद झाला आहात का? व्हीडिओ आणा, दिवसभर बघत बसा.

४८) तुमच्या मित्रांना आलिंगन द्या. जेव्हा आपल्या आयुष्यातील प्रेमाचा मुख्य झरा आटतो, तेव्हा ते प्रेम आपण दुसरीकडून मिळवायला पाहिजे.

४९) आठवड्यातून एकदा तरी मसाज करून घ्या. प्रेमाइतकाच शारीरिक स्पर्शसुद्धा महत्त्वाचा आहे. आपल्या हृदयाची जखम भरून काढताना

आपल्या शरीराचीपण काळजी घ्यायला हवी.

५०) सध्याचे आपले आयुष्य तितकेसे चांगले नाही असे वाटण्याची मनाला परवानगी द्या. तुम्ही दोघांनी एकत्र पाहिलेल्या स्वप्नांचा आणि ध्येयाचा विचार करा. तुमचे नैराश्य जाणवून घ्या आणि तुमच्या भावना व्यक्त करणारे पत्र लिहा.

५१) केवळ तुमच्या मित्रांना बरे वाटावे म्हणून ओढून-ताणून आनंदी दिसण्याची गरज नाही. संकटावर मुळापासूनच घाव घाला. तुम्ही जेव्हा तुमच्या दु:खाच्या लाटांचा स्वीकार कराल तेव्हाच तुम्ही तुमच्या हृदयावर उपचार कराल. उपचार प्रक्रियेचा आदर केलात तर तुमचे दु:ख कायमस्वरूपी आणि पूर्णपणे नाहीसे होईल.

५२) तुम्ही जर जेरूसलेममध्ये असाल तर प्रसिद्ध 'वेलिंग वॉल'ला भेट देऊन इतरांचे दु:ख टाळू शकला असता, पण सध्या तुम्ही अशा एखाद्या कार्यशाळेत जाऊ शकता की जेथे हृदयावर किंवा भूतकाळावर उपचार होतात.

५३) ज्या प्रकारे तुम्हाला तुमच्या जोडीदाराचा निरोप घ्यायचा होता त्या प्रकारे तो घेता आला नसेल तर एखाद्या मित्राबरोबर किंवा थेरपिस्टबरोबर बसून त्याचे हात हातात घेऊन, डोळे बंद करून आपल्याला पुन्हा एकदा गुड बाय म्हणायची संधी मिळाली आहे हे लक्षात घेऊन गुड बाय म्हणा. तुम्हाला जशी परिस्थिती हवी होती तशी मित्राबरोबर ही भूमिका वठवा. भूमिकांची अदलाबदल करून कल्पना करा की तुमचा जोडीदार यावर काय म्हणाला असता.

५४) प्रेमात हार मानावी लागली याबद्दल जर तुमच्या मनात अपराधी भावना असेल आणि तुम्हाला असे वाटत असेल की तुम्ही काहीतरी करू शकता तर या तुमच्या भावना मित्राकडे किंवा थेरपिस्टकडे सांगा. स्वत:ला क्षमा करण्यासाठी त्यांच्याकडून मदत मिळवा. एखाद्या गरजू व्यक्तीला काहीतरी मदत करण्याचे वचन द्या. ज्याला गरज आहे त्याला तुमच्या प्रेम व आधाराचीच भेट द्या. दुसऱ्यांना काहीतरी दिल्याने आपली अपराधीपणाची आणि शरमेची टोचणी नाहीशी होते.

५५) पुन्हा व्यवहारी जगात या. सकाळी फिरायला जा. शक्य असेल तर अनवाणी गवतावर चाला. सकाळच्या स्वच्छ हवेत दीर्घ श्वसन करा.

५६) जर तुम्हाला असे वाटत असेल की तुमच्या हृदयावर उपचार करण्यासाठी तुम्हाला इथून दूर जाण्याची गरज आहे तर अशा वेळी नोकरीच्या ठिकाणी सुट्टी टाका. त्यांनासुद्धा तुमच्या मन:स्थितीची जाणीव असेल.

५७) वर्तमानपत्रात 'पुण्यस्मरण' म्हणून त्याचा/तिचा फोटो देऊन तो पेपर थोड्या थोड्या दिवसांनी पुन्हा पुन्हा वाचा.

५८) जेव्हा तुमच्या जोडीदाराचा मृत्यू होईल तेव्हा अंत्ययात्रा व त्यानंतरचे लोकांचे भेटायला येणे याची व्हीडीओ टेप काढून ठेवावी आणि ज्या वेळी आपल्या दु:खावर कोणीतरी फुंकर घालावी असे वाटते तेव्हा ती टेप लावावी. जेव्हा अंत्ययात्रा असते तेव्हा आपण जोडीदाराच्या मृत्यूच्या धक्क्यातून सावरलेलो नसतो. अंत्ययात्रेनंतर काही दिवस गेल्यावर दु:खाच्या वेदना सुरू होतात आणि तेव्हा आपल्याला आधाराची खूप गरज असते. अशा वेळी जर तुमचे मित्रमैत्रिणी तुमच्या जोडीदाराबद्दल चांगले बोलले असतील तर ती टेप पुन्हा वाजवा. टेप नसेल तर त्यांना तसे बोलायला लावा. प्रत्येकाला तुमच्या जोडीदाराबद्दल काही आठवणी सांगायला लावा आणि अशा प्रकारचा तुमचा जोडीदार होता ते मत मांडायला लावा आणि कधी कधी व्हीडीओ बघा. टेप ऐका.

५९) पुन्हा पुन्हा असे म्हणा, 'मी यातून बाहेर पडेन.' आठवा की तुमच्याआधी इतर अनेक लोक या परिस्थितीतून गेले आहेत.

६०) आठवा, प्रथम तुम्ही कोठे गेलात. कृतज्ञतेचे एक पत्र ज्या व्यक्तीने तुम्हाला एकत्र भेटवले त्याला पाठवा.

६१) एक पत्र या जगाच्या तक्रार विभागाकडे म्हणजे देवाकडे पाठवा- त्यामध्ये तुमचा राग, संताप आणि जखम या सगळ्यांबद्दल लिहा. त्यानंतर दु:ख, भीती आणि खेद या भावनांचाही मागोवा घ्या. जणू काही देवाने किंवा देवदूताने तुम्हाला पत्र लिहिले आहे असे पत्र लिहा व ते स्वत:च स्वत:ला पोस्ट करा.

६२) एखाद्या मित्राला तुमच्याकडे सहज म्हणून बोलवा. त्याला/तिला हे समजू द्या की त्यांना काही एक बोलायचे नाही. फक्त एकत्र वेळ घालवायचा आहे न बोलता, न काही करता. टी. व्ही. नाही, जेवण बनवणे नाही, वाचन नाही. फक्त फिरायला जायचे किंवा एक तासभर सूर्यास्त पाहायचा किंवा चंद्राचे उगवणे पाहायचे. त्या वेळी तुम्हाला जी शांतता लाभेल त्यामुळे तुमच्या आत्म्याला खूप बरे वाटेल.

६३) स्वत:ला लहान मूल होण्याची परवानगी द्या. जर तुमच्या दु:खाच्या भावना अनिर्णित मुद्देच पुन्हा उकरून काढणार असतील तर एखाद्या प्राणिसंग्रहालयाला भेट द्या किंवा मित्रांबरोबर किंवा कुटुंबातील सदस्यांबरोबर वॉटरपार्कला जा. तुमच्या अवती-भोवती लहान मुले कशी मौजमजा करीत आहेत हे बघा.

६४) लग्न समारंभांना जा. स्वत:ला इतरांच्या प्रेमळ सहवासात ठेवणे हा एक

योग्य उपाय आहे. कदाचित त्यामुळे दु:ख पुन्हा उगाळले जाईलही पण ते उपचारात्मक असेल.

६५) जर तुम्ही स्पर्धात्मक खेळ खेळणारे असाल तर ते थांबवू नका. खेळांमध्ये अवश्य भाग घेत रहा. अगदी स्पष्टच सांगायचे झाले तर खेळांमुळे माणूस त्याच्या इच्छा-आकांक्षांच्या आणि सळसळणाऱ्या जोमाच्या सान्निध्यात राहतो.

६६) मंदिरात जा, देवाची प्रार्थना करा. तुमच्या हृदयाच्या खोल कप्प्यात तुम्हाला जी कमतरता, उणीव भासते ती आठवा आणि देवाचा उबदार स्पर्श तुमच्याभोवती आहे हे जाणवून घ्या आणि या अंधाऱ्या प्रवासातून तुमच्या आत्म्याला तोच मार्ग दाखवत घेऊन चालला आहे असे समजा.

६७) पुढाकार घ्या. आता लाड करून घ्यायची तुमची पाळी आहे. तुमचे आयुष्य विचित्र बनवणाऱ्या बंधनकारक गोष्टींपासून मुक्तता मिळवा. तुम्ही तुमचे दु:ख मनवताय आणि त्यासाठी जरुरी असलेल्या आणखी काही गोष्टी लगेच करायला सुरुवात करा.

६८) जर तुमच्या मित्राने तुमच्या भावनांची चौकशी केलीच नाही तर त्यांना स्पष्ट सांगा की तुमच्या मानसिक गरजा काय आहेत. त्यांना सांगा 'मी प्रचंड दु:खात आहे आणि मला स्वत:ची माफी मागायला दहा मिनिटे हवी आहेत. तुम्ही फक्त माझे म्हणणे काळजीपूर्वक ऐकणे एवढीच माझी अपेक्षा आहे, कारण मला या दु:खातून बाहेर पडायचे आहे.' तुमच्या मित्रांना हे पटले तर तुम्ही तुमच्या जोडीदाराबरोबरच्या आठवणी त्यांना सांगा. आपोआपच बोलताना तुमचे दु:ख मनाच्या पृष्ठभागावर येईल.

६९) तुमचे अश्रु अडवू नका, त्यांना मोकळी वाट करून द्या. काहींना एकट्यानेच रडायला आवडते. तसेसुद्धा चालेल. रडणे हे आपल्या अंतर्मनासाठी चांगले असते. रडण्यातून चांगला परिणाम साधण्यासाठी जुनी हिंदी विरहगीते ऐका किंवा ताटातूट करणारे चित्रपट पहा.

७०) शक्य तेवढा संघर्ष टाळा आणि मालमत्तेच्या वाटणीसाठीसुद्धा भांडणे करू नका. जर कुटुंबातील सदस्य भांडला तर लक्षात घ्या की तो त्याच्या वियोगाच्या दु:खामुळे अस्वस्थ आहे. अशा वेळी कमीतकमी संपर्क ठेवा. शिवाय प्रत्यक्ष घटस्फोटाच्या वाटाघाटी होण्यापूर्वी उपचार प्रक्रियेला पुरेसा वेळ मिळू द्या.

७१) जेव्हा तुम्हाला वेदना सतावत आहे तेव्हा त्याबद्दल गुप्तता राखू नका. तुमच्या अंतर्मनापर्यंत पोहोचून ते उघड करण्याची हीच वेळ आहे.

७२) तुमच्या जोडीदाराचा मृत्यू झाला किंवा घटस्फोट झाला असेल तरी मुलांना

असे कधीही म्हणू नका की, 'आता तुम्हालाच तुम्ही समर्थ बनवायला हवे.' तुमचे दुःख तुमच्या मुलांबरोबर कधीच वाटून घेऊ नका, त्याऐवजी मुलांसाठी तुम्हाला जेवढे करणे शक्य असेल तेवढे करा. तुमच्या जास्तीतजास्त दुःखाला जेव्हा तुमची मुले शाळेत असतील किंवा तुमच्यापासून लांब असतील तेव्हाच वाट मोकळी करून द्या. तुमच्या मुलांकडून सांत्वनाची कधीच अपेक्षा करू नका. असे केल्याने तेसुद्धा सांत्वनासाठी तुमच्याकडे अपेक्षेने बघणार नाहीत.

७३) परिस्थिती आहे त्यापेक्षा वाईट बनवू नका. तुमच्या मुलांना दुःख करण्यासाठी प्रोत्साहन देऊ नका, तसेच त्यांना जेवढे दुःख जाणवते त्यापेक्षा ते अधिक मोठे करून दाखवू नका. ते दुःख त्यांना क्षणिक वाटेल असे काहीसे करा, कारण अजून दुःखाशी सामना करण्याची क्षमता त्यांच्यात नाही. मुले इतर काही गोष्टींमुळेही खूप अस्वस्थ होऊ शकतात, त्यापेक्षा मुलांकडे अधिक लक्ष देणे हे चांगले. त्यांना पुन्हा पुन्हा विचारीत रहा. 'तुला कसला त्रास होतोय का?'

७४) तुम्ही जेव्हा तुमच्या आजूबाजूला प्रेम करणारी जोडपी बघता आणि तुम्हाला असूया वाटते तेव्हा राग व्यक्त करा. आरशात बघा, दोन मिनिटांपर्यंत तुम्हाला कसला राग आला आहे ते व्यक्त करा. नंतर काही मिनिटांपर्यंत तुम्हाला काय हवे हे व्यक्त करा. नंतर काही मिनिटांपर्यंत तुम्हाला काय काय मिळण्याची तुमची योग्यता आहे ते सांगा. तुम्हाला ताबडतोब बरे वाटेल.

७५) जर तुमच्या जोडीदाराची कोणी तारीफ केली आणि त्याचा तुम्हाला मत्सर वाटला अथवा राग आला तर तुमच्या मनाच्या कोपऱ्यात कुठली भीती लपली आहे त्याबद्दल लिहा. भीती म्हणजे उदाहरणार्थ, 'माझ्यावर परत कोणी प्रेम करणार नाही.' किंवा 'मी नक्कीच चांगला नाही.' नंतर तुम्ही ज्या गोष्टीबद्दल आभारी आहात ती गोष्ट व्यक्त करून हा सराव प्रकार संपवा.

७६) जमेल तशी समाजसेवा करा. विशेषतः अशा लोकांसाठी काही करा ज्यांना तुम्ही काही देऊ केले असता ते त्याचा आनंदाने स्वीकार करतील.

७७) तुम्ही तुमच्या मनालाच हे विचारा की जर तुम्हाला हे खात्रीने माहिती असेल की येत्या दोन वर्षांत तुमचे आयुष्य पुन्हा प्रेमाने भरून जाणार आहे आणि तुम्ही आनंदी होणार आहात तर तुम्हाला कसे वाटेल? मग आता डोळे बंद करा आणि डोळ्यांसमोर ते आनंदी चित्र आणा. स्वतःला त्या भविष्यकाळात न्या आणि तुमच्या मित्राला किंवा थेरपिस्टला ओरडून सांगा

की तुम्हाला कसे वाटते. तुमच्या सकारात्मक भावना व्यक्त होण्यासाठी. 'मी... यासाठी आभारी आहे.', 'मला आनंद वाटतो की,...', 'मला खात्री आहे की,...' अशी वाक्ये वापरावी.

७८) उंच पर्वतावर जा, नदी किनारी किंवा समुद्रावर जा आणि म्हणा, 'गुड बाय.' तिथे जाण्यासाठी अर्ध्या दिवसाचा प्रवास करा किंवा चालत जा. उपचाराचा बराच भाग प्रवासात पूर्ण होईल. तुमचे प्रेम व्यक्त करण्यासाठी सर्व दिशांना फुले टाका.

७९) आध्यात्मिक आधार किंवा मार्गदर्शन मिळविण्यासाठी एखाद्या ऋषी-मुनी, साधू, संत, प्रिस्ट, आचार्य वगैरेंसारख्या लोकांशी बोला.

८०) अशी गोष्ट आठवा की ती तुमच्या जोडीदाराला करायची होती किंवा तो/ती ते काम अर्धवट टाकून गेली.

८१) त्याच्या मित्रांना बोलवा आणि त्याच्या मृत्यूच्या वेळेची तपशीलवार माहिती घ्या. जर वियोग हा घटस्फोटामुळे असेल तर नातेसंबंध जपण्यासाठी तुम्ही काय प्रयत्न केले हे सांगा व तुम्ही आता या निर्णयाला कसे पोहोचलात की तुमचा जोडीदार व तुम्ही एकमेकांना योग्य नाही! जरी तुम्हाला तसे वाटत नसले तरीही सांगा की तुमच्या जोडीदारानेही नातेसंबंध जपण्यासाठी प्रयत्न केले.

८२) नेहमी क्षमाशील रहा; यासाठी सगळ्यात सोपा उपाय म्हणजे येशू ख्रिस्त जेव्हा क्रॉसवर होता तेव्हा तो म्हणाला, "देवा, या लोकांना क्षमा कर, कारण त्यांना आत्ता कळत नाही की ते काय करतायत." हे आठवा. आपल्याला जेव्हा खात्री असते की आपला जोडीदार जे करतोय ते त्याला कळत नाही तेव्हा क्षमा करणे सोपे असते.

८३) तुमचे आजचे दुःख भविष्यात इतरांना मार्गदर्शन करणार आहे. तुमच्या वेदनेवर उपचार केले गेले तर इतरांमध्येसुद्धा अविश्वसनीय अनुकंपा आणि प्रेम निर्माण होणार आहे, कारण ते स्वत: त्या वेदनेतून जातील तेव्हा त्यांना ते दीपस्तंभासारखे वाटेल. तुम्ही असा मौल्यवान धडा शिकणार आहात जो तुम्ही इतरांपर्यंतसुद्धा पोहोचवणार आहात.

८४) विचार करा तुम्हाला दुःख होते तेव्हा तुमची काय गरज होती? त्यामुळे इतरांना जेव्हा असे दुःख होते तेव्हा त्यांना तुमची काय गरज आहे हे तुम्हाला समजते. दुःखाच्या प्रसंगात काही न बोलता एखाद्याबरोबर असणे हेसुद्धा त्या व्यक्तीला खूप दिलासा देऊन जाते. आपल्या पडत्या काळात आपल्याला प्रेमळ सहवासाची गरज असते.

८५) शक्य तितके जास्त चांगले बनण्याचा प्रयत्न करा. जेव्हा आपल्याला

वेदना जाणवते व त्यापैकी काही दु:ख आपण हलके करू शकतो तेव्हा आपल्याला प्रेरणा मिळते. त्या उभारीच्या क्षणी आपल्या आयुष्यात आपल्याला आणखी कोणते गुण संपादन करायचे आहेत याची यादी करा.

८६) तुमच्या उपचारात्मक प्रक्रियेसंबंधीची नोंदवही करून त्यामध्ये तुमचे काही विचार, भावना आणि प्रत्यक्ष अनुभव याची रोजच्या रोज नोंदणी करा.

८७) कविता करा किंवा कवितांचे पुस्तक वाचा.

८८) शांती मिळवण्यासाठी देवाकडे धाव घ्या. आपल्या सगळ्यात कठीण प्रसंगांमध्ये आपण देवालाच जास्त नम्रतेने शरण जाऊ शकतो. तुम्ही आत्तापर्यंत जे अध्यात्म शिकला असाल त्याचे पुनर्वलोकन करा.

८९) प्रत्येक दिवसासाठी शोक मनवायची ठरावीक वेळ ठेवू नका. प्रत्येक माणूस वेगळा असतो आणि प्रत्येक दिवससुद्धा वेगळा असतो.

९०) भावनांच्या लाटांवरती आरूढ व्हा. सदासर्वकाळ तुम्ही लाटांवरच स्वार असाल किंवा खाली कोसळाल असे नाही. तुम्ही तुमचे काही क्षण आनंदात, मौजमजेत घालवणे म्हणजे काही तुमच्या जोडीदाराची फसवणूक करणे नव्हे. आपले दु:ख हळूहळू नाहीसे होणे ही एक दीर्घ प्रक्रिया आहे. प्रत्येक वेळी थोडे-थोडे दु:ख हलके होऊन आपण अविश्वसनीयरीत्या आनंदी होऊ.

९१) शोक कसा करायचा ते तुमचे तुम्ही ठरवा. काही लोक खूप नाटकी असतात तर काही लोक खूप संयमशील असतात. तुम्ही जर नाटकी असाल तरी खात्री करून घ्या. काही वेळेस तुम्हाला लोकांचे आभार मानावे लागतील. तुम्ही खूप संयमित असाल तरी स्वत:ची खात्री करा की, तुम्ही तुमच्या वेदना आतमध्येच तर दडवून ठेवल्या नाहीत ना!

९२) अशी अपेक्षा करू नका की लोकांना तुमच्या गरजा आपोआप कळतील. अनेकदा दुसऱ्या कोणाकडे आधार मागायची आपल्याला लाज वाटते. मित्रांना आणि नातेवाइकांना कळू द्या तरच ते तुम्हाला काही विचारू शकतील.

९३) प्रसूतिगृहांना भेट द्या. अशा विरहाच्या दु:खानंतर प्रेमळ आणि आनंदमय वातावरण असलेल्या ठिकाणांना भेटी देणे चांगले. एका प्रकारे तुमचाही नवीन जन्म झाल्यासारखे वाटेल.

९४) नेहमी हे लक्षात ठेवा, 'रात्रीच्या उदरात आहे उद्याचा उष:काल' आज गोष्टी काळ्याकुट्ट अंधाराप्रमाणे असतील पण उद्या त्यातूनच नवीन प्रेम आणि दिलासा मिळणार आहे.

९५) रोज कार्यरत रहा. शरीराचा असा वापर करा की जेणेकरून तुम्हाला खोल

श्वास घ्यावा लागेल. आपल्या शरीरातील वाहिन्या ज्या शरीराला बरे करताना शरीर शुद्ध ठेवतात त्या उत्तेजित राखण्यासाठी हालचाल आणि खोल श्वास घेणे गरजेचे आहे.

९६) एखादे झाड किंवा विशेष रोपटे तुमच्या जोडीदाराच्या आठवणीत लावा आणि त्याचे चांगले संगोपन करा.

९७) एखादा विशेष दागिना खरेदी करा आणि तुमच्या प्रेमाच्या सौंदर्याची आठवण म्हणून वापरा.

९८) तुमच्या मनगटावर एक काळी पट्टी बांधा. हे कळण्यासाठी की तुम्ही दुःखात आहात.

९९) प्रत्येक दिवशी तुमच्या नोंदवहीत तुमच्या नातेसंबंधातील तीन आठवणी लिहा.

१००) अशा गोष्टींचीसुद्धा यादी करा की जे तुम्हाला दोघांना एकत्रपणे करायचे होते, पण ते तुम्ही केले नाहीत पण असे करतानाच कोणत्या गोष्टी तुम्ही एकत्रपणे केल्या हेसुद्धा आठवेल आणि त्यामुळे तुम्ही पुन्हा पुढच्या वाटेवर जाण्यास सज्ज व्हाल.

१०१) जेव्हा तुम्हाला वेदना जाणवते तेव्हा चार उपचारात्मक भावनांवर प्रक्रिया करून भूतकाळातील वेदनांशी सध्याच्या वेदनांचा संबंध जोडून वेदनेतून मुक्त व्हा. तुमच्या जखमा भरून काढण्यासाठी 'फीलिंग बेटर एक्सरसाईज'चा सराव करा.

हृदयावरील उपचार प्रक्रियेत जाणीवपूर्वक तुम्ही तुमच्या प्रेमाच्या सान्निध्यात राहिल्यामुळे तुम्हाला खूप बरे वाटेल; त्याचा निश्चित फायदा होतो. तुम्हाला तुमचे हरवलेले आयुष्य व त्यातील वैभव पुन्हा नक्की मिळेल. ही वेळ अशी समजा की निष्पर्ण, शुष्क, कोरड्या जीवघेण्या थंडीतून तुम्ही आत्ता प्रवास करत आहात, पण मनात विश्वास बाळगा की हा खडतर प्रवास आता लवकरच संपणार आहे आणि तुम्ही सुरक्षित, निरोगी आणि उबदारच राहणार आहात. थंडीचा हा काळ जरी प्रदीर्घ असला तरी तो संपेल आणि तुम्हाला ताजातवाना करणारा वसंत ऋतू पुन्हा येईल.

■

भाग दोन

शुक्रावरची नवीन पहाट

मंगळावरची आयुष्याची नवी सुरुवात आणि शुक्रावरची आयुष्याची नवी सुरुवात यामध्ये फार मोठा फरक आहे. स्त्री आणि पुरुष हे वेगवेगळ्या आव्हानांशी सामना करत असतात. पुरुषांसाठी जे चांगले असते ते स्त्रियांसाठी असतेच असे नाही. तिला जो अडथळा वाटतो तो त्याच्यासाठी कदाचित अडथळा नसतो, म्हणूनच जेव्हा आपण हा फरक लक्षात घेतो तेव्हा योग्य कृती करणे सोपे जाते.

जेव्हा आपण दु:खात असतो तेव्हा आपल्या सहज प्रवृत्ती म्हणून काहीही निर्णय घेणे शहाणपणाचे नसते. आपल्याला जे योग्य वाटते ते चांगले असतेच असे नाही. आपल्या जोडीदाराबरोबर आपली ताटातूट झाल्यानंतर आपण आयुष्याला पुन्हा नव्याने सुरुवात करतो आणि आपल्यापुढे अनेक पर्याय उपलब्ध असतात, त्यामुळेच काय करावे ते समजत नाही, कारण आता जो निर्णय आपण घेणार असतो तो आपल्या उर्वरित आयुष्यावर परिणाम करणारा असतो. आपल्या हृदयावरील उपचार प्रक्रिया पूर्ण होण्यापूर्वीच स्त्री व पुरुष स्वत:च्या नकळतपणे समोर चालून आलेल्या संधीचा फायदा खरे आणि टिकणारे प्रेम मिळवण्यासाठी घेतात.

आता दुसऱ्या भागात स्त्रियांना आयुष्यास नवीन सुरुवात करताना तोंड द्याव्या लागणाऱ्या तेवीस आव्हानांबद्दल सांगितले आहे. नंतर तिसऱ्या भागात पुरुषांना साधारणत: कोणत्या तेवीस आव्हानांना सामोरे जावे लागते ते आपण बघणार आहोत. आयुष्याला नवीन सुरुवात करण्याच्या चैतन्यमयी मार्गाची मर्म दृष्टी आपणास पुन्हा प्रेम शोधण्यासाठी आधार देईल. मार्स ॲण्ड व्हीनसमध्ये जरी हे दोन विभाग वेगवेगळे केले असले तरी ते

एकमेकांवर कुरघोडी करतात. स्त्री व पुरुष दोघांनीही दोन्हीही भाग वाचल्यास त्यांना फायदा होईल.

संभवनीय चुकांच्या बाबतीत तुम्ही जागरूक राहिलात तर रस्त्यावरील ह्या काट्याकुट्यांना तुम्ही सहज तोंड देऊ शकाल आणि विनाकारण होणाऱ्या वेदना तुम्ही टाळू शकाल. अशा प्रकारे आपल्या हृदयावर उपचार करून पुन्हा एकदा आयुष्यात नव्याने भरारी घेऊन तुमच्या जास्तीतजास्त क्षमता दाखवून पुन्हा प्रेम मिळवून यश आणि आनंद संपादन करू शकता.

१

मोठ्ठी यादी जवळ बाळगणे

सामान्यपणे स्त्री नेहमी तिच्याजवळ तिच्या जखमांची एक यादीच बाळगते. एखाद्या पुरुषाशी मैत्री करताना ती त्याची परीक्षा घेईल. तिला त्याच्यामध्ये गुंतायचे की नाही हे ती, तो तिच्या किती अटी आणि गरजा मान्य करतो यावर अवलंबून असते. दुर्दैवाने असे म्हणावे लागते की तिच्या भावना जेवढ्या अनुत्तरित तेवढी यादी वाढत जाते. अशा वेळी प्रेमळ नातेसंबंध प्रस्थापित करण्याची शक्यता ती नाकारते. ती एकटीच पण सुरक्षित राहणे पसंत करते.

जर वियोगाच्या दु:खातून आपण अजून सावरले नसू तर आपली स्वत:चे संरक्षण करण्याची प्रवृत्ती नैसर्गिकपणे जास्तच असते. आपण स्वत:ची जास्त काळजी घेणे योग्यच आहे. आपण हे आधीच पाहिले आहे की जेव्हा एखादी जखम भरली जात असते तेव्हा तिची अधिक काळजी घ्यावी लागते. एकदा जखम भरली की आपली जास्त काळजी घेणेही थांबते आणि नंतर आपण पूर्ववत वागतो. हे सगळे नैसर्गिक आहे, पण जर आपल्या जखमा भरल्या गेल्या नाहीत तर आपण जरुरीपेक्षा जास्तच सावध बनतो आणि हे संपूर्ण आयुष्यभरासाठी असते.

जेव्हा आपण जखम भरतो तेव्हा आपण जास्त सावधपणे काळजी घेतो आणि ते योग्यही असते.

जेव्हा एखादी स्त्री जरुरीपेक्षा अधिक काळजी घेणारी असते तेव्हा तिची ही यादी फारच लांबत जाते. पुन्हा आपण दुखावले जाऊ नये म्हणून ती जरा जास्तच दोषारोप करणारी, निर्णायक भूमिका घेणारी आणि नातेसंबंधात जरा अधिकच मागणीखोर अशी असते. थोडक्या शब्दात सांगायचे झाले तर ती फार चोखंदळ

असते. कुठलाच माणूस निर्दोष नसतो, त्यामुळेच तिने कितीही मोकळेपणाने स्वीकार करायचा प्रयत्न केला तरी तिला जे मिळू शकणार असते ते ती नाकारते आणि जे मिळण्याची शक्यता नसते ते तिला हवे असते. तिच्या मनात येते की जगातले सगळे चांगले पुरुष संपले आहेत किंवा आधीच ते कोणाचे तरी झाले आहेत. पुढे काही उदाहरणे दिली आहेत की जी बाई पुरुषाच्या बाबतीत कसा निर्णय घेते ते दाखवतात.

स्त्री पुरुषाची कशी पारख करते व कशी निर्णयाप्रत येते-

१) त्याचे आधी एक लग्न झाले आहे. मला आश्चर्य वाटते नेमके काय चुकले असेल? तो त्याचा आधीच्या जोडीदाराबद्दल फारसे काही बोलत नाही. लग्न का बरे अयशस्वी झाले असेल? तो काहीतरी लपवतोय.

२) तो मला म्हणलाय की, मी तुला फोन करतो पण काय माहीत करतो की नाही? जर त्याने फोन केला नाही तर मला नाही वाटत मी त्याच्यावर विश्वास ठेवावा.

३) मी पैजेवर सांगते की त्याला फक्त प्रणय हवा आहे. त्याला माझ्याबरोबर खरे प्रेमाचे नातेसंबंध प्रस्थापित करण्यात रुची नाही.

४) बघू या तो मला वेळेवर घ्यायला येतो का! मी अशा माणसात विनाकारण जीव गुंतवणार नाही जो मला त्याच्या महत्त्वाच्या गोष्टींच्या यादीत अग्रक्रम देत नाही.

५) मला नाही वाटत वचनबद्धता कशाशी खातात हे त्याला समजते. तो इतर अनेक बायकांबरोबर फिरला आहे.

६) तो आता पस्तीस वर्षांचा झाला आहे आणि अजून अविवाहित आहे. त्याला बहुतेक दुसऱ्या माणसाबरोबर जवळीक करायची भीती वाटते. मी उगाच त्याच्याबरोबर जाऊन माझा वेळ बरबाद करणार नाही.

७) तो फार आत्मकेंद्रित आहे. तो माझ्याशी मनमोकळेपणाने बोलत नाही. मला असा जोडीदार पाहिजे जो माझ्याशी मनमोकळेपणाने सगळ्या गोष्टी शेअर करेल, म्हणून मला त्याच्यात गुंतून चालणार नाही.

८) तो जबाबदार माणसासारखा वाटत नाही, कदाचित तो अशा माणसांपैकी एक असावा जे कधीच मोठे होत नाहीत. मला काही त्याची आई व्हायचे नाही.

९) जर त्याचा स्वभाव आनंदी आणि विनोदी नसेल तर आपण नाही बाबा त्याच्यात गुंतणार! माझे पूर्वीचे नातेसंबंधसुद्धा असेच फार गंभीर होते.

१०) तो ज्या पद्धतीने कपडे करतो ते मला आवडत नाही. जो माणूस स्वत:ची काही काळजी घेत नाही तो माझी काय काळजी घेणार?

११) मी जशी माझ्या तब्येतीची काळजी घेते तशी तो घेत नाही. मला असा जोडीदार हवा ज्याची आणि माझी विचारधारा एक असेल.

१२) तो सतत टी. व्ही.वर मॅचेस बघतो. मला माझा जोडीदार असा हवा की जे मला करायला आवडते तेच त्याने केले पाहिजे.

१३) तो अजिबात नीटनेटका नाही. त्याच्या कामात सुसूत्रता नसते. बहुधा मला सतत त्याच्या मागे त्याने केलेला पसारा आवरत फिरावे लागेल आणि त्याची कामे सुरळीत करावी लागतील. माझे एकदा हे सगळे करून झाले आहे. आता मला पुन्हा ही जबाबदारी घ्यायची नाही.

१४) तो अत्यंत आकर्षक आणि देखणा आहे. तो माझ्याशी निष्ठावान राहीलच असा विश्वास मी कसा ठेवू शकेन? अनेक बायका त्याच्यावर जीव टाकतात.

१५) तो इतका त्याच्या कामात बुडालेला असतो की त्यामुळे तो मला जरासुद्धा वेळ देणार नाही, महत्त्व देणार नाही आणि मला असेच दुर्लक्षित आयुष्य जगावे लागेल.

१६) तो त्याच्या मुलांमध्येच रमतो. तो मला अशी कुठलीच विशेष वागणूक देणार नाही की ज्यामुळे मला माझे लाड केले गेले नाहीत असे वाटेल.

१७) आता काही बदल घडवून आणण्याइतके त्याचे वय कमी नाही. आता त्याच्या आयुष्याची हीच प्रणाली नक्की आहे आणि मला त्यात खितपत पडायचे नाही.

१८) तो कमी वयाच्या बायकांकडे आकृष्ट होतो हे अगदी उघडपणे जाणवते. तो माझ्यासारख्या वयाच्या बायकांबरोबर समाधानी राहूच शकणार नाही.

१९) कोणास ठाऊक तो पैसे तरी किती मिळवतो? तो जर स्वत:चीच काळजी घेऊ शकत नसेल तर तो माझी काय काळजी घेणार? मला श्रीमंत जोडीदार हवा, कदाचित त्याला मी त्याची काळजी घेण्यासाठी हवी असेन.

२०) खरेतर आमच्या दोघांमध्ये काहीच सारखेपणा नाही. जोपर्यंत आमच्या आवडीनिवडी सारख्या नाहीत तोपर्यंत आम्ही आमच्या भावना योग्य रीतीने शेअर करू शकणार नाही, तर आम्ही एकमेकांसाठी योग्य कसे?

२१) माझ्या आईवडिलांचे आणि मित्रांचे त्याच्याबद्दल काय मत असेल कोणास ठाऊक? मला नक्की माहिती आहे की मी ही तडजोड करते आहे.

आपल्या जोडीदाराची निवड करताना कठोर चाचणी परीक्षा करणे यात चुकीचे काहीच नाही. आपण जो जोडीदार निवडणार आहोत तो आपल्या गरजा आणि

आकांक्षा पूर्ण करू शकेल का नाही? प्रत्येकच व्यक्तीचे स्वत:चे इथे काही प्राधान्यक्रम असतात पण हे बघणे खूप महत्त्वाचे असते. बायकांची निर्णय घेतानाची जी प्रश्नावली असते ती त्यांचे नवीन आयुष्य सुरू करताना पुन्हा प्रेम मिळवण्याच्या संधीसाठी आणि जोडीदाराबरोबर फिरायला जाण्यासाठी मार्गात समस्या बनून राहते आणि तिला स्वीकार करण्यास अडवते. आयुष्यात जेव्हा इतर पुरुषांचाही बरा-वाईट अनुभव येईल तेव्हा तिच्या हे लक्षात येईल की आपले काही मुद्दे आपल्याला सोडावे लागतील आणि मग परिपूर्णतेचा तिचा अट्टाहास कमी होईल. त्यानंतर स्वत:साठी योग्य माणूस कोण आहे हे समजण्याची कुवत तिच्यामध्ये येईल आणि हा जोडीदार म्हणून मिळणे केवळ अशक्य आहे हे तिला समजेल आणि मगच तिला तिच्या योग्य पुरुष भेटेल.

■

२

भेटण्याच्या संकेतांचा नवीन दबाव

प्रेम-जिव्हाळ्याच्या संभावनांना नाकारून त्यांच्याबरोबरच भेटीच्या संकेताचा नवीन दबाव सुरू होतो. बायका नातेसंबंधात स्वत:ला मागे ठेवू इच्छितात, कारण समाजाचा त्यांच्यावर प्रचंड दबाव आहे/असतो, पुरुषांना नातेसंबंध म्हणजे फक्त 'प्रणय' असे वाटत असते. जर एखाद्या स्त्रीला नातेसंबंधांमध्ये जवळीक निर्माण करण्यापूर्वी थोडासा वेळ हवा असेल, तर ती जुन्या विचारांची किंवा ढोंगी आहे असा तिच्यावर शिक्कामोर्तब केला जातो. आपण जर जगात इतरत्र पाहिले तर काय दिसते बायका इतक्या गतिमान झाल्या आहेत की झटपट प्रणय उरकून मोकळ्या होतात. सिनेमात असेच दाखवतात, टीव्हीवरही हेच दाखवतात, जाहिरातींच्या मोठ्या फलकावर, जाहिरातींमध्ये आणि प्रत्येक मासिकातदेखील उत्तानपणाच दाखवतात.

जर एखाद्या स्त्रीला नातेसंबंधांमध्ये जवळीक निर्माण करण्यापूर्वी थोडासा वेळ हवा असेल, तर ती जुन्या विचारांची किंवा ढोंगी आहे असा तिच्यावर शिक्कामोर्तब केला जातो.

जरी समजा एखाद्या स्त्रीला मोकळ्या मनाने प्रणय करायची इच्छा झालीच तरी तिच्या मनावर दबाव येता कामा नये, पण अनेकदा हेच दिसते की स्त्रिया या दबावाला बळी पडतात, स्वत:चे रक्षण करण्याची तिची त्यावेळची गरज खूप मोठी असते. मनातल्या मनात ती घडल्या प्रकाराची कारणमीमांसा द्यायला सुरुवात करते: मी आता ज्या पुरुषाला भेटायला जाणार आहे तो खरेच हा पुरुष आहे का की त्याच्याबरोबर मला प्रणय करावासा वाटतो...? आणि मग सगळेच बिनसते.

त्या पुरुषाबरोबर बाहेर जाण्याच्या तयारीवर बोळा फिरतो, त्यामुळे तिची व त्याची जास्त चांगल्या प्रकारे ओळख होऊ शकत नाही. तिच्यावर असा दबाव असतो की, आत्ताच तिला त्याचे मूल्यमापन करायचे आहे आणि मग सारे काही घडूनही न घडल्यासारखेच असते.

हे सगळे म्हणजे रणांगणात उतरून रणांगणाकडे पाठ फिरवल्यासारखे असते. जरी तिच्या हृदयावरील उपचार प्रक्रिया पूर्ण झाली हे खरे असले तरी एखाद्याला समजून घ्यायला अधिक वेळ लागतो. तिला त्या पुरुषाशी जवळीक साधायची आहे किंवा नाही हे समजायला वेळ तर लागणारच. जर ती एखाद्या पुरुषाला भेटली आणि तिला हे कळले नाही की त्या पुरुषाशी जवळीक करावी की नाही तर ती सरळ प्रणयाला तोंड द्यावे लागेल या भीतीने जात नाही, त्यामुळे तीसुद्धा स्वत:ला प्रेम मिळवून देण्याची योग्य संधी गमावून बसते. काय सांगावे? कदाचित त्या रात्री मंद मेणबत्तीच्या प्रकाशात, सुमधुर संगीताच्या बरसातीमध्ये, आनंदमय वातावरणात तिच्या शंकाकुशंका बर्फासारख्या वितळून गेल्या असत्या.

प्रणयाकडे पाहण्याचा स्त्रियांचा व पुरुषांचा दृष्टिकोन पूर्णपणे वेगळा असतो. पुरुषाला पक्के माहिती असते की आत्ता या क्षणी त्याला बाईबरोबर प्रणय करण्याची इच्छा झाली आहे पण बायका त्याच्या विरुद्ध असतात. त्यांना त्यासाठी वेळ घ्यावा लागतो. प्रेम मिळवण्यासाठी वेळेची मुभा घेणाऱ्या बायकांनी हे लक्षात घ्यावे की आत्ता ती फक्त प्रेम शोधत आहे. लगेच तिला जवळीक करायची की नाही हे तिच्यावर अवलंबून आहे. तिने जर अगदी शांतपणे प्रणय नाकारला तर ती त्याच्याबरोबर मोकळ्या मनाने फिरायला जाऊ शकेल. लगेचच त्याचे मूल्यमापन करण्याची तिला गरज असणार नाही आणि जेव्हा तिच्या मनाची पूर्ण तयारी होईल तेव्हाच ती त्याच्याबरोबर प्रणय करेल.

■

३

भेटायला हरकत नाही, पण समागम? नाही!

स्त्री पुन्हा प्रेम मिळविण्यापासून दूर पळते, कारण ती पुरुषाला भेटण्याचा संबंध प्रणयाशी लावते. परिपूर्णतेच्या अपेक्षांच्या जोखडातून बाहेर पडून आणि मोठी यादी जवळ बाळगण्याऐवजी तिने सध्या ती यादी तात्पुरती फेकून द्यावी, हा उत्तम उपाय आहे. तिने एखाद्या पुरुषाबरोबर फिरायला जाण्यात काहीच गैर नाही पण प्रणय, समागम करू नये. जोपर्यंत ती कुठल्याही एका पुरुषाचा गंभीरपणे विचार करत नाही तोपर्यंत ती दुखावली जाईल म्हणून तिला स्वत:ची काळजी घेण्याची गरज नाही. आपण फक्त तेव्हाच दुखावले जातो जेव्हा आपण भावनिकदृष्ट्या एखाद्या व्यक्तीमध्ये गुंततो आणि मगच आपल्याला प्रेमात हारल्याचा अनुभव येतो. आपण जर सुरुवातीला ही गुंतवणूक टाळली तर आपल्याला कुठलीही दुखापत न होता आपण प्रेमाच्या अनेक छटा अनुभवू शकतो.

स्वत:ला न दुखावता आपल्या हृदयाची दारे प्रेमासाठी खुली करायची असतील तर स्त्रियांसाठी एक खुल्या मनाचा उपाय असा की एकाच वेळी तीन पुरुषांबरोबर मैत्री करा. म्हणजे असे की एखाद्या मित्राशी मैत्री पूर्वीपासून आहे, पण ती आता संपुष्टात येण्याच्या मार्गावर आहे, दुसऱ्याशी सध्या मैत्री चालू आहे आणि तिसऱ्याशी नवीनच ओळख झाली आहे. यात गैर काहीच नाही. जोपर्यंत स्त्री पुरुषाशी शारीरिक जवळीक करत नाही किंवा प्रणय करत नाही तोपर्यंत त्यात चुकीचे काहीच नसते किंवा तिच्या भावना दुखावण्याचा प्रश्नच येत नाही. त्यांच्यात शुद्ध मैत्री असू शकते, शिवाय एकाचवेळी अनेक मित्र असल्याने कुठल्याही मित्राला नाही म्हणण्यासाठी तिच्याकडे सबळ कारण असते. ती प्रणयाला स्पष्ट नकार देऊ शकते.

जाता जाता एका पुरुषाला भेटा, दुसऱ्या पुरुषाबरोबर मैत्री चालू ठेवा आणि तिसऱ्या नवीन पुरुषाशी ओळख करून घ्या.

सुरुवातीला काही बायकांना ही कल्पना अजिबात आवडली नाही. त्यांनी विरोध करून सांगितले, 'तीन पुरुष? अशक्य. मला फक्त एखाद्या पुरुषाबरोबर फिरायला आवडेल.' खरं म्हणजे अशाच बायकांना हे सगळे शिकण्याची गरज असते. अशा एखाद्या बाईला एखाद्या पुरुषाने कधी भेटण्याबद्दल विचारलेच नाही तर आपोआपच प्रेमाच्या संधीपासून ती दूर जाते. तिच्यामध्ये कोणी रुची दाखवत नाही किंवा भेटण्याची इच्छा प्रदर्शित करत नाही. याचे कारण म्हणजे हेच असते की, ती जरा जास्तच चोखंदळ असते. तिच्या देहबोलीवरून असाच संदेश जात असतो की तिला कोणाशी मैत्री करण्यात रुची नाही.

नवीन प्रेम शोधण्यासाठी बाहेर पडणाऱ्या स्त्रीला तिच्या अपेक्षांची यादी फेकून द्यावी लागते व आपला आदर्शवाद विसरावा लागतो.

हा आराखडा बदलायचा असेल तर स्त्रीला स्वत:च्या मनाशी एक प्रतिज्ञा करावी लागेल की मी फक्त अशाच पुरुषांना भेटेन की ज्यांच्याबरोबर मला लग्न करायचेच नाही आणि ज्यांच्याबरोबर प्रणयसुद्धा करायचा नाही. खरेतर हे पुरुष असे असतात की ज्यांनी तिच्यात रुची दाखवलेली असते, पण ज्यांच्याशी तिला प्रणय करायचा नसतो, अशी एकदा प्रतिज्ञा केली की ती अत्यंत मोकळ्या मनाने त्या पुरुषांबरोबर फिरायला जाईल आणि तिच्यावर जवळीक साधण्याचे दडपणसुद्धा नसेल. तिला मग हळूहळू मैत्रीचे नाते जाणवेल. त्यातली देवाण-घेवाण लक्षात येईल. मग हळूहळू ती तिच्या हृदयाचे दरवाजे उघडे करेल आणि त्या वेळी तिला स्वत:ला जपण्यासाठी गरजसुद्धा भासणार नाही. प्रणयाला स्पष्ट नकार देण्याचे स्वातंत्र्य तिला असेल आणि योग्य वेळ आलीच तर ती प्रणयाला 'होय'सुद्धा म्हणेल.

एखाद्या व्यक्तीमधील चांगले गुण लक्षात यायला वेळ लागतो. एखाद्या पुस्तकाची गुणवत्ता त्याच्या फक्त मुखपृष्ठावरून करणे हे योग्य वा शहाणपणाचे नाही. पुन्हा हृदयभंग न होण्याची काळजी घेऊन जेव्हा स्त्री एखाद्या पुरुषाला भेटते, तेव्हा ती तिच्या मतांचा फेरविचार करते आणि स्वत: अनुभव घेते की, तो पुरुष तिला काय काय द्यायला तयार आहे आणि त्या बदल्यात तिला काय द्यायचे आहे. जोपर्यंत ती त्याच्यात फार गुंतत जात नाही तोपर्यंत ती त्याच्याबरोबर छान मौजमजा करू शकते. त्याचवेळी पुन्हा एकदा प्रेमावर विश्वास ठेवण्याची तिची क्षमता वाढते.

काही स्त्रियांनी या कल्पनेला खूप विरोध केला, कारण त्यांना ती नैसर्गिक वाटली नाही. त्यांचे म्हणणे असे होते की, 'आम्ही एका वेळी एकाच पुरुषाशी नातेसंबंध ठेवू शकतो.' निसर्गत: स्त्री ही पतीशी एकनिष्ठ असते (किंवा तिच्या पुरुषाशी). हे सगळे जरी खरे असले तरी फक्त भेटायला जाणे म्हणजे एकत्र झोपणे नव्हे. आपल्या समाजाची ठेवण अशी आहे की भेटणे या शब्दाचा अर्थ समागम असा घेतला जातो, त्यामुळेच स्त्री-पुरुषांचे भेटणे म्हणजे वैषयिक जवळीक आहे असा समाजाचा पक्का समज असतो. जेव्हा एखादी स्त्री असे म्हणते की, 'मी एकदम तीन पुरुषांबरोबर डेटिंग करू शकत नाही' तेव्हा त्याचे कारण हेच असते की, तिने या नवीन दृष्टिकोनातून कधी विचार केलेला नसतो.

'मला एकच चांगला मित्र असावा.' आपल्याला असे वाटण्यात असामान्य असे काही नाही, पण याचा अर्थ इतर मित्रच नसावेत असा नव्हे. त्याच प्रकारे 'भेटणे' आणि 'एक पतीव्रत' असणे या दोन्ही गोष्टी एकमेकांच्या विरोधात नाहीत हे लक्षात घ्यावे. तुम्ही अशा पुरुषाशी निष्ठावान राहणार आहात जो अजून तुमच्या आयुष्यात येऊन तुमचा जिवलग व्हायचा आहे. तेव्हा तुमचा सगळ्यात चांगला मित्र कोणता हे ठरवण्यासाठी तुम्हाला इतर मित्रांना भेटणे जरुरीचेच आहे. तुम्हाला कोणीतरी खास मिळेपर्यंत इतरांना भेटत रहा आणि जेव्हा ती खास व्यक्ती तुम्हाला मिळेल तेव्हा त्याच्यापुढे इतरांना भेटणे बंद करा. जेव्हा तुमचा असा विश्वास नसेल की तुम्हाला असे कोणीतरी भेटले आहे जे तुमचे जीवलग होऊ शकते, तेव्हा अतिशय तरल नातेसंबंध प्रस्थापित होण्याची तुमची योग्य वेळ आली असे समजावे.

■

४

सुवर्ण भूतकाळ

एखादी स्त्री जेव्हा पूर्वायुष्यात तिच्या जोडीदाराकडून खूप दुखावली गेली असेल तेव्हा ती तिच्याजवळ 'हवे-नको'ची मोठ्ठी यादी बाळगते. हे खरे असले तरी स्त्री जेव्हा प्रेमाने, आदराने आणि काळजीपूर्वक वागवली गेली असेल तरी तिच्याही अपेक्षा अशाच असतात. जेव्हा आपले प्रेमाचे माणूस मृत्यू पावते तेव्हा त्याच्या चांगल्या गुणांबद्दल अभिमानाने ऊर भरून येणे हे साहजिकच आहे. जरी हे अर्धसत्य असले, म्हणजे कोणताच माणूस इतके मोठे गुण घेऊन जगू शकत नाही, तरीही जोडीदाराशी असलेले नातेसंबंध अगदी घटस्फोटामुळे जरी संपले तरी स्त्रीला तिच्या त्या जुन्या जोडीदाराच्या चांगल्या गुणांची आठवण होतेच.

पुरुषसुद्धा भूतकाळातील चांगले दिवस आठवतात. दोघेही म्हणजे स्त्री आणि पुरुष हे जुन्या जोडीदाराशी अजूनही भावनिकरीत्या गुंतलेले असतात, त्यामुळेच भविष्यकाळातील जोडीदार इतक्यात त्याच्याशी बरोबरी करू शकत नाही. जोपर्यंत आपली ही जुनी गुंतवणूक संपत नाही, तोपर्यंत नवीन जोडीदार कितीही चांगला वागला तरी, त्याने कितीही देऊ केले तरी मनाला ते भावत नाही.

आपण जर भूतकाळातच अधिक रमलो तर वर्तमानकाळात आपल्या समोर हात जोडून उभ्या असलेल्या संधीचा आपण लाभ घेऊ शकत नाही.

तुलना करण्याच्या आपल्या या सवयीवर मात करण्यासाठी त्या सवयीशी आपल्याला संघर्ष करायचा नाही तर उलट त्या सवयीचा आदर करायचा आहे. ताबडतोब आपला भूतकाळ आपण विसरून जाऊ हे शक्य नाही, पण जेव्हा आपण आपल्या नवीन जोडीदारासोबत फिरायला जाल तेव्हा हे पथ्य पाळणे जरुरी आहे.

त्याला वेळ लागेल, पण फिरायला जाताना गतआयुष्याची आठवण शक्यतो काढू नका. आपण आपल्या जोडीदाराकडून अशी अपेक्षा करू शकत नाही की तो आपल्या जुन्या जोडीदारासारखाच असेल, पण कालांतराने काही गोष्टी बदलतात.

अजूनही जर तुमच्या मनातून तुलनात्मक संघर्ष गेलेला नसेल पण आपण आपली विचारप्रणाली बदलली आणि फक्त मैत्री आणि जवळीक वाढवण्यासाठी भेटत राहिलो आणि त्याचा संबंध आयुष्याचा 'जोडीदार' म्हणून लावला नाही तर तुमचे तुलना करणे आपोआपच बंद होईल. जे काही आत्ता वर्तमानकाळात आपल्याला मिळते त्याबद्दल आपण आभार मानू. नवीन जोडीदार हा नक्कीच अधिक चांगला नसणार पण तो वेगळा असणार. आपल्या हृदयात केवळ एकाच व्यक्तीसाठी जागा आहे आणि इतरांसाठी नाही, इतके का आपले हृदय लहान आहे? असा विचारसुद्धा आपली कोती मनोवृत्ती दर्शवते. जेव्हा आपल्या हृदयावर उपचार होतील तेव्हा आपले हृदय प्रेमाने भरून जाईल.

हा अतिशय संकुचित विचार झाला की फक्त एकच व्यक्ती आपल्यावर प्रेम करू शकते.

स्त्री आणि पुरुष दोघेही अशी एक चूक करतात की केवळ आपल्या चौकटीत बसत नाही म्हणून नातेसंबंध प्रस्थापित करणाऱ्या संधी नाकारतात. ही व्यक्ती मला जुन्या जोडीदाराइतके दुःख देत नाही असा विचार करणे म्हणजे स्वतःभोवती कुंपण घालून घेण्यासारखे असते. नवीन माणूस जुन्या जोडीदारासारखे वागणे केवळ अशक्य असते पण कालांतराने ते बदलू शकते. अशा परिस्थितीत शहाणपणाचा मार्ग म्हणजे केवळ भेटत राहावे, निर्णयाप्रत येऊ नये. प्रेमाबद्दलचे व मैत्रीबद्दलचे नवे अनुभव घ्यावेत. त्याचा भूतकाळ विसरण्यासाठी नक्कीच उपयोग होईल. ■

५

दुःखातच बुडून राहायचे!

स्त्री आणखी एका प्रकारचे स्वत:भोवती संरक्षण कवच घालते ते असे, की पुन्हा एकदा नव्याने दुःख अनुभवावे लागू नये म्हणून आपल्या दुःखात ती चूर राहते, शोकमग्न राहते. जरी यामुळे ती अगदी एकाकी पडली तरी पुन्हा कुणामध्ये तरी जीव गुंतवून पदरी दुःख पडण्याच्या शक्यतेपेक्षा हे तिला अधिक सुरक्षित वाटते. तिच्या भीतीशी तिला सामना करावा लागू नये म्हणून ती शोकमग्न राहते तेव्हा कडूगोड आठवणी तिच्या मनात दाटून येतात, पण त्याचा शेवट निराशेमध्ये आणि निरुपयोगितेमध्येच होतो. नंतर तिने या अवस्थेतून बाहेर पडण्याचा कितीही प्रयत्न केला तरी नैराश्येचे सावट तिच्या मनावर इतक्या गूढ पद्धतीने दाटलेले असते की ती तेथेच अडकून पडते.

जेव्हा एखादी स्त्री तिच्या या दुःखाला कोणाला जबाबदार धरून रागवत नाही, संतापत नाही, मनाला तशी परवानगी देत नाही तेव्हा उपचार प्रक्रियेमध्ये अडथळे निर्माण होतात. दुःखाच्या पलीकडे जाण्यासाठी तिला इतरही भावनांची जाणीव होणे गरजेचे असते. स्त्री आणि पुरुष दोघांच्याही बाबतीत असे दिसते की जेव्हा राग, संताप या भावना आतल्या आत दडपल्या जातात आणि त्या मुक्त होत नाहीत तेव्हा ते दुःखाच्या खोल गर्तेत अडकून बसतात व त्यातून बाहेर पडू शकणार नाहीत अशी भीती निर्माण होते.

सुरुवातीला रागाची भावना जाणवून नंतर त्याकडे दुर्लक्ष करून परिणामी ज्या मालकीहक्काच्या, क्षमाशीलतेच्या आणि कृतज्ञतेच्या भावना शिल्लक राहतात त्यांचा भीती कमी करण्यासाठी उपयोग होतो.

आपल्या जोडीदाराच्या मृत्यूमुळे जर एकटेपण आले असेल तर राग येणे खूप अवघड असते. त्यातून जोडीदाराचा मृत्यू जर अपघातामुळे किंवा असाध्य रोगामुळे झाला असेल तर कोणाला दोष देणार? त्या उलट जर घटस्फोट झाला असेल तर रागाच्या भावना जाणवणे सहज शक्य असते, पण तरीही क्षमा करणे किंवा कृतज्ञता वाटणे हेसुद्धा अवघडच असते. विसाव्या प्रकरणात या आव्हानांना तोंड कसे द्यायचे हे आपण शिकणार आहोत.

■

६

पुन्हा प्रेम करणे म्हणजे विश्वासघात!

प्रेमापासून स्वत:ला वंचित करणे म्हणजे स्वत:ला पुन्हा प्रेम करायला परवानगी न देणे. विशेषत: तुमचा जोडीदार जेव्हा मृत्यू पावतो तेव्हा नवीन नातेसंबंध प्रस्थापित करणे, म्हणजे जणू आधीच्या जोडीदारासोबत विश्वासघात करणे असेच वाटते. आपल्या हृदयावरील उपचार प्रक्रिया पूर्ण झाली की हे पटते की आकाशात राहणाऱ्या आपल्या जोडीदाराला नक्कीच असे वाटणार नाही की पृथ्वीवरील आपला जोडीदार प्रेमापासून वंचित राहावा म्हणून आपण जर आपल्या हृदयाचे मिटलेले दरवाजे प्रेमासाठी खुले केले तर सर्व देवांना आनंदच होईल, पण आपण जर आपल्या मनाला प्रेमाचा स्वीकार करण्याची परवानगी दिली नाही तर आपण दु:खातच रुतून बसू. 'मिसेस ब्राऊन' नावाच्या इंग्रजी सिनेमात दु:खाचे हे अनेक पदर फार नाट्यमयरीत्या उलगडून दाखवले आहेत.

पुन्हा प्रेम करण्यासाठी आपण स्वत:ला सकारात्मक आणि नकारात्मक भावनांची जाणीव करून घेण्याची परवानगी दिली पाहिजे, आपण स्वत:ला प्रेमात पडण्याची परवानगी दिली पाहिजे.

खाली तीन गोष्टी दिल्या आहेत ज्या आपल्यावर मर्यादा घालतात आणि त्या समजुतींना प्रश्न विचारून आपणच त्यातून मुक्त झाले पाहिजे.

१) 'मी पुन्हा प्रेम करायला नको, त्यामुळे माझ्या जोडीदाराचा विश्वासघात केल्यासारखे होईल व तो दुखावला जाईल.'
पण लक्षात घ्या पुन्हा प्रेम करणे म्हणजे आपल्या जोडीदाराचा विश्वासघात करणे नव्हे. जर तिचा त्याचा मृत्यू झाला असता तर तिला त्याला आपण आनंदी राहणेच आवडले असते. आपण वर्तमानकाळात जगावे आणि आयुष्यात पुढे-पुढे जात राहावे अशीच तिची/त्याची इच्छा असणार.

आपण वर्तमानकाळात प्रेम मिळवतानाच आपल्या मरण पावलेल्या जोडीदाराचे प्रेमसुद्धा मनात तेवत ठेवू शकतो, कारण आपल्या वर्तमानकाळातील जोडीदाराला त्या मृत व्यक्तीबद्दल कोणताच मत्सर वाटत नाही. विचार करा, जर तुमचा मृत्यू झाला असता तर तुमची अशी इच्छा असती का, की तुमच्या जोडीदाराने आयुष्यभर एकटेच दुःखी जीवन घालवावे?

२) 'जर मी सुखी असेन तर नक्कीच माझे माझ्या जोडीदारावर प्रेम नव्हते.' आपण आनंदात असण्याचा संबंध आपल्या मृत जोडीदारावरच्या प्रेमाशी मुळीच नाही. जेव्हा आपल्याला हव्या असलेल्या आणि गरज असलेल्या गोष्टी मिळण्याच्या दृष्टिक्षेपात असतात तेव्हा आपल्याला आनंद होतो. प्रेमाची गरज प्रत्येकालाच असते. प्रेमाची देणगी मिळालीच तर त्याचा संबंध भूतकाळातील प्रियकरावर आपले प्रेम नव्हते असा नाही. पुन्हा आनंदी होणे हा आपला हक्कच आहे. असे नाही की आपल्या जोडीदाराचा मृत्यू झाला म्हणून आपण आनंदी आहोत. आपण दुसऱ्या इतर कारणांमुळे आनंदी आहोत. आपण आनंदी आहोत, कारण आयुष्यात पुन्हा एकदा आपण ज्या प्रेमाला पात्र आहोत ते प्रेम आपल्याला मिळत आहे.

३) 'ज्या अर्थी मी त्याच्या जाण्याचे दुःख करत नाही त्या अर्थी मला त्याची आठवण होत नाही.'
आपण फक्त कोणावर तरी प्रेम करतो म्हणून त्याला गमावण्याचे दुःख करत नाही. आपण दुःख करतो, कारण अजूनही आपली त्या व्यक्तीमध्ये गुंतवणूक असते. आपण दुःख करत असताना आपण त्या अश्रूंमध्ये आपली गुंतवणूक विरघळवत असतो. याचा अर्थ असा नव्हे की आपण त्या मृत व्यक्तीबद्दलच्या प्रेमाचा त्याग करतो. आपण आपल्या गुंतवणुकीतून - संबंधातून मुक्त झालो तरी आपल्या हृदयात आपला जोडीदार असतोच. जेव्हा आपल्या हृदयावर उपचार होतात तेव्हा आपल्याला आपल्या जोडीदाराबद्दल प्रेम तर वाटतेच पण आता तेथे वेदना आणि दुःख यांचा लवलेशही नसतो. अजूनही जेव्हा आपण आपल्या जोडीदाराला गमावल्याचा विचार करतो तेव्हा आपल्याला दुःख होते, पण ते त्याच्या प्रेमळ आठवणींमध्ये विरघळून जाते.

काही वेळेस वाटते की प्रेम म्हणजे वेदना... पण ते तसे नाही! आपण जेव्हा कोणावरती प्रेम करतो तेव्हा आपण सातव्या आसमानात असतो. ते क्षण आपल्या आयुष्यातील सर्वांत जास्त मोलाचे असतात, त्यामुळेच प्रेम गमावणे म्हणजे दुःख! आपण ज्याच्यावर प्रेम केले त्याला गमावणे वेदनामय असते, कारण आपला

विरोध गमावण्याला असतो, प्रेमाला नसतो. आपण वास्तवता स्वीकारायला तयार नसतो. जर आपण वास्तवता स्वीकारली तर वेदना नाहीशी होईल. वेदनेला, दुःखाला पळवणे याचा अर्थ असा नव्हे की, आपण आपल्या जोडीदारावर प्रेम करायचे थांबवले. वस्तुस्थिती त्याच्या अगदी उलट असते. जेव्हा आपल्या वेदनेवर उपचार होतात तेव्हाच त्याच्या मृत्यूपूर्वी त्याने आपल्यावर केलेल्या प्रेमाचे माधुर्य आपल्याला जाणवते.

■

७

प्रणय आणि स्व-आदर

बायका नव्याने आयुष्य सुरुवात करताना आणखी एक चूक सामान्यपणे करतात, ती म्हणजे आपल्या स्त्रीत्वाचा आदर करण्यासाठी तिच्या आधीच्या नातेसंबंधात ती प्रणयभावनेत नाकारली गेली असेल तर पुरुषाचे प्रेम आणि लक्ष वेधून त्याच्या प्रेमाला पात्र बनण्यासाठी असे प्रयत्न करते. हे खरेच अवघड आहे की ज्या व्यक्तीबरोबर तुम्ही राहत आहात ती सदोदित तुमच्याकडे दुर्लक्ष करते किंवा तुम्हाला गृहीत धरते. जर तुमच्या लक्षात आले की तो दुसऱ्याच स्त्रीबरोबर संधान बांधतोय तर परिस्थिती अधिक अवघड होते. अशा वेळी पुन्हा तिला आपल्या स्त्रीत्वाचा जलवा दाखवायचा मोह होतो. हेतू हा की त्याचे लक्ष आणि त्याचे प्रेम वेधून घेणे.

दुर्दैवाने असे म्हणावे लागेल की हा मार्ग आत्मघातकी ठरणे अटळ असते. प्रेमाचा शोध घेणाऱ्या तिला हे समजत नाही की तिच्या अशा कृतीने ती हे शिक्कामोर्तब करते की तिची पात्रता केवळ त्याच्या प्रेमावर व त्याच्या लक्ष्यावर अवलंबून आहे. हे खरे आहे की प्रणयासाठी पुरुषावर अवलंबून असणे हे निरोगीपणाचे लक्षण आहे, तरी प्रेमाला पात्र होण्यासाठी प्रणयावर शस्त्र म्हणून अवलंबून असणे हे निरोगी नाही. सगळ्यात योग्य असे की तिला स्वत:लाच आतून असे वाटले पाहिजे की ती त्याच्या प्रेमास लायक आहे; तरच तिला प्रेम मिळेल. जर तिला हे प्रेम आधी मिळाले व मग तिची खात्री झाली की ती लायक आहे तर ती त्याच्यावर जरुरीपेक्षा जास्त अवलंबून आहे असे समजावे. त्या नातेसंबंधांचा शेवट असा होईल की अशा चुकीच्या परावलंबित्वामुळे ती आयुष्यात पुन्हा एकदा दु:खी होईल.

आदर्शवाद हा की, बायकांना त्यांची पात्रता आजमावण्याचा निकष पुरुषांनी त्यांच्याकडे किती लक्ष दिले वा त्यांच्यावर किती प्रेम केले यावर नसावा.

तिने तिच्या हृदयावरील उपचार प्रक्रियेवर लक्ष केंद्रित करावे व त्यासाठी पुरुषाचे प्रेम किंवा त्याचा आधार यावर अवलंबून राहिले नाही तर ते अधिक चांगले. स्त्री किंवा पुरुष दोघांसाठीही जर नातेसंबंध अधिक निरोगी ठेवायचे असतील तर त्यांनी आधी स्वत:वर प्रेम करायला शिकायला हवे आणि आपण दुसऱ्याच्या प्रेमाला पात्र आहोत याची खात्री बाळगायला हवी; त्यानंतरच आपण कोणाचे लक्ष वेधू शकतो किंवा आपण दुसऱ्याकडे आकर्षित होऊ शकतो. प्रेम आणि आधार यासाठी दुसऱ्यावर अवलंबून राहायला तयार होतो. जेव्हा आपले आपल्याला नक्की कळेल की आपण कोण आहोत तेव्हाच आपण आपली योग्यता न गमावता दुसऱ्याबरोबर करारबद्ध होऊ.

कोणाला भेटण्याऐवजी स्वत:च्या अनिर्णित भावनांवर प्रक्रिया करण्यासाठी वेळ घेणे म्हणजे स्वत:च्या योग्यतेवर विश्वास नाही असे दिसते. आपल्याला भूतकाळात ज्या पद्धतीने दुर्लक्षित केले गेले याची प्रतिक्रिया म्हणून आपण दु:खी होण्याऐवजी आपला संताप व्यक्त केला, तर आपोआपच आपली पात्रता शिक्कामोर्तब होते. जेव्हा आपण आपला राग व्यक्त करू आणि नंतर समोरच्याला माफ करून त्यातून मुक्त होऊ, तेव्हा सर्वसाधारणपणे आपण नव्याने आयुष्य जगण्यास मानसिक पातळीवर सज्ज होऊ. आपला स्वत:बद्दलचा आदर वाढविण्यासाठी आपल्या हृदयावरील उपचार करण्यास वेळ घेणे हा एक सशक्त मार्ग आहे.

■

८

प्रणय, बंधन आणि आत्मभान

स्त्री स्वत:ला प्रेमापासून वंचित ठेवते याचे आणखी एक कारण म्हणजे तिला वाटते की तिच्या मनाविरुद्ध तिला प्रणय करावा लागेल. अनेकदा असेही दिसते की स्त्री तिला पुरुषाने दिलेल्या भेटवस्तू नाकारते, कारण तिला वाटते की याची परतभेट तिला प्रणयातून करावी लागेल. अनेकदा कार्यशाळेत मी बायकांना हे सांगतो की पुरुषांबरोबर फिरायला जा, हॉटेलमध्ये जेवण करा आणि तुमचे बिलसुद्धा त्यालाच द्यायला सांगा पण प्रणयाला ठाम नकार द्या. त्या वेळी बायकांचा प्रतिसाद असा असतो की, 'जर मी प्रणयाला नकार दिला तर तो मला बाहेर कशाला घेऊन जाईल? मग त्याला त्यातून काय मिळणार?' खेदाने असेच म्हणावे लागेल की सर्वसामान्यपणे बायकांची अशीच समजूत असते. हे कसले लक्षण आहे, तर स्वत:बद्दल आदर नसण्याचे! तिला खरेच समजत नाही की पुरुषांसाठी ती काय आहे?

जेव्हा एखादी स्त्री या पद्धतीने विचार करते तेव्हा त्यामधून असे ध्वनित होते की जेव्हा तो पुरुष तिला रात्री जेवायला बाहेर घेऊन जातो तेव्हा त्याची वैषयिक गरज भागवणे तिच्यावर बंधनकारक आहे. अशा वेळी त्या स्त्रीने तिचे जेवणाचे बिल पुरुषाने भागवण्यास स्पष्ट नकार द्यावा, कारण तिला त्याचे उपकार नको आहेत; पण अशा पद्धतीने विचार करणे हे निरोगीपणाचे लक्षण नव्हे, यामुळे स्वत:बद्दलच्या अनादराच्या भावनेलाच ती खतपाणी घालते. स्त्रीने पुरुषांकडून भेटवस्तू ताठ मानेने स्वीकारावी आणि परतफेडीसाठी प्रणय तिच्यावर बंधनकारक नाही हे मनाला बजावावे.

ज्या बायका नोकरी करतात किंवा व्यवसाय करतात त्या स्वत:बद्दलचा आदर, आत्मविश्वास मोठ्या प्रमाणात दाखवतात, पण जेव्हा नातेसंबंधांचा विचार होतो

तेव्हा मात्र पुरुष त्यांच्याशी संबंध ठेवतात ते केवळ प्रणयाच्या प्रबळ इच्छेने असे त्यांना वाटते. बायकांच्या हे लक्षात येत नाही की प्राथमिक अवस्थेत पुरुष बाईबरोबर चांगला वेळ घालवण्याची संधी शोधत असतो. तिच्या चित्तवृत्ती बहराव्या म्हणून प्रयत्न करत असतो व तिला आनंदी ठेवण्यासाठी झटत असतो. खरे आहे की त्याच्या मनाच्या पृष्ठभागावर तो जमले तर प्रणय शोधत असतो, पण ती जशी प्रेमाची भुकेली असते तसेच अंतर्यामी त्यालाही प्रेम हवेच असते.

बायका असा विचार करतात की पुरुष त्यांच्याकडे फक्त प्रणयाच्या भावनेने बघतात आणि म्हणून त्या प्रेमात पडण्यास घाबरतात.

बायकांना त्यांची खरी किंमत कळणे अवघड असते. इतिहासात डोकावले तर पूर्वीच्या काळी स्त्रियांना 'होम मेकर'चा दर्जा होता. आज काळ बदललाय. स्त्री जशी पुरुषाकडे फक्त पैसे कमवून तिला खाऊ-पिऊ घालणारा म्हणून बघत नाही तसेच पुरुषसुद्धा बाईकडे फक्त त्याच्या मुलांना जन्म देणारे मशिन म्हणून बघत नाही. आपण सध्या ज्या युगात राहतो तेथील स्त्री-पुरुषांची मूल्ये बदललेली आहेत. स्त्री आणि पुरुष एकमेकांकडे प्रेम, प्रणय आणि उत्कट भावनांच्या दृष्टिकोनातून बघतात.

खरे तर स्त्रीची जागा या नव्या युगात पुरुषासाठी ती देत असलेले प्रेम व ती कोण आहे यावर अवलंबून आहे. त्याला तिने वेगवेगळ्या प्रकारे दिलेला आधार आवडतो, पण तरीही तो तिच्या प्रेमाला भुकेला आहे. फक्त प्रणय त्यालाही नको आहे. जसजशी नातेसंबंधांमध्ये प्रगती होत जाते तसतसे प्रणय हे तिच्यासाठी तिचे संवादाचे साधन बनते, त्यामुळे तिला तिचे प्रेम समजेल. अर्थातच हाच प्रेम दाखवण्याचा एकुलता एक मार्ग नव्हे.

बायकांना लग्नाचे जेवढे महत्त्व वाटते, तेवढेच महत्त्व पुरुषांना प्रणयाचे वाटते. लग्न म्हणजे बायकांना प्रेमात मिळालेले सगळ्यात मोठे बक्षीस वाटते. असा विचार करा की, पुरुषांना फक्त प्रणय हवा असतो तर त्याचा उत्तरार्ध असा की बायकांना फक्त लग्न करायचे असते. या वाक्यामध्ये जरी थोडे फार तथ्य असले तरी त्यामुळे अनेक मर्यादा पडतात. पुरुषांनासुद्धा लग्न करायचे असते, पण लग्नाचा विचार त्यांच्या मनात नंतर येतो, तसेच बायकांनासुद्धा प्रणय हवा असतो पण त्यांची प्रणयाची भावना सावकाशीने पूर्ण झाली तरी त्यांना चालते.

जरी हे खरे आहे असे मानले की, पुरुषाला प्रणय हवा असतो म्हणून तो स्त्रीची काळजी घेतो; तरी हेसुद्धा सत्य असते की त्याला तिच्याबरोबर वेळ घालवायचा असतो. बाई जेव्हा पुरुषाची काळजी घेते तेव्हा त्याच्याबरोबर लग्न हा

तिचा हेतू असतो पण तरीही त्याची साथ-सोबत तिला आवडते. केवळ लग्न व्हावे या उद्देशाने ती आनंदी असल्याचे ढोंग करत नाही तसेच तिने लग्नाची अपेक्षा धरणे यात चुकीचे काही नाही. अगदी तसेच पुरुषाने जर प्रणयाची इच्छा धरली तर त्यात गैर काही नाही.

त्याने तिला रात्री जेवायला बाहेर नेले तरी आता तिच्याशी लग्न करणे त्याच्यावर बंधनकारक आहे असे त्याने समजू नये, तसेच केवळ त्याने जेवणाचे बिल दिले म्हणून आता त्याच्याशी प्रणय करणे तिने बंधनकारक समजू नये. ती त्याचे काय देणे लागते तर फक्त गोडसे हसू आणि 'थँक यू'. स्त्रीची ही खूप मोठी चूक असते जेव्हा ती पुरुषाच्या प्रेमाची परतफेड प्रणयाद्वारे करण्याचा विचार करते.

फिरायला जाऊन आल्यावर पुरुष कधीच लग्न करणे बंधनकारक आहे असे समजत नाही, मग बाईने प्रणय करणे बंधनकारक आहे असे का समजावे?

जर एखादा पुरुष स्त्रीची काळजी घेत असेल आणि प्रणय मिळण्याची शक्यता नसेल तरी तो तिला बाहेर घेऊन जाईल आणि ते दोघे एकत्र छान वेळ घालवतील. तो असे बघेल की तो प्रेम देतो आहे व त्याला प्रेम मिळते आहे, अर्थात आपल्याला त्यानंतर काही मिळेल अशा अपेक्षेने तो हे करत नाही, अर्थात त्याला काहीतरी आशा असेलच पण केवळ एवढाच हेतू या पाठीमागे नसतो. त्या क्षणी प्रणयी जीवनाचा उपभोग घ्यायला नकार देऊन स्त्री व पुरुष एकमेकांचं प्रेम अनुभवून आणि त्या दोघांना एकत्र आणण्यामागे नियतीचा काय हेतू आहे हे शोधण्याची संधी देऊ शकतात; त्यांना प्रेमाची गरज समजून येऊ शकते.

दुर्दैवाने पुरुषाचा असा गैरसमज असतो की, जर त्याला प्रणय मिळाला नाही तर जणू काही संपूर्ण जगात तोच एकटा असा पुरुष आहे की ज्याला प्रणय मिळत नाही. पुरुष केवळ सामाजिक दबावामुळे ताबडतोब प्रणयाची अपेक्षा करतो असे नव्हे तर त्याच्या शरीरातील स्त्रवणारे हार्मोन्स त्याला असं करायला भाग पाडतात. बायकांचे थोडे वेगळे असते. वयाच्या सदतिसाव्या वर्षानंतर त्यांची प्रणयाची आस प्रबळ होते. अर्थात त्या आधीसुद्धा ती प्रणय आनंदाने उपभोगते, पण सदतिसाव्या वर्षानंतर तिची प्रणय भावना एखाद्या नवतरुणाच्या प्रणय भावनेशी जुळते, ज्याच्या डोक्यात सदैव प्रणयच असतो. उपरोधाची गोष्ट म्हणजे नेमकी या वयात पुरुषाची प्रणय भावना दुबळी होते. तिची टेस्टास्टोरेनची पातळी वाढते तेव्हा त्याची पातळी थोडी कमी होते.

वयाच्या सदतिसाव्या वर्षापासून पुरुषाची टेस्टास्टोरेनची पातळी कमी होते त्याचवेळी स्त्रीची ती वाढते.

पुरुष आजूबाजूला, इकडे-तिकडे जेव्हा बघतो तेव्हा त्याला दिसते की प्रत्येक जण प्रणयी जीवन उपभोगते, मग तोच काय म्हणून त्यापासून वंचित आहे? जेव्हा बाई त्याच्या वैषयिक गरजांकडे लक्ष देत नाही तेव्हा त्याचा अहंभाव दुखावला जातो, पण या गोष्टींसाठी ती जबाबदार नसते. त्याच्यासाठी योग्य काय असतं तर त्याने स्त्रीच्या प्रणयाबाबतच्या उपकारांवर अवलंबून न राहता स्वत:ला जोखावे.

तरीसुद्धा ती त्याला कोणत्या प्रकारे नाकारते यावरूनसुद्धा काही गोष्टी सोप्या होऊ शकतात. जर तिच्याकडून असा स्पष्ट संदेश मिळाला की तिचे आधीपासूनच कोणाशी तरी नातेसंबंध जुळत आले आहेत तर त्याच्यासाठी गुंतवणूक काढून घेणे अधिक सोपे जाते. त्याच्या असे लक्षात येते की त्याच्या आधी तिच्या आयुष्यात आलेल्या पुरुषाला तिला दुखवायचे नाही. जेव्हा गोष्टी अशा घडतील तेव्हा त्याला ते स्वत:चे अपयश वाटणार नाही.

■

९

प्रलयाचीच अपेक्षा

काही स्त्रिया प्रेमापासून स्वत:ला दूर ठेवतात याचे आणखी एक कारण असे की त्यांना नातेसंबंधात तीव्र उत्कट भावना अपेक्षित असतात. त्यांना भावनांची काहीतरी प्रचंड उलथापालथ हवी असते. त्यांना जर असे वेड लागणारे प्रेम मिळाले नाही तर त्यांना त्या नातेसंबंधांमध्ये रुची नसते. त्यांना त्या प्रेमात उत्कटता जाणवली तरच नातेसंबंधांचा पाठपुरावा त्या करतात.

जर स्त्रीला तिच्या प्रेमभंगाचे दु:ख जाणवलेच नाही तर तिच्या जाणिवाच नाहीशा होतात. तिला मनातून खूप वाटत असते की तिला पुरुषाची गरज आहे. या गैरसमजापोटी तिचा असा विश्वास असतो की, कोणीतरी पुरुष तिच्या जवळ येऊन हळुवारपणे तिच्या मनाची दालने उघडी करेल. तिला स्वत:ला त्या मर्यादेपर्यंत उत्कटता न वाटल्यामुळे तिच्या प्रेमाच्या भावनांना प्रोत्साहन देण्याचे काम पुरुष करेल अशी तिची अपेक्षा असते.

जेव्हा स्त्री स्वत:ला प्रेमभंगाचे दु:ख करण्याची परवानगी देत नाही तेव्हा तिच्या जाणिवा बोथट होतात.

जोपर्यंत एखादी स्त्री तिच्या दडपलेल्या भावनांवर प्रक्रिया करत नाही, तोपर्यंत ती तिला पसंत करणाऱ्या एखाद्या चांगल्या पुरुषाबरोबर जरी फिरायला गेली तरी त्यातून फारसे काही निष्पन्न होत नाही, कारण अजूनही तिच्या मनात प्रेमाच्या उत्कट भावना जागृत झालेल्या नसतात. त्यावेळी अशी परिस्थिती निर्माण व्हायला हवी की, तिचे नातेसंबंध धोक्यात आहेत असे तिला वाटायला हवे. असे काहीतरी नाट्यमय तणाव निर्माण झाले पाहिजेत की, तिला तिच्या प्रेमाच्या भावना जाणवल्या

पाहिजेत. जर अशी काही धोकादायक परिस्थिती निर्माण झाली तरच तिच्या प्रेमाच्या भावना जागृत होतील. हा धोका जरी शारीरिक वाटला तरीसुद्धा तो भावनिक आहे. आपल्या हातातून त्याचे प्रेम सुटत चालले आहे ही संभावना तिला जाणवायला लागते.

काही बायकांच्या बाबतीत प्रेमात बेभान होण्यापूर्वी, अशा धोक्याच्या नातेसंबंधांच्या छायेत येणे गरजेचे असते.

आपल्या दडपून ठेवलेल्या भावनांची लक्षणे दिसण्याशिवाय अतिरिक्त प्रणयाची भूक आणि उत्कट प्रेम यांच्या माध्यमातून सिनेमांमध्ये व टी. व्ही.वरील अनेक कार्यक्रमांत प्रोत्साहित केले जाते. जर एखाद्या स्त्रीचा लाडका नायक किंवा नायिका उत्कट प्रेमात शिरत असतील तर ती का नाही शिरू शकत? सिनेमात हे घडू शकते मग खऱ्या आयुष्यात का नाही घडत?

ज्या स्त्रिया पुरुषाची उत्कट प्रेमाची आस जागृत होण्याची वाट पाहत असतील त्या स्त्रियांच्या पदरी निराशा येईल. सिनेमातले जग वेगळे असते. तिथे अवघ्या तीन तासांत संपूर्ण आयुष्याची कथा मांडायची असते, त्यामुळे सिनेमातली माणसे काही मिनिटांतच प्रेमसंबंधात बुडून गेलेले दिसतात, पण प्रत्यक्ष आयुष्यात नातेसंबंध प्रस्थापित व्हायला वेळ लागतो आणि त्यांच्यात प्रेमळ संवाद घडावा लागतो. खऱ्या आयुष्यात ज्या बायकांना अमर प्रेमाचा प्रत्यय आलेला आहे त्या अशा ठिणगीसारख्या प्रेमाने पेटलेल्या कधीच नाहीत. असे उत्कट प्रेम प्राप्त होण्यासाठी वेळ जावा लागतो.

खऱ्या आयुष्यात प्रेमसंबंध निर्माण होण्यास आणि त्यामध्ये उत्कटता येण्यास वेळ लागतो.

पुरुषाच्या बाबतीत असे घडत नाही. पुरुषाच्या मेंदूतील गुंतागुंत काहीशी वेगळी असते. पुरुषांना अगदी सुरुवातीपासूनच प्रणयाचे आकर्षण असते; मग हळूहळू ते प्रेमात किंवा मायेत बदलते आणि नंतर त्यांना जोडीदाराबद्दल आसक्ती वाटायला लागते. बायकांच्या मेंदूतील गुंतागुंत अशी असते की आधी त्यांना ती व्यक्ती आवडावी लागते आणि नंतर त्यांच्यात त्या व्यक्तीबद्दल वैषयिक भावना निर्माण होते. नातेसंबंधात बायकांच्या मनामध्ये आधी हिरवा कंदील लागावा लागतो.

जेव्हा बायका सरळ सरळ शारीरिक सुख मिळविण्यास तयार होतात, तेव्हा

असे समजावे की त्यांना त्या पुरुषाबद्दलची आधीच पूर्ण माहिती आहे. जर तिला नंतर असे समजले की, तिने कल्पनेत त्याला जसे रंगवले होते तसा तो नाही तर तिला प्रचंड निराशा येते. जर एखाद्या बाईला एखाद्या पुरुषाबद्दल शारीरिक आकर्षण वाटले तर ती धोक्याची सूचना समजावी.

जेव्हा आयुष्याला नव्याने सुरुवात करायची आहे, अशा वेळी एखाद्या पुरुषाने तिला उत्कट प्रेमाचे धडे दिले तर तिने त्याकडे पाठ फिरवावी.

जेव्हा एखादी स्त्री उथळ प्रेमाच्या नादी लागते तेव्हा आयुष्यात नक्कीच ती निराश होते. असे पुरुष, समाजात जे बायकांना नादी लावून त्यांच्या एकाकीपणाचा गैरफायदा घेतात ते खूप धोकादायक असतात. जसे गिर्यारोहक स्वेच्छेने संकटे ओढवून घेतात, गाड्यांच्या शर्यतीत भाग घेणारे स्वेच्छेने गाडी वेगात चालवतात, दारूचे व्यसन असलेले स्वेच्छेने अतिरिक्त मद्यपान करतात, तसेच अशा बायकांना असे घातक पुरुष मनापासून आवडतात. आपोआपच स्त्री अशा पुरुषांकडे आकर्षिली जाते जो तिला आयुष्यभर दु:ख देतो.

■

१०

सिनेमा आणि वास्तव

काही बायका स्वत:ला प्रेमापासून वंचित करतात त्याचे एक महत्त्वाचे कारण म्हणजे त्यांच्या अवास्तव अपेक्षा. सिनेमासृष्टीमुळे या प्रवृत्तीला प्रोत्साहन मिळते. सिनेमा आणि वास्तव आयुष्य यामधील सगळ्यात मोठा फरक म्हणजे प्रत्यक्ष आयुष्यात आपले संवाद व्यावसायिक लेखकांकडून लिहून ते शब्द आपल्या तोंडात टाकले जात नाहीत. आपले जोडीदारसुद्धा काही व्यावसायिक नट-नट्या नसतात की जे योग्य वेळी योग्य वाक्य योग्य हावभावांसह म्हणू शकतील! तसेच सिनेमात एखादे दृश्य चुकीचे वाटले तर 'कट्, कट्' असे दिग्दर्शक ओरडतो व ते दृश्य पुन्हा चुका टाळून योग्य प्रकाश रचना टाकून चित्रित केले जाते. नको असलेला भाग 'डिलीट' म्हटले की वगळलासुद्धा जातो, पण प्रत्यक्ष आयुष्यात लेखक किंवा कलाकारसुद्धा सिनेमाप्रमाणे त्यांना पाहिजे तसे करू शकत नाहीत.

आपला जोडीदारसुद्धा काही व्यावसायिक कलाकार नसतो ज्याला योग्य ओळी, योग्य ठिकाणी, योग्य पद्धतीने म्हणता येतील.

सिनेमातल्या फक्त कथा आणि कलाकारच खरे नसतात असे नाही तर त्यातील प्रसंगसुद्धा अतिरंजित केलेले असतात आणि त्यातील हालचालीसुद्धा जास्तीतजास्त ताणतणाव निर्माण करतात, ज्याचा अटळ परिणाम हा पराकोटीच्या परमोच्च बिंदूला पोहोचतो आणि मग आपल्या भावना मुक्त केल्या जातात. सिनेमांमध्ये घटनांची अशा प्रकारे बांधणी केलेली असते की जी खऱ्या आयुष्यात शक्य नसते.

उत्कट भावनांचा गोड आस्वाद सिनेमातून घेतल्यामुळे आपण म्हणतो, 'मला

पण असे हवे.' आपण सिनेमा पाहून घरी परततो आणि पुन्हा आपल्या दैनंदिन छोट्या-मोठ्या कामांनी घेरले जातो, पण थोड्याच वेळात त्यात काही गंमत वाटेनाशी होते. आपण आपल्या जोडीदाराचे निरीक्षण करतो, पण त्याच्यात/तिच्यात वेगळे काही दिसत नाही. काहीतरी जादू घडावी आणि सिनेमातल्यासारखे काहीतरी घडावे असे आपल्याला वाटते.

घरी युद्धं नसतात, मोठे नायक नसतात, खूप मोठे दुःख नसते, चमत्कार नसतात जे तुमच्यामध्ये उत्कट प्रेमाचे झरे निर्माण करतील.

जरी चित्रपट खरे नसले तरी त्यामुळे आपल्या जाणिवा जागृत होतात. तसे उत्कट प्रेम निर्माण होण्याची शक्यता निर्माण होते, नाहीतर आपण चित्रपट पाहून फक्त हसलो असतो, त्यांची टर उडवली असती; पण आपल्या हृदयातपण चित्रपटामुळे तीव्र भावना निर्माण होऊ शकतात, फक्त त्यांना बाहेरचा मार्ग सापडायला वाट पाहावी लागते. चित्रपट आपल्याला आपण काय गमावले हे शोधायला मदत करतात, पण आपल्या रोजच्या आयुष्यात आपण उत्कटता कशी आणायची ते चित्रपट शिकवत नाहीत. जर आपल्याला तशी उत्कटता, भावविवशता हवी असेल तर त्यासाठी आपण आपल्या हृदयावर उपचार करायला शिकले पाहिजे आणि आपल्या मनात प्रेमभाव जागता ठेवला पाहिजे, याशिवाय नातेसंबंधात काही नावीन्य आणण्यासाठी आपण काही कौशल्ये संपादन केली पाहिजेत.

■

११

चुकीच्या जोडीदाराकडे आकर्षिले जाणे

अनेक वेळा आपण असे पाहतो की एखादी स्त्री एखाद्या अशा पुरुषाच्या प्रेमात पडते जेव्हा तिचे मित्रमैत्रिणी, नातेवाईक तिला कानीकपाळी ओरडून सांगतात, 'बाई गं! धोका आहे.' पण तरीसुद्धा ती त्यांच्या उघड-उघड दिलेल्या सूचनांकडे दुर्लक्ष करते. सगळे लोक तिला स्पष्ट शब्दात सांगतात, 'तो तुझ्यासाठी योग्य नाही.' तेव्हाही त्याच्याकडे पाठ फिरवायचे सोडून तिला त्याचे प्रेम मिळवण्याची आस लागलेली असते. ती त्याच्यावरच्या तीव्र, झपाटलेल्या प्रेमावर पूर्णपणे विसंबून राहते आणि जो तिच्यावर प्रामाणिकपणे प्रेम करतो, तिला आदराने वागवतो त्याच्याकडे दुर्लक्ष करते.

जी व्यक्ती आपल्याला हवे ते देणार नाही तिच्याकडे आकर्षिले जाण्याची ही प्रवृत्ती म्हणजे फारसा विचार न करता घाई-घाईने प्रेमात पडण्यासारखे आहे. जेव्हा आपण आपल्या हृदयावर उपचार करण्यासाठी थोडा वेळ घेतो त्या वेळी ज्या मित्रांनी आपल्याला मदत केली, जे आपल्या आसपास राहिले त्यांच्याकडे आपण आपोआप आकर्षित होतो, पण जेव्हा आपण अजूनही दुःखात असतो तेव्हा आपण अशा व्यक्तीकडे आकर्षित होतो जे आपल्याला पुन्हा दुःख देऊ शकतात. हे तत्त्व स्त्री आणि पुरुष दोघांनाही लागू होते.

जेव्हा आपण आपले दुःख अजूनही रोखून धरलेले असते, तेव्हा आपण अशा लोकांकडे आकर्षिले जातो जे आपल्याला पुन्हा दुःख देऊ शकतात.

जेव्हा आपण आपल्या अनिर्णित भावनांपासून पळ काढतो तेव्हा आपण अशा

परिस्थितीकडे आणि अशा माणसांकडे ओढले जातो की जे आपल्याला पुन्हा त्याच भावना जाणवून देतात, ज्या अद्याप अनिर्णित राहिल्या आहेत. जर आपण अजूनही दु:खात असू तर आपण पुन्हा अशाच व्यक्तीकडे आकर्षिले जाऊ, जी आपल्याला परत तसे दु:ख देईल पण काही हरकत नाही! जरी तो आपल्यासाठी योग्य पुरुष नसला तरीसुद्धा आपल्या अनिर्णित भावना पुन्हा पृष्ठभागावर येऊन त्यापासून मुक्तता मिळवण्यासाठी आपल्याला त्याचा उपयोग होईल. परत एकदा मिळालेल्या या संधीचा फायदा घेऊन जर आपण त्या भावनांचा योग्य वापर केला तर पुन्हा पुन्हा दु:खी होण्यापासून आपली सुटका होईल. जेव्हा आपल्या हृदयावरील उपचार प्रक्रिया पूर्ण होईल तेव्हा चुकीच्या जोडीदाराकडे आकर्षिले जाणे पूर्णपणे थांबेल. ■

१२

प्रणयाचे भूत

काही बायका प्रेम करू शकत नाहीत याचे आणखी एक कारण म्हणजे त्यांच्या प्रणयाच्या कल्पना वाजवीपेक्षा जास्त असतात. त्या प्रणयकथा वाचतात. प्रणयाबद्दलचेच चित्रपट पाहतात. टी. व्ही.च्या सिरीयल्समधूनही तोच उत्तानपणा पाहतात आणि मग अशी अपेक्षा धरतात की प्रत्यक्ष आयुष्यातसुद्धा त्यांना तोच अनुभव येईल. त्या, तो पुरुष हा परिपूर्ण, सर्व गुणांनी संपन्न असला पाहिजे अशी अपेक्षा करतात.

जेव्हा स्त्रीची अपेक्षा ही वास्तवाला धरून नसते तेव्हा कोणताच पुरुष तिच्या प्रणयासंबंधीच्या अपेक्षा आणि लहरी पूर्ण करू शकणार नाही.

या बायकांची डोकी सातव्या आसमानात असतात. त्यांना असा पुरुष हवा असतो की जो एक उत्तम श्रोता आहे, पण त्याचवेळी त्याने त्याच्या भावनाही आपल्याबरोबर वाटून घेतल्या पाहिजेत, तो श्रीमंत असला पाहिजे आणि त्याच्या कामकाजात यशस्वी असला पाहिजे, पण तरीसुद्धा तिच्यासाठी त्याच्याकडे भरपूर वेळ हवा. समाजात तो एक सभ्य, सन्माननीय व्यक्ती म्हणून प्रतिष्ठित हवा, पण त्याचवेळी तो बंडखोरही असला पाहिजे. त्याने शूर वीर असावे, संकटांशी सामना करावा पण तो अतिशय सुरक्षित आणि संरक्षक कवचात असताना करावा. त्याला अनेक छंद असावेत, तो खूप क्रियाशील असावा, तो अतिशय स्वावलंबी व कुणाच्या बहकाव्यात न येणारा असावा, पण तिच्या बाबतीत मात्र ती जे म्हणेल ते ऐकणारा असावा. तो स्वत्व जपणारा, स्वतंत्र, स्वायत्त असावा पण तिच्या प्रेमाशिवाय त्याला जगता येणार नाही असा असावा. तिला पाहिजे तेथे तो अत्यंत

गंभीर व्हायला हवा, पण इतर बाबतीत मात्र तो अत्यंत हसमुख, विनोदी व इतरांचे मनोरंजन करणारा असावा. तो अत्यंत कडक, चुका न करणारा असा असावा, पण त्याचवेळी कनवाळू व हळवा असावा. तो असा असावा की जगात जेवढे काही सद्‌गुण आहेत ते सर्व त्याच्या एकट्याच्या ठायी असावेत. तुम्ही जेव्हा ही यादी वाचाल तेव्हा मला अपेक्षा आहे की तुमच्या लक्षात येईलच की असा पुरुष अस्तित्वात नसतो.

खऱ्या आयुष्यात कल्पनेतला प्रणय असतो का? हो असतो आणि शक्यही असतो पण ज्या जोडीदाराच्या अशा खुळचट कल्पना असतील अशा जोडीदाराबरोबर तो शक्य नसतो. खरा प्रणय केव्हा घडतो तर जेव्हा तुम्ही तुमच्या जोडीदाराच्या प्रणयासंबंधीच्या गरजा पुरवता, त्यांचे संगोपन करता, त्यासाठी कुठल्याही परिपूर्णतेचे मोजमाप लावत नाही. आपण प्रणयी भावना कशा जोपासायच्या हे शिकले पाहिजे, त्यांचा सराव केला पाहिजे आणि त्यासाठी सगळ्यात जरुरीची गोष्ट अशी की तुम्ही तुमच्या भावनांच्या सान्निध्यात राहायला हवे.

खऱ्या आणि चिरकाल टिकणाऱ्या प्रणयाला परिपूर्ण असण्याची आवश्यकता नसते.

जेव्हा एखादी स्त्री तिच्या भावनांच्या सान्निध्यात नसेल किंवा तिच्या आधीच्या नातेसंबंधातील तिच्या भावना अनिर्णित राहिल्या असतील तर तिच्या जोडीदाराने तिच्यासाठी कितीही काहीही केले तरी त्याचा काही उपयोग होत नाही. भूतकाळातील अनिर्णित भावना स्त्री व पुरुषांच्या असमाधानास कारणीभूत ठरतात. जे शक्य आहे ते मिळवण्याऐवजी आपण आपल्या जोडीदाराकडून अवास्तव अपेक्षा ठेवतो आणि शेवटी निराशाच पदरी पाडून घेतो.

कुठल्याही नातेसंबंधातून अधिकाची अपेक्षा करण्यात चुकीचे काहीच नाही, तरीसुद्धा जे काही आपल्याला मिळते त्याबद्दल आपल्याला समाधान वाटले पाहिजे पण तसे होत नाही. आपल्याला जे मिळाले त्याबद्दल आपण कृतज्ञता बाळगत नाही. अजूनही आपण आपल्या अनिर्णित भावना दडवून ठेवतो. जर आपण आपल्या हृदयाची दारे सताड उघडी ठेवली तर आपल्याकडे जे आहे आणि जे आणखी हवे आहे त्याबद्दल आपल्याला प्रेम आणि आस्था वाटेल. जेव्हा आपण अशक्य आणि अव्यवहार्य मागतो तेव्हाच अधिकाची अपेक्षा करणे, हे समस्या निर्माण करणारे असते.

■

१३

बायकांचा संवेदनशील पुरुषासाठी शोध...

आणखी एका प्रकारे बायका प्रेमात पडण्याचे टाळतात त्याचे कारण असे की त्यांना बराचसा बाईसारखा पुरुष हवा असतो. गेल्या तीस वर्षांपासूनचा अभ्यास व शोधनिबंध सांगतात की, 'बायका संवेदनशील पुरुषाच्या शोधात असतात.' परंतु असा एखादा जरी पुरुष त्यांना मिळाला, तरी त्या सुखी नसतात. पुन्हा-पुन्हा मी हेच सांगेन की मी अनेक बायकांचे हे ऐकले आहे की संवेदनशील पुरुष त्यांना किती तीव्रतेने हवा होता, पण जेव्हा त्यांना तसा तो मिळाला तेव्हाही त्या समाधानी होऊ शकल्या नाहीत. मी अशा अनेक लोकांना भेटलो आहे की ज्यांनी रागावून हे सांगितले की बायकांना आवडेल असे जास्तीतजास्त वागूनसुद्धा ते 'वाईट पुरुष' म्हणून नाकारले गेले.

जेव्हा एखाद्या स्त्रीचा अशा संवेदनशील पुरुषाबरोबर संबंध येतो तेव्हा ती तक्रार करायला सुरुवात करते की तो जरा जास्तच संवेदनशील आहे, याचा अर्थ असा नव्हे की तिचे त्याच्यावर प्रेम नाही पण हा तिच्यासाठी एक छळणारा मुद्दा आहे. तिला प्रसंगी त्याची आई बनून त्याची समजूत काढावी लागते. तर कधी संकटाच्या वेळी त्याची विशेष काळजी घ्यावी लागते, पण त्याचे असे सारखे गरजवंत असल्यामुळे तिचा विरस होतो.

पुरुष संवेदनशील असण्यात वाईट काहीच नसते, फक्त त्याच्या संवेदनशीलतेचे व्यवस्थापन कसे करायचे हे त्याने शिकून घेतले पाहिजे, ज्यायोगे तिच्या गरजा त्याच्याकडून पूर्ण केल्या जातील, त्याचप्रमाणे तिला हेही समजणे जरुरीचे आहे की त्याच्यावर अवलंबून न राहता तिच्या भावनांपर्यंत कसे पोहोचायचे!

जेव्हा स्त्री पुरुषाकडून हळुवारपणाची अपेक्षा करते तेव्हा ती खरे तर स्वत:मधलाच हळुवारपणा शोधत असते.

जेव्हा स्त्री तिच्या भावनांच्या सान्निध्यात नसेल तेव्हा जो कोणी पुरुष तिला भेटेल तो तिला चालेल. तिचा गैरसमज असा असतो की जर तो स्वत:हून तिच्याजवळ आला व मनमोकळेपणाने बोलला तर ती पण बोलेल आणि मग त्यांचे संबंध जुळतील. दुर्दैवाने असे समोरच्यावर अवलंबून राहणे निरोगी मनाचे लक्षण नाही, त्यामुळेच ती मनमोकळेपणाने बोलू शकत नाही. त्याने जर तिच्याजवळ त्याच्या भावना उघड केल्या तर तिच्यामध्ये जबाबदारीची जाणीव येईल. तो तिच्याशी जितका मनमोकळेपणाने स्वत:चे मन स्वच्छ आरशासारखे करेल तितकी तिची जबाबदारीची जाणीव वाढत जाईल आणि मग त्या नातेसंबंधातील तिचे महत्त्व, तिचे स्थान तिला समजेल.

जेव्हा एखादे जोडपे समुपदेशनासाठी येते तेव्हा ती बायको तिच्या नवऱ्याविषयी तक्रार करते की तिचा नवरा तिच्याशी मनमोकळेपणाने बोलत नाही, पण खरी समस्या अशी असते की तिलाच त्याच्याशी बोलणे सुरक्षित वाटत नाही. या समस्येवर तोडगा असा की त्या नवऱ्याला मोकळेपणाने बोलण्यास मदत करायची नाही तर ती त्याच्याशी मोकळेपणाने बोलू शकेल इतका आदर त्याने तिच्याबद्दल दाखवण्यात मदत करायची असते.

पुरुषाला मन मोकळे करायला संधी मिळाली तर त्याला त्याचा नक्कीच फायदा होईल. उपचार प्रक्रियेमध्ये पहिली पायरी अशी की बाईला तिच्या भावना व्यक्त करण्यासाठी सुरक्षित वाटले पाहिजे; तसे नसेल तर पुरुषाने कितीही केले तरी ते पुरेसे होणार नाही. संवेदनशील असणे पुरुषांसाठी चांगले असते पण तो त्याचबरोबर बळकटही असायला हवा. जेव्हा त्याच्या जोडीदाराला त्याची गरज असेल तेव्हा त्याने आपल्या भावना बाजूला सारून तिचे ऐकले पाहिजे व मदत केली पाहिजे.

जर स्त्रीला आपल्या भावना व्यक्त करणे सुरक्षित वाटत नसेल तर पुरुषाने कितीही केले तरी ते तिच्यासाठी पुरेसे ठरत नाही.

अनेक बायकांनी माझ्याकडे तक्रार केली आहे की त्यांना वाटते त्यांचे नवरे शुक्रावर राहणाऱ्यांपैकी आहेत. त्या बायका तक्रार करतात की त्यांच्या पुरुषांना खूप बोलायचे असते आणि तिला स्वत:ला मात्र वेळ नसतो किंवा रुची पण नसते. नवऱ्याला नातेसंबंधांविषयी बोलायला आवडते, पण तिला मात्र त्यापासून दूर

जायचे असते. त्याला नेहमी भावना वाटून घ्यायच्या असतात, पण तिला मात्र समस्येवर तोडगा काढण्यात रुची असते. अशा पद्धतीने नवरा-बायकोच्या भूमिकांची अदलाबदल झाली तर मुळातच मोठी गुंतागुंत निर्माण होते, पण शेवटी त्यावर तोडगा काय- तर समतोल साधणे.

आता आपण हा माणूस बघू. तो मंगळावर राहणारा आहे. त्याने अजून कोणत्याच पुरुषाला, बायकांना गरज असलेल्या गोष्टी कोणी दिल्याचे पाहिले नाही, मग त्याने ऐकण्याची कला प्राप्त करून घेतली आणि वादविवाद करणे सोडून दिले, मग त्याला पुन्हा त्याच्या अशा पुरुषी ताकदीचा शोध लागला ज्यामुळे त्याला तिचे स्त्रीत्व प्रकर्षाने जाणवले. सुरुवातीला हे जरी अवघड वाटले, तरी जेव्हा त्याने या क्षमता प्राप्त करून घेतल्या तेव्हा त्याला त्याच्यामध्ये नवीन ताकद व जोम संचारल्याचे जाणवले.

ऐकून घेऊन आणि निग्रहाने सांगून पुरुष त्याच्या पुरुषी ताकदीच्या साहाय्याने बायकांना स्त्रीत्वाची जाणीव देणारा आधार देऊ शकतात.

नातेसंबंध जोमाने सुधारावेत म्हणून बायकांना स्त्रीत्वाची जाणीव देणारा आधार लागतो. समाज आता बायकांकडे बाई म्हणून पाहत नाही. जेव्हा स्त्री ऑफिसमधून घरी येते किंवा दिवसभर तिच्या कुटुंबासाठी उभी असते त्या वेळी तिच्या हळव्या भावना उफाळून येतात. जेव्हा बाईला कोणी आश्वासक शब्दात सांगते की तिची काळजी घेणारे कोणीतरी आहे, तिचे बोलणे काळजीपूर्वक ऐकणारे कोणीतरी आहे आणि ती आता त्या अवघड परिस्थितीतून मार्ग काढत आहे हे समजून घेणारे कोणीतरी आहे अशा वेळी त्या बाईला भरून पावते.

'संवेदनशील पुरुष' फक्त एवढाच या समस्येवर तोडगा होऊ शकत नाही, तर बाईची गरज ही असते की आजच्या या नातेसंबंधात तिच्या पुरुषाने तिच्या भावनांचा सन्मान करायला हवा. तो फक्त संवेदनशील नको आहे तर तो तिच्या भावनांशी संवेदनशील असायला हवा आहे, त्यामुळेच आता असे म्हणावे लागेल की पुढील तीस वर्षे 'बायका आदरणीय पुरुषांचा शोध घेतील.'

■

१४

नकारात्मकतेवर केंद्रीकरण

बायका आयुष्यात पुन्हा प्रेम करणे नाकारतात याचे आणखी एक कारण म्हणजे त्या नकारात्मक विचारांवरच लक्ष केंद्रित करतात. घटस्फोट किंवा खूप वेदनादायी पद्धतीने लग्न मोडले गेले असेल, तर ती बाई पुन्हा कुणामध्येही न गुंतण्यासाठी कितीतरी प्रकारची कारणे आणि गोष्टी जमा करते. जोपर्यंत तिच्या आजूबाजूला कोणीच असे प्रेमळ नातेसंबंध अनुभवत नसतील तोपर्यंत तिला आपण काहीतरी हरवतोय असे मुळीच वाटणार नाही. पुन्हा अशा नातेसंबंधात न गुंतून हृदयभंग करून घेण्याचा धोका ती पत्करू इच्छित नाही. ती आहे त्या परिस्थितीत समाधान मानेल.

ती विचार करते की एकूण लग्नांपैकी ५०% लोक जर घटस्फोट घेतात तर मी घेतला तर त्यात विशेष वेगळे ते काय केलं? पुरुषसुद्धा असाच विचार करतात. जरी हे आकडेशास्त्र बरोबर असले तरीसुद्धा हे विसरून चालणार नाही की लाखो जोडपी सुखाने संसार करत आहेत आणि भविष्यातसुद्धा जे लग्न करणार आहेत त्यातील हजारोंच्या संख्येने लोक आनंदी राहणार आहेत. जेव्हा खोलवर जाऊन विचार केला तेव्हा लग्न संस्थेच्या विरोधी मताचे प्रमाण अत्यल्प होते. जर एकूण लोकसंख्येपैकी ५०% लोकच फक्त श्रीमंत आहेत तर म्हणून काय तुम्ही पैसे मिळवणे सोडून देणार आहात काय?

लग्नामध्ये यशस्वी होणाऱ्यांची संख्या खरे तर खूप चांगली आहे. विचार करा वेगासला जाणाऱ्या लोकांपैकी ५०% लोक जॅकपॉट जिंकतात का हो?

जोपर्यंत भूतकाळातील आपल्या जोडीदाराच्या नकारात्मकतेवर प्रक्रिया करण्याची आपली इच्छा नसते तोपर्यंत त्याच्या किंवा तिच्याबद्दलचा आपला दृष्टिकोन नकारात्मकच असतो. अशा परिस्थितीत स्त्री समर्थनावरून अशा काही गोष्टी गोळा करते की जेणेकरून पुरुषावर विश्वास टाकणे किती चुकीचे आहे आणि त्यांच्याशिवाय तुम्ही किती चांगले आयुष्य जगू शकता! तर पुरुष या मताला चिकटून बसतो की आयुष्यात तिने त्याला कधीच कसे सुख-समाधान दिले नाही अन् त्यामुळे पुन्हा संबंध प्रस्थापित करण्याचा प्रयत्न करणेसुद्धा फोल आहे, पण हे दोन्हीही दृष्टिकोन चुकीचे आहेत.

अशा स्त्री-पुरुषांच्या विस्कटलेल्या संसाराच्या जितक्या अधिक गोष्टी ऐकायला किंवा सांगायला मिळतील तितके त्यांना अधिक बरे वाटते. स्त्रीला जेव्हा स्वत:च्या हृदयावरील उपचार प्रक्रिया प्रत्यक्षपणे करता येत नाही तेव्हा ती सगळा भर पुन्हा नकारात्मकतेवर देते. उपहासाने असे म्हणावे लागते, नकारात्मकतेवर लक्ष केंद्रित करून तिला बरे वाटते, पण हे बरे वाटणे तात्पुरत्या स्वरूपाचे असते. एकटेपणाच्या दुःखावर ती नकारात्मकतेचे तात्पुरते कव्हर घालते, पण कायमचा उपाय करायचा असेल तर ती सध्या तिच्या हृदयात जे दुःख धरून बसली आहे त्याच दुःखावर-हृदयावर उपचार केले पाहिजेत.

जरी आधारकेंद्रांचा आधार घेणे सर्वसामान्य परिस्थितीत योग्य असले तरी या व्यक्तींच्या बाबतीत आधारकेंद्राचा वापर ते स्वत:च्या नकारात्मकतेला चिकटून बसण्यासाठी करतात, त्यापेक्षा तिने स्वत:साठी एखादा समुपदेशक किंवा थेरपिस्ट निवडावा आणि त्याच्या मार्गदर्शनाने 'सेल्फ हेल्प' उपचारपद्धतीचा अवलंब करावा, त्याचबरोबर सकारात्मक कथा वाचणे, ऐकणे, त्यावर चर्चा करणे तिला अधिक उपयोगी ठरेल. नातेसंबंधांवरील सकारात्मक चर्चांमध्ये भाग घ्यावा व नकारात्मक चर्चा टी. व्ही. शो वर जरी ऐकायला आल्या तरी टी. व्ही. बंद करावा. अशा प्रकारे खबरदारीचे उपाय घेतले तर नकारात्मकतेवर लक्ष केंद्रित करण्याच्या चुकीच्या सवयीवर तुम्ही विजय मिळवाल.

■

१५

खरेच पुरुषाची गरज आहे का?

जर एखाद्या बाईला पुन्हा कोणाच्या प्रेमात पडायला अधिक काळ वाट पहावी लागली तर ती अधिकच स्वायत्त होते. ती कुणावरही मदतीसाठी अवलंबून नसते आणि त्यामुळे ती प्रेमाला दूर ढकलते. दुसऱ्याकडे गरजेसाठी न पाहता किंवा इतरांवर अवलंबून राहण्याची ती स्वत:च्या मनाला परवानगी देत नाही. प्रेम आणि आधार मिळण्याचे सगळे दरवाजे ती तिच्या हातानेच बंद करते. तिला सतत अशी भीती वाटते की ती गरजवंत आहे असे लोकांना दिसेल आणि म्हणून आपण गरजवंत नाही हे भासवण्याचा ती अधिकाधिक प्रयत्न करते. तिच्या मनाशी ती एकच खूणगाठ पक्की बांधते की दुसऱ्यांवर अवलंबून राहणे हे दुबळेपण आहे, पण जर इतरांकडून तिने आधार घेतला तरच ती स्वत:च्या मनाशी मनमोकळा संवाद साधू शकेल.

पुरुषसुद्धा अशा मानसिक द्वंद्वात अडकलेले दिसतात, पण तरीही स्त्रियांइतके नाही. पुरुषाला स्त्रीच्या प्रेमाची गरज ही स्त्रीला पुरुषाच्या असलेल्या प्रेमाच्या गरजेपेक्षा अधिक असते. जेव्हा स्त्री तिची शारीरिक गरज पुरुषावर अवलंबून न राहता पूर्ण करते तेव्हा ती या निर्णयाला येते की आपल्या आवडीच्या पुरुष शोधण्याइतके खरेच का पुरुषाचे स्थान आपल्या आयुष्यात महत्त्वाचे आहे? आणि मग ती आपल्या निर्णयावर शिक्कामोर्तब करते की खरंच तिला पुरुषाची गरज नाही.

पुरुषाला स्त्रीच्या प्रेमाची गरज ही स्त्रीला असलेल्या पुरुषाच्या प्रेमाच्या गरजेपेक्षा अधिक असते.

पुरुषाला आधी प्रणयाची गरज भासेल पण तरीही तो भेटण्याच्या व जोडीदाराला समजून घेण्याच्या भानगडीत पडत नाही. जेव्हा वैषयिक भावनेतून तो एखाद्या स्त्रीकडे आकृष्ट होईल तेव्हा तो त्याच्या हृदयाचे दरवाजे उघडे करेल आणि मग त्याला प्रेमाची गरज जाणवेल. स्त्रियांचे याच्या उलट आहे. जोपर्यंत तिच्या हृदयाचे दरवाजे उघडले जात नाहीत तोपर्यंत तिच्या मनात कोणतेच वैषयिक आकर्षण निर्माण होणार नाही. केवळ प्रणयाच्या गरजेपोटी हृदयाचे दरवाजे उघडले जात नाहीत. बायकांसाठी हे अत्यंत गरजेचे आहे की त्यांच्या मनात स्वीकाराची भावना जागवण्यासाठी, आपल्या भावनांच्या सान्निध्यात राहण्यासाठी जोडीदाराबरोबर संवाद साधणे गरजेचे आहे.

स्वीकृत भावनांमध्ये विश्वास, स्वीकार, कौतुक यांचा समावेश होतो. जेव्हा बाई तिची प्रेमाची गरज नाकारते तेव्हा ती या स्वीकृत भावनांचा स्पर्शही नाकारते आणि हळूहळू कुणाचाही आधार घेण्याबद्दल ताठर आणि उदास बनते. तिच्या हे लक्षातही येत नाही पण तिच्याकडून असा स्पष्ट संदेश जातो की, 'मी सामर्थ्यवान आहे. मला कुणाचीही गरज नाही.' एकटे राहून आणखी असे होते की आयुष्य पूर्णपणाने उपभोगण्याची क्षमताही ती घालवून बसते.

पुरुषाला एखाद्या स्त्रीकडे आकर्षित होण्यासाठी, त्याला असे वाटणे गरजेचे असते की तो काहीतरी बदल घडवून आणणार आहे. जेव्हा स्त्री तिच्या स्वीकृत भावनांशी फारकत घेते व स्वत:च्या गरजा नाकारते तेव्हा तिच्यात पुरुषाबद्दल आकर्षण, ओढ दिसत नाही. पुरुषाला आकर्षित करणाऱ्या विश्वास, स्वीकार आणि कौतुक या स्वीकृत भावनांकडे पुरूष आकर्षिला जातो; पण स्त्री जेव्हा त्या नाकारते तेव्हा असा स्पष्ट संदेश जातो की तिला प्रेम नको आहे.

पुरुष ज्या स्वीकृत भावनांकडे आकर्षित होतो त्या म्हणजे विश्वास, स्वीकार आणि कौतुक होय.

ती फक्त पुरुषाचाच आधार नाकारते असे नाही तर ती सगळ्यांचाच आधार नाकारते. जेव्हा तिला कोणी भावनिक आधार देऊ करते तेव्हाही ती तो तात्काळ नाकारते. जणू काही तो महत्त्वाचा किंवा जरुरीचा नाही. उपहासाने असे म्हणावे लागेल की उलटपक्षी दुसऱ्यांना आधार देण्यात तिला अधिक आनंद मिळतो. तिची समस्या ही असते की दुसऱ्यांकडून आधार घ्यावा या परिस्थितीत ती असू नये. जोडीदार गमावल्याच्या तिच्या दु:खाची जाणीव तिला झाली नाही व त्यावर तिने उपचार केले नाहीत तर दु:खाच्या वेदना टाळण्याची गरजसुद्धा ती नाकारेल आणि त्यामुळे प्रेम स्वीकार करण्याची शक्यता अधिकच लांब जाईल आणि प्रत्येक वेळी

जेव्हा जेव्हा ती स्वीकार करण्याच्या तयारीत असेल तेव्हा तेव्हा तिला त्या अनिर्णित भावना जाणवतील.

जर प्रेमाची गरज वेदना निर्माण करत असेल तर त्या प्रेमाच्या गरजेलाच ती नाकारेल. दुसऱ्यांच्या आधारावर अवलंबून राहण्यापेक्षा किंवा दुसऱ्यांच्या मदतीची अपेक्षा करण्यापेक्षा ती तिच्या स्वत:ची व तिच्या गरजांची काळजी घेईल, त्यातूनही जर तिला प्रेमाची कधी गरज वाटलीच तर तिच्या अनिर्णित भावना त्याच्या आड येतील आणि अशा वेळी प्रेम प्राप्त करणे वेदनादायी असेल, कारण त्या वेळी तिला तिच्या अनिर्णित दु:खी भावना पुन्हा एकदा दुखवतील.

जर प्रेमाची गरज वेदना निर्माण करत असेल तर ती स्त्री वेदनेच्या भीतीने प्रेमालाच नाकारते.

या नकारात्मक प्रकरणातून बाहेर यायचे असेल तर स्त्रीला हे समजले पाहिजे की प्रेम म्हणजे वेदना नव्हे. तिच्या वर्तमानकाळातील वेदनेचा संबंध भूतकाळातील एखाद्या घटनेशी जोडून आपल्या वेदनेवर उपचार केले पाहिजेत. तिने अशा वेळी एखाद्या थेरपिस्टला भेटून उपचार केले पाहिजेत. तिने हे आठवणे गरजेचे आहे की भूतकाळातील तिच्या लहानपणी जेव्हा तिला प्रेम व आधार यांची गरज होती तेव्हा तिला तो मिळाला नाही. जेव्हा एखाद्या प्रौढ स्त्रीला कोणावर विश्वास टाकण्यात समस्या निर्माण होत असेल तर त्याची पाळेमुळे तिच्या बालपणात असतात.

जर ती खूप जास्त आत्मकेंद्रित असेल आणि तिची थेरपिस्टकडे जाण्याची इच्छा नसेल तर जोपर्यंत तिला थेरपिस्टच्या मदतीची गरज वाटत नसेल तोपर्यंत तिने स्वत:च स्वत:ला मदत करावी. थेरपिस्टकडे जाण्यास तिने होकार दिला तर खरेतर तिलाही मदतीची गरज आहे हे सिद्ध होईल. त्या उपचारपद्धतीचा जसजसा तिला फायदा होत जाईल तसतसा तिचा त्यावर विश्वास बसत जाईल, तसतसे तिच्या हृदयाचे बंद दरवाजे पुन्हा उघडण्यास सोपे जाईल.

खरे सांगायचे तर अधिकारवाणीने आपण स्वायत्त आहोत, आत्मनिर्भर आहोत असे सांगण्यात गैर काय आहे? पण तिथे नक्की काही धोके संभवतात. पारंपरिक पद्धतीने विचार केल्यास बायका या पुरुषांवर आर्थिकदृष्ट्या व शारीरिकदृष्ट्या अवलंबून आहेत. स्त्री जेव्हा शारीरिकदृष्ट्या आणि आर्थिकदृष्ट्या आत्मनिर्भर होईल तेव्हा साहजिकच त्यांचे मार्ग एकमेकांना समांतर होतील, मग त्यांना पुरुषांची गरज वाटणार नाही आणि मग त्यांचे त्यांनाच आश्चर्य वाटेल की खरेच पुरुषाची गरज आहे का?

काही बायका अशा समांतर रस्त्यांपर्यंत येऊन पोहोचल्या आहेत. आता त्यांना पुरुषांच्या आर्थिक आधाराची गरज नाही आणि म्हणून त्यांना आश्चर्य वाटते की खरेच त्यांना पुरुषांची गरज कशासाठी आहे?

म्हणून पुरुषाची त्यांना गरज का आहे हे त्यांना समजले पाहिजे, त्या पुरुषाच्या आधाराला का नाकारतात? जर खरेच वास्तवात बायकांना पुरुषांची गरज नसती तर एवढी शोकांतिका झाली नसती. कटु सत्य असे आहे की स्त्री जितकी आर्थिकदृष्ट्या आणि शारीरिकदृष्ट्या आत्मनिर्भर होते तितकी तिला पुरुषाच्या भावनिक आधाराची गरज जास्त वाटते. ती जेवढी अधिक यशस्वी तितकी तिची भावनिक आधारासाठी सहचर्याची गरज अधिक!

पण ते ओळखणे हे फार मोठे आव्हान आहे. परोपरीने ती हे पटवून देते की तिला आर्थिक आधारासाठी पुरुषाची गरज नाही, पण आता तिला हे जाणवते की भावनिक आधारासाठी तिला पुरुषाची गरज आहे, पण तिच्या स्वत:च्या प्रतिमेत हे कुठेच बसत नाही त्यामुळे ती तिच्या या भावना मनाच्या खोल कप्प्यात दडवून ठेवते. जर तिने आधारकेंद्रात जाऊन एखाद्या समूहात अशी चर्चा केली तर तिच्या या भावना मनाच्या पृष्ठभागावर येण्यास मदत होईल. इतर बायकांना मनमोकळे, उघडपणे बोलताना पाहून आणि इतरांकडून आधार घेताना पाहून तिला प्रोत्साहन मिळेल आणि तीसुद्धा तसेच वागायला उद्युक्त होईल.

■

१६

अतिच करणाऱ्या स्त्रिया

खूप स्त्रिया त्यांना देऊ केलेले प्रेम व आधार नाकारतात. त्यांना अजून खूप काही करायचे बाकी आहे अशी सबब सांगून त्या इतरांच्या गरजांमध्ये इतक्या काही गुंतून पडतात की, त्यांना स्वत:च्या गरजा जाणवत नाहीत आणि त्यामुळे त्या कशा भागवाव्या याचा प्रश्नही पडत नाही. त्यांना काय हवे आहे हे सांगणे उचित वाटत नाही आणि इतरांनी केलेली विनंती त्या धुडकावून लावू शकत नाहीत. त्यांना असे वाटते सगळ्या गोष्टींसाठी त्याच जबाबदार आहेत. त्याचवेळी इतरांना त्या त्यांच्या गरजा भागवू देत नाहीत.

जरी इतरांसाठी खूप करणे हे शेवटी निराशादायकच असले तरी त्याची काही चांगली फळं नक्कीच मिळतात. पहिले म्हणजे- सतत कार्यमग्न असल्यामुळे, इतरांना नाही म्हणण्यात तिला काही अपराधीपण वाटत नाही. दुसरे असे की, जर ती सदोदित इतरांसाठी शक्य तेवढे सगळे करत असेल, तर ती इतरांकडे हक्काने मदत मागू शकते आणि तिसरे असे की, ती इतकी कार्यमग्न असल्यामुळे तिला तिच्या गरजा जाणवणार नाहीत आणि त्यामुळे तिच्या एकटेपणाच्या वेदनासुद्धा जाणवणार नाहीत.

इतरांचे अश्रू पुसण्याचे महान कार्य करून स्त्री स्वत:च्या दु:खावर पांघरूण घालू शकते. इतरांना मदत करणे हे केव्हाही चांगले पण तरीही तिने तिला आवश्यक असलेला आधार मिळवणे गरजेचे आहे. इतरांसाठी जरुरीपेक्षा जास्त करून ती स्वत:पासून व स्वत:च्या गरजांपासून दूर जाते. तिने जर तिच्या भावना वाटून घेतल्या तर ती स्वत:च्या आणि स्वत:च्या गरजांच्या सान्निध्यात राहील.

इतरांसाठी जरुरीपेक्षा जास्त करून स्त्री स्वतःपासून व स्वतःच्या गरजांपासून दूर जाते.

जी बाई घरासाठी, कुटुंबासाठी खूप राबते तिला जर तुम्ही तिच्या भावना वाटून घ्यायला सांगितल्या तर तिला तो सल्ला पटणार नाही. ती म्हणते, तिला स्वतःबद्दल बोलायला वेळ नाही. खरेच तिच्यासाठी तिच्याकडे पुरेसा वेळ नसतो आणि ही समस्या जोपर्यंत तिच्या स्वतःच्या लक्षात येत नाही तोपर्यंत ती अशीच राहील. तिला नक्कीच समस्या आहे. तिने स्वतःच्या गरजा समजावून घेण्यासाठी वेळ देणे गरजेचे आहे, त्या नंतर तिने आपल्या वेदना मनाच्या पृष्ठभागावर आणणे गरजेचे आहे. खरे सांगायचे तर, आत्ता तिला थेरपिस्ट शोधणे जरुरीचे आहे, ज्याच्याजवळ ती तिच्या भावनांसाठी मोकळी वाट करून देऊ शकेल.

जरी आपण सतत कामात आहोत असे ती दाखवत असली तरी प्रत्यक्षात ती आतून खूप एकटी असते. ती इतरांना खूप देत असते पण तिला मोबदल्यात मात्र काही मिळत नसते. त्याहीपेक्षा महत्त्वाचे म्हणजे ती स्वतःला काहीच देत नसते. जेव्हा एखादी स्त्री भोवतालच्या लोकांना फक्त देत सुटते पण तिच्या आयुष्यात मात्र कोणताच आधार नसतो. अशा स्त्रीला शेवटी उदासीनताच येते.

खूप जास्त देण्यानेसुद्धा शेवटी नैराश्य येते.

स्त्रियांना नैराश्य येण्याचे सगळ्यात मोठे कारण म्हणजे त्यांचा एकाकीपणा. जितकी स्त्री प्रेमाला दूर लोटेल तितकी ती एकाकी होत जाईल. शेवटी प्रेम, आनंद, कौतुक, विश्वास या सगळ्या भावना जाणवून घेण्याची तिची क्षमता संपेल. तिचे नैराश्य टाळण्यासाठी सुरुवातीला तिचे कोणीतरी ऐकून घेणे गरजेचे आहे. जेव्हा तिचे दुःख कोणी ऐकून घेईल तेव्हा तिचे एकटेपण दूर होईल आणि तिच्या प्रेमळ आणि सकारात्मक भावना पृष्ठभागावर यायला मदत होईल.

जेव्हा स्त्री इतरांसाठी खूप करते तेव्हा तिला इतरांचे दुःख समजते पण इतरांना तिचे दुःख समजत नाही. तिच्यासाठी कोणीच नसते. ती इतरांच्या गरजा जाणून घेते पण इतर लोक तिची गरज काय आहे हे समजून घेण्याचे कष्ट घेत नाहीत. लोक असा समज करून घेतात की ती स्वतः समर्थ आहे, तिला कुणाच्या मदतीची गरज नाही किंवा तिला हवे ते मिळते आहे पण तिच्यासाठी अनेक समस्या असतात आणि ती त्यामध्येच गुंतून पडते. तिला वाटत असते की अजून खूप काही करण्याचे बाकी आहे आणि ती एकटी सर्व काही करू शकत नाही.

जी स्त्री इतरांसाठी खूप काही करते व इतरांच्या वेदना जाणून घेते तिच्या वेदना मात्र कोणीच समजून घेत नाही.

बऱ्याचदा असे होते, की जेव्हा पुरुष निराश होतो तेव्हा ते स्पष्ट दिसते. त्याला काहीही करण्याचा उत्साह राहत नाही, तो कशासाठीही उद्युक्त होत नाही, तो खिन्नच असतो. त्याच्या नैराश्येचे कारण त्याच्या भावना जाणवण्याच्या गरजेत नसते. उलटपक्षी स्त्रीला नैराश्य येते तेव्हा तिच्या गरजेच्या गोष्टी तिला मिळत नाहीत. जेव्हा नैराश्य तिच्या मनात ठाण मांडून बसते तेव्हा तिला इतरांच्या गरजांची जाणीव तीव्रपणे होते- म्हणजे काही न करता बसून राहण्याऐवजी ती सतत काहीतरी करत राहते, अगदी इतरांसाठी तिच्यावर ते बंधनकारक आहे असेसुद्धा समजते.

तिला वाटते हे तिनेच केले पाहिजे, कारण नाहीतर तिच्याशिवाय हे कोण करणार? अगदी कदाचित तिने कोणाशी संबंध प्रस्थापित केले तरी तो अगदी असा गरजू पुरुष असेल की तोसुद्धा नैराश्येने घेरला आहे आणि त्याची तेवढी पात्रता जरी नसली तरीसुद्धा ती त्याच्याशी नातेसंबंध तोडते.

तो जर आधीच निराश असेल, तर तिच्याबरोबर राहून तो आणखीनच निराश होतो. जोपर्यंत बायको त्याच्या कामाचे कौतुक करीत नाही तोपर्यंत त्याला त्या नातेसंबंधांमध्ये तेवढा उत्साह वाटत नाही. जी बाई जरुरीपेक्षा खूप जास्त करते ती त्या पुरुषाची ताकद आणि सामर्थ्य खच्ची करते. त्या उलट जो पुरुष औदासीन्याने घेरलेला आहे आणि जो त्या स्त्रीला काहीच देऊ करत नाही तोच तिला खूप जास्त करण्यासाठी उद्युक्त करतो.

जेव्हा स्त्री प्रमाणापेक्षा अधिक काही करते, तेव्हा ती पुरुषाची ताकद काढून घेते.

ज्या बायका आयुष्यात ताणतणावाला सामोऱ्या जातात त्या अधिक-अधिक करत सुटतात. जे पुरुष ताणतणावाला सामोरे जातात त्यांचा काही करण्याचा उत्साह कमी होतो. ताणतणाव असलेला पुरुष त्याच्या कामाच्या ठिकाणी आपले काम योग्य पद्धतीने करतो पण जेव्हा तो घरी येतो तेव्हा त्याच्यासाठी काहीच करणे शिल्लक उरलेले नसते, मग तो सोफ्याला चिकटून बसतो आणि त्याला कुठलीच चालना मिळत नाही.

ताणतणावाखाली वावरणारी स्त्री लवकर घरी येते आणि तिला जाणवते की लक्षावधी कामे तिच्यासाठी करायची बाकी आहेत. ती तिच्या मनाला उसंत मिळू

देत नाही आणि तिच्या काळज्या तर कधीच संपत नाहीत. कामांची यादी ती फक्त वाचत नाही तर करत सुटते आणि मग तिला तिच्यावर सगळी कामे करण्याची सक्ती आहे असे वाटते. ती जरा जास्तच साफसफाई करते. इतरांना जास्त मदत करते आणि काळजीही जास्त करते. शेवटी तिची ताकद संपते आणि तिची पूर्णपणे दमछाक होते.

दुसऱ्यासाठी कमी करायला शिकले पाहिजे.

ही गोष्ट अशी आहे की जेथे स्त्री व पुरुष यांच्यातील भेद प्रकर्षाने जाणवतो. सामान्यपणे पुरुष कमीच करतात. फारच कमी पुरुष असे असतील की ज्यांना हे कमी करणे शिकावे लागेल, पण बायकांना मात्र कमी करण्यासाठी खास शिक्षण घ्यावे लागते. बायकापण अलिप्त होऊ शकतात, पण ते लगेच बटण दाबल्याप्रमाणे ताबडतोब होत नाही; त्यासाठी पुढील चार टप्प्यांची प्रक्रिया आहे.

पहिल्या टप्प्यावर- तिने स्वत:विषयी बोलायला हवे, स्वत:च्या वेदना सांगायला हव्यात. तिने तक्रार करायला हवी. ती काय काय करते हे सांगायला हवे, त्यामुळे तिची दमछाक कशी होते व ती आता ते टाळण्यासाठी कमी जबाबदाऱ्या कशी घेणार आहे याचा ती संबंध लावू शकेल. अशा प्रकारे सर्व भावना वाटून घेतल्यामुळे सगळा डोलारा आपल्याच खांद्यावर आहे या जाणिवेतून तिची मुक्तता होईल अशा पद्धतीने संवाद साधल्यामुळे तिचा ताण कमी होईल व तिला आराम वाटेल व ती कमी करेल.

दुसऱ्या टप्प्यावर- तिने स्वत:साठी काही केले पाहिजे, स्वत:साठी वेळ दिला पाहिजे. स्वत:ला मसाज करून घ्यावा व शारीरिक लाड करावे, त्यामुळे मनही प्रसन्न होईल. एखाद्या थेरपिस्टला भेटावे. खरेदीला जावे. स्वत:ला आवडणाऱ्या गोष्टी खरेदी कराव्यात किंवा एखाद्या छोट्या सुट्टीवर जावे. स्वत:साठी मौजमजा करण्याचा विचार करून स्वत:ला मुक्त होण्याची एक संधी द्यावी आणि त्याचवेळी हासुद्धा अनुभव घ्यावा की जग तिच्याशिवायसुद्धा चांगले चालू शकते. ज्या गोष्टी करायला पाहिजेत त्या केल्या नाहीत तर लगेच काही आकाश कोसळत नाही.

कदाचित काही वेळेस स्त्रियांना हा सल्ला आवडत नाही. त्या म्हणतात, 'हो, पण जर मी माझ्यासाठी असा वेळ वापरला तर मी परत येईन तेव्हा मला कामाचे डोंगर उपसावे लागतील.' हे खरेही असेल पण जरी असे झाले तरीसुद्धा तिने स्वत:साठी वेळ काढायलाच हवा. शेवटी हे तिनेच ठरवायचे आहे की कुठली कामे तातडीची आहेत आणि कुठली नाहीत.

तिसऱ्या टप्प्यावर- तिने इतरांचा आधार घेणे शिकले पाहिजे. या टप्प्यावर

येईपर्यंत तिची बऱ्यापैकी मानसिक तयारी झालेली असेल. आता तिला पक्के ठाऊक आहे की तिच्या गरजा काय आहेत आणि त्यासाठी तिला कोणत्या प्रकारचा आधार हवा आहे, पण या तयारीशिवाय तिला हेसुद्धा समजणार नाही की तिने इतरांकडे कोणती मदत मागायची आहे.

स्वत:साठी वेळ काढणे (टप्पा दुसरा) जमल्यावर ती दुसऱ्याकडे मदत मागेल, कारण स्वत:साठी वेळ काढलाच नाही तर दुसऱ्याकडे मदत मागायची गरजही पडणार नाही. तिच्या मनाची धारणाच अशी झालेली असते की इतरांकडे मदत मागणे हे स्वत:च्या समस्या स्वत: सोडवण्यापेक्षा नक्कीच अवघड आहे. दुसऱ्याकडे मदत मागण्याची कला कशी संपादन करावी हे 'मेन आर फ्रॉम मार्स ॲण्ड वुमेन आर फ्रॉम व्हीनस' या पुस्तकातील १२व्या प्रकरणात अधिक तपशीलवार सांगितले आहे.

चौथ्या टप्प्यावर ती अत्यंत औचित्यपूर्ण पद्धतीने इतरांच्या गरजांना आणि विनंत्यांना 'नाही' म्हणायला शिकेल. बायकांच्या इतरांसाठी कमी करण्याच्या मार्गातील महत्त्वाचा अडथळा हा आहे की त्या प्रेमळपणे 'नाही' म्हणू शकत नाहीत. खरे तर 'नाही' हा दोन अक्षरांचा शब्द उच्चारणे अवघड नाही पण स्वत:ला त्रास न करून घेता योग्य पद्धतीने 'नाही' कसे म्हणावे ही तिची समस्या असते. दुसऱ्यांना जेव्हा ती मदतीचा हात मागेल तेव्हा तिलासुद्धा इतरांना आरामशीर पद्धतीने 'नाही' म्हणता येईल. मुद्दाम हेतुपूर्वक जर ही कला शिकून घेतली तर 'नाही' म्हणणे अधिक सोयीचे होईल. तिने फक्त कसे म्हणायचे, 'आय ॲम सॉरी, मी हे करू शकत नाही.' अजूनही तिला नाही म्हणणे चांगले वाटत नसेल आणि ती कामेच करत सुटत असेल तर तिने पुन्हा एकदा तिच्या भावनांचा खोलवर अभ्यास करावा व योग्य तो बदल करावा.

काही वेळेस असे लक्षात येते की बायका 'नाही' म्हणू शकत नाहीत याचा संबंध कुठेतरी भूतकाळातील तिच्या गरजांना कोणीतरी 'नाही' म्हटले असण्याशी असतो, कारण आपल्याला नाकारले गेल्याचे दु:ख तिने पचवलेले असते, त्यामुळे ती इतरांना नाकारू शकत नाही. तिचा कोणी त्याग केला असेल तरी ती कोणाचा त्याग करू शकत नाही, म्हणूनच तिची वागण्याची पद्धत आमूलाग्र बदलायला हवी असेल तर प्रथम भूतकाळातील अनिर्णित जखमांवर इलाज करायला हवा.

जर भूतकाळातील अनिर्णित भावनांवर इलाज केला गेला नाही तर तिला दोन्ही प्रकारच्या अडचणी येतील. एक म्हणजे तिला 'नाही' म्हणणे जमणार नाही आणि दुसरे म्हणजे दुसऱ्याकडे मदत मागणेही जमणार नाही. ती कोणाकडे आणखीचा आग्रह करणार नाही, कारण तिला आता नकार पचवायचा नाही आणि तिला दुसऱ्याला 'नाही' म्हणायचे नाही, कारण तिला दुसऱ्याला दुखवायचे नाही.

अजूनही तिची भूतकाळातील वेदना अनिर्णित असल्यामुळे, ती इतरांच्या गरजांच्या बाबतीत फार भावनाशील असते.

तिच्या वर्तमानकाळातील भावनांची सांगड मदतीसाठी हाक दिल्यावर नाकारलेल्या भावनांशी घालण्यापेक्षा तिला प्रत्येक गोष्ट स्वत:च करणे आवडते जोपर्यंत तिच्या वेदना उपचाराविना राहतील. तिची दुखावले जाण्याची भीती किंवा होणाऱ्या वेदना तिला दुसऱ्याकडे आधार मागण्यापासून आणि नाही म्हणण्यापासून रोखतात. इतरांच्या गरजा भागवणे ही फक्त तिचीच जबाबदारी आहे असे तिला इतके प्रकर्षाने वाटते की तिला स्वत:साठी वेळ मिळत नाही आणि हे सगळे चुकीचेच असेल.

आपल्या भूतकाळातील वेदनेवर उपचार करण्यासाठी पूर्वी जेव्हा तिच्या गरजा कोणी जाणून घेतल्या नाहीत, उलटे मोडून काढल्या गेल्या किंवा पूर्ण केल्या गेल्या नाहीत ते प्रसंग तिने आठवावेत. तिने आपल्या भावना मुक्त होऊ द्याव्यात, क्रमश: आपल्या भावनांचा वेध घेऊन शेवटी तिला रागाच्या व दोषारोपणाच्या भावनांची जाणीव होईल ती त्या व्यक्त करेल आणि मगच ती क्षमाशील होईल आणि त्यानंतर मग तिला सगळेच समजून जाईल.

क्षमाशील आणि समजूतदारपणाचा दृष्टिकोन काही वेळेस आपण दुखावले गेलो आहोत या सत्यावर मात करतो. हे तर सर्वमान्य आहे की आपण आपल्या भावना 'बरे', 'ठीक आहे.', 'मी समजू शकतो.' असे म्हणून गिळून टाकतो. एका दृष्टीने पाहिले तर उपचारपद्धतीतील ही विधाने अधिक सामर्थ्यशाली आहेत.

क्षमाशील आणि समजूतदारपणाचा दृष्टिकोन हा काही वेळा 'आपण दुखावले आहोत' ह्या कटु सत्यावर मात करण्यास उपयोगी ठरतो.

जेव्हा स्त्री खूपच अगतिक असते, म्हणजे असे की ती भूतकाळात अशा कुणाकडून तरी दुखावली गेलेली असते की जे स्वार्थी, गरजू, मागणीखोर आणि बेजबाबदार आहेत पण उत्तरदायित्वाची भावना निर्माण व्हावी म्हणून तरी तिने आधी रागावले पाहिजे व मग तिने क्षमा केली पाहिजे. तिला तिचे दु:ख जाणवले पाहिजे की तिला जे हवे आहे ते तिला मिळू शकले नाही, पण हेसुद्धा जाणवले पाहिजे की ती त्याला जबाबदार नव्हती.

अशा पद्धतीने ती जोपर्यंत वागत नाही तोपर्यंत ती अशीच एकटी, एकाकी कोणाच्या आधाराशिवाय राहील. जर तिला तिच्या मनात स्वत:साठी वेळ नसेल तर तिला तिच्या आयुष्यात कोणत्याच पुरुषासाठी वेळ नसेल.

नातेसंबंधाच्या जुळणीच्या शेवटच्या टप्प्यातही जर तिची तीच प्रवृत्ती असेल

तर हा तिचा स्वभाव अगदी बालपणापासूनचा आहे हे समजावे, त्यामुळे तिच्या प्रेमाच्या भावनांना उतरण लागेल. जर तिच्या भूतकाळातील नातेसंबंधात तिने स्वत:साठी वेळ दिला नसेल तर ती सुखी, प्रेमळ संसाराचे चित्र कधीच रंगवू शकणार नाही. काय-काय चांगले घडू शकते याची सकारात्मक चित्रे पाहिल्याशिवाय ती पुन्हा जीव गुंतवण्यास तयार होणार नाही.

■

१७

इतरांची काळजी घेणे...

प्रेम पुन्हा मिळवण्याची संधी स्त्री कशी दूर ढकलते याचे आणखी उदाहरण म्हणजे जे तिच्यापेक्षा गरजू आहेत त्यांची सेवा करण्यात ती स्वत:ला मग्न ठेवते. इतरांची सेवा करणे ही चांगलीच गोष्ट आहे, तो स्वत:च्या गरजांपासून स्वत:ला दूर ठेवण्याचाही एक मार्ग आहे. जेव्हा समोरच्याचे दु:ख तुमच्यापेक्षा जास्त मोठे असते तेव्हा स्वत:चे दु:ख कुरवाळीत बसणे फारसे प्रशस्त नसते.

मी असे सुचवत नाही की बायकांना त्यांच्याबद्दल हीन भावना असाव्यात, पण तिने स्वत:ला दु:ख जाणवता येण्याइतपत तरी वेळ द्यायला हवा. जेव्हा स्त्रीला तिच्या भावना व्यक्त करण्यायोग्य खात्रीशीर माणूस भेटत नाही तेव्हा तिला स्वत:चीच कीव येते. आत्मवंचनेच्या डोहात बुडी मारण्याऐवजी ती इतरांना मदत करते. दुसऱ्यांना मदत करणे हे केव्हाही चांगलेच पण जर ती स्वत:च्या उपचार प्रक्रियेस वेळ देत नसेल तर ते अयोग्य आहे.

आत्मवंचनेच्या डोहात बुडी मारण्याऐवजी स्त्री इतरांना मदत करणे पसंत करते.

एखाद्या जखमी पुरुषासाठी गरजू लोकांना मदत करणे फार उपयोगी ठरते. त्याचा उपयोग त्याला स्वत:चे दु:ख जाणवण्यासाठी होतो आणि त्याच्यावर उपचार करण्यासाठी होतो. जेव्हा पुरुषाला असे वाटते की लोकांसाठी तो उपयुक्त आहे तेव्हा त्याच्या वैयक्तिक दु:खावर तो मात करतो व वेदनेवर उपचार करतो. इतरांच्या वेदना अनुभवल्यामुळे पुरुष त्याच्या स्वत:च्या गरजांच्या आणि भावनांच्या सान्निध्यात येतो, परिणामी तो त्याच्या गरजा भागवण्यास समर्थ बनतो.

बायकांचे नेमके याच्या उलट घडते. बायका इतरांची दुःखे कमी करण्यासाठी झटताना इतक्या गुंतून पडतात की त्यांना स्वतःचे दुःख जाणवत नाही. बाई जेव्हा आपल्या हृदयावर उपचार करण्याच्या प्रक्रियेत असते तेव्हा तिने आणखी नवीन जबाबदारी शिरावर घेऊ नये. तिने तिच्या गरजा ओळखाव्यात व त्या कशा भागवता येतील याची काळजी घ्यावी, नाहीतर तिच्या जखमांवर कधीच उपचार होणार नाहीत आणि आपल्या वेदनांपासून दूर पळण्यासाठी तिला सतत दुसऱ्यांच्याच सेवेत राहावे लागेल.

मुले असावीत ही इच्छा!

जेव्हा आपल्याला गरजेचे असलेले प्रेम आपल्याला मिळत नाही हे कळते तेव्हा ती फार दुबळी होते. आपल्याला मुले असावीत अशी तिला तीव्र इच्छा होते. इतर बायका जशा प्रेमासाठी त्यांच्या मुलांवर विसंबून राहू शकतात तशी तीपण राहू शकेल पण त्यासाठी तिला मुले व्हायला हवीत. लहान मुलांकडून प्रेम मिळवणे सोपे असते. मोठ्या माणसाशी नातेसंबंध प्रस्थापित करून जबाबदाऱ्यांना तोंड देण्यापेक्षा तरी नक्कीच सोपे. मुलांचा विचार केल्याने आपल्यावर कोणीतरी नक्कीच प्रेम करेल असा तिला विश्वास वाटतो. असेच प्रेम भागवण्याची गरज एखाद्या पाळीव प्राण्याला पाळूनसुद्धा पूर्ण करता येते. लहान मुलाची पाळीव प्राण्यापेक्षा अधिक काळजी घ्यावी लागते, त्यामुळे पाळीव प्राणी हासुद्धा एक चांगला पर्याय आहे.

अर्थात याचा अर्थ असा नव्हे की बायकांची मुलांसाठी असलेली इच्छा ही केवळ एवढ्याच कारणासाठी असते. ती जर तरुण असेल, एकटी असेल आणि तिला मुले हवी असतील तर, ते अशासाठीसुद्धा असू शकते की तिला मुलांचे प्रेम तर हवे आहे पण पुरुषाशी जवळीक नको आहे. त्यातली नकारात्मक बाजू तिला नको आहे, पण ते तिच्यासाठी व मुलांसाठीसुद्धा चांगले नाही.

प्रेमासाठी मुलांवर अवलंबून राहण्यापेक्षा मित्रांकडून, कुटुंबाकडून आणि नंतर जोडीदाराकडून प्रेम कसे मिळवायचे हे शिकायला पाहिजे. अशा तिच्या वयायोग्य पुरुषाकडून तिला प्रेम मिळाले की ती विनाशर्त प्रेमाने भरून राहील आणि मग तिला स्वतःची मुले होऊ देण्यास ती आनंदाने तयार होईल.

■

१८

जवळिकतेची भीती

काही बायकांना पुरुषांची जास्त जवळीक नको असते. त्या घाबरतात; अशा वेळी त्या अशा पुरुषाकडेच आकर्षित होतात जो त्यांच्या जास्त सहवासात येणे कठीण असते. मनाच्या खोल कप्प्यात तिला प्रेम हवे असते, पण तिला पुन्हा एकदा दुखावले जाण्याची भीती वाटते.

जरी त्या पुरुषाने तिच्यात रुची दाखवली आणि त्याचा सहवास तिला मिळू शकणारा असला तरी भीतीपोटी तिचे मन मागे ओढत राहते. ती सावधगिरीने असा विचार करत नाही, की 'ठीक आहे, मला प्रेमात पडायचे नाही पण मला का या माणसाबरोबर राहायचे नाही याची कारणे शोधू द्या.' हे सगळे आपोआपच घडते. जेव्हा ती त्या पुरुषाच्या अधिक जवळ जाते तेव्हा भीतीपोटी ती अधिकच टीका करते, त्याच्याबद्दल नापसंती दाखवते.

जेव्हा ती पुरुषाच्या सहवासात नसेल तेव्हा तिला त्याच्यावर दुरून प्रेम करणे सुरक्षित वाटते. तिच्या सगळ्या कोंडमारा झालेल्या प्रेमाच्या भावना मनाच्या पृष्ठभागावर येतात. उपरोधाने असे म्हणावेसे वाटते की तो माणूस जवळ नसतो तेव्हा प्रेम वाटते, पण जवळ आल्यावर ते आकर्षण नाहीसे होते. तिला भीती वाटते आणि ती त्याला नाकारते.

ही जवळिकतेची भीती हळूहळू उपचारप्रक्रियेने जाते. मनाच्या एका कोपऱ्यात अशा स्त्रीला पुरुषाला भेटावेसे मनापासून वाटते, पण तिला तो प्रवास हळूहळू करायचा असतो. तिला भराभरा पुढच्या पायऱ्या गाठायच्या नसतात. तिने मनाशी हे निश्चित ठरवावे की तिला वैवाहिक स्वरूपाचे नातेसंबंध नको आहेत किंवा केवळ शारीरिक पातळीवरचे नातेसंबंधही नको आहेत, मगच ती तिच्या मनातली जवळिकतेची भीती दूर करू शकेल.

मनाच्या दुसऱ्या कोपऱ्यात तिच्या अनिर्णित भावना शोधून काढणे जरुरीचे आहे, त्यासाठी तिला तिच्या आधीच्या नातेसंबंधांचा मागोवा घ्यावा लागेल. या अनिर्णित भावना शोधून त्यांना निर्णित केले तर ते तिच्या भूतकाळातील प्रसंगांवर उपचार करण्यासाठी अत्यंत उपयुक्त ठरतील. भूतकाळात मागे मागे जात राहिले तर तिच्या मनात खोलवर दडलेल्या भीतीची पाळेमुळे आपल्या आई-वडिलांनी आपल्याला दुखावले असेल, फसवले असेल वा निराश केले असेल तेथपर्यंत जाऊन पोहोचतात. तिच्या नाकारले गेल्याच्या भावनेवर आणि त्यागले जाण्याच्या भीतीवर प्रक्रिया करून शेवटी ती तिला प्राप्त होऊ शकेल अशा पुरुषाकडे नक्कीच आकर्षित होईल.

■

१९

माझ्या मुलांना माझी गरज आहे!

स्त्री आपल्या मुलांच्या गरजांना प्राधान्यक्रम देऊन स्वत:च्या प्रेमाच्या गरजेला दूर ढकलते. जोडीदाराच्या मृत्यूनंतर किंवा घटस्फोटानंतर बाईला मुलाचे आई व वडील असे दुहेरी पालकत्व निभवावे लागते. तिला हे माहिती असते की मुलांना दोन पालक लागतात, म्हणून त्याची भरपाई करण्यासाठी ती अधिक अधिक देण्याचा प्रयत्न करते. जरी हे महान कार्य ती करत असली तरी तिच्यासारख्या प्रौढ व्यक्तींपासून मिळणाऱ्या प्रेमाच्या गरजेला ती पारखी होते.

जर तिच्या जोडीदाराच्या गमावण्याने ती दु:खात असेल तर तिची ही नैसर्गिक आत्मबलिदानाची नैसर्गिक प्रवृत्ती अधिकच हुकमत गाजवते. आपण पूर्वीच हे शोधले आहे की बाई दुसऱ्यांच्या वेदना दूर करण्याच्या प्रयत्नात स्वत:च्या वेदनांपासून सुटकारा मिळवते. जर तिने स्वत:च्या वेदनांवर उपचार करायला पुरेसा वेळ दिला नाही तर मुलांचे संगोपन हा तिच्यासाठी स्वत:च्या वेदनांपासून सुटका मिळवण्याचा योग्य मार्ग असतो.

मुलांच्या गरजांवर लक्ष केंद्रित करून तिच्या मनात जी भीती असते की ती आता प्रेमाचा शोध घेईल ती काही अंशी टाळू शकते. पालकत्वाच्या भूमिकेत स्वत:ला रममाण करून घेतल्यामुळे ती तिच्या प्रेमाच्या व जवळिकतेच्या गरजा दडवून ठेवू शकते. जरी तिच्या पालकत्वाच्या जबाबदाऱ्या संपल्या तरी ती आयुष्यभर प्रेमाला दूरच ढकलते पण हे ना तिच्यासाठी निरोगीपणाचे लक्षण आहे, ना तिच्या मुलांसाठी.

स्वत:ला पालकत्वाच्या जबाबदारीत गुंतवून घेऊन स्त्री स्वत:च्या प्रेमाची आणि जवळिकतेची गरज दडपून टाकू शकते.

जरी सुरुवातीला असे दिसले की ती तिच्या मुलांसाठी खूप जास्त मेहनत घेत आहे तरीसुद्धा या भावनेचा शेवट असा होईल की मुलांना तिचे ओझे वाटेल व तिला खूश ठेवण्याची जबाबदारी त्यांच्यावर पडेल.

सगळ्याच मुलांना त्यांच्या आईला आनंदी पाहायला आवडते, पण त्या आईच्या तिच्या वयोपरत्वे अशा काही गरजा असतात की ज्या मुले पूर्ण करू शकत नाहीत. तिच्या परिपक्व गरजा अशा आहेत की, तिला मैत्रीतील जवळीक हवी आहे. तिला तिच्या भावना वाटून घ्यायच्या आहेत. तिला सामंजस्य हवे आहे, सहकार्य हवे आहे. सुख-दु:खाचा वाटेकरी हवा आहे, ममत्व हवे आहे, आश्वासने हवी आहेत, प्रोत्साहन हवे आहे आणि प्रणयसुद्धा हवा आहे. जेव्हा बाई स्वत:च तिच्या या परिपक्व गरजा पूर्ण करण्याची जबाबदारी घेत नाही तेव्हा तिच्या मुलांवर हे आपोआपच एक वाढीव ओझे निर्माण होते. जो मानसिक दबाव ती टाळायला बघते तो मुलांना पेलावा लागतो. अशा वेळी मुले त्यातून अयोग्य अर्थ घेऊन तिच्या गरजा पूर्ण करण्याची जबाबदारी स्वत: घेऊ पाहतात.

आता मुलांची गरज ही असेल की आईने तिचे आयुष्य परिपूर्ण जगावे.

पण आईला खूश करण्याचे त्यांचे प्रयत्न अयशस्वी ठरतील. मुले तिच्या परिपक्व गरजा कशा पूर्ण करू शकणार? जरी तिचे तिच्या मुलांवर कितीही प्रेम असले तरी जर तिने स्वत:च्या गरजा पूर्ण करण्याची जबाबदारी घेतली नाही तर तिच्या मुलांना हे दु:ख सोसावे लागेल आणि नंतरच्या आयुष्यात अनेक वेगवेगळ्या समस्या उद्‌भवतील.

सामान्यपणे असे पाहायला मिळते की जी मुले आई-वडिलांची, त्यांच्या आनंदाची जास्त जबाबदारी घेतात ते लोकांना सुखावणारे आणि जुळवून घेणारे असे असतात. लहान असताना त्यांच्या आईसाठी त्यांच्या आयुष्यात त्यांना काही गोष्टींचा त्याग करावा लागतो आणि हीच जीवनशैली मग पुढील आयुष्यातसुद्धा चालू राहते. ते सतत त्यागच करत राहतात आणि मग त्यांना पश्चात्ताप होतो की आयुष्यात ते देतच राहिले, त्यांना ज्याची गरज होती ते त्यांना कधीच मिळाले नाही. याचे आणखी एक कारण म्हणजे इतरांच्या गरजा व स्वत:च्या गरजा ते वेगळ्या करू शकले नाहीत, त्यामुळे ते जबाबदारीच्या ओझ्याखाली वाकून गेले, परिणामी ते इतरांसाठी खूप जास्त करत गेले.

अपुऱ्या इच्छा राहिलेल्या आयांची मुले लोकांना खूश ठेवणारी, जुळवून घेणारी आणि लोकांना भरभरून देणारी अशी असतात.

जेव्हा मुलाला फार लहान वयात जबाबदारीची जाणीव होईल तेव्हा कदाचित त्याच्यावर दबाव येईल आणि तो त्याचे पंख मिटून घेईल. तो आता भलतीकडेच जाईल. तो आईसाठी काही करण्याचा प्रयत्न करणार नाही. तो तिची काळजी घेणे सोडून देईल. त्या मुलासाठी ही गोष्ट फार वाईट असेल, कारण त्याच्या पालकांना खूश करण्याच्या मूलभूत गरजेपासून तो फार दूर भरकटत जाईल आणि योग्य दिशा हरवून बसेल. आपल्याला नेमके काय हवे आहे हे न समजल्यामुळे अशी मुले कुणाच्याही आहारी जाऊ शकतात. अशा मुलांची संगतसुद्धा वाईट असते. त्यांच्या मित्रांचे ऐकून ते वागतात किंवा टी. व्ही.वर पाहून तसे वागतात पण त्यांना काय हवे ते त्यांना समजत नाही.

जेव्हा लहान मुलाला हे समजत नाही की त्याच्या आईला काय केल्याने आनंद होईल! तेव्हा तो अधिकच उदास होतो. जेव्हा मोठा होतो तेव्हा त्याची मैत्रीण दुःखी होते; तेव्हाही तो उदास होतो. अशा वेळी तिच्याशी कनवाळूपणाने वागायचे सोडून तो अधिक सावधानतेने वागतो आणि अधिक उदास होतो किंवा रागावतो. त्याला आता हा विचारसुद्धा नकोसा होतो की त्याच्या आयुष्यात आता आणखी एका दुःखी बाईची भर पडली की जिला तो खूश करू शकत नाही.

लहान मुलीच्या बाबतीत थोडे वेगळे घडते. ती एकतर तिच्या आईसारखी होते किंवा ती तिच्या आंतरिक गरजा नाकारते. तिच्या आईने जसे इतरांवर ओझे टाकले तसे तिला इतरांवर ओझे टाकायचे नसते. दुर्दैवाने, तिच्या गरजांना तिने दिलेला नकार तिच्या जोडीदाराला निराश करतो. त्याला असे वाटेल की तिचे आणि त्याचे चांगले संबंध जुळू शकणार नाहीत. तो जितका त्यासाठी जास्त प्रयत्न करेल तेवढी जास्त ती स्वतःला मिटून घेईल. ती तिला काय हवे हे सांगणार नाही, कारण तिला इतरांवर ओझे बनून राहायचे नाही. अशा प्रकारचे मनात किंतू बाळगून ती स्वतःसाठी तर निर्दय होतेच पण इतरांसाठीही होते.

पालक आणि मुले यांच्यातील निरोगी नाते

पालक आणि मुले यांच्यातील निरोगी नातेसंबंधांची कसोटी म्हणजे विनाशर्त प्रेम. पालक देतात आणि मुले घेतात. प्रेम जेव्हा विनाशर्त असते, तेव्हा मुलांना वाटते की त्यांना आता काही परतफेड करायची नाही. ते त्यांच्या पालकांसाठी जबाबदार नाहीत. त्याचा परिणाम असा होतो, की मुले असे शिकतात की 'प्रेमाची

परतफेड करणे' हे त्यांचे कर्तव्य नाही तर ही त्यांची इच्छा आहे. जोपर्यंत मुले स्वत:ला पालकांसाठी जबाबदार मानत नाहीत, तोपर्यंत ते चांगल्या अर्थाने आपल्या पालकांना सुखावू शकत नाहीत.

जी मुले आपल्या पालकांना आपल्या वाढीच्या काळात सुखावण्यात यशस्वी होतात ते लोकांनाही सुखावणारे होतात. त्यांना स्वत:बद्दलचे भान असते की आपण कोण आहोत, काय आहोत आणि तरीही इतरांसाठी मदत करण्याची त्यांची आनंदाने तयारी असते.

सदासर्वकाळ पालक सुखावू शकणार नाही हे खरे आहे. काही वेळेस पालक असंतुष्टसुद्धा होतील. जेव्हा पालक आपल्या मुलांकडे स्वार्थी हेतूने पाहणार नाहीत व स्वत:च्या परिपक्व गरजा स्वत: भागवतील तेव्हा मुले जबाबदारीच्या ओझ्यातून मुक्त होतील.

प्रत्येक एकट्या स्त्री पालकाने ही महत्त्वाची गोष्ट नेहमी आत्मसात करावी आणि आपल्या गरजांचा अग्रक्रम त्याप्रमाणे ठरवावा. सतत मुलांच्या गरजांना अग्रक्रम देण्याची तिची सवय तिने बदलावी व त्याऐवजी स्वत:च्या गरजांना अग्रक्रम द्यावा. असे करणे म्हणजे मुलांच्या गरजांकडे दुर्लक्ष करण्याचा परवाना आहे असे समजू नये; पण एकट्या पालकाला यामुळे आवश्यक शहाणपण येईल आणि तो किंवा ती स्वत:च्या गरजांकडे लक्ष पुरविण्याची काळजी घेईल.

एकटे पालक आणि डेट

जेव्हा एखादा एकटा पालक आपल्या मित्राला किंवा मैत्रिणीला भेटायला जायची इच्छा मनात धरतो किंवा धरते तेव्हा त्यांना मनात प्रचंड अपराधी वाटते. अजूनही काही गरजा अपूर्ण आहेत म्हणून त्याला अपराधी वाटते. एकट्या पालकांच्या हे लक्षात यायला हवे की आपण जरी आपल्या मुलांचे लग्न करून दिले तरीसुद्धा त्यांना आपली गरज लागणारच आहे- नव्हे अजून वाढणार आहे.

हे मुलांचे कामच आहे की त्यांना अधिक अधिक हवे असणार पण पालकांचेही हे काम आहे की त्यांनी त्यांच्यावर योग्य मर्यादा घालायला हव्या. 'योग्य मर्यादा' याचा अर्थ पालकांनी स्वत:ची आधी खात्री करून घ्यायला हवी की ते त्यांच्या गरजांचा मुलांसाठी त्याग करत नाही आहेत ना!

जर पालकांनी योग्य त्या मर्यादा घातल्या नाहीत तर मुलांच्या इच्छा आणि गरजा अयोग्य होतील.

जोपर्यंत आई मर्यादा घालणार नाही तोपर्यंत मुले मागण्या करतच राहणार. खूप जास्त देणे किंवा तुमच्या स्वत:च्या गरजांचा त्याग करणे हे प्रेम प्रदर्शित करण्यासारखे असेलही, पण त्याचा खरे तर तुमच्या मुलाला काही उपयोग नसतो. नक्कीच आपण अनेकदा आपल्या मुलांसाठी प्रेमापोटी त्याग करतो, पण त्यानंतरसुद्धा आपण आपला समतोल राखला पाहिजे आणि स्वत:साठी वेळ काढला पाहिजे. जेव्हा पालक त्यांच्या स्वत:च्या गरजा नाकारतात तेव्हा मुलांनाही त्यांच्यापासून काही आदर्श घेता येत नाही, स्वत:च्या मर्यादा ठरवता येत नाहीत.

एकट्या पालकापुढचे सगळ्यात मोठे आव्हान म्हणजे स्वत:च्या परिपक्व गरजा झेलत पुढे जाणे. मुलांना आत्ता खरेच कशाची गरज आहे हे ओळखून त्याप्रमाणे एकट्या पालकाने स्वत:साठी आणि आपल्या मुलांसाठी योग्य तो निर्णय घेणे.

■

२०

...पण माझ्या मुलांना मत्सर वाटतो

एकटे पालक प्रेमाला स्वत:पासून वंचित ठेवतात याचे आणखी एक कारण म्हणजे त्यांना सतत काळजी वाटत असते, की आपण कोणात पुन्हा गुंतलो तर आपली मुलं दुखावली जातील, ते मत्सर करतील. खरे आहे. त्यांची मुले तर तीव्र प्रतिक्रिया देणारच पण म्हणून प्रेम नाकारण्यासाठी ते योग्य कारण होऊ शकत नाही. खरे तर पालकांनी एखाद्या नातेसंबंधामध्ये गुंतण्याचे कारण हे वेगळे आहे.

जेव्हा पालक अशा एखाद्या नातेसंबंधात गुंततात तेव्हा मुलांना त्याचा उपयोगच होतो. ती मुले स्वत:च त्यांच्या दु:खावर पर्याय शोधतात. मुलांना त्यांच्यावर त्यांच्या पालकांची जबाबदारी आहे ही भावना येत नाही. त्या एकट्या पालकाने आपल्या मुलांनी मत्सरी बनू नये म्हणून काळजी घेण्यापेक्षा आपली मुले या प्रश्नावर स्वत:च तोडगा कसा काढू शकतील आणि त्यावर मात कशी करतील यावर आपले लक्ष केंद्रित करायला हवे.

मत्सर वाटू नये म्हणून मुलांचे संरक्षण करण्याऐवजी एकट्या पालकाने आपल्या मुलांना आपल्या मत्सराच्या भावनांचे व्यवस्थापन कसे करावे आणि त्यावर मात कशी करावी हे शिकवण्यावर आपले लक्ष केंद्रित करावे.

जेव्हा एकटे पालक खरोखर गांभीर्याने दुसऱ्या नातेसंबंधात शिरतात किंवा पुनर्विवाह करतात तेव्हा आपल्या मुलांसमोर मुद्दामच आपले नाते कमी महत्त्वाचे आहे असे भासवण्यासाठी नवीन जोडीदाराशी प्रेमाने वागत नाहीत. वरवर पाहता ही जरी चांगली युक्ती दिसत असली तरी ती प्रत्यक्षात चांगली नसते, त्याऐवजी

त्यांनी मुलांसमोर खास, मुद्दाम, हेतुपूर्वक असे नवीन जोडीदाराशी बोलले पाहिजे.

आपल्या प्रेमाला आणि मायेला दुय्यम दर्जा देण्याऐवजी मुलांसमोर मुद्दाम विशेष चांगल्या पद्धतीने प्रेम व्यक्त केले पाहिजे.

हा अनाहूत पाहुणा मुलांना आवडण्यासाठीही काहीतरी कारण घडायला हवे, कारण मुलांनी स्वत: काही बाहेर जाऊन त्याला पकडून आणलेले नसते. एकटे पालक फक्त आपल्यासाठी आहेत म्हणून मुले खूप खूश असतात. जेव्हा वेगवेगळ्या प्रसंगांतून मुले स्वत: असे ऐकतात, पाहतात आणि अनुभवतात की हा नवीन अनाहूत आलेला पाहुणा आपल्या आईला किंवा बाबांना खुशीत ठेवतो तेव्हासुद्धा ते हळूहळू या नवीन जोडीदाराचे चांगले स्वागत करतात.

प्रत्येक मुलाला शेवटी आपल्या पालकांना खूश करणारी व्यक्ती आवडतेच.

जेव्हा एखाद्या मुलाला आपल्या सावत्र पालकाची गुंतवणूक किंवा दखलअंदाजी आवडत नसेल, राग येत असेल तर अशा वेळी त्या सावत्र पालकाशिवाय त्या मुलाबरोबर अधिक वेळ घालवावा. ज्याप्रमाणे नवीन जोडपी एकमेकांसाठी खास वेळ देतात तशीच मुलांची पण ही अपेक्षा असते की आपल्यालाही आपल्या पालकांबरोबर खास वेळ मिळावा.

पालक घटस्फोटित असो किंवा नसो मुलांना त्यांच्या आयुष्याचा केंद्रबिंदू बनू द्या. ही प्रवृत्ती अंगीकारण्यासाठी आपल्या परिपक्व गरजांना अग्रक्रम देण्याचे आपण विशेष प्रयत्न केलेच पाहिजेत.

उद्रेक आणि क्रोधाचे झटके

आपल्या पालकाच्या नवीन जोडीदाराच्या येण्याला प्रतिक्रिया म्हणून लहान मुलांना क्रोधाचे, असुरक्षिततेचे झटके येतात व त्यांचा उद्रेक होतो. जे शहाणे पालक असतात ते त्याकडे शांतपणे लक्ष देतात. त्या बाबतीत त्यांना सहसंवेदना असते. त्यांना ते दु:ख जाणवते. शहाण्या पालकांची हे समजण्याची क्षमता असते की मुलांसाठी अशा भावना व्यक्त होणे गरजेचे असते आणि ही परिस्थिती तात्पुरती असून ती लवकर निवळेल. काही मुले मुळातच जरा जास्त नाटकी असतात आणि ती इतरांपेक्षा जरा जास्तच तीव्र भावना दर्शवतात.

जरी एखाद्या मुलाला हा नवीन पालक आवडला नाही तरी त्या नवीन पालकाने ही गोष्ट मनाला लावून घेऊ नये किंवा व्यक्तिश: घेऊ नये. तो मुलगा रागावला आहे याचे कारण त्याच्या आईवडिलांचा घटस्फोट झाला आहे आणि तो राग या नवीन माणसावर निघतो आहे. जोपर्यंत त्या मुलाच्या जखमा, राग, भीती यावर उपचार होत नाही तोपर्यंत तो इतरांप्रमाणे त्या नवीन व्यक्तीला स्वीकारणार नाही; अशा वेळी त्या मुलावर त्याने नवीन पालकाला आवडून घ्यावे असे पटवून देण्याच्या भानगडीत पडू नका. त्याच्यावर नवीन पालकाला लादू नका, याउलट पालकांनी त्या मुलाला त्याच्या दु:खाच्या भावना व्यक्त करण्यास मदत करावी.

नवीन पालकाला आवडून घेण्याबद्दल मुलाला पटवून देण्याच्या भानगडीत न पडता जुन्या पालकाने त्या मुलाला त्याचे/तिचे दु:ख व्यक्त करण्यास, जाणवून घेण्यास मदत करावी.

जर मुलाचे दु:ख कमी करण्यासाठी स्त्री पालकाला काही सबळ कारण मिळाले नाही तर तिने हे लक्षात घ्यावे की हा काही त्या मुलाचा निर्णय नाही. मुलाने बाहेर जाऊन या नवीन माणसाला घरात आणलेले नाही. तेव्हा मुलाला नवीन पालक आवडलाच पाहिजे असे त्याच्यावर काही बंधनकारक नाही. जेव्हा एखादी बाहेरची व्यक्ती तुमच्या घरात शिरते तेव्हा ती फक्त घुसखोरी नसते तर एक धोक्याची पूर्वसूचनाही असते, पालक आणि मूल यांच्यासाठी!

मी माझ्या कार्यशाळेत अनेक वर्षांपासून असे प्रत्यक्ष पाहिले आहे की तरुण मुला-मुलींना सगळ्यात जास्त काय आवडत असेल तर त्यांच्या आईवडिलांनी एकमेकांवर प्रेम करणे. जेव्हा कार्यशाळेत या मुलांना विषय दिला जातो की तुमच्या आवडीचे चित्र काढा किंवा ज्यामुळे तुम्हाला आनंद होतो असे चित्र काढा तेव्हा मुले नेहमी आई व वडील एकमेकांवर प्रेम करत असल्याचे चित्र काढतात. एखादे मोठे आनंदी कुटुंब मुलांना अधिक आनंदी व सुरक्षित बनवते, पण या आईबाबांच्या नेहमीच्या चित्रात तिसरी व्यक्ती घुसवली की मुले खूप नाराज होतात. जोपर्यंत तिसरी व्यक्ती ते पाहत नाही तोपर्यंत त्यांना आशा असते की बाबा परत येणार आहेत, पण जर ही तिसरी व्यक्ती घरात आली तर त्यांना मोठ्या दु:खाला सामोरे जावे लागते.

महत्त्वाची अपेक्षा

जेव्हा आपण नव्याने जीव गुंतवायला तयार होतो तेव्हा आपण हे गृहीतच

धरायला पाहिजे की मुले तीव्र प्रतिक्रिया देतील आणि जर असे झाले नाही तर आपल्यासाठी तो एक आश्चर्याचा सुखद धक्का असेल. जरी आपण तयार असलो तरी मुलांच्या भावना अजूनही अनिर्णित असतात. जर त्यांच्यात असुरक्षिततेची भावना येणार हे आपण समजून घ्यायला हवं. अजून मुलाची दुःखावरची प्रक्रिया पूर्ण झाली नसेल तर तो या नवीन आलेल्या व्यक्तीबद्दल मत्सरच व्यक्त करणार.

अशा वेळी मुलांना आपण त्यांच्या मत्सराच्या भावनेचे व्यवस्थापन करायला शिकवले पाहिजे. आपण त्यांना त्यांच्या दुःखाच्या इतर भावनांनासुद्धा कसे तोंड द्यायचे त्यामध्येही मदत केली पाहिजे. अनिर्णित वेदना, राग आणि भीती आपोआपच पृष्ठभागावर येतील.

एका मुलाच्या भावना या नेहमी इतर मुलांच्या बाबतीतसुद्धा प्रातिनिधिक स्वरूपाच्या असतात. आपण अशी एखाद्या मुलावर टीकाटिप्पणी करायला नको की जेणेकरून इतर मुलांच्या भावना दुखावल्या जातील. जो मुलगा मत्सरी नाही तो दुसऱ्या मुलाच्या भावनांचे खच्चीकरण करण्यासाठी काहीतरी टिप्पणी करेल. हे महत्त्वाचे आहे की आपण प्रत्येकाच्या भावनांचा आदर केला पाहिजे आणि त्यांना संमत केले पाहिजे.

एक मुलगा प्रातिनिधिक स्वरूपात इतरांच्या भावना व्यक्त करतो.

जर आपण मुलांच्या भावनांचे व्यवस्थापन शांतपणे केले नाही तर आपल्या भावना अजून अनिर्णित आहेत हे समजावे. आपण मुलांच्या भावनांना प्रतिकार करतो, कारण मुळात आपल्याच आतमध्ये आपण आपल्या भावनांना प्रतिरोध करत असतो, परिणामी जेव्हा आपण आपल्या वियोगाच्या भावना दडपून ठेवतो तेव्हा आपल्या मुलांना त्या जाणवतात आणि ते त्या व्यक्तसुद्धा करतात. अर्थातच त्यांचे मुद्दे वेगळे असतात, पण जे आपण दडवलेले असते तेसुद्धा त्याच्यात त्यांनी जमा केलेले असते.

आपण जे दडवून ठेवतो ते आपली मुले व्यक्त करतात किंवा वागून दाखवतात.

याचा अर्थ असा नव्हे की आपण आपल्या दुःखाच्या भावना आपल्या मुलांबरोबर वाटून घ्याव्या. ते योग्यसुद्धा नाही. मुलांना असे कधीच वाटायला नको की मुले म्हणजे आपले दुःखाचे तुणतुणे वाजवायची जागा आहे. जर आपण त्यांना अशा पद्धतीने वापरले तर त्यांना आपल्या गरजा पुरवण्याची अधिकच जबाबदारी वाटते.

मुलांना मुलेच राहू द्या आणि नैसर्गिकरीत्या वाढू द्या, नाही तर आपली गरज त्यांना आत्ताच प्रौढ बनवेल.

जोपर्यंत आपल्याला काय वाटते यामुळे आपली मुले दु:खी होत नाहीत तोपर्यंत आपल्या कृतीची जबाबदारी आपण घेतो. आपण पूर्ण उद्ध्वस्त झालो पण आपण त्याचा दोष मुलांना जर दिला नाही तर मुले दु:खी होत नाहीत. आपण दु:खी झालो किंवा अस्वस्थ असलो तरी ते छान असतात. अर्थात एका ठरावीक मर्यादेपर्यंत आपण हे लक्षात ठेवले पाहिजे की मुले संवदेनशील आहेत आणि ते आपली जबाबदारी घेतील.

सारांश काय तर आपण जर ठरावीक मर्यादेपर्यंत स्वत:ची काळजी घेतली तर त्यांनाही बंधमुक्त वाटेल. आपण जेव्हा स्वत:च स्वत:ची मदत करण्याची जबाबदारी स्वीकारतो आणि आपल्या कुटुंबाकडून, मित्रांकडून, आधारकेंद्रातून आधार मिळतो तेव्हा आपली मुले आपले ओझे वाहण्यातून बंधमुक्त होतात.

■

२१

देहबोलीतून व्यक्तता

आपला जोडीदार गमावल्याच्या दुःखानंतर स्त्री 'आपण प्रेमाला नाकारतो आहोत' हे तिच्या देहबोलीतून दाखवत राहते. आपल्या आंतरिक भावनांचा शोध घ्यायला आणि त्याबद्दल इतरांशी संवाद साधायला वेळ देण्याऐवजी बायका त्यांच्या वागण्यातून तसे दाखवतात. अशा पद्धतीची वागणूक म्हणजे त्यांनी समजूतदारपणे घेतलेला निर्णय नसतो तर ते त्यांच्यावर लादलेले असते.

स्त्रीला जेव्हा असे वाटते की तिच्या या भावना व्यक्त करणे तितकेसे सुरक्षित नाही तेव्हा ती तिच्या भावना वागणुकीतून व्यक्त करते.

जर तिच्या पूर्वीच्या नातेसंबंधात ती दुर्लक्षिली गेली असेल आणि तिला दुय्यम स्वरूपाची वागणूक दिली गेली असेल तर ती अशा पद्धतीचे कपडे वापरेल आणि म्हणेल, 'बघा माझ्याकडे, मी किती अनाकर्षक आहे. माझ्यावर कोणीतरी कधी प्रेम करू शकेल का?' तिच्या अनिर्णित भावना तिच्या स्वत:ची काळजी घेण्यापासून तिला परावृत्त करतात किंवा स्वत:च्या पेहेरावाबद्दल सतर्क ठेवण्यास मज्जाव करतात.

जर तिने तिच्या पूर्वीच्या आयुष्यात स्वत:चे वजन आणि स्वत:चा आहार नियमित ठेवण्याची काळजी घेतली असती तर आता तिला तिचा दिनक्रम चालू ठेवण्यास अडचणच झाली नसती. आता आपली काळजी घेणारे कोणीच नाही तेव्हा स्वत:ची काळजी कशासाठी घ्यायची? या निर्णयाला ती येते. काळजी घेण्यामागे कोणतेही कारण तिला दिसत नाही.

ज्या स्त्रीला स्वत:ला विनाकारण दोष देण्याची सवय असते तिला तसे

औदासीन्य येते. रागावण्यासही स्वत:ला परवानगी देत नाही आणि त्याचा परिणाम म्हणून स्वत:च्या दु:खासाठी ती स्वत:ला दोष देत राहते. जेव्हा दोष द्यायला दुसरे कोणी नसेल तेव्हा आपण स्वत:लाच दोष देतो. जोपर्यंत तिची ही प्रवृत्ती बदलत नाही तोपर्यंत तिने स्वत:च दडपलेल्या रागाच्या भावनाच तिचे औदासीन्य वाढवतात.

जेव्हा बाई स्वत:च्या रागाच्या भावना व्यक्त करण्यास स्वत:ला परवानगी देत नाही तेव्हा ती स्वत:ला दोष देते.

जेव्हा दोष द्यायला कोणीच नसते तेव्हा तिला स्वत:चीच कणव येते. ती जेव्हा स्वत:ला दुर्लक्षित करणे चालू ठेवते, तेव्हा तिचा हा खोटा विश्वास असतो की सगळी चूक तिचीच आहे, अर्थात हे तर खरेच असते की तिच्या अधिक खाण्याला किंवा स्वत:चे विनाकारण हाल करून घेण्याच्या वृत्तीला दुसरे कोणीच जबाबदार असू शकत नाही. तिच्या वागणुकीमुळे ती तिची पात्रता सिद्ध करू शकत नाही. ती ज्या पद्धतीचे आयुष्य जगते ते तिला भिरभिरवत थेट रसातळाला नेऊन ठेवते.

या सगळ्या दुष्ट चक्रातून तिला बाहेर पडायचे असेल तर तिने स्वत:च्या दु:खावर रागवायला हवे. तिच्या वर्तमानकाळातील भावनांचा भूतकाळातील भावनांशी ती मेळ घालू शकली तर ती अधिक परिणामकारकरीत्या तिच्या दडपलेल्या भावनांना स्पर्श करू शकेल.

नियंत्रणाच्या बाहेर

पुष्कळदा असे होते की स्त्री जेव्हा स्वत:ची काळजी घेणे थांबवते तेव्हा तिच्या दुबळेपणाच्या भावना ती तिच्या वागणुकीतून दाखवते. तिला हवा असलेला प्रेम आणि आधार मिळवण्यास असमर्थ असल्याचे तिला वाटते. जर तिला तिच्या या भावना कोणाबरोबर वाटून घेणे जमले नाही तर ती त्या तिच्या वागण्यातून व्यक्त करते. त्या वागण्यातून ती हेच म्हणत असते की, 'मी नियंत्रण करू शकत नाही, त्यासाठी मी असमर्थ आहे. मला मदतीची गरज आहे.'

जर आपण आपले दु:ख व्यक्त करू शकलो नाही तर आपोआपच आपण अशा पद्धतीने वागतो ज्यामुळे आपल्या असमर्थतेच्या भावना व्यक्त होतात.

स्वत:च्या आयुष्यावरील नियंत्रण घालवण्यापेक्षा आपल्या असमर्थतेच्या भावना

अधिक चांगल्या जाणवणे आणि त्यावर उपचार करणे उचित होय. तिने तिच्या बालपणीचा असा एखादा प्रसंग आठवावा की जेव्हा तिला प्रेम व आधार यांची जरुरी होती, असे प्रसंग जेव्हा तिला खरोखर दुबळे वाटले होते ते आठवून व त्यावेळच्या भावना मनाच्या पृष्ठभागावर आणून ती तिच्या प्रौढ वयात नियंत्रण घालवण्याच्या या प्रवृत्तीवर विजय मिळवू शकते.

संतापाकडे दुर्लक्ष करणे.

बायका स्वत:ची काळजी घेणे सोडून देण्यामागचे आणखी एक कारण म्हणजे त्यांच्या अनिर्णित संतापाच्या भावना त्यांच्या वागण्यातून प्रतीत होत असतात. वर्षानुवर्षे इतरांची काळजी घेऊन आणि आपल्याला हवा तो प्रतिसाद त्या नात्यातून न मिळाल्याने तिच्या आयुष्यात मोठीच पोकळी निर्माण होते. आता तिच्याकडे देण्यासारखे काही उरलेले नसते. आत्तापर्यंत तिच्याकडे शक्य होते तेवढे तिने दिलेले असते आणि प्रेम मिळवण्याचा प्रयत्न केलेला असतो पण ते निरुपयोगी ठरते. तिला आता खूप राग येतो व तिची फक्त दमणूकच होते.

ती आता प्रेम मिळविण्याच्या प्रयत्नांना नकार देते. ती अशा सगळ्या गोष्टी करणे थांबवते ज्या तिच्या आयुष्यात पुन्हा प्रेम आणण्याची शक्यता निर्माण करतील. अशावेळी मुद्दामच उद्दामपणा दाखवण्यासाठी ती स्वत:ची काळजी घेणे थांबवेल आणि त्यामुळे ती लोकांना प्रेम आणि माया यासाठी आकर्षक व पात्र वाटणार नाही. तिचा आता प्रेमावर विश्वास उरलेला नाही आणि आता इथून पुढे तिला कोणीही पुन्हा मूर्ख बनवू शकणार नाही, हेच ती त्यातून दर्शविते. इतर कोणी तिला मदत करायला तयार असेल तर ती तेही नाकारेल. तिने आता मनाशी खूणगाठ बांधलेली असते की आता तिला प्रेमाची गरज नाही आणि ते मिळविण्यासाठी ती आता काहीच करणार नाही. तिला जे वाटते ते व्यक्त करण्याचा हा तिचा एक मार्ग असतो.

स्त्रीचा उद्दामपणा हेच तिचे प्रमाणवाक्य समजावे की तिचा आता प्रेमावर विश्वास नाही आणि ती आता पुन्हा कधीही मूर्ख बनवली जाणार नाही.

तिच्या संतापाच्या आतमध्ये तिच्या दुखावणाऱ्या भावना आहेत याची जोपर्यंत तिला जाणीव होत नाही तोपर्यंत तिच्या समस्या वाढतच जाणार. यातून बाहेर पडणे आणि आधार मिळवणे याचा अर्थ तिने पुन्हा प्रेमात पडणे असा होऊ शकतो.

प्रेमाचा स्वीकार करण्यानेसुद्धा तिच्या दु:ख, नकार, फसवणूक आणि वंचना या भावना मनाच्या पृष्ठभागावर येऊ शकतात. जोपर्यंत ती स्वत:च पुन्हा कोणामध्ये जीव गुंतवण्याचे ठरवत नाही तोपर्यंत तिला या भावनांशी सामना करावा लागणार नाही.

सुडाच्या भावनेने कोणाचेच भले होत नाही.

जेव्हा एखाद्या स्त्रीला खूप संताप येतो आणि असमर्थ वाटते तेव्हा ती तिच्या या भावना जर तिला कुणाला सांगता आल्या नाहीत तर सुडाच्या माध्यमातून व्यक्त करते. सुडामुळे कुणाचेच भले होत नाही. ती एखाद्याचा सूड घेण्याच्या नादात अत्यंत दुर्दैवी आणि आत्मघातकी निर्णय घेते; ज्याबद्दल तिला आयुष्यभर पश्चात्ताप करावा लागतो. असा सूड उगवल्याने तिला वाटते की तिला समाधान मिळेल.

जेव्हा पुरुष सुडाच्या भावनेने पेटतो तेव्हा त्याला वाटते आपल्याला जे दु:ख होत आहे ते इतरांना व्हावे. त्याला कोणीतरी दुखावलेले असते आणि त्याची भरपाई कुणीतरी करावी असे त्याला वाटते. तो म्हणतो, 'तू मला जे दु:ख दिलेस ते तुलासुद्धा भोगावे लागेल.' बायकांचीसुद्धा विचारसरणी अशी असते, पण सामान्यपणे स्वत:ला मिळालेले दु:ख आपल्या जुन्या जोडीदाराला मिळावे, असे वाटण्याऐवजी तो जे काही वागला त्याबद्दल त्याला वाईट वाटावे अशी तिची इच्छा असते. तिचा सुडाचा प्रवास वेगळा असतो. जरी अगदी सरळ सरळ तिला त्याला दुखवावेसे वाटले तरी त्यामागची गरज ही असते की तिला दुखावल्याबद्दल त्याने स्वत:ला जबाबदार धरले पाहिजे.

बायकांना सूड उगवण्याचे समाधान तेव्हा मिळेल जेव्हा त्याच्या जुन्या जोडीदाराला तिला दुखावल्याबद्दल दु:ख होईल.

जेव्हा पुरुष वाईट गोष्टी बोलून व करून सूड उगवतो तेव्हा त्याने त्याच्या जुन्या जोडीदाराला दुखावण्याचे हेतुपुरस्सर ठरवलेले असते. जेव्हा बाई वाईट गोष्टी बोलते किंवा करते तेव्हा 'सगळ्या जगाला हे समजावे की ती किती वाईट आहे' ही तिची इच्छा असते. तिला वाटते, 'त्याने काय केले हे प्रत्येकालाच समजावे.' त्याद्वारे तिला तिच्या भावना त्याच्याबरोबर व इतरांबरोबर वाटून घ्यायच्या असतात की तो किती वाईट आहे!

तिची खरी गरज असते की तिचे कोणीतरी ऐकून घ्यावे. इतरांनी तिचे दु:ख समजून घ्यावे व तिला संमती द्यावी अशी तिची इच्छा असते. तिच्या आतमध्ये

तिला जी जखम झाली आहे ती भरून काढणे हीसुद्धा तिची इच्छा असते. ती जगाला त्याच्याबद्दल काहीबाही सांगते तेव्हा तिचा अप्रत्यक्ष प्रयत्न हा असतो की तिला काय वाटते ते जगाला समजावे. ती कारणमीमांसा देते, 'याने काय केले हे तुम्हाला कळाले तर तुम्हाला समजेल की मला काय वाटते.' या अशा आडवळणाच्या बोलण्यामुळे तिला तात्पुरता आराम मिळाला तरी कायमचा उपचार होत नाही. तिच्या जखमेवर उपचार करण्यासाठी तिला त्या वेदना जाणवायला हव्यात, त्या तिने शब्दात मांडायला हव्यात, कुणाबरोबर तरी वाटून घ्यायला हव्यात आणि मग त्या कुणीतरी ऐकायला हव्यात.

सुडाच्या भावनेच्या पाठीमागे दुःख वाटून घेण्याची गरज असते.

सुडाच्या भावनेमुळे गोष्टी अधिकच बिघडतात. जेव्हा पुरुष सूड उगवण्यासाठी असे कृत्य करून तुरुंगात जातो तेव्हा तो फक्त स्वतःलाच दुःख करून घेतो, कारण त्याच्या उमद्या आत्म्याशी त्याची फारकत झालेली असते. माणूस जेव्हा कोणाला तरी सेवा पुरवतो किंवा कोणाचे तरी रक्षण करतो तेव्हा त्याला कृतकृत्य झाल्यासारखे वाटते. जोपर्यंत त्याचा हेतू दुसऱ्याला इजा करण्याचा असेल तोपर्यंत त्याच्या उदात्त विचारांपासून तो दूर राहील.

जेव्हा बाई, पुरुषाला अपराधी भावना वाटाव्यात किंवा त्याने जे काही केले त्याबद्दल त्याला वाईट वाटावे या उद्देशाने वर्तणूक करते तेव्हा ती आयुष्यात पुढे जाण्याच्या, आनंदी राहण्याच्या किंवा संधीचा फायदा घेण्याच्या बाबींपासून स्वतःला परावृत्त करते. आपल्याला इतरांची सतत सहानुभूती मिळावी म्हणून आपल्यावर किती अन्याय झाला आहे हे तिला दाखवावे लागते. जेव्हा त्याला दोषी वाटावे या गोष्टीवर ती आपले सगळे लक्ष केंद्रित करते तेव्हा तिने हे लक्षात घ्यावे की तोसुद्धा आधीच उद्ध्वस्त झाला आहे.

इतरांना आपल्याबद्दल वाईट वाटावे म्हणून आपल्यावर अन्याय झाल्याचे दाखवावे लागते.

जर तिच्या नवऱ्याने तिला दुसऱ्या बाईसाठी सोडले असेल व तिला एकटीला एकाकी आणि दुःखी आयुष्य काढावे लागले असेल तर तिला सहानुभूती मिळते. पहिल्या जोडीदाराच्या गमावण्याच्या दुःखानंतर तिला जर लगेच दुसरा 'प्रिन्स चार्मिंग' मिळाला तर तिला तक्रार करायलाच जागा राहत नाही. जर तिने तिचे पुढील आयुष्य चांगल्या प्रकारे चालू ठेवले व ती आनंदी राहिली तर त्याचा अर्थ

असा होतो की तिचे पहिले नातेसंबंध तुटले हे ठीकच झाले. तिला सहानुभूती मिळण्यास ती कशी पात्र आहे हे दाखवण्यासाठी कदाचित ती उरलेले आयुष्य आनंद नाकारतसुद्धा घालवेल.

एखाद्या बाईला जर ताबडतोब दुसरा प्रिन्स चार्मिंग मिळाला आणि त्यांनी लग्न केले तर तिला तक्रार करायला जागा राहत नाही.

सुडाच्या भावनेने पेटलेल्या बाईने जर आनंदी राहण्यास नकार दिला तर आयुष्यात पुन्हा प्रेम मिळण्याच्या शक्यतेस ती स्वत:च सुरुंग लावते. जोपर्यंत आपल्या जुन्या जोडीदाराला दु:ख देण्याच्या भावनेने बाई आपले दु:ख रोखून धरते तोपर्यंत तिच्या संतापाच्या भावना तशाच राहतात व ती कधीच माफ करू शकत नाही आणि अशा नकारात्मक भावनांच्या गर्तेत खोलवर अडकल्याने आयुष्यात पुन्हा कधी प्रेम मिळेल यावर तिचा विश्वास बसत नाही. तिला जरी असे वाटत असले की तिच्या जुन्या जोडीदाराला ती शिक्षा देते आहे तरी तो तिचा गैरसमज असतो. प्रत्यक्षात ती स्वत:लाच शिक्षा देत असते.

■

२२

एकट्याने आनंदी जगणे शिकायचे

स्त्रीला अगदी लहानपणापासून हे शिकवलेले असते की तिने नापसंती व्यक्त करायची नसते. ती सगळ्यांना हवीहवीशी वाटली पाहिजे पण तिला काय हवे हे तिने सांगायचे नाही. हेच शिक्षण जेव्हा तिच्यावर दु:खाचा पहाड कोसळतो तेव्हा तिच्या भावना दडपून टाकते. तिच्यावरचे निर्बंध हे सांगतात की तुला प्रेम हवे आहे ना, मग आनंदी राहा पण तिची मूलभूत गरज तिच्या दु:खी भावना वाटून घेण्याची असते. जोडीदार गमावण्याच्या दु:खानंतर ती तिचा असा भाग इतरांपासून दडवते की ज्याला प्रेमाची गरज असते. प्रेमळ असण्याच्या तिच्या भावना ती दडवते असाच त्याचा शेवट होतो. दुर्दैवाने तिला किती प्रेम मिळेल याबद्दल शंकाच असते पण तरीही या मार्गाने तर कधीच प्रेम मिळत नसते.

प्रेम मिळण्यासाठी ती तिच्या नकारात्मक भावना नाकारते आणि आनंदात राहण्याचा प्रयत्न करते. तिला हे माहिती नसते की तिच्या स्वत:च्या दु:खाबद्दलच्या प्रामाणिक भावना काही झाले तरी तिला प्रेमापासून वंचित करणार नाहीत. प्रेमळ राहण्यासाठी ती तिच्या स्वत:च्या हिमतीवर प्रयत्न करते. उपरोधाने असे म्हणावे लागेल की प्रेम मिळवण्यासाठीच ती एकटी राहते. आनंदी राहण्याच्या प्रयत्नात आणि तिच्या दु:खाच्या बाबतीत तिचा सकारात्मक दृष्टिकोन रहावा म्हणून ती तिच्या दुखऱ्या भावना नाकारते किंवा दडवून ठेवते पण त्यामुळे तिच्या उपचार पद्धतीत अडथळा येतो आणि शेवटी प्रेम मिळवण्याच्या संधी ती गमावते.

तिचे एक मन म्हणत असते की तिने सकारात्मक राहिले पाहिजे, पण दुसऱ्या मनाला कुणाच्या तरी बाहूत डोके खुपसून रडायचे असते आणि हे सगळे तिला लहानपणापासून जे शिकवले त्याच्या विरुद्ध असते.

जेव्हा स्त्रीला प्रेमाची गरज सगळ्यात जास्त असते तेव्हा ती हे ओळखत नाही की, तिच्या भावना कोणीतरी ऐकून घेणे म्हणजेच तिच्यावर प्रेम करणे होय.

ती आता हे शिकलेली असते की जर तिच्यावर कोणी प्रेम करावे असे तिला वाटत असेल तर तिने प्रेमळ, स्वीकार करणारे, कौतुक करणारे, मैत्रीपूर्ण, उबदार, जबाबदार, दुसऱ्याला देणारे, सामावून घेणारे आणि आनंदी असे वर्तन करणे आवश्यक आहे. जर तिच्याकडे चांगले बोलण्यासारखे काही नसेल तर तिने काहीच बोलू नये. अशा प्रकारचे निर्बंध व योजनाबद्ध कार्यक्रम हे तिच्या भावनांच्या प्रामाणिकपणासाठी खूप अवघड असतात. काही वर्षांनंतर ती भावनात्मक मुलामा आपल्या चेहऱ्यावर चढवण्याचे शिकते आणि लोकांना आवडणारी अशी होते. ती काही वेळेस इतके चांगले नाटक वठवते की ती स्वत:लासुद्धा मूर्ख बनवते.

अनेक वर्षे खोटा भावनात्मक मुखवटा चढवून स्त्री स्वतःलासुद्धा मूर्ख बनवते.

ती इतरांना सांगते की ती मजेत आहे आणि स्वत: तसे मानतेसुद्धा. ती आत्ता आपण कशाकशापासून वंचित असल्यामुळे दु:खी आहोत याची यादी करण्यापेक्षा स्वत:च्या मनाला बजावते की 'सगळे काही ठीक चालले आहे.' जोडीदाराला गमावलेल्या वेदनांपासून सुटका मिळावी म्हणून ती सकारात्मक दृष्टिकोन बाळगते. ती तिचे आयुष्य आदर्श करण्याचा प्रयत्न करते. ती जोडीदाराशिवाय कशी अधिक आनंदी आहे आणि तिचे आयुष्य कसे अधिक सुरळीत चालले आहे याकडे लक्ष वेधते.

पुरुषाशिवाय आनंदी राहणे.

जेव्हा स्त्री पुरुषाशिवाय आनंदाने जगण्याची सवय करून घेत असते, तेव्हा स्वत:च्या वेदनांच्या भावनांचे योग्य ते व्यवस्थापन तिने अत्यंत काळजीपूर्वक केले पाहिजे. जर एखाद्या स्त्रीने ठरवले की मला पुरुषाची गरज नाहीच तर ते तिच्यासाठी सोपे असते. जर ती पुरुषाशिवाय समाधानी राहू शकली आणि स्वत:च्या दु:खी भावनांवर योग्य त्या प्रक्रिया करू शकली तर पुन्हा एकदा नवीन हृद्य नातेसंबंधासाठी तिला संधी उपलब्ध होईल.

आपण या पूर्वीच चर्चा केली त्याप्रमाणे नवीन नातेसंबंध जुळवण्यासाठी योग्य

काळ म्हणजे जेव्हा आपण जोडीदाराशिवाय समाधानी असतो. जेव्हा आपण जोडीदाराचा कसोशीने शोध घेत नसतो किंवा आनंदी राहण्यासाठी त्याच्यावर अवलंबून नसतो तेव्हाच आपल्याला नवीन जोडीदार मिळण्याची शक्यता असते. फक्त बायकांनी या बाबतीत स्वतःची खात्री करून घेतली पाहिजे की त्यांचे समाधान हे खरोखरचे आहे की केवळ स्वतःच्या राग, दुःख, खंत किंवा भीती या भावनांवर पांघरूण घालण्यासाठी केलेले ते नाटक आहे!

नवीन नातेसंबंध जुळवण्यासाठीची योग्य वेळ म्हणजे जेव्हा आपण आपल्या जोडीदाराशिवाय समाधानी असतो तीच!

जेव्हा स्त्री तिच्या भावना नाकारताना जराही दुःखी होत नाही तेव्हा उरलेले संपूर्ण आयुष्य तिला एकटीलाच घालवावे लागेल असा धोका निर्माण होतो. दुखावलेल्या भावना सतत दडवून ठेवल्यामुळे तिच्या स्त्री मनाचा असा एक कोपरा की ज्याला प्रेमाची आस आहे त्यावर दबाव येतो. ती ते सहन करू शकत नाही, पण तिच्या मनाच्या एका कोपऱ्यात पुरुषी कणखरपणा असतो तो मनाचा कोपरा तिच्या मदतीला धावून येतो, तिच्या गरजा ओळखतो आणि एखादा पुरुष ज्याप्रमाणे काळजी घेईल तशी तिची काळजी घेतो.

जेव्हा स्त्री आपल्या ठुसठुसणाऱ्या वेदना सतत लपवते तेव्हा शेवटी त्या नाहीशा होतात. तिला त्या भावनांपासून मुक्तता मिळते पण उपचार होत नाहीत. तिला तिच्या वेदनांपासून मुक्ती मिळते पण त्यासाठी तिला जबरदस्त किंमत मोजावी लागते. तिला आता आनंद झाला तरी ती तो पूर्णपणे उपभोगू शकत नाही.

जर आपण आपल्या भावना दडवण्याची परिसीमा गाठली तर कुठल्याही भावना जाणवण्याची आपली क्षमता कमी होते.

हळूहळू ती तिच्या आयुष्यात स्थिरावते आणि तिला आता जोडीदाराची गरज वाटत नाही. क्वचित काही वेळेस तिला वाटते की एखादे नाटक पाहायचे आहे-बरोबर कोणीतरी जोडीदार असायला हवा होता किंवा कोठेतरी ट्रीपला बरोबर जायला जोडीदाराची गरज वाटते. या तिच्या गरजा अगदी योग्य आणि खऱ्या असल्या तरी त्यातील प्रेम मात्र मरून गेलेले असते. जोपर्यंत तिच्या जखमा भरत नाहीत तोपर्यंत ती प्रेमाशिवाय जगेल आणि तिला याची कधी जाणीवही होणार नाही की तिने आयुष्यात काहीतरी गमावले आहे.

केव्हातरी तिने जर ठरवलेच की पुन्हा प्रेमात पडायचे तर एखाद्या पुरुषाला

स्वत:कडे आकर्षून घेणे तिला खूप अवघड जाते. जोपर्यंत ती या सत्याला सामोरे जात नाही की तिच्या मनाच्या कुठल्या तरी कोपऱ्यात अजूनही प्रेमाची गरज आहे तोपर्यंत कुठल्याही पुरुषाला तिच्याकडे लक्ष द्यावेसे वाटणार नाही.

जेव्हा स्त्रिया त्यांच्या हृदयाचा दरवाजा उघडण्याची इच्छा दाखवतात, तेव्हाच पुरुष त्या दरवाजावर टकटक करतात.

स्त्रीने स्वत:ला दु:खी होण्याची परवानगी देणे गरजेचे आहे. जर हे जमत नसेल तर तिने दिवसातील ठरावीक वेळ दु:ख करण्यासाठी म्हणून ठरवून टाकावा. हे कोणालाही कळू नये असे तिला वाटत असेल तर आपल्या नकारात्मक भावना इतरांबरोबर वाटून घेण्यासाठी तिने एक नोंदवही करावी व त्यामध्ये त्या लिहून ठेवाव्यात. असे केल्यानंतर शेवटी जेव्हा तिला बरे वाटेल तेव्हा तिने एखाद्या आधारकेंद्राची मदत घ्यावी किंवा एखादा थेरपिस्ट शोधावा ज्याच्याबरोबर ती तिच्या मनातल्या या कोपऱ्यातल्या भावना प्रत्यक्ष वाटून घेऊ शकेल.

■

२३

खाईन तर तुपाशी नाहीतर उपाशी

काही बायका अत्यंत उतावीळ असतात. त्यांना प्रत्येक गोष्ट ताबडतोब त्या क्षणाला हवी असते. ती जर नाही मिळाली तर त्या प्रेम नाकारतात. एखाद्या माणसाला भेटणे, हळूहळू त्याला जाणून घेणे असे काही त्यांना आवडत नाही. अशा बायका जणू काही हॉटेलमधील एखाद्या टेबलावर बसून मेनूकार्ड न बघताच ऑर्डर देत सुटतात आणि लगेचच ती गोष्ट त्यांना त्यांच्या टेबलावर हवी असते. अर्थात अशा बायकांना कुठलेच छक्के-पंजे खेळायचे नसतात. जे जसे आहे ते तसे आहे हाच त्यांचा दृष्टिकोन असतो पण पुरुषांना त्यांचा हा स्पष्टपणा, सरळपणा भावला नाही तर गोष्टी बिघडतात. त्याने तिला आहे तसे स्वीकारावे लागते, नाहीतर ती त्याला सोडून जाते, कारण मग अशा बायकांना नातेसंबंधात काहीच रुची राहत नाही.

जर पुरुषाने तिला आहे तसे स्वीकारले नाही तर ती एकटी पडते. या दृष्टिकोनामुळे तिला आपण सामर्थ्यवान आहोत असे वाटते पण त्यात प्रेमळपणाचा लवलेशही नसतो. ती स्वत:च्या मतांबद्दल खूप आग्रही, ताठर आणि न बदलणारी असल्यामुळे तिला पुन्हा प्रेमही मिळत नाही. तिची दुसऱ्याचे न ऐकण्याची वृत्ती कौतुकास्पद किंवा ठाम वाटली तरी त्याचा काही उपयोग होत नाही.

जरी तिची ताकद अस्सल दिसत असली तरी ती तशी नसते. खरी ताकद म्हणजे काय, तर आपल्याला ज्या गोष्टीची गरज आहे ती मिळवणे. जरी तिला सामर्थ्यवान आणि प्रेमळ बनावेसे वाटले तरी या गोष्टींचा नेमका अर्थ तिला समजत नाही. इतर सर्वांप्रमाणेच तिलाही प्रेम हवे असते पण तिची आंतरिक भीती तिला नातेसंबंधांपासून दूर ठेवते. खरे आणि चिरकाल टिकणारे प्रेम मिळवण्यासाठी तिचा हा 'खाईन तर तुपाशी नाहीतर उपाशी' दृष्टिकोन तिच्याभोवती आणि

इतरांभोवतीसुद्धा कुंपण घालतो.

जी स्त्री बाह्यतः खूप कणखर दिसते ती अनेक वेळा आतमधून अत्यंत भावनाशील व कोलमडलेली असते.

एखाद्या पुरुषाबरोबर जुळवून घेण्याबद्दलची तिची अनिच्छा ही भूतकाळात तिने अनेक प्रयत्न करूनसुद्धा ती असफल ठरली याचे द्योतक असते. तिच्या वागण्याचा स्पष्टपणे खुलासा ती करत नसली तरी त्याचे मुळ तिची चांगली वर्तणूक किंमतशून्य ठरली यामध्ये असते. भूतकाळात तिने पूर्णपणे शरणागती पत्करलेली नसते. तिला आता उद्वेग आलेला असतो आणि इतरांना खूश करण्यासाठी तिने आयुष्यातील अनेक वर्षे वाया घालवलेली असतात. इतरांना तिने खूप दिले, पण बदल्यात तिला काहीच मिळाले नाही अशी तिची भावना होते. ती तरीही स्वत:च्या मनाचा तोल राखण्याचा प्रयत्न करते, पण भलत्याच दिशेने तिच्या मनाचा झोका हेलकावे घेतो.

हे सगळे तिला ताबडतोब कुणाबरोबर तरी वाटून घ्यायचे असते, कारण समाधान मिळवण्यात उशीर झालेला तिला चालत नाही. तिला आत्ताच सगळे हवे असते, नाहीतर तिला काही रस नसतो. हा जो तिचा भावनिक आततायीपणा असतो तो एखाद्या लहान मुलासारखा असतो. लहान मुलालासुद्धा सगळे 'आत्ताच्या आत्ता' हवे असते. अशा प्रकारच्या बालिश भावनांवर ताबा मिळवण्यासाठी आणि त्यावर प्रक्रिया करण्यासाठी स्त्रीला समाधानाचा असा त्याग करण्याची गरज नाही पण त्याची थोडी वाट बघायला हवी.

जर स्त्रीने तिच्या मनाच्या जखमांवर उपचार करण्यासाठी थोडा वेळ दिला तर समाधान मिळवण्यात थोडा उशीर झालेला ती खपवून घेऊ शकेल. तिला आता अशी इच्छा होते की तिच्या भावना तिने टेबलावर काढून ठेवाव्या, कारण तिच्या वेदना कुणीतरी ऐकून घेण्याची गरज निर्माण झालेली असते. दुखऱ्या भावनांवर उपचार करण्याचा पर्याय म्हणून नवीन नातेसंबंध स्वीकारणे हे चुकीचे आहे. उपचारासाठी दुसरी मैत्रीपूर्ण जवळीक तिला अधिक संभ्रमात टाकेल. नवीन नातेसंबंधात शिरण्यास तयार होण्यापूर्वी तिने एखाद्या थेरपिस्टकडे जाऊन किंवा आधारकेंद्रात जाऊन भूतकाळात पुरुषांबरोबर जे गैरसमज झाले व ज्या वेदना झाल्या त्यावर उपचार करणे गरजेचे आहे.

नवीन नातेसंबंध प्रस्थापित करणे हा काही जुन्या नातेसंबंधातील वेदनांवर उपचार होऊ शकत नाही.

पुरुषाचे झटपट प्रणयात शिरणे जसे वावगे वाटते तसेच स्त्रीचे ताबडतोब कोणीतरी तिच्या भावनांशी समरस होईल हे वाटणेही वावगे असते. कल्पना करा की हे किती मूर्खपणाचे व अपरिपक्व असेल जेव्हा पुरुष म्हणेल, 'मला ह्या क्षणी प्रणय हवा आहे. तुला जर जमत नसेल तर हा मी चाललो. मला जे हवे ते हवे. जर ते मला माझ्या अटींवर मिळणार नसेल तर चल सोड!' भावनिक जवळीक शोधणाऱ्या बाईच्या बाबतीतली ही भावनिक तीव्रता व अपरिपक्वता ही पुरुषाच्या प्रणयाच्या मागणीसारखीच असते. जर या दृष्टिकोनातून तिने तिच्या गरजांकडे पाहिले तर तिलासुद्धा त्या न्याय्य वाटणार नाहीत.

तिच्या भावनांच्या ह्या उतावीळपणातून काय दिसते तर प्रेम कसे बहरते याविषयी तिचे अज्ञान. सहवास वाढवल्याने कोणत्या सकारात्मक गोष्टी होतात ते तिला समजत नाही. जर 'मेन फ्रॉम मार्स ॲण्ड वुमेन फ्रॉम व्हीनस' या पुस्तकातील सहवासासंबंधीच्या पाच पायऱ्या तिने वाचल्या तर तिला त्याचा खूप फायदा होईल. प्रेम हळूहळू कसे फुलवावे हे जर तिला स्वच्छपणे समजले तर खरे आणि चिरकाल प्रेम मिळविण्याची तिच्यात किती ताकद आहे हे तिला समजेल.

प्रेम कसे बहरते?

नातेसंबंध कणाकणांनी उलगडत जातात. जेव्हा तुम्ही एखादे बी पेरता तेव्हा ते उगवायला वेळ लागतो. ताबडतोब तुम्हाला त्याची फळे मिळत नाहीत. लोकांना एकमेकांना ओळखण्यास थोडा वेळ लागतो. जर आपण ही प्रक्रिया घाईघाईने उरकायला लागलो तर चांगले नातेसंबंध रुळावरून खाली घसरण्याची शक्यता असते.

जेव्हा स्त्री जवळीक साधण्याची घाई करते तेव्हा पुरुष त्यापासून दूर पळायला लागतो. त्याची अशी माघार घेणे तिच्या गरजा अधिक वाढवते आणि त्याच्या ती जास्तच मागे लागते. अनेक पुरुषांबरोबर एकेकदा भेट करून स्त्रीने घाईघाईने कोणा एकाबरोबर जवळीक साधण्याचा प्रयत्न करू नये, त्यामुळे ती स्वत:ला ताबडतोब एखाद्या पुरुषाबरोबर सामावून जाण्याच्या प्रवृत्तीला आळा घालू शकते. जरी हे खरे असले की सामावून जाण्यात वाईट काय आहे? आणि ती तिची गरजच आहे आणि हे सगळे नैसर्गिकच आहे तरीसुद्धा जर हे नातेसंबंध तिला अधिक दृढ करायचे असतील तर तिने घाई करू नये. फार लवकर फार जवळीक करून आपण प्रेमाला गुदमरवून टाकतो.

अनेक पुरुषांच्या भेटी गाठी घेतल्यास कोणा एकाबरोबर जास्त जवळीक साधण्याच्या तिच्या प्रवृत्तीला लगाम घातला जाईल.

जेव्हा एखाद्या नातेसंबंधात शिरण्याची स्त्रीची इच्छा असते तेव्हा तिने प्रथम ही खात्री करून घेतली पाहिजे की तिचे आयुष्य सुरक्षित राहील. गरजू स्त्री एखाद्या पुरुषाला आपल्या आयुष्याचा केंद्रबिंदू मानते आणि नंतर त्याच्याकडून सगळ्या गरजा पूर्ण करून घेण्याची अपेक्षा धरते. सुरुवातीला जरी त्याच्यावर उधळलेली स्तुतिसुमने त्याला आवडली तरी नंतर तो तिच्यापासून पळ काढतो. कुठलाही पुरुष स्त्रीच्या सर्व गरजांची पूर्ती करू शकेल असे मानणे अव्यवहार्य आहे. संयम आणि शहाणपण अंगी बाळगले तर स्त्री शेवटी तिच्या भावनिक गरजांवर विजय मिळवू शकते.

पुरुषाला तिच्या आयुष्याचा ती केंद्रबिंदू मानते.

जर आपल्या भावनिक गरजांवर मात करायची असेल तर स्त्रीने स्वत:ची खात्री करून घेतली पाहिजे की ती पुरुषाला तिच्या आयुष्याच्या केंद्रस्थानी तर मानत नाही ना! स्त्रीने आपल्या भावनांचा, गरजांचा समावेश नातेसंबंधात करताना तो अतिशय काळजीपूर्वक, सावकाशपणे करण्यास शिकले पाहीजे आणि मित्रांच्या किंवा कुटुंबाच्या नातेसंबंधातून आपणास आधार मिळतोय ना याची स्वत: खात्री करून घेतली पाहिजे. केवळ एखाद्या पुरुषाशी मैत्री करण्यासाठी खूप जास्त त्याग करणे चुकीचे ठरते.

तिला तिच्या कुटुंबाचा आणि मित्रमैत्रिणींचा प्रेम व आधारसुद्धा एखाद्या पुरुषाच्या प्रेम व आधाराइतकाच महत्त्वाचा आहे. काही वेळेस तर तो त्याहीपेक्षा अधिक महत्त्वाचा असतो. तिला तिच्या कुटुंबाकडून व मित्रांकडून मिळणारा आधारच त्या पुरुषाबरोबरच्या नातेसंबंधाचा पाया असतो. या आधाराच्या जोरावरच ती त्या पुरुषाकडून फार जास्त अपेक्षा धरत नाही किंवा त्याला खूप जास्त देतही नाही.

मित्रांचा आधार आणि प्रेम हे जणू काही घरी बनवलेल्या स्वादिष्ट जेवणासारखे असते आणि पुरुषाचे प्रेम हे त्यानंतरचे रुचकर मिष्टान्न असते.

प्रेम हळूहळू बहरावे लागते हा सारासार विचार जर शहाणपणामध्ये नसेल तर स्त्री तिच्या स्वभावप्रवृत्तींचाच पाठपुरावा करते आणि मग निराश होते. जेव्हा तिच्या मैत्रिणी तिला पुरुषांचे प्रेम व लक्ष वेधताना सबुरीचा सल्ला देतात तेव्हा ती प्रतिरोध

करते. तिला कुठल्याही युक्त्या न करता साधे सरळ वागायचे असते. तिच्या हे लक्षात येत नाही की अशा परिस्थितीत सबुरीने वागणे म्हणजे लांडीलबाडी करणे नव्हे- हे केवळ शहाणपण आहे.

वेगवेगळ्या पायऱ्यांवरचे वेगवेगळे धोके लक्षात न घेतल्यामुळे गाठीभेटींच्या वेळी ती खबरदारी घेत नाही. सबुरीने वागणे किंवा रोखून धरणे म्हणजे नेमके काय करणे हे तिला न समजल्यामुळे ती पुढे सरसावते. आपल्या अस्सल प्रेमाच्या नावाखाली ती तिच्या मनाच्या तीव्र इच्छा कुठल्याही निर्बंधाशिवाय पूर्ण करते. अशी कल्पना करा की एखादा खूप जास्त दारू पिणारा आहे किंवा प्रमाणाबाहेर खर्च करणारा आहे... त्याची मनोवृत्ती कशी असते? जोपर्यंत तो खूप जास्त पीत राहील किंवा खूप जास्त खर्च करत राहील तोपर्यंत त्याचे आयुष्य खालच्या दिशेने भिरभिरत रसातळाला जाईल आणि त्याचा बँक बॅलन्स शून्य होईल.

नवीन आयुष्यात यशस्वी होण्यासाठी आपण ही काळजी घेतली पाहिजे की आपण आपल्या मानसिक ताणतणावाचे समर्थन आपल्या अस्सल भावनांच्या नावाखाली करायला नको. पुरुषांच्या भेटी-गाठी घेण्यात लज्जास्पद वाटावे असे काही किंवा भेटीगाठींच्या नावाखाली आपण काही तरी खेळ खेळतोय असेही वाटायचे कारण नाही. सारांश काय तर आपले नातेसंबंध जुळावेत म्हणून आपण जे वागतो तोच खरा अस्सलपणा पण आपण ते सर्व उघडपणे कबूल करावे.

खेळ खेळणे

जोडीदाराबरोबर सतत खेळ खेळत बसल्याने साधत काही नाही. शहाणपणाच लागते. जेव्हा एखादी स्त्री उद्दामपणे पुरुषाबरोबर भेटीगाठी करण्यास नकार देते तेव्हा सामान्यपणे असे म्हणता येईल की या आधी तिने बऱ्याच पुरुषांचा बरा-वाईट अनुभव घेतला आहे किंवा कोणीतरी तिच्याशी खोटे प्रेमाचे नाटक करून तिला दुखावले आहे. जर ती दुखावलेली असेल तर अजूनही तिच्या जखमा ताज्या असतात आणि ती नवीन नातेसंबंधात शिरण्याची स्वतःला संधी देत नाही.

जेव्हा एखादी स्त्री ठामपणे नवीन गाठीभेटी घेण्यास नकार देते तेव्हा नुकत्याच जन्मलेल्या बाळाला बाथटबमधून बाहेर फेकण्यासारखे असते.

लोक जो खेळ खेळू पाहतात त्यामध्ये सत्याचे प्रतिबिंब असतेच. बायका पुरुषांना लुभावण्यासाठी जे खेळ खेळतात ते खरे तर व्यावहारिक शहाणपणावरच

आधारलेले असतात. प्रेमाचे बहरणे हे शहाणपणामुळे अधिक सुलभ होते तर कपटीपणाचा शेवट फसवणुकीत होतो. जरी एखाद्या स्त्रीने फसवून एखाद्या पुरुषाला मोहात पाडले तरी तिला शेवटी त्याला गमवावे लागते. त्याला जेव्हा तिची खरी ओळख, तिचे हेतू समजतात तेव्हा त्याचे तिच्यावर प्रेम उरत नाही.

लबाडीने प्रेम यशस्वी होत नाही पण योग्य सल्ल्यामुळे प्रेम यशस्वी होते, याची खाली काही उदाहरणे दिली आहेत. हे वरवर पाहता सारखे दिसत असले तरी ते वेगळे आहे. कसे ते पाहा.

लबाडीचा डाव	**चांगला सल्ला**
* त्याच्या फोनला परत फोन करू नका आणि बघा त्याला तुम्ही अधिक हवेसे वाटाल.	* पुरुषाला तुमच्या आयुष्याचा केंद्रबिंदू बनवू नका. त्याच्या फोनला प्रतिफोन करा, पण प्रत्येक गोष्ट त्याला सांगू नका.
* त्याच्या प्रणयभावना उद्दीपित होतील असे वागा, तसेच कपडे करा आणि त्याला बेडमध्ये जे हवे तसे वागा.	* अशा पद्धतीने कपडे करा की ज्यामुळे तुम्हाला चांगले वाटेल आणि तुमची मानसिक तयारी झाल्याशिवाय प्रणयाला तयार होऊ नका.
* तुमच्या खऱ्या भावना लपवा. थंड आणि अलिप्त रहा. कोणतेही औत्सुक्य दाखवू नका.	* सगळ्याच भावना त्याच्याबरोबर लगेचच वाटून घ्यायची गरज नाही. आपण घाई तर करत नाही ना याची काळजी घ्या. फूल हळूहळू एकेक पाकळी करून उमलू द्या.
* पुरुषाला त्याच्यामध्ये तुम्ही स्वत:ला अगदी गुंतवून घेतलं आहे असे जाणवू देऊ नका.	* एखाद्या पुरुषाला तुम्ही फोन करणे ठीक आहे, पण तो तुमच्याशी खूप काही बोलेल अशी अपेक्षा ठेवू नका आणि जर तो बोललाच तर आनंदच आहे. त्याला फार प्रश्न विचारू नका. त्याऐवजी तुमचे विचार व भावना त्याला सांगा.
* मुद्दाम त्याला जळवण्यासाठी दुसऱ्या पुरुषाबरोबर फिरायला जा.	* दुसऱ्या पुरुषाबरोबर फिरायला जा, पण त्याच्याबरोबर प्रणय करू नका, त्यामुळे त्याने तुमच्याकडे लक्ष पुरवावे या तुमच्या गरजेतून तुम्ही मुक्त व्हाल.

* नेहमीच तुम्हाला भरपूर वेळ आहे आणि तुम्ही केव्हाही भेटायला रिकामे आहात असे दाखवू नका. काही वेळेस तुम्ही कार्यमग्न आहात हे दाखवा.

* अशा पद्धतीने कपडे करा, बोला आणि वाह्यातपणे वागा की तो तुमच्यावर फिदा होईल.

* मनाची खात्री करा की तुम्ही त्याच्या बोलावण्याची वाट पाहत नाही आहात. तुम्ही तुमच्या स्वत:च्या आयुष्यात स्वत:ला इतके गुंतवून घ्या की तुम्हाला कमी गरज भासेल.

* कायम काळजी घ्या की तुम्ही त्याचा पाठपुरावा करत नाही तर तो तुमचा पाठपुरावा करतो आहे. त्याने तुम्हाला मोहात पाडणे हे त्याचे काम आहे; तुमचे काम फक्त त्याचे लक्ष वेधून घेणे आहे. स्त्री पुरुषाला सहज भुरळ पाडू शकते, पण ते तो कधी कबूल करत नाही.

पुरुष मंगळावरचे तर स्त्रिया शुक्रवासिनी

स्पष्टवक्ते असणे किंवा सगळे टेबलवर काढून ठेवणे म्हणजेच काही न लपवणे. हे ऐकायला बरे वाटले तरी या प्रकारची विचारसरणी इतरांच्या प्रति असलेली संवेदनशून्यता दाखवते. अशा प्रकारच्या बायकांना जरासुद्धा मतभेद सहन होत नाहीत. तिला वाटते की ती जे म्हणते तेच बरोबर आहे आणि प्रत्येक पुरुषाने ती सांगेल तसेच बोलले पाहिजे, विचार केला पाहिजे किंवा वागले पाहिजे. अशा बायकांनी 'मेन आर फ्रॉम मार्स ॲण्ड वुमेन आर फ्रॉम व्हीनस' वाचले पाहिजे. तिच्या हे लक्षात आले पाहिजे आणि तिला जाणवले पाहिजे की स्त्री व पुरुष वेगळे आहेत.

पुढच्या भागात आपण, पुरुषांनी आयुष्याला नव्याने सुरुवात करताना त्यांना कोणकोणत्या आव्हानांना तोंड द्यावे लागते ते बघणार आहोत. जरी ती उदाहरणे पुरुषांना उद्देशून बनवली असली तरी ती स्त्रियांच्या संदर्भातलीसुद्धा आहेत. अनेक स्त्रियांना अशा प्रकारचे नमुने माहिती असतील आणि त्यांना तसे अनुभवसुद्धा आले असतील. पुरुषांना योग्य पद्धतीने जाणून घेण्यासाठी स्त्रियांना काही प्रकाशकिरण दिसतील- ज्यामुळे त्यांना हे समजेल की पुरुषांनासुद्धा आयुष्याला नव्याने सुरुवात करताना समस्या येतात. पुढील भागात उदाहरणांवरून, अनुभवांवरून तिला नक्कीच काहीतरी बोध होईल आणि शहाणपणाचा निर्णय घेण्यासाठी व आपले प्रेम फुलविण्यासाठी त्याचा उपयोग करून घेता येईल.

■

भाग तीन

मंगळावरची नवीन सुरुवात

मंगळावरच्या पुरुषांसाठीसुद्धा नव्याने आयुष्याला सुरुवात करण्यासाठी अनेक आव्हाने पुढे ठाकतात. ही आव्हाने म्हणजे सुरुंग पेरलेल्या रस्त्यावरून चालण्यासारखेच आहे. काही नशीबवान असतात जे त्या संकटातून यशस्वीपणे मार्ग काढतात, पण काहींची मात्र फारच धूळधाण उडते. इतरांचे अनुभव ऐकून तुम्ही तुमच्या आयुष्याचा योग्य मार्ग निवडायचा आहे. जास्त सतर्कतेने आणि संपूर्ण माहिती करून घेतली तर तुम्हाला शहाणपण आणि आत्मविश्वास येईल आणि तुमच्या आधीच्या लोकांनी ज्या चुका केल्या त्या न करता तुम्ही यशस्वीपणे पुढे जाल.

पुढे दिलेल्या तेवीस उदाहरणांवरून तुम्ही तुमच्यासाठी योग्य पर्याय निवडाल. इतरांपुढील आव्हानांचा संबंध आपल्या आयुष्याशी जोडून, जरी ते वेगळ्या परिस्थितीतून गेले असले तरीही तुम्हाला तुमचा मार्ग शोधताना त्या ज्ञानाचा नक्कीच उपयोग होईल. तुम्हाला हवा असलेला आधार आणि योग्य निर्णय घेऊन तुम्ही स्वत: कोण आहात त्याप्रमाणे तुमच्यासाठी सर्वोत्तम असलेली गोष्ट तुम्ही स्वीकाराल आणि यामधून भरभरून प्रेम आणि ताकद मिळवाल आणि अतिशय अर्थपूर्ण व भावपूर्ण नातेसंबंध प्रस्थापित कराल अशी खात्री वाटते.

१

परतीच्या वाटेवरचे दुःख

नव्याने आयुष्य सुरू करताना स्त्री व पुरुष यांच्यातील प्रकर्षाने जाणवणारा महत्त्वाचा फरक म्हणजे पुरुष मागचे सगळे विसरून फार लवकर प्रेमात पडतात तर स्त्रियांना कोरी पाटी करायला वेळ लागतो. परतीच्या वाटेवरचा पुरुष एका नातेसंबंधातून दुसऱ्या नातेसंबंधात शिरतो. त्याच्या हे लक्षात येत नाही की असे करून तो त्याच्या हृदयावरील उपचार प्रक्रियेला पुरेसा वेळ देत नाही. आपल्या जुन्या जोडीदाराला गमावल्यानंतर पुन्हा कोणात तरी जीव जडवून त्याच्या वेदनेवर फुंकर नक्की मारली जाते पण उपचार होत नाहीत.

पुरुषाला शोक कसा करायचा हे न समजल्यामुळे त्याला त्याच्या वेदना फक्त जाणवतात, मग तो बाहेर जातो आणि त्याची समस्या सोडवतो. पुरुष हे समस्या सोडवणारे असतात. आपल्याला काय वाटते किंवा आपल्या जाणिवांच्या जाणिवा जाणवत नसणे त्यांना परवडत नाही. एखाद्या पुरुषाला जर असे वाटले की आपल्याला पैसे मिळत नाहीत म्हणून आपण दुःखी आहोत तर तो लगेच बाहेर जातो आणि चार पैसे कमावून आणतो. जर एखाद्या पुरुषाला स्त्रीचे प्रेम गमावल्याचे दुःख असेल तर तो बाहेर जातो आणि त्याच्यावर प्रेम करणारी स्त्री शोधून आणतो.

जेव्हा पुरुष ताबडतोब दुसऱ्या नातेसंबंधात शिरतात तेव्हा त्यांच्या हृदयावर उपचार करण्याची संधी ते गमावतात.

परतीच्या मार्गावरच्या त्या पुरुषाला हे समजत नाही की दुसऱ्या बाईच्या प्रेमामुळे त्याच्या हृदयाची जखम भरून येणार नाही. तिचे प्रेम त्याच्या आत्म्याचे सांत्वन करेल, पण त्याच्या वेदनामय भावना उपचार करण्यासाठी मनाच्या पृष्ठभागावर

त्यानेच आणायच्या आहेत. त्याने स्वत: त्याच्या वेदनामय भावना जाणून घेण्याची जबाबदारी घ्यायची आहे, त्यांच्यापासून पळून जायचे नाही आहे. त्याला त्या चार उपचारात्मक भावनांची जाणीव त्याच्या वेदना पळून जाईपर्यंत व्हायला हवी. याचा अर्थ असा नव्हे की त्याने ते एकट्याने सगळे सहन करायचे आहे. ही वेळ अशी आहे की त्याने मित्रांकडून किंवा कुटुंबाकडून जास्तीतजास्त आधार मिळवायचा आहे.

पुरुषासाठी पुन्हा प्रेमात पडण्याचा योग्य काळ म्हणजे जेव्हा त्याला नवीन नातेसंबंध जोडावेसे वाटत नाहीत तोच. जोपर्यंत त्याला त्याच्या मनातून नातेसंबंधात किंवा प्रेमात पडणे बंधनकारक वाटते तोपर्यंत तो कुठल्याही वचनबद्धतेस तयार नसतो. जेव्हा परतीच्या वाटेवरचा हा पुरुष वचन देतो तेव्हा ते पाळणे त्याच्यासाठी खूप अवघड असते. मग शेवटी एकतर त्याला स्वत:चेच खूप आश्चर्य वाटते की त्याने त्याच्या मनाचा निश्चय करून ते थांबवले का नाही? किंवा तो आता सरळ सरळ निर्णय घेतो की त्याची जोडीदार ही त्याच्यासाठी अयोग्य आहे. परतीच्या मार्गावरच्या अशा नातेसंबंधांपैकी अनेक नातेसंबंधांना भविष्य नसते.

जेव्हा परतीच्या वाटेवर पुरुष पुन्हा जीव गुंतवतो तेव्हा त्याची वचनबद्धता क्वचितच टिकणारी असते.

एखादा भुकेलेला पुरुष जवळपास काहीही खाईल. त्याची एकदा थोडी भूक शमली की मग चोखंदळपणे आपल्याला काय हवे आणि काय नको हे तो सांगायला सुरुवात करेल. परतीच्या वाटेवरचा पुरुष असाच अन्नासाठी भुकेलेल्या पुरुषासारखा असतो. अगदी कुणीही त्याच्यापुढे प्रेमाने चार दाणे टाकले तरी तो त्या व्यक्तीच्या प्रेमात पडेल. एकदा का त्याच्या गरजा पूर्ण झाल्या की मग तो त्या संबंधांकडे बारकाईने बघायला लागतो. हे जणू काही त्याच्या भुरळ पडलेल्या अवस्थेतून बाहेर पडण्यासारखे किंवा स्वप्नातून जागे होण्यासारखे असते आणि आता त्या संबंधातील त्याची रुची संपते. पुरुषांसाठी असे परतीच्या मार्गावर कुणाबरोबर वचनबद्ध राहणे तसेही अवघडच असते, त्यामुळेच त्याच्या या नवीन प्रेमप्रकरणामुळे समस्या आणखीनच वाढतात.

परतीच्या मार्गावरचा पुरुष त्याच्यापुढे अगदी कोणीही प्रेमाचे चार दाणे टाकले तरी त्या व्यक्तीच्या प्रेमात पडेल.

जेव्हा ते नातेसंबंध संपुष्टात येतात तेव्हा पुरुषाला त्याचे ते अपयश वाटते. मग त्याचे पौरुषत्व किंवा पुरुष म्हणून त्याची योग्यता सिद्ध करण्यासाठी तो फक्त प्रणयाच्या हेतूने एखादा जोडीदार शोधतो, जुने हिशोब चुकते करतो. त्यामुळे त्याला बरे वाटते. ही खरेतर उत्तम संधी आहे कारण आपोआप त्या भावना पृष्ठभागावर आल्या आहेत. त्यावर तो उपचार करू शकेल. स्त्रीचे प्रेम त्याचा आत्मसन्मान वाढवते आणि त्याच्या उपचार प्रक्रियेला आधार देते पण त्याने ही काळजी घेतली पाहिजे की तो कुठल्याही वचनात अडकणार नाही. जेव्हा नातेसंबंध संपतात तेव्हा तो कुठल्याही वचनात अडकलेला नाही या गोष्टींमुळे तो मोकळा श्वास घेऊ शकतो. वास्तव असे आहे की पुरुषाची ताकद आणि त्याचे भविष्यातील यश हे एखाद्या वचनबद्ध नातेसंबंधांच्यामुळे मिळणाऱ्या सुरक्षिततेवर अवलंबून नाही याची खात्री होऊन त्यांना स्वत:बद्दल बरे वाटणे त्यावर अवलंबून असते.

योग्य वेळी जीव गुंतवणे

पुरुषासाठी पुन्हा नव्याने नातेसंबंध सुरू करण्याची योग्य वेळ केव्हा येते तर जेव्हा त्याची देण्याची इच्छा ही त्याच्या मिळवण्याच्या इच्छेपेक्षा अधिक मोठी असते. जेव्हा नातेसंबंधात तो देण्यापेक्षा अधिक मिळवतो तेव्हा तो दुबळा ठरतो, त्यामुळे तो अधिक गरजवंत व आत्ममग्न बनतो. त्याने ही काळजी घेतली पाहिजे की तो जेव्हा जीव गुंतवतो तेव्हा त्याने त्याची सत्ताकेंद्रे (जमेची बाजू) लक्षात घेतली पाहिजेत. त्याला अशी खात्री पाहिजे की त्या स्त्रीला तो आनंद देऊ शकेल एवढी ताकद त्याच्यात आहे, असं नाही की ती त्याला परिपूर्णता देऊ शकेल. जेव्हा एखाद्या पुरुषाला वचनबद्धता नको असते, पण प्रणय हवा असतो तेव्हा त्याने त्याचे हेतू स्पष्ट सांगितले पाहिजेत की तो त्याच्या परतीच्या मार्गावर आहे. त्याने त्याचा जोडीदार गमावला आहे आणि स्त्रीचे प्रेम त्याला आराम देईल आणि तो वचनबद्ध व्हायला तयार नाही.

जर त्या नातेसंबंधातातून पुरुष देण्यापेक्षा अधिक जास्त मिळवत असेल तर ते नातेसंबंध त्याला दुबळे बनवतात.

पण पुरुषाच्या या सगळ्या वर्तणुकीमुळे स्त्रीच्या भावना दुखावल्या जातात आणि त्याच्या भोगाची शिक्षा तिला मिळते हा आधीच्या नातेसंबंधात जखमी झालेला पुरुष तिच्या आयुष्यात आधी फुले पसरवतो, तिला प्रेमाने, कृतज्ञतेने वागवतो, स्वत:च्या कौतुकास पात्र ठरवतो आणि अचानक सगळी दिलेली सुखे

पुन्हा ओरबाडून घेतो. एके दिवशी अचानक त्याच्या भावना बदलतात आणि त्याला कुठलेही कारण दिसत नाही. ती जरासुद्धा बदललेली नसते पण तो बदललेला असतो. आता त्याची भूक भागलेली असते. तो आता प्रेमापासून वंचित नसतो, पण आता तिची त्याला गरज वाटत नाही किंवा तिला सुखवावे असेही आता त्याला वाटत नाही. जरी या नातेसंबंधांत त्याने तीव्रतेने त्याची भूमिका निभावलेली असली तरीही तो फारच लवकर या नात्याला कंटाळतो. त्याची ही आगळीक तिच्यासाठी तर योग्य नसतेच हे उघड आहे पण ती त्याच्यासाठीसुद्धा चांगली नसते.

शहाणी स्त्री नेहमी अशी परिस्थिती काळजीपूर्वक हाताळते. परतीच्या वाटेवरच्या पुरुषाबरोबर ती तेव्हाच प्रणय करते जेव्हा तिला या नातेसंबंधातून कुठलीही चिरकाल टिकणारी वचनबद्धता नको असते. तिला हे माहिती असते की कोणत्याही क्षणी हा पुरुष पाठ फिरवू शकतो. ती जेव्हा प्रणयाला तयार होते तेव्हा ती त्याच्या तात्पुरत्या भावना ओळखते, त्यामुळे ती दुखावली जात नाही पण जर एखादी स्त्री अजाणतेपणाने अशा नातेसंबंधात शिरेल आणि जेव्हा त्यांचे नातेसंबंध त्याच्याकडून तोडले जातील तेव्हा ती व्यथित होईल आणि आपण फसवलो गेल्याचे दुःख तिला होईल. तेव्हा त्यालाही अपराधीपणाची भावना येईल. आपल्या अपराधीपणाच्या भावना टाळण्यासाठी तो त्याच्या नकारात्मक भावना दुसऱ्या नातेसंबंधात शिरून दडपून टाकतो आणि अशा पद्धतीनं पुरुष एकामागे एक अशी अनेक प्रेमप्रकरणे करीत सुटतो. जोपर्यंत त्याच्या हृदयावर उपचार होत नाहीत तोपर्यंत हे असेच चालू राहते. परतीच्या वाटेवर जोपर्यंत तो वचनबद्ध होत नाही, तोपर्यंत त्याला चिरकाल टिकणारे प्रेम मिळणार नाही.

योग्य व्यक्ती ओळखणे

दुखावलेल्या अनिर्णित भावना आणि अपराधीपण आपल्याला योग्य माणसाची पारख करण्यापासून अडवून धरते. जुन्या नातेसंबंधात अपयश पदरी पडल्यावर परतीच्या वाटेवर नवीन संबंध प्रस्थापित केल्यास आपण चुकीच्या व्यक्तीची निवड करण्याची अधिक शक्यता असते. अशा नातेसंबंधात आपण त्या स्त्रीला निराश केल्याबद्दलचे अपराधीपण जितके जास्त तितके योग्य व्यक्ती पुन्हा आयुष्यात येण्यास अधिक काळ थांबावे लागते.

परतीच्या वाटेवर पुरुष जेव्हा पुन्हा प्रेमात पडतो, तेव्हा त्याचे अयोग्य व्यक्तीच्या प्रेमात पडणे हे जवळपास खात्रीचे असते.

एखादा पुरुष अत्यंत दुबळा व गरजवंत असताना एखाद्या स्त्रीच्या प्रेमात पडल्यानंतर त्याचे स्वातंत्र्य, सत्ता, पैसा यांच्यात वाढ होते तेव्हा त्याला नवीन बाई हवी असते. त्यांच्या या नवीन सत्तेच्या खुर्चीवर बसल्यावर त्याला त्या बाईला काहीतरी म्हणजे बरेच काही देण्याची इच्छा असते. अशा वेळी त्याला त्याची आईसारखी काळजी घेणारी किंवा सतत सूचना देणारी बाई नको असते.

त्याला आता अशी बाई हवी असते जी त्याच्या ताकदीकडे आकर्षित होईल आणि कौतुक करेल आणि त्याच्यातली कमतरता नजरेआड करेल. त्या स्त्रीने त्याच्यासाठी काय त्याग केला किंवा तिच्या आयुष्यातील सर्वांत चांगली वर्षे तिने त्याला कशी दिली याच्याशी त्याला फारसे देणे घेणे नसते. त्याला जर वाटले की ती त्याच्यासाठी योग्य नाही तर योग्य जोडीदाराचा शोध घेण्याची त्याला इच्छा होते. जेव्हा ती स्त्री त्याच्यासाठी योग्य असते तेव्हाच त्याचे आकर्षण कायम राहते. अनेक लोकांच्या बाबतीत हेच दिसते की पुरुषाने परतीच्या वाटेवर ज्या स्त्रीबरोबर नातेसंबंध जुळवले ती स्त्री त्याच्यासाठी योग्य नव्हती; तसेच तो पुरुषसुद्धा तिच्यासाठी योग्य नव्हता.

काही वेळेस असेही असू शकते की ती स्त्री त्या पुरुषासाठी योग्य असू शकते पण ते त्याला तसे वाटत नाही. केवळ तो परतीच्या वाटेवर असल्यामुळेच त्याचे मन तिला योग्य जोडीदार मानावयास नाकारते. त्याच्या पडत्या काळात तिने त्याला साथ दिली आणि जेव्हा आता त्याच्या परिस्थितीत सुधारणा झाली तेव्हा त्या दोघांनाही हेच वाटायला हवे की तो तिचाच आहे पण ही कर्जाची किंवा उपकाराची भावनाच त्याला तिच्याबद्दल प्रेम वाटण्यापासून रोखते. त्याचे लक्ष कुंपणाच्या पलीकडे असलेल्या अधिक हिरव्या असलेल्या गवताकडे असते.

परतीच्या वाटेवर प्रेमात पडल्याने पुरुषाला त्याचा जोडीदार हा त्याच्यासाठी योग्यच आहे असे वाटण्यापासून रोखते.

स्वामित्वाची भावना पुरुषाला नातेसंबंधांमध्ये मोकळ्या मनाने निवड करण्यास रोखते. जेव्हा त्याला असे वाटते की आत्ता त्याने तिच्यासोबत असायला हवे, कारण तो तिचा आहे, त्यावेळेस तो तिच्याबरोबर नसतो. तिचे त्याच्यावरील कर्ज हे त्याच्या पायातील बेड्या ठरतात. नवीन जोडीदाराबरोबर पुन्हा जीव गुंतवण्याचा विचार करणे म्हणजेसुद्धा एखाद्या तुरुंगातून कुठल्याही रेकॉर्डशिवाय बाहेर पडणे आहे. अगदी स्वच्छ मनाने आयुष्याची नवीन सुरुवात करणे ही एक मनाला प्रेमात पाडणारी अवस्था आहे.

■

२

परतीच्या वाटेवरचा प्रणय

पुरुषांच्या बाबतीत त्यांच्या हृदयावर उपचार करताना सगळ्यात मोठा अडथळा म्हणजे त्यांची प्रणयाबद्दलची भूक. पुरुषांच्या बाबतीत आपली खरी गरज ही प्रेमाची आहे की प्रणयाची ही संभ्रमात टाकणारी गोष्ट असते. जरी त्याला हे जाणवत असले की अजूनही भावनिक पातळीवर तो गुंतायला तयार नाही, तरीसुद्धा प्रणयासाठी त्याची दुसऱ्या कोणाबरोबर तरी जवळीक साधायची तयारी असते. अशा प्रकारच्या फक्त शारीरिक संबंधांमुळे जरी तात्पुरता आराम मिळत असला तरी उपचार होत नाहीत. जरी पुरुष फक्त शारीरिक संबंधात शिरला तरी प्रत्येकवेळी त्याने स्वत:च्या मनाशी विचार करून आपल्या मनाच्या पृष्ठभागावर येणाऱ्या भावनांचा अभ्यास केला पाहिजे.

प्रणय ही प्रेम आणि जवळिकतेची अत्यंत सुंदर अशी अभिभावना आहे. जेव्हा हृदय जखमी होते, तेव्हा प्रणय पुरुषाला त्याच्या भावनेशी जोडण्याचे प्रभावी साधन बनते, तरीसुद्धा पुरुषाने ही काळजी घेतली पाहिजे की हे त्याने कबूल करायला नको, नाही तर स्त्रीच्या प्रेमावर तो किती अवलंबून आहे हे स्पष्ट होईल व तो दुबळा दिसेल, त्यामुळे त्याच्यासाठी हे अधिक चांगले की त्याने प्रणयासाठी एका पाठोपाठ एक असे अनेक जोडीदार निवडावे किंवा दुसरा कुठलाही पर्याय निवडावा, पण कोणालाही वचन देण्याच्या तो मन:स्थितीत नाही हे त्याने स्पष्ट करावे.

प्रणयासाठी सततच भुकेले असणे हे पुरुषासाठी परतीच्या मार्गावरचे व्यसनच ठरण्याची शक्यता असते. पुरुषाने अशा वेळी तात्पुरता आराम मिळवल्यानंतर आपल्या वेदनांवर उपचार करावा. कदाचित आपल्या उपचारक भावनांमध्ये अडकण्यापेक्षा प्रणय भावनांमध्ये शिरणे त्याला अधिक सोपे वाटेल. जर अशा वेळी आपण काळजी घेतली नाही, तर प्रणयाची भूक आपल्या भावना बोथट बनवते. अशा बधिर

भावना आपल्या वेदनेशी जोडण्याचे व त्यांना मुक्त करण्याचे साधन बनू शकत नाहीत.

तात्पुरते जर प्रणयापासून स्वत:ला दूर ठेवले तर पुरुषाला त्याची उपचार प्रक्रिया पूर्ण करण्यासाठी वेळ व संधी मिळते. जर हे त्याच्यासाठी फार अवघड वाटत असेल तर त्याला हे करणे अगदी गरजेचे आहे अशी परिस्थिती आहे हे लक्षात घ्यावे. अशा परिस्थितीत त्याला ज्या गोष्टी प्रणयाला उद्युक्त करतील त्या त्याने टाळल्या तर तो परिस्थितीवर मात करू शकेल.

प्रणयाच्या भुकेपासून काही काळापर्यंत स्वत:ला दूर ठेवले तर पुरुषाला उपचार प्रक्रिया पूर्ण करण्यास मोठी संधी मिळते.

आपल्या खऱ्या भावना टाळण्यासाठी जर तो प्रणयाचा जास्त उपयोग करत असेल तर अशा वेळी अश्लील चित्रे, पुस्तके, मासिके वाचू नयेत किंवा बाईचा शोध घेण्यासाठी एखाद्या सफरीवर जाऊ नये. अशा प्रकारची प्रणयाला प्रोत्साहन देणारी कुठलीही कृती त्याची प्रणयाची भूक आणखी वाढवेल. थंड पाण्याच्या शॉवरखाली आंघोळ करणे, व्यायाम आणि मित्रांबरोबर मौजमजा करणे यामुळे प्रणयभावनेवर योग्य प्रकारे काबू ठेवता येतो, तो त्याने ठेवावा.

व्यसन म्हणजे गरज नव्हे.

व्यसन ही गरज आहे अशी फसगत होण्याची शक्यता असते. व्यसन हे खरे तर गरजांना पर्याय असण्याची शक्यता आहे. जेव्हा एखाद्या गोष्टीची तातडीने गरज वाटते पण ती पूर्ण होण्याची शक्यता नसते व ते वेदनादायी असते तेव्हा मन नवीन गरज निर्माण करते. पर्यायी गरज परतीच्या वाटेवर पुरुषाची प्रणयाची गरज ही अशीच पर्यायी गरज असते. त्याची खरी गरज असते ती त्याच्या भावनांवर उपचार करण्याची! माफक प्रमाणातला प्रणय त्याला त्याच्या भावनांच्या सान्निध्यात राहण्यास मदत करतो, पण प्रणयाचे झपाटलेपण मात्र त्याच्या उपचार प्रक्रियेत अडथळे आणते.

स्त्रियांपेक्षा पुरुष व्यसनाधीन होण्याची शक्यता जास्त असते, कारण आपल्या भावना इतरांबरोबर वाटून घेण्याचे पुरुषांचे कौशल्य कमी पडते. अनेक पुरुषांना तर मित्रच नसतात किंवा संवाद साधण्याचे कौशल्य नसते, त्यामुळे त्यांच्या हृदयाच्या खोल कप्प्यात चाललेली भावनांची खळबळ ते कोणाला सांगू शकत नाहीत. आयुष्यातल्या या ताणतणावांशी जुळवून घेण्यासाठी पुरुष सहसा एकमेकांशी

खेळ, व्यवसाय, राजकारण, हवामान या विषयांवर बोलतात. जोपर्यंत पुरुषाचा प्रेमभंग होत नाही तोपर्यंत तसे हे ठीक असते.

पुरुष सहसा खेळ, व्यायाम, राजकारण, हवामान या विषयांवर बोलतात, जेणेकरून ते वेदनादायी नसते आणि व्यक्तिशः टीका करणारेही नसते.

जेव्हा प्रेमभंग होतो तेव्हा जर पुरुषाला कोणत्या दिशेला वळावे हे जर कळले नाही तर तो व्यसनी प्रवृत्तीला बळी पडतो. त्याची खरी गरज त्याच्या भावना कोणाबरोबर तरी वाटून घ्यायची असते, पण त्या गरजेच्याऐवजी त्याला खोटी गरज जाणवायला लागते. पुरुषांना प्रणयाचे व्यसन लागते तर बायका प्रामुख्याने गरजेपेक्षा जास्त खात सुटतात. जोपर्यंत आपल्याला हृदयावर उपचार करण्याच्या गरजेचे ज्ञान स्पष्टपणे होत नाही, तोपर्यंत व्यसनाधीन होण्याच्या प्रवृत्तीची आपण शिकार होण्याची शक्यता नाकारता येत नाही.

■

३

सकारात्मक व्यसने

उपचार प्रक्रियेच्या पेचप्रसंगात जर आपल्या भावना इतरांबरोबर वाटून घेण्याची संधी निर्माण करण्याची योग्य वेळ पुरुष ओळखू शकला नाही तर त्याला खूप भोगावे लागते. या वेदनांपासून सुटका होण्यासाठी तो मग आराम मिळवण्यासाठी व्यसनांचा आधार घेतो. सगळ्या व्यसनांमध्ये पुरुषांमध्ये जास्त प्रमाणात जे व्यसन दिसते ते म्हणजे प्रणय! नंतर क्रम लागतो तो विनाशकारी व्यसनांचा! जसे, दारू आणि नशीले पदार्थ. कुठल्याही वर्तणुकीचा अतिरेक हा हेच दर्शवतो की कोणत्यातरी त्रासदायक भावना लपविण्याचा हा प्रयत्न आहे.

पुरुष आपल्या वेदनांपासून सुटका मिळण्यासाठी व्यसनांचा आधार घेतो.

जेव्हा हृदयावरील उपचार प्रक्रियेचा पेचप्रसंग निर्माण होतो तेव्हा पुरुष त्यांचे काम झपाटलेपणाने करतात. जरी प्रमाणापेक्षा अधिक काम करणे हे व्यसन असले तरी ते उपचारप्रक्रियेच्या मार्गात कोणताही अडथळा आणत नाही. जास्त काम करणे हे सकारात्मक व्यसन आहे. पुरुषांच्या हृदयावरील उपचारप्रक्रियेला अधिक सुलभ करण्यासाठी त्याची मदतच होते. जर त्या पुरुषाला एखाद्या आधारकेंद्रात समुपदेशन मिळाले किंवा काही चांगले मित्र मिळाले तर त्याचे हे कामावर लक्ष केंद्रित करणे त्याचे मानसिक आरोग्य वाढवते. त्याचे काम त्याला अधिक स्वावलंबी आणि स्वायत्त बनवते आणि तो आता कुठल्याही प्रेमसंबंधांवर अवलंबून राहत नाही.

उपचारप्रक्रियेच्या पेचप्रसंगांमध्ये पुरुषांनी स्वतःला कामामध्ये झोकून देणे जसे

हितावह असते तसे ते बायकांसाठी तितकेसे आरोग्यपूर्ण नसते. बायकांची स्वत:च्या भावना लपवण्यासाठी अधिक अधिक देण्याची प्रवृत्ती असते. तिने जर स्वत:ला कामात झोकून दिले किंवा इतरांना काम देत सुटली तर आजूबाजूचे लोक तिला अधिक अधिक जबाबदार धरतील आणि परिणामी तिच्या स्वत:च्या भावना आणि गरजा दुय्यम ठरतील म्हणून स्त्रीने नेहमी ही काळजी घेतली पाहिजे की तिने स्वत:ला कामात बुडवून घ्यायला नको.

पुरुषांसाठी कामात स्वत:ला झोकून टाकणे हे सकारात्मक व्यसन असू शकते, पण बायकांसाठी असे करणे म्हणजे उपचारप्रक्रियेत अडथळा आणण्यासारखे असते.

प्रामाणिकपणे केलेले काम पुरुषाच्या हृदयावर फुंकर घालू शकते. पुरुष जेव्हा इतरांना काही देण्यात यशस्वी होतो तेव्हा कौतुक, स्वीकार आणि विश्वास या तीन गोष्टी त्याला इतरांकडून मिळतात, ज्यामुळे त्याचे मनोबल वाढते आणि तो त्याच्या भावना खोलवर जाणवू शकतो आणि त्यांच्यावर उपचार करू शकतो. उपचारप्रक्रियेच्या काळात पुरुष जी गोष्ट इतरांना उपयोगी ठरणारी करेल किंवा जितका अधिक स्वावलंबी व स्वायत्त बनेल तितकी त्याच्या हृदयावरील उपचार प्रक्रिया सुलभ होईल.

मनोरंजन हेसुद्धा सकारात्मक व्यसन आहे. तुटलेल्या नातेसंबंधांच्या कडवटपणातून बाहेर पडणे आणि आपल्याला आवडणाऱ्या गोष्टी करणे हे अत्यंत जरुरीचे असते. हीच वेळ असते की आपल्याला मनापासून आवडणाऱ्या गोष्टी आत्ता कराव्यात. जर त्याच्या गनात नवीन गाडी घेण्याची आस असेल तर ती त्याने आत्ता घ्यावी, जर त्याला नवीन म्युझिक सिस्टीम घ्यायची असेल तर ती त्याने आत्ता घ्यावी, खरेदीला जावे, भरपूर मौजमजा करावी, खर्च करत सुटावे. या सगळ्याच्या अधीन व्हावे, अर्थात कुठल्याही टोकाला न गेल्यास या सगळ्याचे सकारात्मक परिणाम दिसतात. जोपर्यंत त्याच्याकडे खर्च करण्याजोगे पैसे आहेत तोपर्यंत त्याने खर्च करावे. जोपर्यंत त्याच्या मुलांच्या गरजा पूर्ण केल्या जात आहेत आणि त्याच्या कामाच्या ठिकाणीसुद्धा तो त्याची जबाबदारी व्यवस्थित रीतीने पार पाडत आहे, तोपर्यंत त्याने त्याच्या चाकोरीबद्ध आयुष्यातून थोडेसे मुक्त होऊन थोडी मौजमजा करण्यास हा चांगला काळ आहे असे समजावे. ही वेळ अशी आहे की त्याच्या वैवाहिक जीवनाच्या काळात तो ज्या गोष्टी करू शकला नव्हता त्या त्याने आत्ता करायला हरकत नाही.

■

४

काम, पैसे आणि प्रेम

स्वत:ला कामामध्ये गाडून घेऊन आपल्या वेदनादायी भावनांकडे संपूर्ण दुर्लक्ष करणे हे पुरुषासाठी सोपे असते, परंतु आपल्या अशा दु:खाच्या आणि दुर्बलतेच्या भावना दडवत असताना कधी कधी त्याच्या कामाच्या ठिकाणी असा काही पेचप्रसंग निर्माण होतो की तो सोडवणे अशक्य होऊन बसते. तो काही वेळेस अशा काही मोठमोठ्या जबाबदाऱ्या अंगावर घेतो की, त्या पार पाडणे त्याला शक्य नसते आणि मग त्याला अपयश येते.

जर त्याच्या पूर्वीच्या जोडीदाराच्या मागण्या ह्या वाजवीपेक्षा जास्त असतील आणि त्यामुळे आलेला राग तो आवरू शकत नसेल तर तो स्वत:कडूनसुद्धा खूप जास्त अपेक्षा करायला सुरुवात करतो. तो त्याच्या मनाच्या खोल कोपऱ्यात राग दडवून ठेवतो आणि केवळ त्याचमुळे तो स्वत: त्याच्या पूर्वीच्या जोडीदारासारखा आग्रही बनतो. तो अवास्तव आणि आग्रही ध्येये स्वत:च ठरवतो, ज्यामुळे त्याचा संपूर्ण वेळ आणि संपूर्ण शक्ती खर्च होते.

पुरुषाने आपली ध्येये ठरवताना वास्तवाचे भान ठेवण्याची काळजी घेतली पाहिजे, नाहीतर स्वत:बद्दलच्या अवास्तव कल्पना बाळगल्यामुळे त्याच्यावर प्रचंड दबाव येईल. अधिक काम करण्याच्या दबावामुळे आपली नेमकी जखम जी मानसिक अनारोग्य निर्माण करण्यास कारणीभूत ठरते ती जाणवून घेण्याची संधी त्याला मिळणार नाही.

पुरुष अवास्तव कल्पना डोक्यात घेऊन त्या पूर्ण करण्यासाठी स्वत:वर प्रचंड दडपण आणतो.

माझ्या माहितीतल्या एका व्यावसायिकाचा असाच प्रेमभंग झाला आणि ते त्याने मनाला इतके लावून घेतले की त्याने स्वत:शी निश्चय केला की, जोपर्यंत मी कोट्यधीश होणार नाही तोपर्यंत मी पुन्हा कधीही कोणा जोडीदाराबरोबर स्वत:ला गुंतवणार नाही. हा अशा प्रकारचा निश्चय म्हणजे निरोगी मनाचे लक्षण नक्कीच नव्हे. प्रेमभंगानंतर हृदयावर उपचार झालेल्या पुरुषाने खरे तर असे वाटून घ्यायला नको की त्याच्याकडे जे आहे ते खूप कमी आहे आणि त्याला अजून खूप काही मिळवायचे आहे.

प्रेमळ नातेसंबंध मिळवण्यासाठी पुरुषाला आणखी काही करायची गरजच नसते. त्याच्यासाठी योग्य असणारी स्त्री कधीच त्याच्या पैशावर प्रेम करत नाही; तिच्यासाठी जर तो योग्य असला तरच ती त्याच्यावर प्रेम करते.

नातेसंबंध जोडण्यासाठी काहीतरी आर्थिक ध्येय गाठायचे अशी मनाशी गैरसमजूत करून घेऊन पुरुष पैशांना वाजवीपेक्षा जास्त महत्त्व देतो.

नातेसंबंध जर नकारात्मक आणि आधारशून्य असतील तर पुरुष पुढे जाऊन असाही विचार करतो की जोडीदाराशिवाय तो अधिक चांगल्या पद्धतीने आयुष्य घालवू शकतो. दुसऱ्या नातेसंबंधात शिरण्यापूर्वी खरेच जर पुरुष स्वत:च्या गरजा स्वत: भागवण्याइतपत स्वावलंबी झाला व स्वत:ची काळजी घेऊ शकला तर त्याला कोणाची वाट बघत बसण्याची गरजच उरणार नाही.

काम आणि प्रेम यांच्यामध्ये योग्य तो समतोल राखून यश मिळविण्याची शक्यता आणि ते यश नाट्यमयरीत्या वाढत जाण्याची शक्यता वाढत जाते. प्रेमळ नातेसंबंधांच्या मजबूत पायावर जर पुरुषाने त्याचे ध्येय गाठण्याचा प्रयत्न केला तर तो नक्कीच यशस्वी होतो.

माझ्या स्वत:च्या आयुष्यात काय घडले? मला असे नेहमी वाटायचे की मी कोणाच्या प्रेमास पात्र ठरण्यासाठी मला खूप मोठे यश मिळवावे लागेल. जर मी यशस्वी झालो नाही तर माझ्यावर कोणी प्रेमच करणार नाही अशी माझी खात्री झाली होती. माझ्या जागरूक मनावर सतत हे दडपण असायचे की मी यशस्वी झालोच पाहिजे! त्यामुळे मी जे काही मिळवले त्यावर मी कधीच समाधानी नव्हतो. मी जे काही करायचो ते कधीच पुरेसे नसायचे.

कोणीतरी आपल्यावर प्रेम करण्यासाठी आपण यशस्वी असले पाहिजे अशी पुरुषाची जी चुकीची धारणा असते, त्यामुळे त्याच्या मनावरचे दडपण अधिकच वाढते.

हे दडपण नेमके कशामुळे वाढायचे तर माझ्या मनाच्या सुप्त अवस्थेत कोठेतरी ही जाणीव होती की, माझ्यावर प्रेम करण्यासाठी माझ्यामध्ये अधिक काही तरी असण्याची गरज होती. मी जितके दिवस असा विचार करत राहिलो तितके दिवस मी पुरेसा यशस्वीही झालो नाही आणि समाधानी तर नाहीच नाही! पण जेव्हा मी बोनीबरोबर लग्न केले तेव्हा मात्र हे सगळे बदलले.

फक्त दोनच वर्षांच्या उपचारप्रक्रियेत प्रेमाची ताकद किती महत्त्वाची आहे ते मला समजले. बोनीने माझ्यावर इतके प्रेम केले की तिचे प्रेम मिळविण्यासाठी मला आणखी काही करायची गरज नाही असाच अनुभव मला आला. तिला सगळ्यात जास्त काय आवडायचे, तर माझ्याबरोबर अधिकाधिक वेळ घालवणे! त्यामुळे कामाबद्दलचा माझा पूर्ण दृष्टिकोन बदलला.

आयुष्याला पुन्हा नव्याने सुरुवात करताना खूप जास्त आणि अधिक काळपर्यंत काम करणे टाळा. उलट थोडे कमीच काम करण्याचा प्रयत्न करा आणि मैत्री व मनोरंजन या तुमच्या गरजांवर अधिक लक्ष केंद्रित करा, यामुळे तुमच्या हृदयावर उपचार करण्यास तुम्हाला फक्त आधारच मिळणार नाही तर तुम्ही अधिक यशस्वीही व्हाल.

माझ्या स्वतःच्या आयुष्यात मी माझ्या भावनिक गरजांचा समतोल माझ्या कामाच्या गरजेशी साधला आणि मी अधिक यशस्वी झालो आणि पुढे ते यश वाढतच गेले. प्रत्येक दिवशी नवीन नवीन संधी उपलब्ध होत गेल्या की ज्या मला अधिक काम करण्याच्या मोहात पाडत पण मी स्वतःवर ताबा ठेवला आणि माझ्या यशाचा पाया नेमका कशावर आहे याची आठवण ठेवली. माझ्या यशाच्या मुळाला एखाद्या रोपट्याप्रमाणे पाणी घालून मी त्याला जोमाने वाढू दिले.

जेव्हा पुरुष त्याच्या हृदयाची दारे सताड उघडी ठेवून काम करतो तेव्हा तो यशाच्या मूलभूत तत्त्वाशी जाऊन पोहोचतो. त्याच्यावर कोणी प्रेम केले व त्याच्या मित्रांनी आणि कुटुंबानी त्याच्यावर विश्वास ठेवला तर संपूर्ण जगाचा विश्वास तो संपादन करतो. तालबद्ध आयुष्य हे एखाद्या लोहचुंबकाप्रमाणे असते जे मोठमोठ्या यशाची दालने तुमच्यासाठी खुले करते.

■

५

फक्त प्रेम पुरेसे नसते

नातेसंबंध टिकून राहण्यासाठी फक्त प्रेम पुरेसे असते असे समजण्याची चूक अनेक स्त्री व पुरुष करतात. काही वेळेस असे होते की दोन माणसे एकमेकांवर प्रेम करतात, पण ते एकमेकांसाठी योग्य नसतात. त्यांचे एकमेकांवर खूप प्रेम असते, पण तरीही विवाहबंधनात अडकण्यासाठी तेवढे पुरेसे नसते. सर्वसामान्यपणे आपल्या समाजात अशी समजूत रूढ आहे की जर आपण कोणावर प्रेम केले तर आपण लग्न केले पाहिजे. जरी हे खरे असले की प्रेम हे नाते टिकवण्यासाठी आणि नाते समृद्ध करण्यासाठी मिळालेला पूर्वसंकेत आहे, तरीसुद्धा प्रेम ही खात्री देत नाही की ती व्यक्ती आपल्यासाठी योग्य आहे.

जोडीदार निवडणे हे नोकरी निवडण्यासारखे आहे. अशा अनेक नोकऱ्या असतात की ज्या आपण करू शकलो असतो पण तरीही आपण आपल्यासाठी आपल्याला योग्य तीच नोकरी निवडतो. आपल्याला अनेक गोष्टी करायला आवडतात, पण शेवटी आपल्याला एक ठरावीक दिशा निवडून तेथेच लक्ष केंद्रित करावे लागते. अगदी त्याचप्रमाणे असे हजारो लोक आपल्याभोवती असतात ज्यांच्यावर आपण प्रेम करू शकतो, पण त्यातील काहीच वैवाहिक जीवनातील जोडीदार होण्यास लायक असतात; अशा ठरावीक लोकांमधून आपल्याला आपल्या योग्य अशा एका व्यक्तीची निवड करायची असते.

जेव्हा आपण एकमेकांच्या चुका दाखवून त्या दुरुस्त करण्याचा प्रयत्न करतो तेव्हा समस्या निर्माण व्हायला सुरुवात होते. एक तर आपण तरी आपला जोडीदार सांगेल त्याप्रमाणे आपल्यात बदल करतो जेणेकरून आपल्या जोडीदाराला बरे वाटेल किंवा आपला जोडीदार तरी त्याच्यात बदल करण्याचा प्रयत्न करतो. विवाह यशस्वी व्हायला हवा असेल तर आपल्याला असे वाटले पाहिजे की आपण

आपल्यासारखेच आहोत. जर एका जोडीदाराला दुसऱ्या जोडीदाराला आनंदी करण्यासाठी आयुष्यभर त्यागच करावा लागला तर ते त्या विवाहाचे अपयश असते.

तुम्ही एखाद्यावर किती प्रेम करता हा मुद्दा नाही, पण तुम्ही गोल छिद्रात चौकोनी खिळा ठोकू शकत नाही.

एकत्र राहण्याच्या प्रयत्नात आपला प्रवास खालच्या दिशेने सरकत जाणाऱ्या भिरभिरत्या वादळात सापडून जोडीदारातही बदल होत असतो. शेवटी आपण एकमेकांना आवडेनासे होतो. खरे सांगायचे तर आता आपण जसे आहोत तसे एकमेकांना आवडत नाही. आपल्यात बदल होतो, आपल्या जोडीदारातही बदल होत असतो पण तरीही प्रेमात टिकून राहायचे असेल तर एकमेकांना आवडत राहणे गरजेचे असते. प्रत्येक नातेसंबंध आपण कसे आहोत ते सिद्ध करत असते. आपल्यातील सगळ्या चांगल्या गोष्टींचे दर्शन झाले तर आपण योग्य व्यक्ती असतो. जेव्हा एखादी व्यक्ती प्रेम करण्यास योग्य नाही असे आपण ठरवतो तेव्हा ती आपल्याला दोषांचे दर्शन घडवते. अधिक प्रेमळ, अधिक शहाणे, अधिक स्वीकार करणारे आणि अधिक निर्मितिक्षम होण्याऐवजी आपणच आपली वाढ थांबवतो.

उपरोधाने असे म्हणावे लागेल की ज्या दोन व्यक्ती एकमेकांवर प्रेम करतात, ते दोघे जर आपले नातेसंबंध क्षमाशीलतेने आणि सामंजस्याने 'आपण दोघे एकमेकांसाठी योग्य नाही' असा विचार करून संपवू शकले तर ते भविष्यात एकमेकांचे खूप चांगले मित्र होऊ शकतात. फक्त त्यांनी प्रणयाचे संबंध ठेवू नयेत.

काही वेळेस नेमके काय कारण घडते ते समजत नाही पण ते नातेसंबंध चालू ठेवणे अशक्य होऊन बसते. ते जर पालक असतील तर त्यांपैकी एक किंवा काही वेळेस दोघेही खोलवर अडकून बसतात. नातेसंबंधांचा शेवट होतो त्या वेळी त्यांपैकी एका किंवा दोघाही जोडीदारांना अपराधीपणाची भावना येते, कारण त्यांना ते नातेसंबंध जपता आलेले नसतात. अपराधीपणाची ही भावना टाळण्यासाठी जरी त्यांना त्यावेळी असे वाटले की या नातेसंबंधातून आपण लगेचच बाहेर पडायला पाहिजे, तरीसुद्धा या जाणिवेनंतरही त्यांनी काही काळ त्या नातेसंबंधातच राहावे. घटना अधिक अधिक वाईट होत गेल्यावर आपल्याला नातेसंबंध तोडण्याचा निर्णय न्याय्य वाटतो. बरोबर दुर्दैवाने हेसुद्धा खरे आहे की नातेसंबंध आपण जितके ताणत नेऊ तितके एकमेकांना दुखावण्याच्या आणि निराशेच्या भावना अधिक जाणवणार आणि त्यामुळे अधिक अपराधीपण येणार, म्हणजेच उपचार आणि मुक्तताही

अधिक तीव्रतेने कराव्या लागणार.

अपराधीपणाची भावना टाळण्यासाठी कोणत्याही व्यक्तीने जेव्हा त्याला अशी जाणीव होईल की, या नातेसंबंधातून बाहेर पडायला हवे तरी त्यानंतरही त्याच नातेसंबंधात काही काळ टिकून राहायला हवे.

अशा एकत्र राहण्याने आपण एकमेकांवर प्रेम करतो पण नातेसंबंधातील जवळिकता निर्माण करू शकत नाही याची समज येते अन् अपराधीपणाच्या भावनेशिवाय आणि क्षमाशीलतेने एकमेकांपासून दूर होणे शक्य होते. या जाणिवेमुळे आपण एकमेकांना असे म्हणू शकतो की, 'माझे तुझ्यावर प्रेम आहे पण आपण दोघे एकमेकांना अनुरूप नाही.' त्यामुळे आपण एकमेकांना हा संदेश पोहोचवतो की आपण आपल्याकडून प्रयत्न केले, पण आपण एकमेकांना अनुरूप नव्हतो. अशा प्रकारे आपल्या हृदयाची दारे उघडी ठेवून पुढील वेळेस योग्य जोडीदाराची निवड करण्याची संधी नाट्यमयरीत्या वाढते.

जेव्हा आपण नवीन नातेसंबंधांचा शोध घेतो तेव्हा आपल्याला स्वत:बद्दल तितकेसे चांगले वाटत नसते. अपराधीपण असते, अपुरेपण असते, अपयशाचे शल्य मनात डाचत असते. अशा परिस्थितीत आपल्याला अनुरूप जोडीदार सापडणे अवघडच असते, पण दुसऱ्या बाजूने विचार केला तर नातेसंबंध जर प्रेमाने संपवले आणि असा विचार केला की आपला जोडीदार आपल्याला अनुरूप नव्हता तर आपोआपच या भावना आपल्याला योग्य दिशेला घेऊन जातात व योग्य जोडीदार शोधण्यात मदत करतात. अपराधीपणाच्या भावना हेच दाखवतात की आपल्याला नवीन नातेसंबंधात शिरण्यापूर्वी अधिक उपचाराची गरज आहे.

■

६

आपल्याच चुकांमधून शिकायचे आहे

काही पुरुष त्यांचे गमावण्याचे दुःख हे त्यांच्या जुन्या जोडीदाराला दोष देऊन लपवतात. त्याच्या मनात फक्त एकच भावना असते ती म्हणजे, 'ती त्याच्यासाठी चुकीची जोडीदार होती.' फक्त एवढे म्हणून तो त्याच्या नैसर्गिक भावना लपवतो आणि नाकारतोसुद्धा. तो सगळ्यांना हेसुद्धा सांगत सुटतो की, 'बरं झालं! आपण वेगळे झालो.' अशा प्रकारची कारणमीमांसा त्यांना त्यांच्या दुःखाच्या जाणिवांमधून सवलत देते.

पण यामुळे त्यांच्या हृदयाची दारे उघडण्यास प्रतिबंध तर होतोच शिवाय जुन्या नातेसंबंधांमध्येसुद्धा समस्या निर्माण होतात, मात्र ते त्यांना त्या क्षणी समजू शकत नाही. नातेसंबंधांमध्ये जेव्हा समस्या निर्माण होतात तेव्हा ती एका माणसाचीच फक्त चूक नसते. तसेच 'मी चुकीच्या व्यक्तीची निवड केली.' असे म्हणूनही फक्त भागत नाही, हे लक्षात घ्यायला हवे.

भविष्यकाळामध्ये आपल्यासाठी अनुरूप जोडीदार शोधणे हे भूतकाळात केलेल्या चुकांमधून शिकावे लागते.

जेव्हा दोन व्यक्ती ज्या एकमेकांसाठी अनुरूप नाहीत त्या एकत्र येतात आणि नातेसंबंधात शिरून ते टिकवण्याचा प्रयत्न करतात, तेव्हा त्या एकमेकांमधील वाईट गोष्टींवरच लक्ष केंद्रित करतात; अर्थात योग्य व्यक्तीच्या सान्निध्यात असल्यामुळेसुद्धा जादूची कांडी फिरवल्यासारख्या सगळ्या समस्या आपोआप मिटत नाहीत.

आपण चुकीच्या माणसाबरोबर असलो काय किंवा योग्य माणसाबरोबर असलो

काय आपण स्वत:सुद्धा समस्यांमध्ये भरच घालत असतो. जेव्हा आपण नातेसंबंध संपवतो तेव्हा आपल्यामुळे काय-काय चुका झाल्या याची जबाबदारी आपण स्वीकारली पाहिजे आणि पुन्हा तशा चुका करायच्या नाहीत हे मनाला बजावले पाहिजे. आपण मागच्या नातेसंबंधात काय चुका केल्या ते विचारात घेऊन पुढील नातेसंबंधात आपण अधिक प्रेमाने वागले पाहिजे.

जेव्हा आपण आपल्या भूतकाळातून काही शिकतो तेव्हा आपले भविष्य कसे घडवायचे याबद्दल आपण स्वत:च सक्षम होतो. पूर्वीच्या नातेसंबंधाच्या अपयशाचे सगळे खापर आपल्या जुन्या जोडीदाराच्या माथी फोडून आपण स्वत: काही शिकण्याची व स्वत:ला अधिक परिपक्व बनवण्याची संधी घालवतो. या प्रवृत्तीमुळे आपण जुन्याच चुका पुन्हा पुन्हा करण्याचा संभव आहे; एवढेच नव्हे तर आपण आपोआपच पुन्हा अशा जोडीदाराकडे आकर्षिले जाऊ जो/जी जुन्या जोडीदाराप्रमाणेच असेल.

जेव्हा आपण आपल्या भूतकाळातून काही शिकतो तेव्हा आपले भविष्य कसे घडवायचे याबद्दल आपण सक्षम होतो.

पुरुषासाठी विसरणे हे सोपे असते पण 'क्षमा करणे' हे त्याच्यासाठी तितकेसे सोपे नसते. जेव्हा पुरुष पुन्हा दुसऱ्या नातेसंबंधात गुंततो तेव्हा जर पुन्हा तसेच मुद्दे समोर आले तर तेव्हा तो त्यांना नव्याने, ताजेपणाने सामोरा जात नाही तर त्या उलट आता त्याची सहनशक्ती कमी झालेली असते. परिस्थितीवर काबू मिळवण्यासाठी त्याच्यासाठी चांगले काय- तर केवळ आपल्या जोडीदाराच्या चुका आणि दुर्वर्तन याकडे लक्ष न देता आपल्या आधीच्या नातेसंबंधातील चुका आठवाव्या, आपल्या वागणुकीचे पुनरावलोकन करावे तरच त्याची क्षमाशील वृत्ती वाढेल आणि काय घडले ते तो फक्त विसरून जाणार नाही तर मोठ्या मनाने क्षमासुद्धा करेल. ■

७

प्रेम करणे थांबवू नका!

पुरुषाच्या जरी असे लक्षात आले की त्याचा जुना जोडीदार त्याच्यासाठी योग्य नव्हता तरी याचा अर्थ असा नव्हे की त्याने तिच्यावर प्रेम करणे थांबवायचे. अनेकदा पुरुषाला असे वाटते की त्याला आत्ता नाहीतरी तिचा निरोपच घ्यायचा आहे म्हणून त्याने आता तिच्यावर प्रेम करणे थांबवले पाहिजे. त्याच्या असे लक्षात येत नाही की, तो हे म्हणू शकतो, 'माझे तुझ्यावर प्रेम आहे आणि मला आता ही जाणीव झाली आहे की आपण दोघे एकमेकांसाठी अनुरूप नाही. आपण एकमेकांचे अधिक चांगले मित्र बनू शकतो.' हे तर नक्कीच की त्याचे तिच्याबद्दलचे प्रेम आता बदलले आहे पण तरीही त्याने त्याच्या हृदयाची दारे बंद करायची गरज नाही. नातेसंबंध संपवण्यासाठी याची गरज नसते.

जेव्हा आपण नातेसंबंध संपवतो तेव्हा आपण पूर्वीचे प्रेम आठवण्यासाठी थोडा वेळ काढला पाहिजे. भंगलेल्या हृदयाला मूळ स्थितीला येण्यासाठी याची फार गरज असते.

■

८

एकतर्फी प्रेम

पुरुषांना आयुष्यात आव्हाने स्वीकारणे आवडते. जेव्हा आपल्याला एखादी गोष्ट हवी असते आणि ती आपल्याला सहजासहजी मिळत नाही तेव्हा ती अधिक प्रकर्षाने हवी असते. पुरुष आव्हानांनी झपाटलेला असतो. जेव्हा पुरुषाला एखाद्या स्त्रीचे प्रेम हवे असते व तिच्या प्रेमाकडे तो आकर्षिला जातो परंतु ते प्रेम त्याला मिळत नसेल तर त्याची तिच्याबद्दलची आसक्ती अगदी नाट्यमय रीतीने वाढते.

जर नातेसंबंध काही कारणाने तुटले तर कधीकधी पुरुष स्त्रीच्या प्रेमाच्या दु:खात झुरतो. त्याचा विश्वासच बसत नाही की तिला तो नको आहे आणि त्यामुळेच त्याला ती हवीशी वाटते आणि ताटातुटीची वेदना त्याला असह्य होते. त्याच्या अशा एकतर्फी प्रेमाच्या भावनांमुळे त्याला त्याच्या दु:खाच्या भावनांची जाणीव होते पण त्याचबरोबर त्याला इतरही भावना जाणवणे गरजेचे असते.

जेव्हा पुरुषाला एकतर्फी प्रेमामागची वेदना समजते आणि असे दुर्दैवी प्रेमवीर जे एकमेकांना भेटू शकत नाहीत किंवा त्यांच्या प्रेमाची परिपूर्णता होत नाही तेव्हा असे नक्की समजावे की त्याच्या मनात भूतकाळातील अनिर्णित भावना ठाण मांडून बसल्या आहेत. नकार स्वीकारायचा नाही किंवा प्रेमातल्या अपयशाचे दु:ख जाणवून घ्यायचे नाही ही पुरुषी प्रवृत्ती फार पूर्वीपासून त्याच्यामध्ये असते.

दुर्दैवी प्रेमिकांच्या दु:खद वेदना या त्यांच्या भूतकाळातील अनिर्णित भावनांचे द्योतक असतात.

अशा एकतर्फी प्रेमाच्या वेदनादायी पकडीतून मुक्त व्हायचे असेल तर पुरुषाने त्याच्या वर्तमानकाळातील दु:खाची सांगड भूतकाळातील दु:खाशी घातली पाहिजे.

त्याने त्याच्या आठवणी मन:पटलावर आणल्या पाहिजेत आणि या घटनेशी साधर्म्य साधणाऱ्या घटना- म्हणजे जेव्हा तो प्रथम एखाद्या मैत्रिणीला भेटला आणि त्याही आधीची एखादी घटना म्हणजे जेव्हा तो नाकारला गेला किंवा कधी त्याच्या आईकडून झिडकारला गेला ते प्रसंग आठवावेत.

पुरुषासाठी दुर्लक्ष करण्याची असमर्थता सहसा त्याच्या आईच्या प्रेमाबद्दलच्या अनिर्णित भावनांशी संबंधित असते. अगदी लहान असताना जेव्हा त्याला आईच्या प्रेमाची गरज होती व त्याबद्दल त्याला आसक्ती होती, पण त्या वेळी त्याला मारून-मुटकून त्याची त्याला गरज नाही असे बळजबरीने दटावण्यात आले. त्या त्याच्या कडवट आठवणी आजही त्याच्या मनात रेंगाळत असतात. असेही असू शकते की तो लहान असताना त्याची आई मरण पावली असेल किंवा तो आईचा अत्यंत लाडका होता, पण नंतर लहान भाऊ किंवा बहीण झाल्यामुळे त्याचे प्रेम वाटले गेले असेल. त्याच्या दु:खद भावना भूतकाळातील अशा भावनांशी जोडून तो स्वत:ला अशा भावनांपासून मुक्त करू शकतो.

पुरुषासाठी असे वाटणे साहाजिकच आहे की कोणत्याच स्त्रीमध्ये त्याला आवश्यक वाटणारे गुण नाहीत आणि त्याला कधीच आनंद मिळणार नाही. अशा प्रकारच्या विचारांमुळे त्याचे दु:ख वाढते आणि एकतर्फी प्रेमाचे नाटक चालूच राहते. जर अशा वेळी सकारात्मक विचार केला व भविष्यात आपल्याला यापेक्षाही चांगली सहचारिणी मिळेल असा विश्वास ठेवला तर मन इतके उदास होणार नाही.

पण आपले भविष्य आपल्याला माहिती नसते, म्हणून तर आपण दु:खी होतो. जर भूतकाळातल्या एकतर्फी प्रेमावर आपण प्रक्रिया केली आणि अशा एखाद्या वर्तमानकाळातील मोक्याच्या ठिकाणावरून आपण निरखून पाहिले तर आपल्याला हवे असलेले प्रेम सापडते. आपल्या भूतकाळातील भावनांकडे जाणीवपूर्वक लक्ष दिल्यास आपण त्या भावना शोधून काढून त्यावर प्रक्रिया करून आपला वर्तमानकाळ उज्ज्वल बनवू शकतो.

■

९

सोडून देण्याची जबाबदारी घेणे

काही वेळेस पुरुषाच्या आयुष्याची चाके खोल जमिनीत गाडली जातात, ती तसूभरही पुढे सरकत नाहीत याचे कारण तो कडवट आठवणी मनाशी घट्ट धरून ठेवतो. त्याला वाटते ती त्याला सोडून गेली आणि ती चुकीची आहे हे तो विसरायला तयार नसतो. तिच्यावर दोषारोपण करत बसल्याने त्याचे आयुष्य आहे तिथेच रेंगाळत राहते. वस्तुत: जेव्हा नातेसंबंध संपतात तेव्हा तो दोघांनी मिळून घेतलेला निर्णय असतो, त्यामुळे त्यांपैकी एकाही जोडीदाराला आपला बळी दिला गेला असे वाटण्याचे कारण नाही.

कुठेतरी पुरुषाच्या हे लक्षात यायला हवे व त्याने मनाशी हे कबूल केले पाहिजे की ते दोघे एकमेकांसाठी अनुरूप नव्हते. कदाचित जर परिस्थिती व काळ-वेळ बदलली असती तर ते नातेसंबंध टिकवू शकलेही असते. अशा प्रकारचा अधिक सकारात्मक दृष्टिकोन ठेवून परिस्थितीकडे पाहिले तर तो अधिक क्षमाशील होऊ शकतो आणि स्वत:चे पुढील आयुष्य अधिक चांगले व समृद्ध बनवू शकतो.

जर त्या पुरुषाला सतत असे वाटत राहिले की त्याची जोडीदार त्याचा त्याग करून गेली आहे आणि त्याला मात्र अजूनही तिच्याबद्दल आसक्ती आहे तर त्याचे आयुष्य सहज दोषारोप आणि टीकाटिप्पणी यामध्ये पसरून बसते. जर त्याला मुले असतील तर तो आणखी एक मोठी चूक करतो ती म्हणजे त्या मुलांना तो सांगत राहतो की त्यांची आई किती स्वार्थी आहे आणि ती कोणाचीच कशी पर्वा करत नाही! अशा प्रकारचे विचार जरी त्याच्या मनात आले तरी ते त्याने आपल्या मनातच ठेवावेत किंवा समुपदेशकाला सांगावे.

पालक म्हणून आपली ही जबाबदारी आहे की दुसऱ्या पालकाबद्दल इतक्या कठोरपणे टीका आपण मुलांसमोर करणे योग्य नाही, कारण मुलांसाठी हे सगळे

पचवणे खूप अवघड असते. बळजबरीने मुलांना एका पालकाच्या बाजूने करून घेऊन दुसऱ्या पालकाविरुद्ध भडकावणे हे अनेक अंगांनी मुलांवर अत्याचार करण्यासारखे असते.

जर पुरुषाला असे वाटले की त्याचे त्याच्या जोडीदारावर प्रेम आहे आणि तिने त्याला सोडून जायला नको होते... तर प्रेम म्हणजे नक्की काय हे त्याने समजून घ्यायला हवे. त्याचे जर त्याच्या जोडीदारावर खरे प्रेम असेल तर तिला तिच्यासाठी जे योग्य वाटते ते करण्यात त्याने तिला मदत करायला हवी. त्याचे असे वाटणे की ती एक लहान मूल आहे म्हणजे जणू काही त्याची खाजगी मालमत्ता आहे हे चुकीचे आहे. याला प्रेम म्हणता येणार नाही. जर ती खरेच परत यावी असे त्याला वाटत असेल तर 'दुर्लक्ष करणे', 'सोडून देणे' हाच यावर योग्य उपाय आहे.

नकाराला सामोरे जाणे.

फक्त एवढेच खरे नाही की कोणीतरी आपल्याला अनुरूप नाही! तर असेही असू शकते की आपण कोणालातरी अनुरूप नाही. जर स्त्रीला आपण नको असू तर नक्कीच ती आपल्यासाठी योग्य स्त्री नाही. याच्या उलट विचार करणे म्हणजे आपलाच बळी गेला आहे असे समजणे व दुःख करून घेणे आहे.

सोडून देण्यासाठी आपल्याला असे जाणवले पाहिजे की, आपल्यासाठी योग्य असणाऱ्या स्त्रीच्या ती जवळपास पोहोचते आहे पण ती योग्य स्त्री नव्हे.

ज्या स्त्रीला आपण नको आहोत ती आपल्यासाठी आदर्श स्त्री कशी असू शकते? जर या विचारसरणीतून आपण पाहिले तर खालील विचार तार्किकदृष्ट्या विसंगत वाटतात:

मी जर ती चूक केली नसती, तर आपण एकमेकांसाठी परिपूर्ण होतो.

ती जर माझ्यासाठी माझ्याबरोबर राहायला आली, तर आम्ही आनंदाने एकत्र राहू शकतो.

जर तिला तो दुसरा माणूस भेटला नसता, तर आजही आम्ही एकत्र राहू शकलो असतो.

जर मी तिला यापूर्वीच भेटलो असतो, तर आम्ही एकमेकांसाठी अनुरूप ठरलो असतो.

जर आम्ही आजही एकत्र असतो, तर ती आधी माझ्या आयुष्यातून गेली नसती.

जर ती खरोखरच तुमच्यासाठी योग्य असती, तर तिने तुमची चूक माफ केली असती. ती तुमच्याबरोबर राहण्यासाठी दोन पावले पुढे आली असती. तुम्ही तिला योग्य वेळी भेटला असतात, ती दुसऱ्या कोणाच्या प्रेमात पडली नसती, ती तुमच्यासाठी उपलब्ध झाली असती, तिला आधीच कोणीतरी घेऊन गेले नसते... ...जर आपली ही समजूत असेल की आपल्यासाठी कोणीतरी अनुरूप आहे तर अनुरूपतेची व्याख्या आपण आधी समजून घेतली पाहिजे किंवा कमीतकमी उपलब्धता तरी पाहून घेतली पाहिजे.

अशी व्यक्ती जी आपल्यावर प्रेम करत नाही, आपला स्वीकार करत नाही, जिला आपण नको आहोत ती आपल्यासाठी अनुरूप आहे ही शक्यता वर्तवणे हा मोहात पडल्यामुळे झालेला भ्रम आहे.

ज्या स्त्रीला आपण नको आहोत तिच्याकडे दुर्लक्ष करण्यासाठी त्या पुरुषाला हे आधी समजले पाहिजे की तिला आपण नको आहोत, हे जेव्हा त्याला समजेल तेव्हा ते नक्कीच वेदनादायी असेल पण सत्याला सामोरे जाण्यासाठी त्याचीच मदत होईल आणि तिचे आपल्यावर प्रेम नाही, तिला त्याच्याबरोबर राहायचे नाही हे वास्तव स्वीकारून तो भानावर येईल; अर्थात ही सामान्य माहिती महत्त्वाची असली तरी 'तिला तो नको आहे' याचे जर खास वेगळे कारण असेल तर त्यासाठी ही एवढी सामान्य माहिती पुरेशी नसते.

जर नकाराची काही खास कारणे असतील तर ती कदाचित सांगेल, 'तो पुरेसा श्रीमंत नाही, तो हवा तसा स्मार्ट नाही, तो पुरेसा आधुनिक नाही, तो फार किचकट आहे, फार स्वार्थी आहे, फार वाहावला जातो, त्याला फार ढकलावे लागते...' असे आणि अनेक- न संपणारी यादी; पण या सगळ्या वरवरच्या गोष्टी आहेत. तिला तो नको आहे याचे खरे कारण असे आहे की, तो तिच्यासाठी अनुरूप नाही. जर तो अनुरूप असता तर त्यातल्या एकाही गोष्टीने फरक पडला नसता. या सगळ्या अटींवर लक्ष केंद्रित केल्यास कदाचित पुरुष असा विचार करतो की, 'पण मी बदलायला तयार आहे...' पण असे विचार त्याला चुकीच्या मार्गावर नेतात.

पूर्णत्वाकडे नेणारी प्रक्रिया!

जर एखादे जोडपे त्यांच्या नातेसंबंधांच्या संपण्याच्या शेवटच्या टप्प्यामध्ये असताना समुपदेशनासाठी आले तर ही पूर्णत्वाला नेणारी प्रक्रिया फार उपयोगी ठरते. समुपदेशक त्याला मदत करण्यासाठी म्हणजे त्याने प्रेम विसरुन जावे म्हणून

तिला पुढील वाक्ये म्हणायला सांगतो, त्यामुळे त्याला त्याच्या वेदना लगेच जाणवतात आणि त्यातून मुक्त व्हायला मदत होते- त्यासाठी तिने असे म्हणायचे:

१) 'मला तुझ्याबरोबर राहायचे नाही.'

२) 'मला जसे वाटले होते तसे माझे तुझ्यावर प्रेम नाही.'

३) 'तू माझ्यासाठी योग्य जोडीदार नाहीस.'

४) 'मला दुसऱ्याच कोणाबरोबर राहण्याची इच्छा आहे.'

५) 'मला माहिती आहे तू माझ्यासाठी योग्य व्यक्ती नाहीस.'

पुन्हा-पुन्हा ही अप्रिय वाक्ये ऐकल्यामुळे त्याला त्याचे हृदय भंगल्याची स्पष्ट जाणीव होईल आणि तो तिला विसरून जाईल. हा सराव प्रकार केल्यानंतर समुपदेशकाने त्या स्त्रीला ती खोली सोडण्यास सांगावे आणि तिच्या जोडीदाराबरोबर पुन्हा त्या चार उपचारात्मक भावना म्हणजे राग, दुःख, भीती आणि खेद जाणवायला भाग पाडावे.

हा सराव प्रकार पूर्ण करण्यासाठी त्यानेसुद्धा तशीच वरील वाक्ये तिला म्हणावीत- जरी त्याला तसे वाटत नसले तरीसुद्धा! त्यानेसुद्धा तेच शब्द उच्चारल्यामुळे त्यालाही काही प्रमाणात मानसिक समाधान लाभेल आणि वेदनेच्या भ्रामक कचाट्यातून त्याची सुटका होईल.

जर ती त्याच्याबरोबर समुपदेशनासाठी आली नाही तर समुपदेशकाने त्या मुलीचा अभिनय करावा आणि ती नाकारणारी पण प्रामाणिक भावना व्यक्त करणारी वाक्ये म्हणावीत, त्यामुळे पुरुषाला या वाक्यांवर आपली प्रतिक्रिया देण्याची संधी मिळेल आणि मग मनाच्या पृष्ठभागावर येणाऱ्या त्याच्या भावना जाणून घेऊन तो, तो सराव प्रकार तशीच वाक्ये बोलून पूर्ण करेल.

■

१०

अनुरूप जोडपीसुद्धा परिपूर्ण नसतात

काही वेळेस पुरुष वचनबद्धता टाळतो, कारण तो आपल्या नवीन जोडीदाराची तुलना त्याच्या स्वप्नातल्या एखाद्या काल्पनिक स्त्रीबरोबर करतो. त्याचे त्या नव्या जोडीदारावर प्रेम असते, पण मधूनच त्याला वाटते की तिच्याबरोबर प्रेम करण्याचा त्याचा निर्णय योग्य आहे का? त्याला अशी खात्री करून हवी असते की त्याला मिळालेली ती स्त्री ही सर्वोत्तम आहे. त्याला वाटत असते की जगात कोठेतरी तिच्यापेक्षा अधिक चांगली बाई नक्कीच आहे. अशा पद्धतीने सतत आपल्या जोडीदाराकडून अधिकाधिक परिपूर्णतेची अपेक्षा केल्यामुळे तो स्वत:ला खऱ्या आणि चिरकाल टिकणाऱ्या प्रेमासाठी कधीच संधी प्राप्त करून देऊ शकत नाही.

असा पुरुष वचनबद्ध होणे सारखे पुढे ढकलतो, कारण त्याला परिपूर्णतेची अपेक्षा असते. तो कल्पनेत त्याच्या जोडीदाराला परिपूर्ण पाहतो. त्याच्या डोळ्यांसमोर नातेसंबंधांचे आणि लोकांचे खरे चित्र उभे राहत नाही. त्याची जोडीदार कधीच परिपूर्ण व्यक्ती नसते. वास्तविक अशी स्त्री कुठेही असत नाही, जोडीदार फक्त त्याच्यासाठीच परिपूर्ण असते.

जोडीदार ही कधीच परिपूर्ण नसते, पण ती आपल्यासाठी परिपूर्ण असते.

एखादी स्त्री एखाद्या पुरुषाची जिवलग बनण्यास योग्य आहे किंवा नाही हे तिच्याशी पुरेशी ओळख झाल्यानंतरच समजते. ही जाणीव पहिल्या किंवा दुसऱ्या भेटीतच होणे हे काही वास्तव्यात शक्य नसते. एकमेकांसाठी हृदयाचे दरवाजे पुरेसे उघडे करण्यासाठी काही काळ जावा लागतो. अशी जाणीव होत जाणे म्हणजे

मानसिक मूल्यमापन नसते तर ती अगदी नैसर्गिकरीत्या हळूहळू उलगडत जाणारी कथा असते.

आपल्यासाठी एखादी व्यक्ती ही योग्य जोडीदार आहे किंवा नाही हा मनोव्यापार नसून ती आत्म्याच्या अखत्यारीतली बाजू असते. आत्म्याला असे घटनांचे त्रैराशिक मांडण्याची गरज नसते तर आत्म्याला हे सगळे आपोआप कळते. 'ती व्यक्ती माझ्यासाठीच आहे.' असाच तो कौल देतो. जर आपण एखाद्या व्यक्तीचे मूल्यमापन करत बसलो की हा जोडीदार मला अनुरूप आहे का, तर ती बाब मनाच्या अखत्यारीतली होते आणि या फूटपट्टीच्या मोजमापातून पाहिले तर ती व्यक्ती पुरेशी अनुरूप कधीच नसते. आपले मन दुर्गुणांची यादी बनवण्यात तत्पर असते, म्हणूनच आयुष्याचा जोडीदार निवडताना आपल्या आत्म्याची मदत घ्यावी.

तुमच्या आयुष्याचा जोडीदार तुमच्यासाठी योग्य आहे किंवा नाही हे फूटपट्टी लावून मोजू नका.

खरोखर आदर्श गोष्ट अशी असते की आपण आपल्या मनाची फूटपट्टी यासाठी लावली पाहिजे की आपण प्रेम आणि आधार किती यशस्वीपणे देऊ आणि घेऊ शकतो. जर नातेसंबंध प्रस्थापित करण्याच्या सुरुवातीच्या काळात आपण यशस्वी झालो तर आपल्या हृदयाची दारे उघडू लागतात. अशा खुल्या दिलाने वावरल्यास आपला आत्मा हे नातेसंबंध पुढे चालू ठेवायचे की संपवायचे यासाठी मार्गदर्शन करतो.

काही वेळेस जेव्हा आपण आपल्या हृदयाची दारे उघडतो तेव्हा असे लक्षात येते की हा जोडीदार आपल्यासाठी योग्य नाही. आपण हे आधीच पाहिले आहे की फक्त प्रेम पुरेसे नसते. केवळ आपले प्रेम आहे म्हणून ती व्यक्ती आपल्यासाठी जोडीदार म्हणून योग्य असेलच असे नव्हे, कारण आपल्या हृदयाच्या कप्प्यात त्या व्यक्तीबरोबर आपण आपले संपूर्ण आयुष्य व्यतीत करावे ही इच्छा असणेही गरजेचे असते आणि काही वेळा प्रेम असले तरी अशी इच्छा मात्र नसते.

■

११

घाईघाईत...

जो पुरुष सतत घाईत असतो तो प्रेमात पडण्याची संधी हुकवतो. असा पुरुष अत्यंत कार्यशील असतो. त्याला जर खात्री नसेल की ही स्त्री त्याच्यासाठी योग्य आहे किंवा नाही तर तो सरळ पुढे निघून जातो. तो तिच्यात जास्त गुंतून पडत नाही, कारण त्याला त्याचा वेळ वाया घालवायचा नसतो. त्याच्यासाठी वेळेची किंमत फार मोठी असते. त्याचे त्याच्यावरचे संयुक्तिक स्पष्टीकरण असे असते की, जर तो एकाच नातेसंबंधात एवढा वेळ वाया घालवायला लागला तर आयुष्यात त्याला योग्य जोडीदार कधी मिळणार?

आयुष्याचा जोडीदार शोधण्याच्या मोहिमेचा अधिक व्यापक विचार करण्यासाठी त्याने थोडे शांतपणे वेळ काढून बसले पाहिजे. जर त्याचे एखाद्या स्त्रीवर प्रेम असेल पण त्याची तशी खात्री होत नसेल तर म्हणून तो हा वेळ वाया घालवत आहे असे त्याने समजण्याचे काही कारण नाही.

जोपर्यंत त्याची खात्री होत नाही की हा जोडीदार आपल्यासाठी योग्य की अयोग्य तोपर्यंत ते नातेसंबंध चालू ठेवणे म्हणजे सरते शेवटी योग्य जोडीदार मिळणार याची नांदीच असते.

जर एखाद्या जोडीदारावर प्रेम करणे त्याने चालूच ठेवले, पण नंतर त्याच्या लक्षात आले की तो त्याच्यासाठी योग्य नाही तरीही त्याने तो वेळ वाया घालवला असे म्हणता येत नाही. उलट त्याने त्याचा वेळ अधिक शहाणपणाने घालवला आहे, कारण ह्याने ज्या काळात त्याच्या हृदयाची दारे उघडी ठेवली आणि त्याच्या जोडीदाराला समजून घेण्याचा खूप प्रयत्न केला. नातेसंबंध जरी अपयशी ठरले

तरीसुद्धा शोक करायला पुरेसा वेळ देऊन पुढील खेपेस योग्य जोडीदार निवडण्याची शक्यता नाट्यमयरीत्या वाढली.

जरी त्याच्या आयुष्याच्या रथाची चाके काही काळासाठी रुतून बसली तरीही त्याचा वेळ वाया नक्कीच गेला नाही. पुढील खेपेस अशा परिस्थितीत तो एखादी 'होमरन' नक्कीच काढू शकेल.

■

१२

अनुरूप जोडीदार ओळखणे

आपल्यासाठी जोडीदार निवडताना आपल्याला खूप काळजी वाटते. जरी प्रत्येक स्त्री वेगळी आणि खास असली तरीसुद्धा कोणत्याही नातेसंबंधातून आपण एखाद्या व्यक्तीला काही देतो आहोत. तेव्हा आपण काही मिळवत आहोत याचा संबंध- कुणाला देतो आहोत- यापेक्षा काय देतो आहोत याच्याशी असतो. जर एखाद्या पुरुषाचा संबंध एकापेक्षा अधिक स्त्रियांशी असेल तर जवळपास प्रत्येक संबंधातून त्याला सारख्याच गोष्टी मिळतील. जेव्हा आपला आत्मा आपल्या जोडीदाराला ओळखेल तेव्हा आपण असा विचार करणार नाही की कोण इतरांपेक्षा अधिक चांगली आहे! आपण असा जोडीदार निवडतो ज्याच्याबरोबर आयुष्यभरासाठी आपण प्रेमाचे संबंध निभावू शकू.

आपण कोणाला काय देतो यापेक्षा त्या नातेसंबंधातून आपल्याला काय मिळते याच्याशी आपले कर्तव्य असते.

जेव्हा आपण आपला जोडीदार ओळखतो तेव्हा ते आत्म्याने आत्म्याला ओळखल्यासारखे असते. याचा अर्थ आपल्याला आता अशी एक व्यक्ती सापडली आहे, जिच्याबरोबर आपण आपले आयुष्य वाटून घेऊ शकतो, कारण ती आपल्या आत्म्याने निवड केलेली असते. हे म्हणजे जन्मजन्मांतरीचेच संकेत आपण समजतो. जरी आपला जोडीदार निवडणे हे आपले विधिलिखित होते असे मानले तरी तिथेही निवडीला वाव होताच. आपल्यासाठी फक्त एकच व्यक्ती आहे असे समजणे म्हणजे स्वत:वर मर्यादा घालण्यासारखे आहे. अशा प्रकारची विचारसरणी कोणालाही निवड करताना औदासीन्य आणते.

'आपल्याला निवड करण्यासाठी फक्त एकच व्यक्ती उरली आहे' हा विचार खूप मर्यादा घालणारा असतो.

पुरुष नेहमी एक चूक करतो- तो असा विचार करतो की इतरांपेक्षा चांगली असणारी, सर्वगुणसंपन्न स्त्री कोठेतरी ह्या जगात आहे, पण ती त्याला मिळत नाहीये; त्यामुळेच त्याला निर्णय घेणे खूप अवघड जाते, कारण अशी कोणतीच स्त्री अस्तित्वात नसते. पुरुषासाठी साधारणत: शंभर स्त्रिया निवडीसाठी उपलब्ध असतात. मला असे अनेक पुरुष भेटतात जे मला विचारतात, 'मी एकीचीच निवड कशी करू? त्या सगळ्याच खूप छान आहेत आणि कोणीच एक दुसरीसारखी नाही.'

या प्रश्नाचे उत्तर असे आहे की तुम्ही तुमच्या मनाने कोणताच निर्णय घेऊ नका. तुम्ही त्यातलीच एक मुलगी निवडा आणि तिच्याशी नातेसंबंध प्रस्थापित करण्याची स्वत:ला एक संधी द्या. तुमचे हे नातेसंबंध सुरळीतपणे सुरू राहिले तर तुमच्या हृदयाची दारे सताड उघडी होतील. जेव्हा तुम्ही खुल्या दिलाने सामोरे जाल तेव्हा ती तुमच्यासाठी योग्य आहे किंवा नाही हे चाचपण्याची क्षमता तुमच्यामध्ये नक्कीच येईल. जर ती तुमच्यासाठी योग्य नसेल तर पुढील वेळेस तुम्हाला अनुरूप जोडीदार मिळण्याची शक्यता दुपटीने वाढेल.

■

१३

स्वैर कल्पनांपासून दूर राहा...

जेव्हा पुरुष आयुष्याचा डाव नव्याने खेळायला तयार होतो तेव्हा त्याच्या मनात स्त्रीबद्दल एक विशिष्ट चौकटीतले चित्र असते आणि तो त्याचाच मागोवा घेत असतो. त्याच्यासाठी आदर्श वाटणाऱ्या स्त्रीचा फोटो घेऊनच तो चाचपडत असतो. पुष्कळ वेळा असे घडते की जी स्त्री त्याच्यासाठी योग्य जोडीदार म्हणून सिद्ध झालेली असते ती त्या चित्रासारखी बिल्कुलच नसते. हा खरोखरच आश्चर्यचकित करणारा अनुभव असतो.

जेव्हा पुरुष त्यांच्या चौकटीत बसणाऱ्या स्त्रीच्या शोधात फिरतात तेव्हा अनुरूप स्त्री जोडीदार मिळण्याची संधी पुढे ढकलली जाते. अनेकदा पुरुष एखाद्या पार्टीला जातो आणि तिथे अनेक तऱ्हेच्या बायका पाहून तो आकर्षित होतो, पण अनेकदा त्यातील कोणीच त्याच्या चौकटीतल्या चित्राप्रमाणे नसल्यामुळे त्यांच्याकडे दुर्लक्ष करतो.

त्याच्या मनातल्या चित्राप्रमाणे दिसणारी स्त्री मिळेपर्यंत तो स्त्रियांकडे आकर्षिला जात नाही.

काही क्षणांसाठी पुरुषाने त्याच्या चौकटीतले चित्र जर बाजूला ठेवले आणि एखाद्या आकर्षक स्त्रीकडे लक्षपूर्वक पाहून तिला भेटला तर कदाचित त्याला अनुरूप स्त्री मिळू शकेल. ती स्त्री कशी दिसते किंवा किती सुंदर आहे यावर लक्ष केंद्रित करण्यापेक्षा तिला पाहिल्यावर त्याच्या मनात कोणत्या भावना येतात यावर लक्ष केंद्रित करणे गरजेचे आहे.

शारीरिक आकर्षण फार लवकर नाहीसे होते. जर जोडीदाराबद्दलचे आकर्षण

हे स्त्रीच्या फक्त बाह्यांगापेक्षा अधिक कशामुळे असेल तरच प्रेमाच्या तीव्र भावना टिकून राहू शकतात. खरा जोडीदार कोण हे ओळखण्याच्या चार कसोट्या आहेत. या चारही पातळ्यांवर म्हणजे शारीरिक, भावनिक, मानसिक आणि आध्यात्मिक दृष्टिकोनातून आकर्षण ज्या व्यक्तीबद्दल वाटेल तो किंवा ती आपल्या आयुष्याची खरी जोडीदार होऊ शकते. आपण फक्त शारीरिक प्रणयासाठी तिच्याकडे आकर्षून कामातुर झाल्याने आपल्याला ती आवडली असली, आपल्याला ती आकर्षक वाटली आणि तिच्यामुळे आपल्याला प्रोत्साहन मिळत असले तर यापेक्षा अधिक काय हवे? फक्त काही आठवड्यांसाठी, महिन्यांसाठी किंवा वर्षांसाठी नव्हे तर आयुष्यभरासाठी जोडलेले राहण्यासाठी वरील चार पातळ्यांवर आपले संबंध हवेत.

प्रेमाच्या तीव्र भावना तरच टिकून राहू शकतात- जर पुरुषाला स्त्रीबद्दल वाटणारे आकर्षण हे फक्त शारीरिक पातळीवरचे नसून त्यापेक्षा अधिक काहीतरी असते.

काही स्त्रिया- ज्या एखाद्या सिनेमातल्या हिरॉईनप्रमाणे किंवा मॉडेलप्रमाणे सुंदर व आकर्षक होत्या- त्या माझ्याकडे तक्रारी घेऊन आल्या की, त्यांचे मित्र किंवा त्यांचे नवरे आता पूर्वीसारखे त्यांच्याकडे आकर्षिले जात नाहीत तेव्हा मला आश्चर्याचा धक्का बसला. अशा बायका बरेचदा नैराश्याने घेरलेल्या असतात, कारण पुरुष त्यांच्या बाह्य सौंदर्यावर भाळतात, पण थोड्याच दिवसात त्यांचा त्यांच्यातला इंटरेस्ट संपून जातो. ह्याचा अर्थ त्या स्त्रिया प्रेम करण्यास लायक नाहीत असा मुळीच होत नाही, पण त्या स्त्रिया अशा चुकीच्या माणसांच्या प्रेमात पडतात, जे केवळ त्यांच्या शरीरावर प्रेम करतात.

जर आपल्याला आनंदी राहायचे असेल व आयुष्यभर आपल्यावर कोणी प्रेम करावे असे वाटत असेल तर शहाणा पुरुष पुस्तकाची फक्त कव्हरवरून निवड करत नाही, म्हणजेच तो बाह्य सौंदर्यावर न भाळता स्त्रीच्या अंतरंगातही डोकावतो. काही पुरुषांना हा दृष्टिकोन ठेवणे जरा अवघडच जाते. अशा रूपगर्वितांची आपल्याला अनुरूप जोडीदार म्हणून निवड करायची नाही हा विचारसुद्धा त्यांना सहन होत नाही, तरीसुद्धा जरी अशी स्त्री त्यांना मिळालीच तरी तिच्यात असा काही दोष निघतो की जो स्वीकारणे कठीण असते. फक्त शारीरिक सौंदर्यावर लक्ष केंद्रित करण्याने फार काळ समाधान मिळत नाही. खाली दिलेले विश्लेषण पुरुषाला त्याच्या मनात असलेले स्त्रीचे चित्र पुसण्यास मदत करेल.

जेव्हा पुरुष एखाद्या आकर्षक बाईकडे बघतो तेव्हा त्याने हा विचार करावा की ती एवढी आकर्षक का आहे? तर ती सुंदर आहे. खरोखर तिच्याकडे बघत राहावेसे

वाटते, त्यामुळेच त्याला बरे वाटते. तिच्यामुळे त्याच्या अंगात वीज सळसळते. त्याला तिला स्पर्श करावासा वाटतो आणि तो जेव्हा तसे करतो तेव्हा त्याला खूप बरे वाटते आणि तिलासुद्धा.

या उदाहरणावरून काय दिसते, की त्या स्त्रीमुळे पुरुषाच्या मनात अशा भावना निर्माण होतात की तो खूप सुखावतो; म्हणजे पुरुषाची प्राथमिक गरज काय, की स्त्रीने त्याच्या मनात- तो जेव्हा तिच्याकडे बघतो तेव्हा- अशा भावना निर्माण करायला हव्या, पण म्हणून त्यासाठी तिने फक्त तसे दिसणेच गरजेचे आहे का?

काही वेळेस पुरुष याच कारणासाठी जुन्याच जोडीदाराकडे पुन्हा जातो. तिथे त्याची जवळीक असते. आपण पूर्वीच चर्चा केल्याप्रमाणे ही जवळीक नाहीशी होण्यासाठी दुर्लक्ष करणे गरजेचे असते, त्यासाठी शोकप्रक्रिया पूर्ण व्हावी लागते. पुरुषाचे जर अजूनही चौकटीतल्या चित्राशीच मन रेंगाळत असेल तर अजूनही त्याच्या मनावर भूतकाळातील नातेसंबंधाचा पगडा आहे हेच दिसते.

■

१४

धरले तर चावते अन् सोडले तर पळते!

नातेसंबंध तुटल्यामुळे काही पुरुषांच्या मनावर ताण येतो आणि ते पुन्हा प्रेमाच्या वगैरे वाटेला जाण्याचा नाद सोडून देतात, ते प्रयत्न करणेसुद्धा थांबवतात. त्यांची बायकांबरोबर खूप चांगली मैत्री होते पण जेव्हा त्या नात्यात समस्या निर्माण होतात तेव्हा ते मैत्री तेथेच थांबवतात. अनुभवावरून काही शिकण्याऐवजी ते सर्वसामान्य नकारात्मक विचार करून स्वत:भोवती कुंपण घालतात. स्त्री आणि पुरुष हे एकमेकांहून भिन्न आहेत असा सकारात्मक दृष्टिकोन त्यांच्यामध्ये नसतो. त्यांना बायका आवडतात पण ते या निर्णयाला आलेले असतात की ते बायकांबरोबर राहू शकत नाहीत. त्यांना बायकांमध्ये गुंतायला आवडते, पण त्यांना लग्न करण्यामध्ये काहीच स्वारस्य नसते.

बाईने एखाद्या प्रसंगात कसे वागावे याबद्दलच्या काही चुकीच्या अपेक्षा अशा पुरुषांच्या असतात. ती जर त्यांच्या अपेक्षेप्रमाणे वागली नाही तर त्यांना प्रचंड नैराश्य येते. तो एकदम तेथल्या तेथे तिचा न्यायनिवाडा करतो आणि तिला बदलण्याचा प्रयत्न करतो, पण स्वत:ची विचारसरणी बदलण्याची त्याला जरासुद्धा गरज वाटत नाही. स्त्री आणि पुरुष यांच्यातील नैराश्य येण्यास प्रामुख्याने त्यांच्यातील संवाद कारणीभूत ठरतो. जेव्हा त्याला अगदी शांत बसायचे असते तेव्हा तिला प्रचंड बोलावेसे वाटते. त्याला अगदी एकटे राहावेसे वाटत असते तेव्हा तिला त्याची साथ-सोबत हवी असते. तिला वाटते, त्याने तिचे बोलणे काळजीपूर्वक ऐकावे, तो ऐकतोही पण जेव्हा तो तिला काही तोडगे सुचवतो तेव्हा ती त्याचा सल्ला मानत नाही आणि मग त्याला त्याचा तो उपमर्द वाटतो. तो कितीही चांगला वागला तरी ते तिच्या पसंतीस उतरत नाही. अशा प्रकारे डोक्याला डोके लावून त्यांच्यातील प्रेम कधीच वृद्धिंगत होत नाही.

जेव्हा पुरुष स्त्रीला सल्ले देतो तेव्हा ती अधिकच निराश होते.

जेव्हा पुरुषाला त्याच त्याच मुद्द्यांना पुन्हा सामोरे जावे लागते तेव्हा त्या बाईचेच काहीतरी चुकते आहे अशा निर्णयाला येण्याऐवजी त्याने हे बघावे की या समस्या त्याच्यामुळे तर वाढत नाही आहेत ना? त्याच्या विचारसरणीत थोडासा बदल केला तरी कदाचित त्याला हवा तो परिणाम त्याला साधता येईल आणि स्त्री व पुरुष यांचा संसार साधण्याचा निराळा दृष्टिकोन त्याला समजेल.

जर पुरुषाची भूतकाळातील एखादी भावना अनिर्णित राहिली असेल तर कोणत्याच स्त्रीला तो 'चांगली' समजत नाही, तो जेव्हा जेव्हा एखाद्या स्त्रीच्या सान्निध्यात जाईल आणि त्याला तिच्याबद्दल नैसर्गिक प्रेम वाटेल, तिच्यासाठी निरपेक्ष बुद्धीने काही करावेसे वाटेल तेव्हा तेव्हा त्याच्या मनाचा दुखावलेला भाग पृष्ठभागावर येईल व म्हणेल, 'थांब, यापूर्वी तू हे सगळे केले आहेस त्याचा काही उपयोग होत नाही. मी या आधी एकदा मूर्ख बनलो आहे... यामुळे केवळ जखमच होऊ शकते.'

जर पुरुषाच्या काही भावना अनिर्णित राहिल्या असतील तर त्याला कधीच कोणतीही स्त्री तितकीशी चांगली वाटत नाही.

पुरुषाच्या मनाच्या खोल कप्प्यात एखादी जखम भळभळत असेल, नाकारले गेल्याचे दुःख असेल, अपुरेपण असेल तर जेव्हा तो एखाद्या स्त्रीच्या जास्त जवळ जातो तेव्हा या नकारात्मक भावना मनाच्या पृष्ठभागावर येतात. त्या जेव्हा मनाचा ताबा घेतात तेव्हा त्या भूतकाळातल्या आहेत अशी स्वतःची ओळख त्या देत नाहीत. त्यामुळेच हे न कळल्याने पुरुषाला वाटते की त्याच्या जोडीदारामध्येच काहीतरी दोष आहे. जेव्हा पुरुषाकडे एखादी गोष्ट अपुरी असेल तेव्हा तो दुसऱ्याला दोष देऊन स्वतःचा बचाव करण्याचा प्रयत्न करतो.

जेव्हा पुरुषाला आपली योग्यता नाही असे जाणवते पण समोरचा माणूस त्याला आदराने वागवतो तेव्हा तो मात्र त्या माणसाशी आदराने वागू शकत नाही. जर पुरुषाच्या कोणत्याही दुर्वर्तनाला त्याची जोडीदार शरण गेली तरी त्याला सौजन्याने वागता येत नाही. तो तिला सरळ विचारतो, 'तिला काय हवे आहे' किंवा 'त्याला या नात्यातून काय हवे आहे?' जेव्हा असे मुद्दे समोर येतात तेव्हा पुरुषाला नातेसंबंधांची खरी किंमत कळत नाही आणि मग अशा भावनिक वादळांमधून त्याची जीवननैय्या पार करणे त्याच्यासाठी कठीण होऊन बसतं.

■

१५

शोध संपत नाही...

काही पुरुष सतत शोधक नजरेने इकडे तिकडे पाहत असतात. ते एका स्त्रीबरोबर कधीच संतुष्ट राहू शकत नाहीत. अव्याहतपणे त्यांचे योग्य स्त्रीसाठी शोध घेण्याचे काम चालू असते. त्यांना सध्या जे प्रेम मिळते त्याला दूर सारून ते असे समजतात की त्यांना नक्कीच अशी एखादी स्त्री मिळणे काही अवघड नाही. जेव्हा नातेसंबंधात अगदी साधी आव्हाने त्याच्यासमोर येतात, जी सगळ्याच नातेसंबंधात येतात तेव्हाही तो भाबडेपणाने असे समजतो की त्याने चुकीच्या जोडीदाराची निवड केली आहे.

त्याची अशी भाबडी समजूत असते की एखाद्या नातेसंबंधातून खूप काही मिळेल अशी अपेक्षा करणे, नेहमीच हवे ते मिळेल असे समजणे हे चुकीचे आहे. प्रत्येक नातेसंबंधात त्यांचे स्वत:चे असे चढउतार असतात. जेव्हा नातेसंबंध समृद्ध असतात तेव्हा ती जोडपी अनेक संकटांना यशस्वीपणाने तोंड देऊन एकमेकांच्या अधिक जवळ येतात आणि आणखी पुढे गेल्यावर आपल्या भूतकाळातील नैराश्याला आणि औदासीन्याला हसतात.

जर आपल्या अपेक्षा वास्तववादी नसतील तर पुरुष या निर्णयाप्रत येतो की हे नातेसंबंध टिकवण्यासाठी तो हतबल आहे. जर त्याची बायको काहीतरी कारणावरून तक्रार करत असेल, त्याला तिच्याकडून हवा तसा प्रतिसाद मिळत नसेल तर त्याने त्याचा मुद्दा व विचार पुरेसे व्यक्त करूनसुद्धा तो माघार घेतो. तरी तिला असेच वाटते की त्याला काही पर्वा नाही पण खरी गोष्ट अशी असते की त्याला काय करावे हे समजत नसते.

जेव्हा पुरुषाला असे जाणवते की तो सर्व समस्या सोडवू शकतो तेव्हा त्याला त्या प्रश्नांबरोबर उत्तरे शोधत राहणे आवडते. उत्तर शोधेपर्यंत तो त्याच परिस्थितीत

राहतो, सोडून जात नाही पण जेव्हा आता पुढे काय करायचे ते त्याला समजत नाही तेव्हा तो ताबडतोब माघार घेतो. उदाहरणच द्यायचे झाले तर जर त्याच्या कॉम्प्युटरला काही बिघाड झाला तर तो कित्येक तास त्या कॉम्प्युटरशी खटपट करत राहतो. कॉम्प्युटर आणि जोडीदार यामध्ये फरक असा आहे की त्याला हे माहिती असते की कॉम्प्युटर्समध्ये बिघाड येऊ शकतात, ते शेवटी मशीन आहे आणि त्याचे मॅन्युअल वाचून आणि सेटिंग बदलून तो कॉम्प्युटर दुरुस्त करू शकतो पण त्याच्या जोडीदाराबद्दलच्या समस्येबाबत तो अनभिज्ञ असतो आणि जोडीदाराला दुरुस्त करण्यासाठी मार्गदर्शन करणारे असे कुठलेच मॅन्युअल त्याच्या हाती नसते.

बायकांचे मुद्दे आणि त्यांच्या तक्रारी

जर पुरुष गैरसमजामुळे या निर्णयाला आला की त्याने चुकीची स्त्री निवडली आहे, तर त्या ओघाने येणारे मुद्दे आणि समस्या सोडवण्यात तो रुची दाखवतो. चिरकाल टिकणाऱ्या प्रेमामध्ये काही वादळे व समस्या ह्या येणारच हे सत्य तो नाकारतो. प्रेम मिळण्याच्या संधीपासून मुकतो. पुरुषाला काय वाटते की त्याच्या कामाच्या ठिकाणी काम नेहमीच सगळे सुरळीत चाललेले असते काय, तेथे कायम फक्त मौजच असते का? त्याने हे लक्षात घ्यायला हवे की आयुष्य हे काम आणि मौजमजा यांचा समतोल असतो. कुठलेही नातेसंबंध हे यापेक्षा वेगळे आहेत असे मानणे म्हणजे स्वत:ची भाबडी समजूत करून घेणे होय.

पुरुष असा समज करून घेतो की त्याचे नातेसंबंध समस्याविरहित असतील आणि त्यामुळेच तो खरे प्रेम मिळवण्याच्या संधीला सुरुंग लावतो.

हजारो स्त्रिया आणि पुरुषांना समुपदेशन करून मी आता अगदी स्पष्टपणे या निर्णयाला आलो आहे की सामान्यपणे सर्व स्त्रियांचे पुरुषांच्या बाबतीतले मुद्दे आणि तक्रारी सर्वत्र सारख्याच असतात. त्या जेव्हा माझ्याशी बोलतात तेव्हा त्यांना असे वाटते की त्यांच्या समस्या इतरांपेक्षा फार वेगळ्या आहेत पण त्यांना ही कल्पना नसते की अगदी सतत, प्रत्येक आठवड्याला मी त्याच-त्याच कथा ऐकत असतो.

जरी प्रत्येक नातेसंबंध वेगळे आणि खास असले आणि त्यामध्ये अनेक तऱ्हा, विविध छटा, मुद्दे, तक्रारी आणि गैरसमज असले तरी प्रत्येक नातेसंबंधात हे सगळे घडतेच. 'मेन आर फ्रॉम मार्स ॲण्ड वुमेन आर फ्रॉम व्हीनस' हे पुस्तक वाचून माझ्या अनेक चाहत्यांनी मला हे सांगितले की, 'तुम्ही नक्कीच आमच्या पलंगाखाली लपून बसला होतात आणि आमचे संभाषण ऐकत होतात.' पण त्यामुळे त्या

सगळ्या जोडप्यांना एक दिलासा मिळाला की समस्या फक्त त्यांच्याच नातेसंबंधांमध्ये नाही तर इतर लोकही अशाच प्रकारच्या अनुभवांमधून जात आहेत आणि या जाणिवेमुळे त्यांना असेही वाटते की, 'जर इतरांनाही हेच अनुभव येत असतील तर मलाही यातून जाणे क्रमप्राप्त आहे.'

जो पुरुष सतत योग्य स्त्रीचा शोध घेत फिरतो त्याला सतत काहीतरी गमावल्याची भावना असते, पण आता त्याला हे ज्ञान झाल्यामुळे त्यानेही सुटकेचा नि:श्वास सोडायला हरकत नाही, कारण कोणतीही स्त्री त्याने निवडली तरी असाच प्रतिसाद त्याला मिळणार हे त्याला आता कळून चुकेल. प्रत्येक स्त्री ही स्त्रीच असते त्यामुळे त्याला अशी बाई कशी मिळेल की जी बाईच नाही?

याचा अर्थ असा नव्हे की कोणत्याही नातेसंबंधातून त्याला जे हवे ते मिळणार नाही. उलट खरे प्रेम प्राप्त करण्याची त्याला ही संधी मिळेल. परिपूर्णतेवर प्रेम करणे सोपे असते. खरे प्रेम हे माणसाला त्याच्या दोषांसह आणि मतभेदांसह स्वीकारण्यात असते.

पुरुषाने कोणत्याही स्त्रीची जोडीदार म्हणून निवड केली तरी त्याला मिळणारा प्रतिसाद हा सारखाच असतो.

अगदी कोणतीही स्त्री आपल्या आयुष्यात जोडीदार म्हणून आली तरी आयुष्य सुमधुर कसे करायचे ते आपल्या हाती असते. आपल्याजवळ फक्त लिंबे असली तरी त्यात साखर, मीठ घालून गोड सरबत बनवण्याचे कौशल्य आपलेच असते. पुरुष चुकीने हे म्हणत राहतो की अयोग्य जोडीदार आयुष्यात आल्यामुळे त्याला संकटांचा सामना करावा लागला, पण आता हे वाचल्यावर पुरुषाच्या लक्षात येईल की कोणतीही जोडीदार असली तरी आयुष्यात काही ठरावीक मुद्द्यांना सामोरे जावेच लागते. काही मुद्दे टाळता येत नाहीत हे त्रिकालबाधित सत्य आहे हे एकदा समजले की त्याला आलेले नैराश्य हे त्याच्या जोडीदारामुळे नसून त्याच्या अयोग्य विचारसरणीमुळे आहे हेसुद्धा त्याला जाणवेल.

हे वाचल्यामुळे वाचकांनासुद्धा फायदा होईल. जरी स्त्रियांना हे माहिती असले की नातेसंबंधांमध्ये ताणतणाव येतात, तरीसुद्धा पुरुषाची विशिष्ट परिस्थितीतील विचित्र वागणूक तिला आवडत नाही, ती त्याला विरोध करते पण माझी पुस्तके वाचून आणि कार्यशाळेत येऊन आता अनेक स्त्रिया सांगतात की, 'आता आम्ही आमच्या नवऱ्यांना बदलण्याचा प्रयत्न न करता त्यांना आहे तसे स्वीकारायचे ठरवले आहे.' अनेकदा पुरुष जेव्हा त्यांच्या अपेक्षेपेक्षा वेगळे वागतात किंवा एखादी गोष्ट वारंवार सांगूनही ते करण्याचे विसरतात तेव्हा बायका स्वत:लाच

दूषणे देतात, पण पुरुषांची मानसिकताच त्यांच्यापेक्षा वेगळी आहे हे एकदा समजून घेतले तर तो ‘मंगळा’वरचा आहे हे जाणवून ती त्याला हसल्याशिवाय राहणार नाही.

■

१६

रोखून धरणे!

जर पुरुषाला त्याचे प्रेमातील अपयश पुसून टाकायला पुरेसा वेळ मिळाला नाही, तर त्याच्या नकळतपणे तो पुन्हा प्रेमात पडायला कचरतो. जर त्याला कोणत्या स्त्रीच्या परत प्रेमात पडायची वेळ आली, तर त्याच्या आधीच्या अनुभवामुळे आलेल्या नकारात्मक भावना मुक्त करण्याची, त्याच्या जुन्या जोडीदाराला क्षमा करण्याची संधी न मिळाल्यामुळे तो कोणतीही वचनबद्धता टाळतो.

प्रेमभंग झाल्यावर लगेचच माघार घेणे हे निरोगी मनाचे लक्षण आहे. प्रेमाचे नातेसंबंध जुळवण्यापूर्वी पुरुषासाठी हे महत्त्वाचे असते की त्याला पुन्हा एकदा त्याचे स्वातंत्र्य, आत्मनिर्भरता आणि स्वायत्तता मिळते. जर काही काळापर्यंत त्याने माघार घेतली नाही तर तो पुन्हा कोणामध्ये जीव गुंतवून बसेल आणि मग त्याने दिलेले वचन मोडणे त्याच्यासाठी अटळ आहे.

भूतकाळात जर त्याच्या जोडीदाराला खूश करण्यात तो अपयशी झाला असेल तर पुन्हा एकदा प्रेमभंगाच्या दाहामुळे जळण्याची शक्यता लक्षात घेऊन तो अधिक प्रयत्न करत नाही. तो आता अशा विचारांचा होतो की तो जो काही आहे त्या परिस्थितीतच त्याच्यावर प्रेम करणारे त्याला हवे आहे, पण त्याच्यावर प्रेम करणे हे त्याच्या काही करण्यावर अवलंबून नसावे, त्यामुळेच तो दुसऱ्याला काही न देण्याच्या आणि वचन न देण्याच्या बाबतीत दक्ष असतो.

पण अशी माघार घेण्याने त्याला काही साधत नाही. जर त्याला पुन्हा प्रेमसंबंध प्रस्थापित करायचे असतील तर त्याने प्रेमात काही देण्याची आणि चांगले काही करण्याची तयारी ठेवली पाहिजे. मंगळावरच्या लोकांचे हे ब्रीदवाक्यच असते. 'जर एखादे काम करण्यायोग्य असेल तर ते तुम्ही जास्तीतजास्त चांगले केले पाहिजे.' जर ते त्याने जास्तीतजास्त चांगले केले नाही तर तो प्रेमात हरतो.

जर काम करण्यायोग्य असेल तर तुम्ही ते जास्तीतजास्त चांगले केले पाहिजे.

जेव्हा एखाद्या पुरुषाला वाटते की इतरांसाठी काही करण्यामध्ये तो यशस्वी झाला आहे तेव्हा तो त्या कामामध्ये स्वत:ला झोकून देतो. दुसऱ्यांना मदत केल्यामुळे आणि यशस्वी झाल्यामुळे त्याचा आत्मसन्मान उजळून निघतो. तो अनेकांना वचन देतो आणि ते पूर्ण करण्यासाठी जिवाचा आटापिटा करतो. जेव्हा भूतकाळातल्या त्याच्या प्रयत्नांना यश आले नाही तेव्हा इतरांना आनंद देण्याच्या आणि काही पुरवण्याच्या त्याच्या हेतूमध्ये काही शंकाच नव्हती, पण ज्यांच्यासाठी त्याने सगळे केले त्यांची ते मिळवण्याची योग्यता नव्हती. जर पुरुषाच्या देण्याचे मूल्यमापन चांगले झाले नाही तर माघार घेण्याऐवजी त्याने अशा व्यक्तींसाठी काही करावे ज्याचे त्यांना कौतुक वाटेल.

भूतकाळातल्या त्याच्या चांगल्या कामांना यश आले नसेल तर पुन्हा कोणासाठी काही चांगले करायला पुढे सरसावणे हे पुरुषासाठी मोठे आव्हान असते. आताही तो पुन्हा प्रयत्न करतो पण तो हातचे काही आता राखून ठेवतो, कारण जर यदाकदाचित अपयश आलेच तर तो स्वत:चे सांत्वन तरी करू शकतो.- 'ठीक आहे. मी मनापासून प्रयत्नच केले नव्हते.' पण त्याच्या हे लक्षात येत नाही की असे हातचे राखून ठेवल्यामुळे तो त्याच्या आंतरिक सामर्थ्यापासून आणि ताकदीपासून दूर जातो.

पुरुष माघार घेतात तर बायका जरा जास्तच देतात.

आयुष्याला नव्याने सुरुवात करताना आपण जर आधी आपल्या हृदयाची जखम भरून काढली नाही तर पुरुष हातचे राखून वागतो, याउलट स्त्री वाजवीपेक्षा जास्तच देत सुटते. बायकांची ही खास गरज असते की त्यांच्यावर कोणीतरी प्रेम करत रहावे. नक्कीच बायकांना दुसऱ्यांसाठी काही करण्यात आनंद मिळतो. त्या कौतुकास पात्र असणे त्यांना आवडते, पण तिची योग्यता व प्रेमास पात्र असण्याची तिची क्षमता यात कोणी वाटेकरी तिला नको असते. स्त्रीची प्रेम करवून घेण्याची गरज ही ती काय करते यापेक्षा ती कोण आहे यासाठी असते, ती कोणासाठी काय करते यावर तिच्यावर प्रेम करणे अवलंबून असते तेव्हा ती वाजवीपेक्षा अधिक देते.

स्त्रीची प्राथमिक गरज ही ती काय करते यापेक्षा ती कोण आहे हे समजून तिच्यावर प्रेम करण्याची असते.

यावरून असेच दिसते- स्त्री काय किंवा पुरुष काय, ते नातेसंबंधात एकमेकांना काय देतात यापेक्षा ते कोण आहेत किंवा ते जे आहेत म्हणून त्यांच्यावर प्रेम करावे असे त्यांना वाटते, तरीसुद्धा पुरुषांची खास गरज ही असते की ते जे काही करत आहेत त्याचे मूल्यमापन व्हावे, कौतुक व्हावे. जर तो पुरुष आहे म्हणून फक्त त्याच्यावर प्रेम केले तर ते त्याच्यासाठी पुरेसे नसते. त्याला त्यात काहीतरी कमतरता वाटते. जर प्रेमाचा पुरेपूर आनंद घ्यायचा असेल तर पुरुषाने हे समजून घ्यावे की त्याला जे प्रेम मिळते आहे ते त्याच्या प्रयत्नांचा परिपाकच आहे आणि केवळ तो चांगला आणि प्रेमळ आहे म्हणून हे प्रेम त्याला मिळत नाही.

पुरुषाला स्वत:बद्दल खूप अभिमान केव्हा वाटतो, तर जेव्हा त्याच्या काही कृतींमुळे इतरांच्या गरजा भागतात. जर त्याच्या गतआयुष्यात त्याने इतरांसाठी उपयोगी गोष्टी केल्या नसतील तर जोपर्यंत त्याच्या या दु:खी भावनांवर उपचार होत नाहीत तोपर्यंत तो खुल्या दिलाने कोणासाठी काही करणार नाही. जर तो त्याच्या जुन्या जोडीदाराला क्षमा करू शकला नाही तर तो भविष्यात मर्यादित स्वरूपातच दुसऱ्याला देऊ शकेल, म्हणून पुन्हा वचनबद्ध होण्यापूर्वी त्याने स्वत:शी खात्री करून घ्यायला हवी की आता तो पुन्हा नवीन नातेसंबंधात प्रवेश करू इच्छितो पण तो माघार तर घेणार नाही ना?

■

१७

असणे विरूद्ध करणे

पुरुष फार सहज संभ्रमात पडू शकतो आणि स्त्रीला खूश करण्याचा नाद सोडून देऊ शकतो. तो उद्धटपणे हे सांगू शकतो की तो जो कोणी आहे तो प्रेमास पात्र आहे. तो काय करतो याच्याशी कर्तव्य नाही. त्याला गुलाम बनून राहायचे नाही. दिवस-रात्र काम करायचे व त्याच्या जोडीदाराला काय हवे ते पुरवायचे हे त्याला शक्य नाही. त्याला असे वाटायला लागते की आपण एक मशिन आहोत, ज्याची किंमत त्यापासून होणाऱ्या फायद्यावर अवलंबून आहे. तसेच त्याच्या जोडीदाराने तो तिच्यासाठी किती आणि काय करतो याऐवजी त्याच्या व्यक्तिमत्त्वावर प्रेम करावे असे त्याला वाटते.

या सर्व हळव्या भावना वैध असल्या तरी त्याला एक भळभळणाऱ्या जखमेची झालर आहे हे नक्की. तो जे काही करतो किंवा आत्तापर्यंत त्याने जे काही केले त्याची पोचपावती न मिळाल्याबद्दलची ती प्रतिक्रिया असते. पुरुष सहसा जोडीदाराला खूश करण्याचा प्रयत्न करत नाही, कारण त्याचे यापूर्वीचे सगळे प्रयत्न फोल ठरलेले असतात. त्याला वाटते त्याच्या कष्टांचे चीज झाले नाही. आता पुन्हा तो त्रास करून घ्यायचा नाही.

जोडीदाराला खूश करण्याचे प्रयत्न सोडून देण्याऐवजी त्याने हा विचार केला पाहिजे की स्त्रीला खूश करण्यासाठी काय करता येईल? हे यशस्वी करण्यासाठी त्याच्यासमोर दुहेरी आव्हान असले पाहिजे- म्हणजे त्याने हे लक्षात घ्यायला पाहिजे की त्याला जोडीदाराला खूश करण्याची इच्छा झाली पाहिजे, पण अर्थातच तिच्या आनंदाची जबाबदारी घेण्याची गरज नाही. दुसरे असे की त्याने पुन्हा यावर विचार केला पाहिजे की, काय केले तर चालेल आणि काय केले तर चालणार नाही. पूर्णपणे नाद सोडण्यापेक्षा ज्या गोष्टी करून फायदा नाही

त्या गोष्टी सोडून दिल्या पाहिजेत.

पुरुषाने हे ओळखण्याची गरज आहे की त्याने स्त्रीला खूश ठेवण्याची इच्छा जरूर धरावी, पण तिने खूश राहावे ही त्याची जबाबदारी नाही.

जेव्हा एखादा पुरुष स्त्रीच्या सुखाची वाजवीपेक्षा जास्तच जबाबदारी स्वीकारतो तेव्हा जर ती सुखी झाली नाही तर ते त्याला त्याचे अपयश वाटते. वास्तविक पाहता स्त्रीच्या आनंदाबद्दल पुरुषाने स्वतःला जबाबदार मानू नये. शहाण्या पुरुषाला हे समजते की तिला जे काय वाटते त्याला सर्वस्वी तीच जबाबदार आहे. फक्त तिच्या दुःखात मदत करण्याची जबाबदारी त्याची आहे. तो फक्त मदत करू शकतो पण स्वतः अनुभवू शकत नाही. जर त्याने खूप जास्त जबाबदारी घेतली तर त्याला त्याचे डोके बडवायची वेळ येईल.

जोडीदाराला खूश ठेवण्यासाठी जास्तीतजास्त प्रयत्न करणे आणि प्रयत्न केल्यावर ती सुखी झाली की नाही हे पाहण्याची तुमची गरज असते. या दोन गोष्टींमध्ये प्रचंड तफावत आहे. स्त्रीला सुखी ठेवण्यासाठी काही वेळेस तिच्याशी फक्त ती जेव्हा दुःखी असते तेव्हा सहानुभूतीने वागण्याची गरज असते. जेव्हा स्त्री दुःखात असते किंवा तिला वाईट वाटत असते तेव्हा तिला तिच्या दुःखात सहभागी होणारा पुरुष हवा असतो, ज्यामुळे तिला बरे वाटणार असते. तिला फक्त असे हवे असते की तिला आता जे वाटते ते त्याला जाणवावे आणि ती आत्ता कोणत्या प्रसंगातून जात आहे ते त्याला समजावे.

जेव्हा पुरुष स्त्रीच्या सुखाची जास्तच जबाबदारी घेतो, तेव्हा जर ती सुखी नसली तर त्याला पराभूत झाल्यासारखे वाटते.

जर या सगळ्याचा उपयोग झाला नाही तरीसुद्धा जर पुरुष तिच्या दुःखाच्या काळात फक्त शरीराने तेथे उपस्थित असला तरी तोसुद्धा तिला मदत करण्याचा उत्तम मार्ग आहे. अशा वेळी फक्त तिथे असणे म्हणजे तिच्यासाठी काही करणे आहे. जर त्यावेळी त्या स्त्रीचा खोलवर विचार करून पुरुषाने तिच्या भावना जाणवून घेतल्या तरी या नातेसंबंधात पुरुष अधिक यशस्वी होऊ शकतात. त्याने मनात कुठलाही किंतु न बाळगता तिला पूर्ण आधार द्यावा; अर्थात तिला काय वाटते ही जबाबदारी त्याची नाही.

तो खरे तर काही न खर्च करता तिचा आधार बनू शकतो. जेव्हा पुरुष खूप जास्त देतो तेव्हा त्यापासून त्याला काय मिळते यावर त्याचे बरेच काही अवलंबून

असते. योग्य प्रमाणात जर दिले तर त्याला देण्यापासून माघार घ्यायची गरज नाही, त्याऐवजी त्याला शक्य तेवढेच त्याने द्यावे आणि कौतुकास पात्र व्हावे- ज्याची त्याला गरज आहे.

■

१८

अधिक मोठे, अधिक चांगले

वास्तविक पाहता पुरुषाला असे वाटायला नको की त्याचे मूल्यमापन हे त्याच्या उत्पादनावर अवलंबून असते, त्यासाठी त्याने कामाचा गुलाम होऊन आपल्या कार्यशक्तीबद्दल दबाव घेऊन कोणालातरी आवडावे म्हणून असा त्रास करून घेण्याची गरज नाही. त्याला असे वाटण्याची शक्यता असते की त्याच्यावर तिने प्रेम करावे. तिने त्याचे कौतुक करावे त्यासाठी त्याने अधिक काम करावे व कुटुंब पोसावे. त्याला काम करण्याची इच्छा असते. कामाचा ताणतणाव त्याला त्याच्याच संदर्भात जाणवला पाहिजे, त्यामागे त्या स्त्रीला खूश करण्याची इच्छा हे कारण नसावे.

बऱ्याच पुरुषांच्या बाबतीत असे होते की स्वत:ला पालनकर्ता म्हणून ओळख स्वीकारण्यास ते विरोध करतात. त्याच्या स्वत:बद्दलच्या अपेक्षा यापेक्षा अधिक असतात. आपण सध्या जेवढे करत आहोत ते आपण प्रेमास पात्र असण्यास पुरेसे आहे हे समजून घेण्याऐवजी तो चुकीने समाजाच्या या दबावाला बळी पडतो की, स्त्रीचे प्रेम मिळवण्यासाठी त्याला यापेक्षा अधिक करण्याची गरज आहे.

जेव्हा मी जोडप्यांना समुपदेशन करतो तेव्हा वारंवार एक गोष्ट माझ्या लक्षात येते की, पुरुष विनाकारण फार मोठ्या गोष्टी करण्याचा ध्यास घेतात; त्यापेक्षा त्यांनी छोट्याछोट्या गोष्टींवर आपले लक्ष केंद्रित करावे. कदाचित माझ्या अशा सांगण्यामुळे त्या पुरुषाच्या पायाखालची जमीन सरकेल, पण स्त्रीलाही पुरुषाच्या मोठ्यामोठ्या कर्तृत्वाबद्दल फारसे देणे-घेणे नसते. तिला सुखी करण्यासाठी त्याला फार काही भव्यदिव्य करण्याची गरज नसते. काही वेळेस तो अगदी छोट्या, क्षुल्लक गोष्टी करूनसुद्धा नातेसंबंध पूर्णपणे समृद्ध करू शकतो.

माझ्या अशा सांगण्यामुळे तुमच्या पायाखालची जमीन सरकेल, पण तरीही हे खरे आहे की पुरुषाच्या भव्यदिव्य गोष्टींवर स्त्रीचे सुख अवलंबून नसते.

काही बायकांना आधी वाटते की त्यांच्या पुरुषाने काहीतरी भव्यदिव्य करावे, पण जेव्हा स्त्रीच्या हे लक्षात येते की जाता जाता सहजपणे छोट्या छोट्या गोष्टी तिच्यासाठी करून पुरुष तिला अधिक आनंदी ठेवू शकतो, काळजी घेऊ शकतो व आधार देऊ शकतो, तेव्हा ती हा आग्रह सोडते. बऱ्याच बायकांना हे माहिती असते. खरे सांगायचे तर पुरुषांनाच अधिक संपत्ती व अधिक सत्ता मिळविण्याची आस असते.

बायकांना खरे तर काय हवे असते?

प्रत्येक नातेसंबंधात बायका सतत तक्रारी करताना दिसतात. वरवर जरी त्या ऐहिक सुखासाठी तक्रार करत असल्या तरी त्यांना खरे काय हवे असते, तर संवाद, जपणूक आणि सामंजस्य. जेव्हा पुरुषाच्या असे लक्षात येते की ती छोट्या छोट्या गोष्टींवरून अस्वस्थ होते, तेव्हा त्याचा असा गैरसमज होतो की तो तिला इतक्या उत्तमोत्तम गोष्टी पुरवत असतानाही तिला त्याचे काहीच कौतुक नाही. मग तो गैरसमजाने या निर्णयाला येतो की, त्याने यापेक्षाही काहीतरी भव्यदिव्य केले पाहिजे तरच ती खूश होईल. त्याने यापेक्षा अधिक पैसा मिळवला पाहिजे. मोठ्या व लांबच्या ठिकाणी सुट्टीवर जाण्याचे बेत आखले पाहिजेत. मोठे घर खरेदी केले पाहिजे. आणखी बरेच काही!

मंगळावरच्या लोकांना काय वाटते, की जर मी खरेच खूप चांगल्या गोष्टी केल्या आणि इतरांना मदत केली तर तिला माझ्याबद्दल खूप कौतुक, अभिमान वाटेल आणि ती मी केलेल्या छोट्या छोट्या चुकांकडे दुर्लक्ष करेल, पण जेव्हा पुरुष एखाद्या स्त्रीच्या प्रेमात पडतो आणि ती त्याच्या छोट्या छोट्या गोष्टींबद्दल तक्रारी करते तेव्हा त्याची खात्री होते की त्याने एवढ्या भव्यदिव्य गोष्टी केल्या तरी त्याचे तिला कौतुक नाही. मग आणखी भव्यदिव्य गोष्टी करायला हव्यात या विचाराने त्याच्या मनावर ताण येतो आणि मग तो छोट्या गोष्टींकडे दुर्लक्ष करतो.

जेव्हा स्त्री छोट्या गोष्टी केल्या नाहीत म्हणून तक्रारी करते, तेव्हा पुरुषाला वाटते की त्याने केलेल्या भव्यदिव्य गोष्टींबद्दल तिला काडीमात्र कौतुक नाही.

जेव्हा बायका छोट्या छोट्या गोष्टी केल्या नाहीत म्हणून पुरुषावर रागावतात तेव्हा हे लक्षात घेतले पाहिजे की या छोट्या छोट्या गोष्टीच त्यांच्यासाठी फार महत्त्वाच्या आहेत. बायकांच्या या स्वभावविशेषावर फारशी टीका न करता किंवा त्यातून गैरअर्थ न काढता पुरुषांनी त्यापासून आपला काय फायदा आहे हे पाहावे. जर त्याला त्याच्या जोडीदाराला खूश करायचे असेल आणि तिच्या गरजा पुरवायच्या असतील तर त्याने त्याचे लक्ष मोठ्या गोष्टींवर केंद्रित करण्यापेक्षा लहान गोष्टींवर केंद्रित करावे.

स्त्रीसाठी भव्यदिव्य असणारी एखादी गोष्ट तिच्यासाठी केलेल्या छोट्या गोष्टीइतकीच महत्त्वाची असते.

पुरुषांनी कधी कल्पनाही केली नसेल इतके बायकांना खूश करणे सोपे असते. खरे तर पुरुषासाठी ही किती दिलासा देणारी गोष्ट आहे! स्त्री त्याच्यावर खऱ्या अर्थाने प्रेम करू शकेल, त्याचे कौतुक करू शकेल जेव्हा तो तिच्यासाठी छोट्या मोठ्या गोष्टी लक्षात ठेवून करेल आणि अशा छोट्या गोष्टींसाठी त्याचे कौतुक झाले तर खरे तर पुरुष समाजाच्या त्याच्याबद्दलच्या अधिक करण्याच्या, अधिक मिळवण्याच्या अपेक्षांच्या ओझ्यातून मुक्त होईल. शुक्रावर कोणत्या छोट्या गोष्टी भव्यदिव्य वाटतात त्या खाली दिल्या आहेत.

बायकांबरोबर अधिक गुणसंख्या मिळवण्यासाठी पुढील मार्गांचा अवलंब करा.

१) तिच्याशी प्रेमाने वागा व दिवसभरात तिला अनेकदा प्रेमाने स्पर्श करा.

२) छोट्या छोट्या सहलींचे नियोजन करा.

३) तिला अधूनमधून शुभेच्छा द्या.

४) तिच्यासाठी फुले घेऊन जा.

५) तिच्यासाठी काही खरेदी करा.

६) ती जेव्हा दमते तेव्हा तिच्या जबाबदाऱ्या हलक्या करण्यासाठी तिला मदत करा.

७) तिने तुमच्याकडे काही मागणी करण्यापूर्वीच तिच्या उपयोगी गोष्टी करा.

८) अधूनमधून तिच्यासाठी चार ओळींचे निरोप लिहून ठेवा किंवा एसएम्एस पाठवा.

९) तिने स्वत:साठी काही वेळ काढावा यासाठी तुम्ही तिला प्रोत्साहन द्या.

■

१९

समतोल राखा!

जेव्हा एखाद्या जोडप्याची ताटातूट होते किंवा त्यांचा घटस्फोट होतो तेव्हा पुरुषाचे आपली जुनी जोडीदार याकडे कशा पद्धतीने पाहते यावर फार लक्ष असते व त्यावर तो टीका करत राहतो. त्याला आता पुन्हा प्रेमात पडणे नको वाटते, पण तिला मात्र नवीन लोकांशी मैत्री करायला आवडते. जेव्हा त्याला हे समजते की ती इतर पुरुषांना भेटते तेव्हा त्याच्या मनाला ठेच पोहोचते. प्रामुख्याने जेव्हा तो नाकारला गेला असेल आणि जर स्त्रीच्या या गरजेची त्याला माहिती असेल तर ही गोष्ट त्याने फार मनाला लावून घेऊ नये, कारण ती तिची मानसिक गरज आहे.

स्त्रियांच्या अशा वागण्यातून पुरुष चुकीचा अर्थ काढू शकतात, कारण प्रेमभंगानंतरच्या त्यांच्या गरजा वेगळ्या असतात. जर त्याने जोडीदारासाठी सर्वस्व पणाला लावले असेल आणि तरीही तो नाकारला गेला असेल तर पुन्हा मनाचा समतोल साधण्यासाठी काही काळासाठी तरी त्याने एकटे राहणेच योग्य असते. हा एकटेपणाचा वेळ त्याने स्वत:च्या भावनांचा शोध घेऊन त्यांच्यावर प्रक्रिया करून पुन्हा स्वावलंबन, आत्मनिर्भरता आणि स्वायत्तता या गुणांच्या सान्निध्यात राहण्यासाठी करावा व त्यांची जोपासना करावी. हा वेळ त्याने आत्मपरीक्षणात, स्वत:चे छंद जोपासण्यात, आपले कुटुंब व मित्र यांच्या सान्निध्यात घालवावा, अशा प्रकारे आपला भूतकाळ विसरून पुन्हा योग्य मार्गावर येण्यासाठी त्याला या गोष्टींचा उपयोग होईल.

एकटे राहण्यासाठी थोडा वेळ काढल्याने पुरुष पुन्हा स्वावलंबी, आत्मनिर्भर आणि स्वायत्त होईल.

या दरम्यानच्या काळात मनाचे सांत्वन करण्यासाठी बायकांच्या गरजा वेगळ्या असतात. तिच्या मनाचा तोल हा स्वत:बद्दलचा निरोगी आत्मविश्वास, औचित्य आणि परस्परावलंबित्व यामुळे साधला जातो. जर तिच्या या गरजा पूर्ण झाल्या नाहीत तर तिला या सगळ्यातून बाहेर पडून एखाद्या मैत्रिणीबरोबर सुट्टी घालवायला आवडते. तिच्या या वागण्याला तो स्वार्थी म्हणत असला तरी ती तिची गरज असते. तिच्या अशा वागण्यात तिची काही फारशी चूक आहे असे वाटत नाही. ती माया, प्रेम यांची भुकेली असते, त्यामुळे ती ते इतरांकडून मिळवते व त्यामुळे तिच्या हृदयावरील उपचारप्रक्रियेला हातभारच लागतो.

काही काळासाठी तरी आपल्यावरील जबाबदाऱ्या झुगारून देऊन आणि इतरांनी आपल्या गरजा पुरवाव्या, आपली काळजी घ्यावी असे तिला वाटते व त्यामुळेच तिचे मन पुन्हा स्थिरावते. जरी दुसऱ्या कोणत्या पुरुषाबरोबर तिने मन रमवले तरीसुद्धा या नात्यात तिने गांभीर्याने गुंतून न जाण्याची काळजी घ्यावी. असे एखादे चांगले नाते प्रस्थापित झाल्याने तिच्या स्वत:च्या गरजाही पुरवल्या जातील. तिच्यासाठी उत्तम सल्ला हा की तिने अनेक पुरुषांना भेटत राहिले तरी कोणाशीही वचनबद्ध मात्र होऊ नये.

पुरुषाची प्रणयाची भूक

वेदनादायी ताटातुटीनंतर किंवा घटस्फोटानंतर स्त्री व पुरुष दोघांनाही शारीरिक संभोगाची गरज वाटते, त्यामुळे त्यांच्या वेदना कमी होऊ शकतात. जेव्हा अशी परिस्थिती असेल तेव्हा दोघांनीही नवीन नात्यातली वचनबद्धता टाळली पाहिजे. एकदा प्रेमभंग झाल्यानंतर आपल्याला आपल्या गरजांवर लक्ष केंद्रित करायला वेळ मिळायला हवा, इतरांच्या नाही. आपल्याला पुन्हा पूर्वस्थितीला येण्याआधी आपल्या अपयशाच्या भावनांवर प्रक्रिया करायला हवी.

संभोगामुळे किंवा नियमित प्रणय केल्यामुळे पुरुषाला त्याच्या उपचारात्मक भावनांच्या सान्निध्यात राहायला मदत होते. जर प्रणयी जीवन नसेल तर पुरुष त्याच्या अपयशाच्या भावनांमध्ये गुंतून पडतो. जोडीदाराबरोबर प्रणयी जीवन घालवल्यावर पुरुषासाठी हे महत्त्वाचे असते की त्याने दु:ख, भीती, खेद, राग या चारही भावना मनाच्या पृष्ठभागावर आणायला हव्यात. प्रणयानंतर जर या चारही भावनांवर प्रक्रिया केल्या तर त्याचा फायदा होतो.

पुरुषाने जर प्रणयाचा उपयोग जाणीवपूर्वक आपल्या भावनांशी समरस होण्यासाठी केला नाही तर त्याच्याच अजाणतेपणाने तो प्रणयाचा उपयोग त्याच्या भावना लपवण्यासाठी करेल. कुठलेही नैसर्गिक कार्य जरी प्रमाणापेक्षा जास्त झाले तर

आपण त्याच्या अधीन होऊन आपल्या भावनांपासून दूर जातो. उदाहरणच द्यायचे झाले तर खूप जास्त झोप, खूप जास्त काम, खूप जास्त जेवण यामुळे आपल्या वेदना बधिर होतात आणि आपल्या दु:खाच्या भावनांच्या जाणिवेपासून, उपचारापासून रोखल्या जातात. प्रणयसुद्धा इतर सगळ्या नैसर्गिक क्रियांप्रमाणेच एकतर आपल्याला भावनांच्या सान्निध्यात ठेवते किंवा त्यांच्यापासून दूर ढकलते. माफक प्रणयी जीवन हे स्त्री व पुरुषांच्या भावनांच्या उपचारप्रक्रियेसाठी महत्त्वाची किल्ली आहे.

स्त्रियांची प्रणयाची भूक

स्त्रिया नैसर्गिकरीत्याच त्यांच्या भावनांच्या सान्निध्यात असतात आणि त्याचा त्यांच्या प्रणयावर अवलंबून असण्याचा संबंध नसतो. हा प्रणय आणि प्रेमसंबंध तिचा आत्मसन्मान परत मिळवण्यास मदत करतात, पण कदाचित आधीच्या नातेसंबंधात तिच्याकडे दुर्लक्ष केले गेले असेल किंवा तिच्यावर प्रेम केले गेले नसेल तर यात हे महत्त्वाचे आहे की, पुरुषाला वाटणारी तिच्याबद्दलची आसक्ती तिचा आत्मसन्मान जपणारी हवी. स्त्री जेव्हा एखाद्या नातेसंबंधात मनोभावे गुंतते आणि तिच्या जोडीदाराचा तिच्यातील इंटरेस्ट संपतो तेव्हा तिच्या आत्मसन्मानाला ठेच पोहोचणे अटळ असते. इतर पुरुषांच्या भेटीगाठी घेण्याने किंवा तिची इच्छा झाल्यास प्रणय करण्याने तिला बरे वाटण्यास मदत होते.

वास्तविक पाहता प्रणय अधिक बरे वाटावे म्हणून केलेली कृती असली पाहिजे आणि एकमेकांमध्ये 'शेअर' करता येणारी भावना असली पाहिजे. पुरुषाने आपल्याशी वचनबद्ध व्हावे म्हणून तिने स्वत:ला शारीरिक पातळीवर पुरुषाच्या स्वाधीन करू नये. ती तिची सर्वात मोठी चूक ठरेल आणि त्यामुळे तिला वेदना होतील. प्रेमभंगाच्या दु:खाच्या परतीच्या वाटेवरील प्रणय हा केवळ मानसिक आरोग्य सुधारण्यासाठी आणि आपला एकटेपणा घालवण्यासाठीच असावा. स्त्रीने हे कायम लक्षात ठेवावे की अधिक गांभीर्याने पुरुषाबरोबर गुंतवून घेण्याचा प्रणय हा योग्य मार्ग नव्हे, त्यापेक्षा मुद्दामच तिने जोपर्यंत तिच्या हृदयावरील उपचार प्रक्रिया पूर्ण होत नाहीत तोपर्यंत स्वत:ला प्रणयापासून दूर ठेवावे. जर पुरुषाकडून अधिक काही मिळविण्याच्या अपेक्षेने स्त्री पुरुषाबरोबर प्रणय करत असेल तर ती स्वत:ला दु:खी करून घेईल.

प्रणयाचा पाठलाग

प्रणय हा स्वत: अत्यंत अजाण आहे, निष्पाप आहे, पण जोपर्यंत दोघाही

सज्ञान जोडीदारांची त्याला अनुमती आहे तोपर्यंतच! परंतु तरीही काही वेळा प्रणयाचा पाठलाग करणे हे उपचारप्रक्रियेमध्ये अडथळे आणण्यासारखे असते. जर फक्त प्रणय मिळवण्याच्या आशेवरच लक्ष केंद्रित केले तर आपल्या वेदनेचा नेमका उगम कुठून होतो याची जाणीव आपल्याला होणार नाही. आपण फक्त प्रणयासाठी जोडीदाराचा शोध घेऊ आणि त्या नातेसंबंधातून आपल्याला कितपत प्रणय मिळेल याचाच अंदाज घेऊ. प्रणयाचा असा पाठलाग करणे हे मुळातच वेदनेचे उगमस्थान आहे आणि ते निरोगी मनाचे लक्षणसुद्धा नव्हे.

अशा वेळी मनावर नैराश्येचे मळभ दाटू न देता आणि सतत डोक्यामध्ये प्रणय हा एकच विषय न ठेवता आपण आपल्या उपचाराच्या मार्गावर स्थिर राहण्यासाठी परिस्थिती आपल्या हातात ठेवली पाहिजे. आपल्या प्रणयाच्या भावनेला मुक्त करण्याची बाब आपण आपल्या जोडीदारावर अवलंबून न राहता आपल्या एकट्याच्या हाती ठेवली पाहिजे. आपण आपला स्वत:चा वेळ किंवा एकांत मिळवून त्या वेळात आपल्या भावनांवर प्रक्रिया करायला पाहिजे. आपल्या मनाचे काही प्रमाणात सांत्वन झाल्यावर आपल्या इतरही काही गरजांकडे आपल्याला लक्ष द्यायला हवे. उदाहरणार्थ, मैत्री, मौजमजा, आत्मपरीक्षण आणि काहीतरी उपयोगी काम! आपल्या प्रणयी भावना नियमितपणे मुक्त केल्यास आपण प्रणयाच्या विचाराने त्रस्त न होता आपल्या इतरही गरजांकडे लक्ष देण्यास सक्षम होऊ.

प्रणयाच्या भावनांची मुक्ती ही अनेक गरजांपैकी एक गरज आहे, ती महत्त्वाची आहे- याबद्दल दुमत नाही किंवा आम्ही ती नाकारतसुद्धा नाही पण मनाचा समतोल राखणे आणि संयमित आचार-विचार हेच त्या भावना भरकटू न देण्यावरचे प्रभावी औषध आहे. जोडीदाराबरोबर प्रणय करणे किंवा एकट्याने प्रणयी भावना मुक्त करणे याकडे आपणच अपराधी किंवा शरमेच्या भावनेने बघतो. कदाचित म्हणूनच त्यामुळे आपल्या अनिर्णित भावना मनाच्या पृष्ठभागावर येतात. उदाहरणार्थ, जर आपण आपल्या शरमेच्या, दु:खाच्या किंवा व्यर्थतेच्या भावना दडवल्या तर प्रणयी भावनेच्या मुक्ततेनंतर या भावना मनाच्या पृष्ठभागावर येतात. जर आपल्याला ही उपचारात्मक प्रक्रिया समजली नाही, तर गैरसमजुतीमुळे आपण प्रणयी भावनांच्या मुक्ततेचा संबंध नकारात्मक भावनांशी जोडतो.

जोडीदाराबरोबर किंवा जोडीदाराशिवाय प्रणयी भावनांच्या मुक्ततेनंतर कदाचित आपला आत्मसन्मान डळमळीत होतो. खरे तर अशा वेळी आपण स्वत:च्या मनाशी असे म्हटले पाहिजे की, 'ठीक आहे. मला माझ्या जाणवणाऱ्या भावनांवर उपचार करण्याची संधी मिळत आहे. मी काहीतरी वाईट केले म्हणून मला वाईट वाटते असे नाही तर माझी माझ्या जोडीदाराशी ताटातूट झाली म्हणून मला वाईट वाटते. मला माझा भूतकाळ आठवतोय.' त्यामुळे वर्तमानकाळातल्या भावनांचा

संबंध भूतकाळातल्या भावनांशी जोडून बरे वाटण्यासाठी उपचार प्रक्रिया वेग घेते.

प्रणयी भावनांना मुक्त करण्यात वाईट काही नाही, उलट त्यामुळे आपल्या अनिर्णित नकारात्मक भावना मनाच्या पृष्ठभागावर येण्यास मदत होते. प्रणयी भावना मुक्त केल्यामुळेच आपण आपल्या मनात नाइलाजाने दडपलेल्या भावना मनाच्या पृष्ठभागावर येऊ शकतात. आपल्या हृदयावर उपचार करण्यासाठी आपल्याला हे समजणे गरजेचे आणि महत्त्वाचे आहे की प्रणय हा किती निष्पाप आणि नैसर्गिक असू शकतो! प्रणय फक्त आपल्याला आपल्या नैसर्गिक भावनांशी जोडतो आणि त्यामुळे आपल्या अनिर्णित भावना निर्णित होऊ शकतात.

जर प्रणयी भावनांच्या मुक्तीनंतर आपल्या मनाच्या पृष्ठभागावर येणाऱ्या अनिर्णित भावनांवर प्रक्रिया कशी करायची हे समजले नाही, तरच आपल्याला अपराधीपण येते आणि त्याचा फायदा होत नाही. जर या पुस्तकात दिलेली तंत्रे अवलंबण्यास तुम्ही उत्सुक नसाल तर प्रणयी भावनांची मुक्ती मी तुम्हाला सुचवणार नाही, नाहीतर पुन्हा पुन्हा अनिर्णित भावना मनाच्या पृष्ठभागावर येतील आणि त्यांच्यावर प्रक्रिया न झाल्यामुळे त्या हळूहळू बोथट होतील, पण जर तुम्ही उपचार प्रक्रिया पूर्ण करणार असाल तर मात्र प्रणयी भावनांच्या मुक्तीमुळे तुम्ही अगदी सहज तुमच्या दडवलेल्या भावनांच्या सान्निध्यात येऊन तुमच्या भावनांवर उपचार होतील.

■

२०

योग्य स्त्री निवडणे

पुरुष आयुष्याला नवीन सुरुवात करताना प्रेमाला त्याच्या आयुष्यातून हद्दपार करायला निघतो, त्याच्या अनेक कारणांपैकी एक कारण म्हणजे तो योग्य निर्णय घेऊ शकत नाही. कोणत्याही एका स्त्रीची निवड करताना त्याला अनेक अडचणी येतात. त्याने अनेक नातेसंबंध जोडलेले असतात, पण त्यांपैकी एकही तो निभवू शकत नाही. तो एकाच वेळी तीन किंवा चार स्त्रियांशी संबंध जोडून असतो, पण त्यांपैकी एकीशीही वचनबद्ध होण्याचा प्रसंग आला तरी तो निर्णय घेऊ शकत नाही, कारण मग त्या वेळी त्याला दुसरीतले सगळे गुण दिसायला लागतात.

काही पुरुषांना वाटते, एकाच नातेसंबंधावर स्थिर होणे हे तोट्यात सौदा होण्यासारखे किंवा स्वतःच स्वतःच्या पायावर धोंडा पाडून घेण्यासारखे आहे.

त्याला एखादी स्त्री जोडीदार म्हणून आवडेल, पण नंतर लगेच तो दुसरीकडे वळेल. प्रत्येक वेळी जेव्हा नवीन स्त्रीच्या तो अधिक जवळ जाईल तेव्हा त्याला पूर्वीची स्त्री अधिक आकर्षक वाटेल, मग तो पुन्हा पूर्वीच्या जोडीदाराकडे जाईल तेव्हा नवीन स्त्री पुन्हा त्याच्या आयुष्यात डोकावणे आणि त्याला ती आवडणे हे सगळे अटळ असते. अशा प्रकारे कायमच तो मनाच्या दोलायमान अवस्थेत असतो.

तो वचनबद्ध कोणाशीच होऊ शकत नाही, कारण कोणीच तितकेसे चांगले नसते. तो प्रत्येक स्त्रीमधील गुण शोधतो आणि त्याला आता अशी एखादी स्त्री हवी असते की जिच्यात त्या सर्व स्त्रियांचे गुण एकवटलेले असतील. जितक्या

अधिक स्त्रियांना तो भेटेल तितक्या त्याच्या अपेक्षा अवास्तव होतील, त्यामुळे निर्णय घेणे त्याला अधिक अवघड जाईल. तो कोणत्याच एका नातेसंबंधावर खूश नसतो, कारण त्याच्या हृदयाची दारे अजून पुरेशी उघडलेली नसतात. अजून भूतकाळातील दु:खद भावनांवर प्रक्रिया झालेली नसते.

त्याला भेटलेल्या प्रत्येक स्त्रीमधील चांगल्या गुणांची पुरुष मनात नोंद करून ठेवतो आणि आता त्याला या सगळ्यांमधले चांगले गुण ज्या स्त्रीत एकवटलेले असतील अशी स्त्री हवी असते.

अशा मर्यादा घालणाऱ्या त्याच्या कार्यक्रमामुळे जर त्याने स्त्रियांना भेटण्याची पद्धत बदलली तर काही वेगळे घडणे शक्य असते. जेव्हा पुरुष निर्णय घेऊ शकत नाही तेव्हा एकतर त्याच्या भूतकाळातील भावना अनिर्णित असतील किंवा त्याला अधिक जोडीदार असे असतील ज्यांच्याबरोबर त्याचे प्रणयी संबंध आहेत. असे शारीरिक पातळीवरचे अनेक जोडीदार असल्यास जिवाभावाची साथीदार म्हणून कुणा एकाची निवड करणे अवघड असते. मुळात पुरुषामध्ये जोडीदार निवडण्याएवढे सर्वसामान्य गुणसुद्धा नसतात. जर त्याचे 'क्ष' या जोडीदाराशी शारीरिक संबंध आले असतील आणि त्यानंतर अवघ्या तीन महिन्यांच्या कालावधीत त्याला 'य' ही स्त्री आवडली तरी तिला जोडीदार म्हणून ओळखणे त्याला जमत नाही. शारीरिक पातळीवर अनेक स्त्रियांशी संबंध असल्याने तो त्याच्या भावनांच्या सान्निध्यात राहतो, हे जरी खरे असले तरी त्याला जिवाभावाची साथीदार एकही मिळत नाही, त्यासाठी त्याला त्याचा हा वेग कमी करून नातेसंबंधांना जिव्हाळ्याचे होण्यासाठी एक संधी द्यावी लागेल.

आपल्या जिवाभावाचा साथीदार निवडण्यासाठी सतत एकाच स्त्रीच्या सान्निध्यात राहायला हवे. जेव्हा पुरुषाला समजेल की त्याला त्याचे आयुष्य स्त्रीबरोबर वाटून घ्यायची इच्छा आहे तेव्हा पुरुषाचे त्या स्त्रीबद्दलचे प्रेम जाणवण्यास, त्या भावनेचे संगोपन होण्यास, वाढ होण्यास संधी मिळायला हवी. स्त्री आणि पुरुष यांच्यामध्ये एक विशिष्ट प्रकारचा बंध निर्माण होणे गरजेचे आहे. फक्त तिला समजणे पुरेसे नसते. या एकमेकांशी बांधीलकीच्या काळात जर पुरुषाने दुसऱ्या स्त्रीशी शारीरिक संबंध ठेवले तर हा बंध तुटतो आणि मग त्याला पुन्हा नव्याने सुरुवात करावी लागते.

सततच्या प्रयत्नांनी आणि एकपत्नीत्वाचे व्रत घेऊनच जिवाभावाचा जोडीदार मिळू शकतो.

काही महिने तरी नातेसंबंध जपल्याशिवाय पुरुषाला पुरेशी कल्पना येत नाही. अजूनही तो दोन स्त्रियांच्या मधून कोणाची निवड करावी या दोलायमान परिस्थितीत असतो. त्याचा मनातल्यामनात संघर्ष चालू असतो व आपल्यासाठी कोण योग्य आहे हा शोध घेत असतो. अशा वेळी आपल्या हृदयाची आणि आत्म्याची पसंती कोणाला आहे हे बघणे त्याच्यासाठी अधिक गरजेचे असते.

हे दुष्टचक्र संपवण्यासाठी त्याने कोणातरी एकीचीच निवड करावी आणि इतरांना विसरून जावे. आता त्याचे एकच ध्येय असणार ते म्हणजे हे नातेसंबंध शेवटपर्यंत टिकवणे व शारीरिक पातळीवर दुसऱ्या कोणाबरोबरही संबंध ठेवण्याचे प्रयत्नपूर्वक टाळणे. भविष्यासाठीसुद्धा इतरांचा विचार करू नये.

आता सध्याच्या या एकपत्नीत्वाच्या काळात साहजिकच इकडे-तिकडे पाहून त्याला असा मोह पडण्याची शक्यता नाकारता येत नाही की कुंपणापलीकडचे गवत अधिक हिरवे आहे. त्याने आता आपल्या इतर आवडीच्या गोष्टींना फाटा देऊन विश्वासू बनले पाहिजे. कदाचित अशीही एक वेळ येईल की त्याला त्या स्त्रीबद्दल आकर्षण वाटणार नाही, पण तरीसुद्धा आणखी काही महिने त्याला तिच्याबरोबर राहायला हवे.

जेव्हा पुरुषाला कोणाबरोबरही वचनबद्ध होण्यास अडचण येते तेव्हा त्याचे तात्पुरत्या काळासाठी प्रणयाबद्दल आकर्षण नाहीसे होणे हे सामान्य आहे.

जर त्याच्या असे लक्षात आले की त्याला तिच्या विषयीचे आकर्षण परत जाणवायला लागले आहे तर त्याने ते संबंध चालू ठेवावे आणि जर त्याच्या शारीरिक पातळीवरच्या भावना त्याला जाणवत नसतील तर त्याने ते नातेसंबंध तिथेच थांबवावे. कदाचित असेही होईल की त्याच्या प्रणयी भावना प्रबळ असतील पण तरीही त्याला असे जाणवेल की ती त्याच्यासाठी योग्य नाही.

जर त्याला ती योग्य वाटली नाही तर या नातेसंबंधांची सांगता होण्यासाठी त्याने तिला स्पष्ट शब्दात हे सांगितले पाहिजे की तो आता तिच्याकडे परत येणार नाही. मग त्याच्या मनाच्या पृष्ठभागावर येणाऱ्या भावनांवर उपचार करणे त्याच्यासाठी गरजेचे असेल. जर त्याला आता पुन्हा इतर स्त्रियांना भेटावेसे वाटत असेल तर ठीक, पण आता कोणाबरोबरही वचनबद्ध होण्यापूर्वी त्याने पूर्वीच्या प्रत्येक स्त्रीबरोबर निवृत्ती घेतलेली असावी.

कोणत्याही स्त्रीबरोबर प्रणयामध्ये शिरण्यापूर्वी पुरुषाने आपल्याला कोणत्या प्रकारची स्त्री हवी हे आधी नीट ठरवावे. म्हणजे त्या नातेसंबंधात शिरताना त्याला

असे जाणवेल की ती जणू फक्त त्याच्यासाठीच आहे पण जर पुढे जाऊन त्याच्या असे लक्षात आले की तो तिच्याबरोबर शारीरिक पातळीवर रममाण होऊ शकत नाही तर त्याने थांबावे, कारण नाहीतर ते त्याच्यासाठी व तिच्यासाठीसुद्धा काळाचा अपव्यय करणारे व भावनांचा अपमान करणारे असे ठरेल.

अशा प्रकारे स्त्रियांना भेटण्याचा त्याचा दृष्टिकोन बदलल्यामुळे या पुरुषाच्या हे लक्षात येईल की आता नातेसंबंधात स्थिर होऊन एका स्त्रीला निवडण्याची पात्रता त्याच्यामध्ये आली आहे- त्यासाठी आवश्यक त्या गोष्टी करताना तो भविष्यातील कुशंकांपासून दूर राहील. त्याला आपण काहीतरी न्यूनाने पछाडलो आहोत असे वाटणार नाही, उलट आता त्याला असे वाटेल की जर त्याने आता वचनबद्धता टाळली तर तो नक्कीच चांगल्या गोष्टींना मुकेल.

■

२१

निरोप घ्यायला शिकणे

काही पुरुषांना नातेसंबंधात 'होय' म्हणायला अडचण येते तर काहींना 'नाही' म्हणायला अडचण येते. प्रेमभंगानंतर पुरुष स्त्रीमध्ये पुन्हा जीव गुंतवतो पण जेव्हा त्याच्या लक्षात येते की त्यांना जशी जोडीदार हवी होती तशी ही नाही तेव्हा ते तिला सोडून जाऊ शकत नाहीत. तिचे त्याच्यावर प्रेम असते पण तिला नाकारून दुःख देण्याची हिंमत पण त्याच्यात नसते.

याच कारणासाठी दुसरे लग्न सहसा यशस्वी होत नाही असे सर्वसाधारणपणे दिसते. पुरुष कोणामध्येही लवकर जीव गुंतवतो, ते घनिष्ट मित्र होतात आणि लग्न करतात. ते दोघेही त्याच्या भावनांना उत्तेजन देणाऱ्या गरजांमुळे एकमेकांबरोबर झोकून देतात. आता तो फक्त तिचाच असतो. त्यांना ताबडतोब लग्न करायचे असते. ते थांबू शकत नाहीत. जेव्हा अशा उत्तेजित भावनांमुळे आपण एकमेकांशी लग्न करायला निघतो किंवा जिवलग मित्र होतो तेव्हा ती आपण केलेली चूक असते.

दुसरी लग्ने सहसा यशस्वी होत नाहीत, कारण ते म्हणजे परतीच्या प्रवासावर जोडलेले नातेसंबंध असतात.

एकदा का त्याचे लग्न झाले की त्याच्या मनात अनेक शंका-कुशंका यायला लागतात. त्याच्या प्रेमदिवाण्या स्वप्नाळू अवस्थेतून तो आता पूर्णपणे जागा होतो आणि त्याच्या लक्षात येते की त्याने निवडलेली जोडीदार ही त्याच्या स्वप्नातल्यासारखी नाही. आता तो फारच कात्रीत सापडतो. फार गंभीर परिस्थिती असते आणि त्याला अगदी मनापासून वाटते की यातून बाहेर पडावे. जेव्हा त्यांचे वैवाहिक संबंध

संपतात तेव्हा त्याला जाणवणारी वेदना व दु:ख हे कितीतरी पटींनी जास्त असते. जर त्याने लग्नापूर्वी हे संबंध तोडले असते तर त्याचे दु:ख व वेदना यापेक्षा नक्कीच कमी असत्या. तो जितका अधिक काळ या नात्यात राहील तितके त्याचे आयुष्य अधिक गुंतागुंतीचे व वेदनामय होईल.

हे स्वत: ओढवून घेतलेले दु:ख पुरुष लग्न न करता टाळू शकतो. अजूनही यावरून त्याने धडा घ्यावा की वचनबद्ध होताना त्याने अधिक विचार करावा. त्याने आधी स्वत:साठी वेळ काढावा, अधिक विचार करावा व अनेक स्त्रियांना भेटत रहावे. अनेक स्त्रियांना भेटल्यानंतरच त्याच्यासाठी कोणती स्त्री अनुरूप आहे आणि त्यासाठी योग्य वेळ कोणती आहे हे त्याला समजेल, पण प्रणयानंतर त्याच्या मनाच्या पृष्ठभागावर येणाऱ्या भावनांवर प्रक्रिया करणे त्याच्यासाठी अत्यंत आवश्यक आहे.

पुरुष स्त्रीला नाही म्हणू शकत नाही, कारण त्याला तिला दुखवायचे नसते आणि यापेक्षाही आणखी दडलेले एक कारण असते ते म्हणजे ही प्रवृत्ती त्याच्या आत असलेल्या दु:खाच्या अनिर्णित भावनांमधून येते, कारण तो स्वत:ही दुखावलेला असतो. जी व्यक्ती त्याला नाकारते तिच्याकडून तो दुखावलेला असतो आणि म्हणून त्याला तशाच प्रकारे दुसऱ्याला दुखवायचे नसते. त्याची ही असमर्थता हेच दाखवते की अजूनही त्याला त्याच्या दुखऱ्या, वेदनामय भावनांवर प्रक्रिया करणे आवश्यक आहे आणि नंतरच त्याने दुसऱ्या नातेसंबंधात गुंतावे, सरतेशेवटी त्याला ज्याने दुखावले त्या व्यक्तीला माफ करूनच अपराधीपणाचे ओझे डोक्यावर घेतल्याविना या नातेसंबंधातून तो बाहेर पडू शकतो, अन्यथा नाही.

निरोपाचे पत्र लिहिणे

तुमच्यामध्ये अपराधीपणाची भावना आहे किंवा अपराधीपणाची भावना नाही हे महत्त्वाचे नाही. जर त्याला त्या नातेसंबंधातून बाहेर पडायचे असेल तर त्याला हे केलेच पाहिजे. जर त्याला त्या स्त्रीला दुखवायचे नसेल तर निरोपाचे पत्र लिहिणे ही एक निश्चितच उत्तम भेट आहे. जेव्हा नातेसंबंध संपवताना पुरुषाला अपराधीपण वाटत असेल तेव्हा त्याला जे काही म्हणायचे आहे ते त्याने पत्रातून व्यक्त करावे आणि त्याच्या भावना तिला वाचून दाखवाव्या. हे अतिशय सोपे आहे. पुढील उदाहरण पाहू.

प्रिय ....

मी तुझ्यावर किती प्रेम करतो आणि मला तुझी किती काळजी वाटते हे तुला समजावे अशी माझी इच्छा आहे, पण मला असे वाटत नाही की मी अधिक काळ

या नातेसंबंधात टिकून राहील. खरे तर यापूर्वीच्या नातेसंबंधातून बाहेर पडण्यासाठी मी पुरेसा वेळ दिला नाही. मला आत्ता हे जाणवते की मी इतर स्त्रियांबरोबरसुद्धा ओळखी करून घेऊन त्यांना आजमावणे माझ्यासाठी गरजेचे होते व त्यानंतरच मी वचनबद्ध व्हायला हवे होते, जसे मी तुझ्याशी झालो होतो.

खरे तर तुला हे सांगतानासुद्धा मला अवघड वाटते, कारण तुला हे सारे प्रत्यक्ष सांगून मला दुखवायचे नाही.

मला अशी भीती वाटते की कदाचित हे मी तुझ्याशी प्रत्यक्ष बोललो तर मी ते अशा चुकीच्या पद्धतीने बोलेन की तू दुखावशील. मला हे माहिती आहे की तुझे माझ्यावर प्रेम आहे आणि यामुळे तू नक्कीच दुःखी होशील अशी शक्यता मला वाटते. मला वाईट वाटते की तुला जे हवे आहे ते मी तुला देऊ शकत नाही किंवा तुझ्या दुःखात तुझे रक्षणसुद्धा करू शकत नाही पण मला अगदी स्पष्टपणे हे जाणवते की हे नातेसंबंध संपवावेत ही काळाची गरज आहे.

आपण जे क्षण एकत्र आनंदाने घालवले त्याबद्दल मी तुझा आभारी आहे. ते खास क्षण माझ्या नेहमीच लक्षात राहतील आणि आपले ते प्रेम मी कधीच विसरू शकणार नाही. तू खरोखर एक व्यक्ती म्हणून फार चांगली आहेस आणि मला असा विश्वास वाटतो की तुला तुझ्यायोग्य जोडीदार नक्की मिळेल.

प्रेमपूर्वक,

....

त्याच्या मनातले विचार, त्याच्या भावना आणि त्याचा स्वच्छ हेतू हे सगळे पत्रात लिहून ते पत्र त्याने जोडीदाराला वाचून दाखवावे. जर त्याने ते फक्त पोस्टात टाकले आणि तिला पुन्हा भेटला नाही तर ते योग्य होणार नाही. ते पत्र वाचल्यानंतर होणारे बदल फार महत्त्वाचे आहेत, त्यामुळे ती काय प्रतिक्रिया देते ते तुम्हाला ऐकायला व पाहायला मिळणार आहे, पण नेमके त्यावेळी त्याने त्याच्या निर्णयापासून दूर जायला नको. त्याने ते नातेसंबंध संपवण्याच्या त्याच्या हेतूपासून मागे जाता कामा नये. त्याने प्रेमळ पण निश्चयी राहायचे आहे.

ती विचारेल, 'का?' या प्रश्नाला त्याचे उत्तर फक्त हे असेल की, 'माझे तुझ्यावर प्रेम आहे पण मला आता हे लक्षात आले आहे की तू मला अनुरूप नाहीस आणि जर तू मला अनुरूप नाहीस तर मीसुद्धा तुझ्यासाठी अनुरूप नाही.'

जर तो तिला अनेक कारणे सांगत नसला तर मग ती विचारेल की, त्याने तिला आणखी एक संधी द्यावी किंवा त्यांच्या नातेसंबंधास अधिक वेळ द्यावा. ती त्याला वचन देईल, की ती तिच्यामध्ये योग्य ते बदल करेल किंवा ती त्याला काही बदल करायला सांगेल, पण हे सगळे मूळ मुद्द्यापासून भरकटण्यासारखे आहे. नातेसंबंध संपवण्याचे खरे कारण हेच असते की ज्या कारणासाठी आपण लग्न

करण्याचा बेत आखलेला असतो, ते कारणच संपुष्टात आलेले असते. आपल्या हृदयाला खरे कारण माहिती असते. जेव्हा आपले प्रेम हे कोणत्याही अटीतटीवर अवलंबून नसते तेव्हा कुठलीच कारणे नसतात. आपल्याला एखाद्याबरोबर राहावेसे वाटते किंवा एखाद्याबरोबर राहावेसे वाटत नाही या मागची कारणे फार दुय्यम असतात. खरे कारण फक्त आपले हृदय हो म्हणते किंवा नाही म्हणते हेच असते.

या उदाहरणातील हा वरील माणूस जरी त्याच्या परतीच्या मार्गावर नसला तरी त्यालासुद्धा इतके जिव्हाळ्याचे नातेसंबंध तोडताना त्रास होतच असतो. जर हा माणूस एखाद्या स्त्रीला फक्त भेटत असेल आणि त्याच सुमारास जर त्याच्या लक्षात आले की ही स्त्री आपल्यासाठी योग्य जोडीदार नाही तर त्याने पुढीलप्रमाणे पत्र लिहावे व तिला वाचून दाखवावे.

प्रिय.......

मला तुला हे सांगावेसे वाटते की माझे तुझ्यावर प्रेम आहे आणि मला तुझी खूप काळजी वाटते. मी तुला हे पत्राने कळवत आहे, कारण तुझ्याशी हे सगळे बोलणे माझ्यासाठी खूप अवघड आहे. मला तुला दुखवायचे नाही. तू खरोखर खूप चांगली अशी स्त्री आहेस. तू खरोखर प्रेमास व कौतुकास पात्र आहेस. मला हे खूप तीव्रतेने जाणवते की जरी मी तुझ्यावर खूप प्रेम करतो तरीसुद्धा तू माझ्यासाठी नाहीस. मला हे नातेसंबंध तोडायचे आहेत.

माझ्या या पत्रामुळे तू दुखावली गेली असशील तर मी तुझी क्षमा मागतो. तू आनंदी आणि यशस्वी झालेली पाहणे मला आवडेल आणि मला हे स्पष्टपणे माहिती आहे की तुला आनंदी करणारा माणूस मी नाही. माझा विश्वास आहे की तू ज्या प्रेमाला पात्र आहेस ते प्रेम तुला मिळेल आणि मीसुद्धा माझ्यासाठी योग्य जोडीदार निवडेन.

मी तुझ्याबरोबर जो वेळ घालवला तो खरेच अद्वितीय होता आणि ते कायम माझ्या स्मरणात राहील.

प्रेमपूर्वक,

....

नातेसंबंध तोडणे काही पुरुषांसाठी खूप अवघड असते. या आव्हानावर मात करण्यासाठी पुरुष आपल्या भूतकाळातील सर्व स्त्रियांना- ज्यांनी त्याला नाकारले त्यांना माफ करून टाकतात. जे नातेसंबंध आपल्यासाठी योग्य नाहीत त्यांना 'नाही' म्हणणे ही भविष्यात आपल्याला योग्य नातेसंबंध प्रस्थापित करण्याची तरतूद करू शकते.

■

२२

आत्मघातकी प्रवृत्ती

जेव्हा पुरुषाला त्याच्या काही गमावण्याने दुःखाच्या भावना जाणवत नाहीत आणि तो त्यावर उपचार करू शकत नाही, तेव्हा तो आत्मघातकी प्रवृत्तीच्या पकडीत सापडतो. तो जेव्हा त्याच्या जखमी भावनांवर विधायक प्रकारे प्रक्रिया करू शकत नाही, तेव्हा तो स्वतःला इजा करून घेतो. काही वेळेस तो व्यसनांच्या जाळ्यात ओढला जातो तर काही वेळेस तो प्राप्त परिस्थितीतून पळ काढतो आणि नवीन आयुष्याला सुरुवात करतो. काही वेळेस तो स्वतःला संकटांमध्ये झोकून देतो. काही वेळेस तो अविचाराने कसाही वागतो तर प्रसंगी स्वतःचा जीवसुद्धा घेतो. त्याचे त्याच्या आयुष्यावरील नियंत्रण सुटते आणि त्याचे आयुष्य भिरभिरत रसातळाला जाते आणि संपूर्ण आत्मनाश ओढवला की मग तो मदत मागतो.

पुरुषाला त्याच्या दुःखदायक वेदनांचे व्यवस्थापन कसे करायचे आहे याचा पर्यायी मार्ग स्पष्टपणे दिसल्याशिवाय त्याला आधार तरी कसा मिळणार? जेव्हा पुरुषाचे आयुष्य अधिक अधिक वाईट होत जाते, तेव्हा त्याला हे जाणवते की तो स्वतः स्वतःची मदत करायला असमर्थ आहे. अनेक लोकांना हेच वाटते की जोपर्यंत पुरुषाला स्वतःच स्वतःला हे समजत नाही तोपर्यंत काही सुधारणा होणे अशक्य असते.

...पण असे घडायला नको. पुरुषाला जर निवडीचे स्वातंत्र्य दिले, तर त्याला असे सिद्ध वगैरे करायची गरज नसते. जर त्याला उपचार प्रक्रिया नीट समजली तर ज्या पुरुषाला त्याची गरज आहे तो हा कार्यकारणभाव समजून घेईल व त्याला आधाराचे महत्त्व समजेल आणि तो कसा मिळवायचा याचा तो प्रयत्न करेल.

जर पुरुषाला निवड करायची संधी मिळाली, तर आधार मिळवण्यासाठी स्वतःला नालायक सिद्ध करायची त्याला गरज नाही.

पुरुषाने अजूनही जर पुस्तकात वाचून त्याप्रमाणे सराव करून उपचार प्रक्रियेला सुरुवात केली तर तो अधिक चांगले आयुष्य घालवू शकेल. जर त्याने त्याच्या हृदयाची दारे उघडली तर त्याला आधार देणाऱ्या मित्रमैत्रिणींच्या गटाची उपयुक्तता किती अधिक आहे हे समजेल. जर त्याच्या मनात काही आत्मघातकी विचार येत असतील तर त्याने असे समजावे की त्याच्या काही भावना अजूनही दडपलेल्या आहेत. इतरांच्या मदतीशिवाय त्या पूर्वस्थितीला येणे केवळ अशक्य आहे.

मध्यस्थी

प्रेमात पडलेला माणूस जर आत्मघातकी विचारांनी प्रवृत्त झालेला असेल तर असे अनेक हुशार समुपदेशक आहेत जे त्या पुरुषाला स्वतः मदत करायला तत्पर आहेत. त्याला एकट्याने भावनांवर प्रक्रिया करणे जमत नसेल तर समुपदेशकाच्या मध्यस्थीमुळे त्याला हे सहज शक्य होईल. जरी तो पुरुषच स्वतःला बरे करण्यास जबाबदार असला तरीसुद्धा त्याच्या आत्मघातकी प्रवृत्तीवर मात करण्यासाठी त्याला त्याच्या मित्रांची आणि कुटुंबाची फार मोठी मदत होते.

आता हा मोठा बाका प्रसंग असतो. अशा प्रसंगात तुम्ही जर त्याला तू काय करायला पाहिजे किंवा काय करायला नको किंवा तुझे काय चुकले यावर व्याख्यान झोडत बसलात तर तो हे काही ऐकून घेण्याच्या मनःस्थितीत नसतो, त्यामुळे अशा वेळी तुम्ही त्याला फक्त एवढेच सांगायचे की त्याच्या या वागणुकीचा तुमच्यावर काय परिणाम होतो आहे! त्याच्या कुटुंबातल्या माणसांनीसुद्धा 'फील गुड' सराव प्रकार करावे आणि त्यांच्या राग, दुःख, खेद, भीती, प्रेम, सामंजस्य, इच्छा आकांक्षा आणि विश्वास अशा भावना व्यक्त करणारी पत्रे लिहून त्याला ती मोठ्याने वाचून दाखवावी. या पद्धतीमुळे त्याला प्रत्यक्ष काय करावे या सूचना न देता योग्य तो संदेश त्याला दिला गेल्याने उपचार प्रक्रिया चांगलीच प्रभावी होईल.

मध्यस्थी करणे याचा अर्थ असा नव्हे की तुम्ही त्या पुरुषाला काय करावे हे सांगावे, पण त्याच्या वागण्यामुळे तुम्हाला काय वाटते या भावना त्याच्यापर्यंत पोहोचवायला मदत होते.

लोकांच्या त्याच्याबद्दलच्या प्रामाणिक भावना ऐकल्यामुळे तो दुःखी होतो

आणि मग आपल्यात काय आवश्यक बदल करणे योग्य होईल हे समजून घेऊन ते करण्याची त्याच्यात ताकद येते. जर त्याला असे वाटले की त्याच्या दुरवस्थेमुळे कोणालाच काही फरक पडत नाही तर निराशेच्या गर्तेत खोलवर जाणे सहज शक्य असते. जेव्हा गरज असते तेव्हा पुरुषांना चेतना मिळणे आवश्यक असते. इतरांच्या त्याच्याबद्दलच्या भावना ऐकून पुरुष आपल्या प्रतिकूलतेवर मात करू शकतात. जरी त्या वेळेस त्याला ते आवडले नसेल, पटले नसेल तरी नंतर तो त्याच्या मित्रांचे व कुटुंबाचे योग्य वेळी त्याला दिलेल्या आधारासाठी आभारच मानतो.

भूतकाळातील उपचारप्रक्रिया

काही विशिष्ट भावना मनात दाबून ठेवल्यामुळे आत्मघातकी प्रवृत्ती बळावते. जेव्हा स्त्री किंवा पुरुष दोघेही आत्मघातकी वर्तणूक दर्शवतात तेव्हा त्यांना हे समजावून द्यायला हवे की ते एकटे स्वत:ला मदत करू शकत नाहीत. त्यांच्या सध्याच्या मन:स्थितीत त्यांना बाहेरच्या आधाराची गरज आहे. जर लहानपणीच्या त्यांच्या बाह्य परिस्थितीमुळे काही भावना त्यांनी दाबून टाकल्या असतील तर त्यांनी आत्ताच्या परिस्थितीचा फायदा घेऊन त्या मनाच्या पृष्ठभागावर आणाव्या. आत्ता या वेळी त्यांना समुपदेशकाची किंवा आधारकेंद्राची सगळ्यात जास्त गरज असते, ती त्यांनी लक्षात घ्यावी.

दाबून ठेवलेल्या भावनांमुळे आत्मघातकी प्रवृत्ती बळावतात.

जर त्याचे लहानपण सतत शिक्षा भोगण्यात गेले असेल तर प्रामुख्याने अशा पुरुषांमध्ये आत्मघातकी प्रवृत्ती बळावते. जेव्हा अपयशामुळे त्यांची मानखंडना होते, तेव्हा तो स्वत:ला शिक्षा करतो. त्याची ही स्वत:ला शिक्षा करून घेण्याची प्रवृत्ती नष्ट करण्यासाठी त्याने भूतकाळातील अशा काही घटना आठवण्याची गरज आहे- जेव्हा त्याला शिक्षा झाली होती किंवा त्याला शिक्षा होण्याची भीती वाटत होती. आयुष्यातील त्या अनिर्णित भावनांवर प्रक्रिया करून व उपचार करून तो मनाची ही प्रवृत्ती नष्ट करू शकतो.

नशीली औषधे आणि मद्य यांच्या आहारी जाणे.

आपले आयुष्य सुसह्य व्हावे म्हणून व दु:खापासून दूर पळण्यासाठी म्हणून पुरुष खूप जास्त प्रमाणात मद्य व नशील्या औषधांचे सेवन करतो. जर त्याला

आधीपासूनच मद्य पिण्याची व नशीली द्रव्ये खाण्याची सवय असेल तर प्रामुख्याने अशा परिस्थितीत त्या सवयीला आवर घालणे अधिकच अवघड असते. मद्यामुळे व नशील्या द्रव्यांमुळे तो मनाच्या भलत्याच तंद्रीत राहतो आणि त्यामुळे त्याला त्याच्या खऱ्या भावना जाणवत नाहीत. अवास्तव जगात नेणाऱ्या या द्रव्यांमुळे तात्पुरत्या काळामध्ये आपल्या दुःखद भावना बधिर होतात पण ते मनाला व शरीराला अवलंबित्वाकडे नेतात.

कुठल्याही अपयशानंतर आपण व्यसनाधीन होण्याची शक्यता अधिक असते. जेव्हा आपले हृदय वेदनेने तडफडत असते तेव्हा आपल्या शरीरालासुद्धा वेदना जाणवत असते. वेदनेबरोबर सामना करण्यासाठी शरीरात एंडॉरफिन नावाचे नैसर्गिक द्रव्य स्रवत असते. या द्रव्यामुळे वेदनेपासून नैसर्गिकरीत्या आराम मिळतो.

या पुस्तकामध्ये जी शोकप्रक्रिया वर्णन केली आहे ती वापरल्यास शरीरातील वेदनाशामक एंडॉरफिन नावाचे द्रव्य अधिक स्रवण्यास मदत होते.

नशीली द्रव्ये आणि मद्य यामुळेसुद्धा शरीरात वेदनाशामक एंडॉरफिन्स स्रवली जातात, पण समस्या अशी आहे की बाहेरच्या या नशील्या द्रव्यामुळे शरीराची नैसर्गिकरीत्या वेदनाशामक एंडॉरफिन्सच्या निर्मितीची क्षमता थांबते. जेव्हा आपली मन:स्थिती ठीक नसेल किंवा आपण मद्याच्या प्रभावाखाली नसतो तेव्हा शरीराला अविश्वसनीय माघार घेणाऱ्या दुःखद भावना जाणवतात. ते अतिशय वेदनादायी असते, कारण शरीराने नैसर्गिकरीत्या प्रसवणारे, आनंदी करणारे एंडॉरफिन्सचे उत्पादन बंद केलेले असते. जे मनाला हृदयाची दारे उघडी ठेवण्याची आणि मनाला शांत ठेवण्याची परवानगी देतात.

पुरुषाने मद्याच्या किंवा नशील्या द्रव्याच्या, व्यसनाच्या अधीन होऊ नये, त्यामुळे कदाचित त्याला वेदनांचा सामना करावा लागेल, पण त्याच्या शारीरिक आणि भावनिक पातळीवरच्या दुःखद भावनांपेक्षा ते नक्कीच कमी असेल. आपल्या शरीरातील हे विष काढून टाकण्याला किंवा 'एए' म्हणजे अल्कोहोलिक्स अनॉनिमस या व्यसनमुक्ती केंद्रांचा आधार घेऊन स्वत:ला आधार मिळविण्याची आणखी एक संधी द्यावी. अगदी संपूर्ण विनाशाची वाट पाहू नये.

गाडीत बसून दूर जाणे.

जेव्हा पुरुषांना त्यांच्या भावना जाणवत नाहीत तेव्हा त्यांना प्रचंड बधिरता येते

किंवा आयुष्य निर्जीव झाल्यासारखे वाटते. पुन्हा सगळे जिवंत, अर्थपूर्ण वाटावे म्हणून त्याला काही काळासाठी तरी परिस्थितीपासून दूर जावेसे वाटते. अशा वेळी त्याने गाडीत बसावे आणि सूर्यास्त पाहायला जावे. त्याला कुठे जायचे हेसुद्धा ठरवायची गरज नाही. त्याला फक्त तेथून कुठेतरी दूर जाण्याची गरज असते.

गाडीत बसून गाडी चालवल्याने त्याला असे वाटते की जणू काही तो त्याच्या समस्या आणि त्याच्या वेदना मागे ठेवून दूर चालला आहे, पण शेवटी त्याच्या हेसुद्धा लक्षात येते की त्या त्याच्या सावलीसारखा त्याचा पिच्छा करतात. त्या त्याला कधीच सोडून जात नाहीत किंवा त्याने ते शहर सोडले किंवा वेगळ्या परिस्थितीत गेला तरीही त्या नाहीशा होत नाहीत. जरी त्याला थोडासा आराम मिळाला तरीसुद्धा आपण बांधलेले पूल उद्‌ध्वस्त न करण्याची किंवा मित्रांनी आणि कुटुंबानी दिलेल्या मौल्यवान आधारापासून दूर न जाण्याची काळजी घेतली पाहिजे.

आपल्या अनिर्णित भावना या आपल्या सावलीसारख्या असतात- आपण जरी ते शहर सोडून गेलो तरी त्या आपला पिच्छा सोडत नाहीत.

जोपर्यंत तो गाडी सुरक्षितपणे व आनंद घेऊन चालवत राहील तोपर्यंत ठीक आहे, पण गाडी घेऊन दूर पळण्यापेक्षा त्याने परत यावे, त्याच्या हृदयावरील उपचार करण्यासाठी त्याने त्याच्या भावनांचा सामना करावा पण पळून जाऊ नये. आपल्यावर प्रेम करणाऱ्या इतर लोकांना मागे ठेवून त्यांच्यापासून दूर जाणे हीसुद्धा एक आत्मघातकी प्रवृत्तीच आहे.

पुरुष परिस्थितीपासून पळ काढतो, कारण तेथे उपस्थित राहण्याच्या किंवा त्याला आधार मिळण्याच्या योग्यतेचा तो नाही असे त्याला वाटते. परिस्थितीचा आणि सभोवतालच्या लोकांचा सामना करून तो आयुष्यात उपचार पद्धतीत एक फार महत्त्वाचा धडा शिकेल. त्याचे त्यालाच आश्चर्य वाटेल की जेव्हा त्याला तो प्रेमास अपात्र आहे असे वाटत होते तेव्हासुद्धा त्याच्यावर प्रेम केले गेले.

संकटांचा सामना

जेव्हा पुरुष त्याच्या भावना दडवतो तेव्हा त्यांची पुन्हा जाणीव होण्याला आणखी एक मार्ग असा की त्यावेळी त्याने खूप शौर्याची कामे करायची किंवा संकटात उडी घ्यायची. प्रेमभंगानंतर पुरुष गिर्यारोहणाला जातो किंवा काररेसमध्ये भाग घेतो. जोपर्यंत तो योग्य रीतीने सुरक्षेची काळजी घेतो तोपर्यंत त्याच्यात फारसे चुकीचे असे काही नसते. काही लोक ते रोजच करत असतात.

गिर्यारोहणासाठी वेळ काढणे किंवा खोल घनदाट अरण्यात जाणे हे एका दृष्टीने चांगले असते, कारण त्यामुळे त्याला स्वावलंबी व स्वायत्त वाटते.

पुरुष जेव्हा अशी काही कृती करतो की ज्यामुळे त्याचे आयुष्यच पणाला लागते तेव्हा तो जिवावरच उदार होतो. संकटाचा सामना करताना जेव्हा तो असा जन्म-मरणाच्या दारात असतो तेव्हा तात्पुरत्या काळासाठी प्रेम करण्याच्या आणि प्रेम करवून घेण्याच्या भावनेशी त्याची फारकत होते. आयुष्यच संपण्याच्या किंवा मरणाच्या भीतीपुढे प्रेमातले अपयश हे फारच गौण ठरते. जिवंत राहण्यासाठी त्याने जन्म आणि मृत्यूच्या मधल्या सुंदर क्षणांवर लक्ष केंद्रित केले पाहिजे, म्हणजे अशा वेळी त्याला जीवन किती सुंदर आहे हे जाणवेल. त्या वेळी त्याला प्रचंड उल्हास जाणवेल आणि तो पुन्हा त्याच्या सकारात्मक भावनांशी जोडला जाईल.

जेव्हा आपण मोठ्या संकटाला तोंड देतो तेव्हा प्रेमातले यश आपोआपच गौण ठरते.

जरी ही एक सकारात्मक पळवाट झाली तरी त्यामुळे त्याच्या दुखावलेल्या भावना तशाच राहतात. त्याच्यावर उपचार होत नाही किंवा त्याची भावना दडवण्याची प्रवृत्तीही बदलत नाही, अर्थात तो मृत्यूच्या दारातून परत आलेला क्षण त्याला त्याचा भूतकाळ विसरण्यास मदत करतो, पण तरीही भूतकाळावर त्यामुळे उपचार होत नाही. आपण एकदा का संकटातून बाहेर पडलो की पुन्हा अनिर्णित भावना मनाच्या पृष्ठभागावर येतात, म्हणूनच पुन्हा एखादे संकट शिरावर घेण्यापूर्वी त्याने आपल्या भावनांवर प्रक्रिया करण्याची गरज आहे.

अनेकदा लोकांना हा प्रश्न पडतो की समुपदेशक, मानसशास्त्रज्ञ भूतकाळातील गोष्टींवर इतका जोर का देतात? जर खरे उद्दिष्ट आपले वर्तमानातले आहे, तर त्याचे उत्तर असे आहे की भूतकाळाचा अभ्यास करणे अशासाठी गरजेचे आहे की भूतकाळातील एखादा अधुरा राहिलेला अनुभव आपल्याला वर्तमानकाळात खेचून बाहेर काढतो. जर आपण भूतकाळाकडे काळजीपूर्वक लक्ष दिले तर तो आपला वर्तमानकाळ उद्ध्वस्त करत नाही, अर्थात आदर्श गोष्ट हीच की आपण वर्तमानातच जगले पाहिजे. येणारा प्रत्येक क्षण आनंदाने उपभोगला पाहिजे आणि संकटांचा विचार न करता आपल्या भावनांच्या सान्निध्यात राहिले पाहिजे.

जीवस्रोत ठरवणे.

जेव्हा पुरुषाचे हृदय बंद असते तेव्हा त्याला बायकांबद्दल प्रेम वाटत नसतानाही

फक्त प्रणय करण्याची प्रचंड भूक असते. प्रणयाद्वारे त्याच्या हृदयात कोंडून ठेवलेला स्रोत तो बाहेर सोडतो आणि मग प्रणयामुळे पुन्हा त्याला भावना जाणवायला लागतात.

पुरुष प्रणयक्रीडा करून आपले भावनिक पातळीवरचे ताणतणाव कमी करू शकतात. प्रणयाच्या तीव्र भुकेमुळे त्याला तात्पुरता आराम मिळतो. प्रेमाशिवाय प्रणय करून त्याद्वारे जीवनाचा ऊर्जाप्रवाह नाहीसा झाला तरी त्याला त्या वेळेपुरते बरे वाटते; अर्थातच नंतर मात्र बरे वाटत नाही. जरी तणावातून तो मुक्त झाला तरी त्याला काहीतरी गमावल्यासारखे वाटते. ही गमावल्याची भावना काही त्याच्या प्रेमरहित प्रणयातून आलेली नसते तर ती त्याच्या भूतकाळातील प्रेमभंगाच्या अनिर्णित भावनेतून आलेली असते.

प्रेमरहित प्रणयाने तात्पुरते बरे वाटत असले तरी पुरुषाला नंतर रितेपणाची व खर्ची पडल्याची भावना येते.

जेव्हा पुरुष त्याच्या वेदनामय भावना दडवतो तेव्हा त्याला प्रणयाची भूक असते. अशा वेळी वेश्यांकडे त्याची पावले वळतात. अश्लील चित्रे पाहावीशी वाटतात व स्वत:च्या प्रणयभावना उद्दीपित कराव्याशा वाटतात. तो अशा स्त्रीकडे आकृष्ट होतो जिच्याकडे तो फक्त प्रणयभावनेने बघतो; त्यापलीकडे त्याला प्रेम, जिव्हाळा वगैरे काही नको असते. जेव्हा कोणाशीच जिव्हाळ्याचे नाते निर्माण होण्याची शक्यता नसते त्या वेळी विशेष करून तो फक्त प्रणयासाठी आकृष्ट होतो. त्याच्या हृदयावर उपचार करण्यासाठी अशा गोष्टींनंतर त्याने आधी स्वत:च्या त्रास देणाऱ्या, लाजिरवाण्या, अपयशाच्या आणि रितेपणाच्या भावनांवर प्रक्रिया करून उपचार करावे. सतत प्रणयाचा विचार करू नये. त्यावर नियंत्रण ठेवण्यासाठी थंड पाण्याच्या शॉवरखाली बसणे, व्यायाम करणे, चांगले-चुंगले खाणे, नवीन कला शिकणे आणि सभ्य सिनेमे पाहणे या गोष्टी कराव्यात, त्यामुळे त्याला आयुष्याची गाडी पूर्वपदावर आणण्यासाठी त्याचा उपयोग होईल.

आत्महत्या

आत्मघातकी प्रवृत्तीचा कडेलोट म्हणजे पुरुषाचा आत्महत्या करण्याचा प्रयत्न. जेव्हा जास्तीतजास्त बायका आत्महत्येचा 'प्रयत्न' करतात तेव्हा जास्तीतजास्त पुरुष हे आत्महत्या करण्यात 'यशस्वी' होतात. जेव्हा आयुष्य असह्य होते तेव्हा पुरुष आत्महत्या करण्याचा विचार करतो. अपयशाबरोबरच एखादी लाजिरवाणी

गोष्ट असेल तर तेव्हा त्याला त्यापेक्षा मृत्यू बरा वाटतो. त्याच्या मित्रांना व कुटुंबीयांना तोंड दाखवण्यापेक्षा तो मरण पत्करतो आणि आपण जगण्यास नालायक आहोत हे स्वीकारतो. तो त्यांचा आधार स्वीकारणार नाही, कारण तो स्वीकारण्याची त्याची लायकी नाही असे त्याला वाटते.

पुरुष स्वत:ला संपवतो, कारण काय करावे हे त्याला समजत नाही आणि जर तो कोणाला तोंड दाखवू शकत नसेल तर 'मेलेलेच बरे' असे त्याला वाटते. बायका आत्महत्या तेव्हा करतात जेव्हा त्यांना हवी असलेली गोष्ट मिळत नसल्याची वेदना त्या सहन करू शकत नाहीत आणि काय करावे हे समजत नाही. अनेकदा आत्महत्या करण्यापूर्वी तिला आत्महत्या करायची आहे असे ती लोकांना कळू देते. हा लोकांकडून मदत मागण्याचा एक मार्ग असतो.

अपयशाने व मानखंडना झाल्यामुळे लोकांना तोंड दाखवू नये असे वाटून पुरुषाला वाटते की आता मृत्यूच बरा.

जेव्हा पुरुष आत्महत्या करतो तेव्हा त्याचे कारण असे असते की त्याला काय करावे ते सुचत नाही आणि त्याचा असा विश्वास असतो की त्याच्या जिवंत राहण्याने परिस्थिती अधिक बिघडत आहे. अपयशाचे परिणाम भोगण्यापेक्षा मरण बरे असे त्याला वाटते. ज्यांच्यावर तो प्रेम करतो त्यांना निराश करण्याचा विचारसुद्धा त्याला सहन होत नाही. तो जेव्हा असा विचार करतो तेव्हा आपण जिवंत राहण्याने गोष्टी अधिक बिघडतील असे त्याला वाटते. अशा वेळी स्वत:ला संपवण्यामुळे समस्या सुटेल या भावनेने तो मरण पत्करतो.

स्त्री व पुरुष दोघांसाठीसुद्धा आत्महत्येमागचे सर्वसामान्य कारण असे असते की त्यांना त्यांच्या वेदना कायमच्या थांबवण्यासाठी तोच एक मार्ग दिसत असतो. त्यांना त्यांच्या वेदना मागे सोडून जायच्या असतात.

मृत्यूच्या पाठीमागे खरी आंतरिक इच्छा हीच असते की आपण वेदनामुक्त व्हावे. पुन्हा आनंदी व्हावे आणि पुन्हा शांती मिळवावी.

आत्महत्या करण्याची प्रवृत्ती जर बदलायची असेल तर प्रथम ही भावना काय आहे हे समजून घेतले पाहिजे- नंतर अधिक खोलवर जाऊन स्वत:च्या मनाला प्रश्न विचारायला हवा, 'मला का मरायचे आहे?' उत्तर नेहमी जगण्याला प्रवृत्त करणारेच असायला हवे. उत्तर कदाचित असे येईल, 'मला या वेदनांमधून मुक्त व्हायचे आहे. मला दुसऱ्यांना वेदना देण्यापासून स्वत:ला थांबवायचे आहे. मला हे सगळे मागे

ठेवून निघून जायचे आहे. मला मुक्त व्हायचे आहे. मला आनंदी व्हायचे आहे. माझ्या मनाला शांती हवी आहे. मला जगायचे आहे.'

आणि ही अशी सकारात्मक वाक्ये जर मृत्यूला कवटाळण्यामागची असतील तर कोणताही माणूस चार उपचारात्मक भावनांवर प्रक्रिया करायला सुरुवात करून आपल्या जगण्याच्या आंतरिक इच्छेशी समरस होऊ शकतो. जर जगण्याच्या इच्छेचे प्राबल्य वाढले तर राग, दुःख, खेद आणि भीती या भावनांशीसुद्धा जोडले जाणे सोपे असते. खरे तर हे सगळे आपण स्वतःच एकट्याने करायचे असते, पण आपल्याला त्यामध्ये कौशल्य प्राप्त होईपर्यंत आपण आपल्या भावना समुपदेशकाबरोबर वाटून घेतल्याने आपल्याला मदत होईल.

■

२३

आत्मनिर्भरता

प्रेमात अपयश आल्यानंतर पुरुषाला अनेक प्रकारच्या असुरक्षिततांना तोंड द्यावे लागते. जरी तो त्याच्या कामाच्या ठिकाणी अगदी परिपूर्ण असला तरीसुद्धा जेव्हा त्याला दुसऱ्या स्त्रीला भेटायची वेळ पुन्हा येते तेव्हा त्याला भीती वाटणे अगदी साहजिकच आहे. त्याचे नातेसंबंध कशाही प्रकारे जरी संपुष्टात आले असतील तरीसुद्धा पुन्हा नातेसंबंधात शिरणे त्याला बेचैन करणारे आणि भीतिदायक वाटत असते.

पुरुषाचे वय जर चाळीसपेक्षाही जास्त असेल तर त्याला हे सगळे फार चमत्कारिक वाटते. तो जर काही काळापुरता विवाहित असेल तर कुठून सुरुवात करावी व लोकांना पुन्हा कसे भेटावे हे त्याला समजत नाही. पूर्वीसारखे 'डेटिंग' आता राहिलेले नाही. त्यामध्ये आता कमालीचे बदल झालेले आहेत. बायकांच्या आता काही नवीन गरजा आणि वेगळ्या अपेक्षा आहेत, त्यामुळेच आता त्याला आत्मविश्वास आणि अनुकूलता परत मिळविण्यासाठी थोडा अधिक वेळ लागेल आणि मानसिकरीत्या ती तयारी झाल्यावरच तो पुन्हा नवीन नातेसंबंधात शिरेल.

'डेटिंग' हा प्रकार आता पूर्वीसारखा राहिला नाही. त्यामध्ये नाट्यमयरीत्या बदल झाले आहेत, ते आता पूर्वीपेक्षा अधिक गुंतागुंतीचे झाले आहेत.

नातेसंबंधात सावधपणे शिरून पण घाईघाईने कोणत्याही प्रकारची वचनबद्धता टाळून परतीच्या वाटेवरती पुरुष हळूहळू अगदी सहजरीत्या प्रगती करू शकतो. शेवटी त्याच्यामध्ये आंतरिक आत्मविश्वास येतो आणि त्याच्या ताकदीचा अंदाजसुद्धा त्याला येतो. जेव्हा त्याला कोणत्याही स्त्रीला तो बनवू शकेल अशी खात्री वाटते

तेव्हाच तो स्वत:साठी योग्य स्त्रीची निवड करण्यात पूर्णपणे यशस्वी होतो.

जर त्याचे प्राथमिक ध्येय हे फक्त शारीरिक पातळीवरचा जोडीदार शोधून प्रणय करणे एवढे असेल तर 'डेटिंग' प्रक्रियेमध्ये यशस्वी होण्याचा प्रयत्न तो करणार नाही. एखाद्या व्यक्तीला जाणून घेणे म्हणजे प्रणयापेक्षा खूप अधिक काहीतरी असते हे जेव्हा त्याला समजेल व तो स्वत: अनुभवेल तेव्हा त्याच्या आयुष्याला एक नवी दिशा मिळेल व त्याचे आयुष्य अधिक सुखकर होईल.

तरुण स्त्रियांशी मैत्री

जेव्हा पुरुषाचे वय चाळीसपेक्षा अधिक असते तेव्हा अजूनही त्याला एकटेपणाचे आयुष्य बेचैन करते. अशा वेळी आपोआपच तो पुरुष स्त्रियांकडे आकर्षित होतो. अशा स्त्रियांचे तारुण्य आणि अनुभवाचे नवखेपण यामुळे तो स्वत:ला जास्त श्रेष्ठ आणि ताकदवान समजतो. जेव्हा स्त्री तिच्या विशीत असते तेव्हा ती अधिक वयाच्या आणि सामर्थ्यवान पुरुषाकडे आकर्षित होते. असा पुरुष तिच्या बरोबरीच्या मुलांपेक्षा अधिक परिपक्व असतो. विशेषत: ही मुलगी जर स्वत:ला असुरक्षित समजत असेल आणि तिला मदतीची गरज असेल त्या वेळी असा थोडा अधिक वयाचा पुरुष तिला तिच्यासाठी योग्य वाटतो.

आपल्यापेक्षा जास्त लहान वयाच्या बायकांबरोबर भेटीगाठी घेण्यात गैर असे काही नाही, उलट त्यामुळे आयुष्यात नवी बहार येते. अशा तरुण स्त्रियांच्या सहवासात तोही त्याचे वय विसरतो आणि आपोआपच त्याला अधिक श्रेष्ठ वाटते. या स्थितीचा विचार केल्यास त्याला त्याच्या भूतकाळाशी जोडण्याची ही उत्तम संधी असते. बरेचदा आपण असे पाहतो की पुरुष जेव्हा तरुण असतो तेव्हा त्याच्यामध्ये वयस्कर माणसाचा आत्मविश्वास नसतो. वयस्कर पुरुषाला जेव्हा पुन्हा तरुण झाल्यासारखे वाटते आणि त्याचा आत्मविश्वाससुद्धा वाढतो, तेव्हा त्याला खूप मुक्त आणि परिपूर्ण वाटते.

तरुण स्त्रियांशी संबंध ठेवण्यात एक धोकाही असतो- तो म्हणजे जसजसे त्यांचे वय वाढत जाते तसतशा गोष्टी बदलतात. स्त्री आता पूर्वीसारखी तडजोड करण्यास तयार नसते. तिला आता ती स्वत: कोणीतरी आहे हे सिद्ध करून दाखवायचे असते आणि तिच्या जोडीदाराच्या इच्छेपुढे ती आता मान झुकवत नाही.

जसजशी स्त्री तिच्या तिशीच्या जवळ पोहोचते आणि तिच्यातील संप्रेरकांमध्ये बदल होतो तेव्हा ती पूर्वीसारखी जोडीदाराशी तडजोडीस तयार नसते.

आणखी दुसरी एक संभाव्य समस्या असते ती म्हणजे आकर्षण. अशा व्यक्तीबरोबरच्या संबंधात टिकून राहणे अवघड असते; विशेषत: जिची परिपक्वतेची पातळी पुरुषापेक्षा वेगळी असते तेव्हा! तो जर त्याच्या हृदयात इतरांपेक्षा अधिक तरुण असेल आणि ती जर तिच्या हृदयात इतरांपेक्षा अधिक परिपक्व असेल तर सुरुवातीचा प्रेमाचा भर ओसरल्यानंतर त्यांचा एकमेकांमधील इंटरेस्ट संपतो. पुरुष त्याच्यापेक्षा लहान स्त्रीमध्ये खरोखर गुंतला असेल तर त्याने ताबडतोब तिच्याशी लग्न न करण्याची काळजी घ्यावी. तो तिला हवे ते खरोखर पुरवू शकतो की नाही हे ठरवण्यासाठी थोडा वेळ जाऊ द्यावा लागेल; म्हणजे त्याच्यासाठी योग्य असणाऱ्या स्त्रीमध्येच गुंतला आहे किंवा नाही हेसुद्धा समजेल.

प्रणयातील अपयश

आयुष्याला नव्याने सुरुवात करताना जवळपास प्रत्येक पुरुषाला आपला आत्मविश्वास ढासळल्यासारखा वाटतो व त्याचे प्रणयी जीवन तो सुरळीतपणे पार पाडू शकणार नाही अशी त्याला काळजी वाटते; यामुळे तो जरा जास्तच गडबड करतो आणि त्याला वाटते काहीतरी चुकतेय. प्रत्यक्षात काहीच चुकलेले नसते. त्याचे शरीर त्याला सांगत असते की जरा हळू! अजून तो प्रणयाला तयार झालेला नाही.

जरी त्याला प्रणयाची भूक मानसिक पातळीवर असली तरी जेव्हा प्रत्यक्ष संभोगाची वेळ येते तेव्हा सगळे बिनसते. याचे कारण हेच असते की अजून संभोगापर्यंत पोहोचायला त्याला वेळ असतो.

जेव्हा पुरुषाचे शरीर प्रणय करण्यात अपयशी ठरते तेव्हा हा इशारा असतो की तो फार घाई करतोय! जरा दमाने घ्या!

जर पुरुषाच्या मनाची जखम अजूनही ओली असेल तर ज्या स्त्रीशी तो भावनिकदृष्ट्या जोडला गेला आहे तिलासुद्धा तो प्रणयसुख देऊ शकत नाही. कदाचित तो वेश्येबरोबर प्रणय करू शकतो किंवा शॉवरखाली एकटा प्रणयभावनेतून मुक्त होऊ शकतो, पण प्रेम असलेल्या स्त्रीबरोबर अपयशी ठरतो. याचाच अर्थ मन तयार असल्याशिवाय केलेला प्रणय गुंतागुंत वाढवतो.

भूतकाळातले प्रणयावरील आधारित नातेसंबंध असफल झाल्याचे आठवून, आपोआपच पुढच्या वेळेस त्याला काळजी वाटते, पण त्याचे शरीर त्याला तसा निरोप पाठवते हे चांगलेच आहे, पण जेव्हा तो हृदयावरील उपचार पूर्ण करतो

तेव्हा त्याची नैसर्गिक ताकद वाढते आणि त्याच्या प्रणयाची ताकदसुद्धा त्याच्याकडे परत येते.

स्त्रीला मदत

जेव्हा पुरुषाला अजूनही खात्री वाटत नाही की तो स्त्रीला काही पुरवू शकतो तेव्हा तो अशा स्त्रीकडे आकर्षित होतो, जिला त्याची गरज आहे. तो जर तिला संकटातून सोडवू शकला तर त्याला पुन्हा बलवान झाल्यासारखे वाटते, त्यामुळे त्याला चांगले वाटले तरीसुद्धा त्याने काळजी घेतली पाहिजे. त्याला त्याचा आत्मविश्वास जाणवण्यासाठी आणि सामर्थ्यवान वाटण्यासाठी स्त्रीवर अवलंबून रहावे लागते; त्यापेक्षा आधी त्याने तिला काही पुरवण्याची ताकद मिळवावी आणि नंतर जिव्हाळ्याच्या नात्यामध्ये शिरावे हे उत्तम!

असे सामर्थ्यवान होण्यासाठी स्त्रीवर अवलंबून राहणे म्हणजे खरे सामर्थ्य नव्हे. तिची गरज तात्पुरत्या काळासाठी त्याला त्याच्या सामर्थ्यहीन भावनेपासून दूर ठेवते. जेव्हा तिच्या समस्या सोडविण्याची साधने त्याच्याकडे असतात तेव्हा ताबडतोब त्याच्या प्रणयी भावना जागृत होतात. तो जर वेदनेत असेल तर त्याला लगेच बरे वाटते. अशा प्रकारचा प्रणय जरी बेभान असला तरी तो अधिक काळ टिकणारा नसतो.

जेव्हा पुरुषाकडे स्त्रियांच्या समस्या सोडवणारी साधने असतात, तेव्हा त्याच्या प्रणयी भावना तिच्याकडून ताबडतोब पेटवल्या जातात.

जेव्हा स्त्रीचा आपत्काल संपतो आणि तिच्यावरची संकटे नाहीशी होतात तेव्हा दोघांमधले आकर्षण कमी होते. तिला किंवा त्याला असे वाटते की ते एकमेकांसाठी अनुरूप नाहीत. त्याचे तिच्याबद्दलचे आकर्षण फक्त तिला मदत करण्याच्या इच्छेवर असते, त्यामुळे त्याच्या सामर्थ्यात होणाऱ्या वाढीवर आधारलेले असते. त्याने तिला मदत करण्यात जरूर तत्परता दाखवावी, पण अशा वेळी शारीरिक पातळीवर तिच्यात गुंतण्याची गरज नाही- म्हणजे जर दोघे एकमेकांना अनुरूप वाटले नाहीत तर एकमेकांपासून दूर जाणे त्यांना सोपे होईल.

पुरुषांच्या बाबतीत आणखी एक सामान्य शक्यता गृहीत धरली जाते, ती म्हणजे त्याला त्याची काळजी घेणाऱ्या स्त्रीबद्दल वाटणारे आकर्षण तात्पुरत्या काळासाठी असते. जेव्हा तो त्याची ताकद परत मिळविण्याच्या प्रयत्नात असतो तेव्हाच ते असते. असे संगोपन करणारी स्त्री त्याच्या बालवयातील मनाच्या

जखमांवर मलमपट्टी करते. त्याच्या या जखमा एकदा का भरल्या की मग त्याच्या लक्षात येते की ती स्त्री त्याच्यासाठी अनुरूप नाही.

जेव्हा पुरुषाच्या मनात बालपणीच्या काही अनिर्णित दुःखद भावना असतात तेव्हा तो अशा स्त्रीकडे ओढला जातो जी त्याची लहान मुलाप्रमाणे काळजी घेऊन त्याला आराम देते. त्याच्या आईने जसे त्याच्याशी वागायला हवे होते तसे ती त्याच्याशी वागते. एकदा त्याचे हे दुःख सरले की त्याचे तिच्याबद्दलचे आकर्षण संपते.

जेव्हा पुरुष त्याच्या हृदयावरची उपचारप्रक्रिया करत असतो तेव्हा संगोपन करणाऱ्या स्त्रीकडे तो आकर्षिला जातो, पण हे आकर्षण अत्यंत अल्पजीवी असते.

असे स्त्री-पुरुष जेव्हा नातेसंबंधात शिरतात तेव्हा हा संभ्रम अजून वाढतो. तो त्याच्या नकळतच त्याच्या अनिर्णित भावना तिच्या पुढ्यात फेकतो. आता त्याची अशी अपेक्षा असते की तिने आता त्याच्या आईची भूमिका पार पाडावी! त्यामुळे त्याच्या लहानपणाच्या अनिर्णित भावना तो तिच्यावर सोपवतो. त्याला त्याच्या आईबद्दल जे वाटत होते ते आता त्याला तिच्याबद्दल वाटायला लागते.

उदाहरणच द्यायचे झाले तर त्याच्या मनात राग आणि दुःख याबद्दलच्या अनिर्णित भावना असतील तर मोठेपणीच्या नातेसंबंधात तो जरा जास्तच संवेदनशील असेल. ती जे काही बोलेल वा करेल त्यामुळे तो दुखावला जाईल. रागारागात तो वाजवीपेक्षा जास्त खाईल. वर्तमानकाळातील नातेसंबंधांची मुळे भूतकाळात खोलवर रुजलेली असतात. कोणाला वचन देण्यापूर्वी त्याने ही काळजी घेतली पाहिजे की त्याच्या जखमांवर उपचार करण्यासाठी तिच्यात तो त्याची काळजी घेणारी, लाड पुरवणारी आई तर शोधत नाही ना?

उपचारप्रक्रियेच्या काळातील प्रणय हा भूतकाळातील भावना मनाच्या पृष्ठभागावर आणण्यासाठी चालना देतो.

जी स्त्री पुरुषाची आईच्या मायेने काळजी घेते तिच्याबरोबर शारीरिक पातळीवरचे संबंध आणि वचनबद्धता ही उपचारप्रक्रियेच्या काळात ताण वाढवते आणि नैसर्गिक उपचारप्रक्रियेमध्ये अडथळे आणते. अशा स्त्रीवर वाजवीपेक्षा जास्त अवलंबून राहून पुरुष स्वावलंबी आणि सामर्थ्यवान होण्यास स्वतःच उशीर करतो. जरी या नातेसंबंधांमुळे त्याला आराम वाटला आणि उपचार झाले तरी त्याला जखडले

गेल्याची भावना येते.

जर उपचारप्रक्रियेच्या काळात पुरुष एखाद्या संगोपन करणाऱ्या, ममत्व असलेल्या स्त्रीकडे आकर्षित झाला तर त्याने स्त्री समुपदेशकाकडे जावे, जी त्याला हवे असलेले ममत्व, प्रेम, संगोपन हे सगळे त्याला देईल आणि तरीही त्याचे स्वावलंबन व सामर्थ्य वाढविण्यास मदत करेल. अशा प्रकारे वचनबद्ध होण्यापूर्वी त्याची गेलेली ताकद त्याला परत मिळेल.

जेव्हा पुरुषाला आईच्या मायेची गरज वाटते तेव्हा त्याने स्त्री समुपदेशकाकडेच जाणे शहाणपणाचे ठरेल.

या सगळ्या उदाहरणांवरून तुमच्या असे लक्षात आले असेल की पुरुष अशा स्त्रीकडे किंवा अशा परिस्थितीकडे आकर्षिला जातो जेथे त्याला सामर्थ्यवान वाटते. जोपर्यंत पुरुष चिरकाल टिकणाऱ्या वचनबद्धतेपासून स्वतःला दूर ठेवण्याची काळजी घेतो तोपर्यंत त्याच्या या प्रवृत्तीवर कुठलेच बंधन घालण्याचे कारण नाही. हा त्याच्या उपचारप्रक्रियेचाच एक भाग आहे असे समजावे.

या समीकरणापासून वचनबद्धतेला दूर ठेवून कोणत्याच स्त्रीशी बांधीलकी न ठेवता तिला हवे ते पुरवून समर्थ बनण्याचा अनुभव पुरुष घेऊ शकतो, अर्थात यासाठी आत्मसमर्थनाची खूप गरज असते, पण पुरुषाच्या अंगी हा उपजत गुण असतो की फार जीव न गुंतवता व दुसऱ्यावर अवलंबून न राहता तो दुसऱ्याला देऊ शकतो. आश्चर्यकारक आत्मविश्वास त्याच्यामध्ये आता निर्माण होतो, ज्यामुळे त्याची फक्त उपचार प्रक्रियाच आनंदमयी होते, एवढेच नव्हे तर त्याला त्याच्या योग्य नातेसंबंध निर्माण करण्याची पूर्ण तयारी होते. दुसऱ्याला देण्याची आपली ही ताकद आणि तिचे पुरेसे भान आल्यामुळे तो आयुष्यभरासाठी त्याच्या तीव्र प्रेमाच्या भावना राखून ठेवू शकतो.

कोणाशीही कायमसाठी वचनबद्ध न राहता प्रणयी भावनांची व्यक्तता हा पुरुषासाठी फार मोठा ताकदीचा अनुभव असतो. कोणत्याही अटींशिवाय स्त्रियांशी शारीरिक पातळीवर ठेवलेल्या संबंधांमुळे त्याच्या जवळिकतेबद्दलच्या जखमी भावना बऱ्या करायला मदत होते. अशा प्रकारे त्याच्या हृदयावर उपचार झाले की त्याला त्याचे खरे प्रेम मिळेल व मग तो वचनबद्ध होईल.

■

सारांश

आयुष्याच्या मार्गावर फुटणारे फाटे

जेव्हा आयुष्याला नव्याने सुरुवात करायची असते तेव्हा स्त्री व पुरुष दोघांच्याही मार्गावर फाटे फुटतात, त्यातला एक फाटा आयुष्याला प्रकाश, प्रेम आणि आशा याकडे वरवर नेतो तर दुसरा फाटा आयुष्याला खालच्या दिशेने अंधाराकडे, निराशेकडे आणि रितेपणाकडे नेतो. वरच्या दिशेने जाणारा रस्ता थोडा अवघड असतो- त्यासाठी आपल्याला आपल्या वेदना जाणवल्या पाहिजेत आणि आयुष्यातून नवे मार्ग, नवे अर्थ यांचा एकमेकांशी संबंध जोडता आला पाहिजे. आपण किती जास्त चांगले आपले आयुष्य बनवू शकतो हे आपल्याला असलेले आव्हान आहे. खालच्या दिशेनं जाणारा रस्ता त्या मानाने सोपा आहे, पण शेवटी त्या रस्त्यावर अनेक वेदना आहेत. आत्ता जरी आराम वाटण्याचे तो तुम्हाला वचन देत असेल तरी त्यामुळे आपल्या हृदयाची जखम बरी होत नाही. तो रस्ता आपल्याला घरी नेत नाही.

पुन्हा एकदा प्रेमात पडण्याचे धाडस तुम्ही दाखवले तर तुम्ही फक्त अधिक सामर्थ्यवान बनता असे नाही, तर प्रेमळसुद्धा बनता. तुमच्या हृदयाची जखम बरी करण्याचे आव्हान स्वीकारून तुम्ही कदाचित पूर्वीपेक्षा अधिक चांगले प्रेम मिळवू शकता. प्रेमाने भरलेल्या हृदयामुळे तुम्ही तुमचे जास्तीतजास्त सामर्थ्य दाखवू शकता, त्याचबरोबर तुमच्या आत्म्याची खोलवरची इच्छा की प्रेम द्यावे आणि प्रेम घ्यावे तीसुद्धा पूर्ण करू शकता.

या कृपांचा फायदा फक्त तुम्हालाच मिळतो असे नाही तर तुमच्या मुलांनाही यापासून फायदा होतो. जोपर्यंत मुलांचे पालक दुःखी आहेत तोपर्यंत मुलेसुद्धा सर्वार्थाने सुखी होऊ शकत नाहीत. त्यांना कोणत्या ना कोणत्या प्रकारे दुःख होतच असते. पालकांना नेहमी वाटते की मुलांना सुखी करण्यासाठी त्यांनी काही करायला

हवे. मुलांसाठी त्यांच्याकडून सगळ्यात चांगली भेट म्हणजे तुमचे प्रेम आणि मनाचे आरोग्य याचे उत्तम उदाहरण त्यांनी त्यांच्या मुलांसमोर ठेवले पाहिजे. जर तुम्ही तुमच्या हृदयावर उपचार केले तर आपोआपच मुले प्रेमळ वातावरणात वाढतील. जर तुम्ही तुमच्या वेदनांना मुक्त करून त्यांच्यावर उपचार केले तर मुलांवरचे ओझे कमी होईल.

ज्या वेदनांवर तुम्ही उपचार करू शकत नाही त्या पुढे मुलांना वाहून न्याव्या लागतात. जेव्हा तुमच्या वेदनांचे ओझे तुम्हाला जड होईल आणि ते तुम्हाला खाली ठेवावेसे वाटेल तेव्हा ते तुमच्या मुलांच्या डोक्यावर येईल पण तुम्ही जर आधीच स्वत:ला मदत केली तर तुमचे कुटुंब उबेत, सुरक्षिततेत व प्रेमात न्हाऊन निघेल.

हे पुस्तक वाचण्यासाठी मुद्दाम वेळ काढा. हे पुस्तक वाचताना तुम्ही आमच्याशी वचनबद्ध आहात की तुम्ही तुमची उपचार प्रक्रिया पूर्ण करणार आहात आणि प्रवास पूर्ण करून पुन्हा तुमच्या घराकडे म्हणजे हृदयाकडे परत जाणार आहात. कदाचित तुमच्या आयुष्यातील हा सगळ्यात जास्त वेदनादायक काळ असेल पण तुम्ही जेव्हा मागे वळून बघाल तेव्हा उपचारप्रक्रियेमुळे तुम्हाला किती चांगली भेट मिळाली याबद्दल आभार मानाल. तुमच्या भंगलेल्या हृदयावर उपचार करून तुम्ही पूर्वीपेक्षाही अधिक सामर्थ्यवान बनाल. तुमच्या वेदनापण जातील आणि तुम्हाला अधिक प्रेम, अधिक सामंजस्य आणि तुमच्या कल्पनेपलीकडील सहृदयता यांनी भरलेले नवीन आयुष्य मिळेल.

जरी तुमचे हे अपयश अनेक वर्षांपूर्वी तुमच्या वाटेला आले असले तरीही मागे वळून बघायला कधीच फार उशीर होत नाही. हृदयावर उपचार करा आणि मग पुन्हा खऱ्या व चिरकाल टिकणाऱ्या प्रेमाचा शोध घ्या. जर तुम्ही या पुस्तकात दिल्याप्रमाणे काही चुका केल्या असतील तरीही तुम्हाला पुन्हा एकदा प्रेम शोधण्याची संधी मिळणार आहे.

'जाऊ दे' म्हणायला शिका.

संजयने सुमारे तेवीस वर्षे संसार करून नंतर घटस्फोट घेतला. ऐन तारुण्यातच लग्न झाले पण त्यानंतर त्याला जाणवलं की त्याने चुकीच्या बाईबरोबर लग्न केले. आपल्या हृदयाची वेदना बरी करण्याऐवजी तो अनेक विवाहबाह्य संबंधांमध्ये शिरला. या पुस्तकात सांगितलेली जवळपास प्रत्येक चूक त्याने केली.

संजय एखाद्या स्त्रीबरोबर वचनबद्ध होण्याच्या शक्यतेपर्यंत पोहोचला की तेवढ्यात त्याच्या मनातील शंका-कुशंका त्याच्या मनाच्या पृष्ठभागावर येत असत आणि मग तो दुसरीबरोबर नातेसंबंध जुळवायला बघत असे. तीन वर्षांत त्याने सहा

बायकांशी जवळिकतेचे नातेसंबंध प्रस्थापित केले, पण तरीही त्याच्या मनाचा निर्णय होत नसे आणि कुणाशीच तो वचनबद्ध होत नसे. प्रत्येक स्त्रीमध्ये त्याला काही चांगले गुण दिसत असत- जे त्याला आवडत, त्यामुळे त्यांपैकी एकीलाच निवडले तर इतरांच्या चांगल्या गुणांकडे दुर्लक्ष केल्यासारखे होईल म्हणून मग एकीला कोणाला तरी निवडण्यापेक्षा नातेसंबंधांचा गंभीरपणे विचार करण्याचा नादच त्याने सोडून दिला.

मार्स-व्हीनस कार्यशाळा घेतल्यावर संजय त्यात दाखल झाला. त्याने पुन्हा नव्याने सुरुवात केली. या वेळेस तो अधिक प्रमाणात यशस्वी झाला. या वेळेस त्याला हे जाणवले की तो त्याच्या नव्या नातेसंबंधांनासुद्धा सोडू शकत नाही, कारण तो अजूनही त्याच्या बायकोबरोबरच राहत होता. त्याने तिलाही सोडलेले नव्हते. त्याच्या जुन्या जोडीदाराबद्दलच्या अनिर्णित भावनांवर प्रक्रिया करून आता तो 'डेटिंग' नव्याने अनुभवत होता, त्याचबरोबर इतर नातेसंबंधातही होताच.

त्यानंतर एका वर्षाने त्याला त्याची योग्य जोडीदार सापडली आणि त्याला खऱ्या व चिरकाल टिकणाऱ्या प्रेमाचा साक्षात्कार झाला. जेव्हा तो खऱ्या अर्थाने त्या स्त्रीमध्ये गुंतण्यास तयार झाला तेव्हा त्याला असा शोध लागला की त्याच्यासाठी योग्य असणारी स्त्री त्याच्या खालच्याच मजल्यावर राहत होती.

क्षमाशील व्हा!

सुचेताला तिच्या वैवाहिक आयुष्यात विश्वासघाताचा अनुभव आला. तिचा पूर्वीचा नवरा त्याच्या सेक्रेटरीच्या प्रेमात पडला होता आणि त्याने तिला सोडून दिले. ती उद्ध्वस्त झाली. तिला तिचा आत्मविश्वास परत मिळावा म्हणून ती इतर पुरुषांना भेटली. जरी तिचे कौतुक होत होते, तिच्याकडे लक्ष दिले जात होते तरी एवढे पुरेसे नव्हते, कारण अजूनही तिच्या लग्नाबद्दलच्या अनिर्णित भावनांचा तिच्या मनावर प्रभाव होता. तिला कळत नव्हते की तिच्या दुखावलेल्या भावनांवर प्रक्रिया करून तिच्या हृदयावर उपचार कसे करायचे?

शेवटी तिने स्वत:च्या करिअरवर आणि मुलांवर लक्ष केंद्रित करायचे ठरवले आणि नातेसंबंधांचा कुठलाही विचार करायचा नाही असे ठरवले. नऊ वर्षांनी ती बरीचशी सावरली, तरीसुद्धा काही तरी चुकल्यासारखे वाटत होते. ती मार्स-व्हीनस कार्यशाळेत दाखल झाली. तिच्या लक्षात आले की ती अजूनही तिच्या भूतकाळातील अनिर्णित भावना उराशी कवटाळून बसली होती, मग ती चार उपचारात्मक भावना कशा मनाच्या पृष्ठभागावर आणायच्या ते शिकली आणि तिने मोठ्या मनाने आपल्या पूर्वीच्या नवऱ्याला माफ करून टाकले आणि आता दुसऱ्या नातेसंबंधात

जिव्हाळा शोधण्यासाठी उत्सुक झाली.

जरी सुचेताला असे वाटत होते की आता आपल्याला आयुष्यात पुन्हा कधीही प्रेम मिळणार नाही तरी जेव्हा हृदयावर उपचार पूर्ण झाले तेव्हा तिला जाणवले की अजूनही तिला प्रेम मिळू शकते. तिच्या विचारसरणीत जेव्हा हा बदल झाला तेव्हा सहा महिन्यांनी तिला असा पुरुष भेटला जो तिच्यासाठी अनुरूप जोडीदार म्हणून सिद्ध झाला. आपल्या हृदयावर उपचार करूनच ती आयुष्याला नव्याने सुरुवात करू शकली आणि चिरकाल टिकणारे प्रेम तिला मिळू शकले.

पुन्हा प्रेम करा!

'मार्स ॲण्ड व्हीनस स्टार्टिंग ओव्हर' या पुस्तकामुळे तुम्हाला जे ज्ञान प्राप्त झाले आहे त्याचा साधन म्हणून वापर करा. आता तुमचे हे साधन कोणत्या मार्गाने वापरायचे याची निवड तुमच्या हाती आहे. तुमच्या पुढील प्रवासाचा नकाशा तुमच्या हाती आहे. एखाद्या सुजाण शिक्षकाप्रमाणे तो तुमच्या प्रश्नांची उत्तरे देईल याची मला खात्री आहे. मला आशा आहे की एखाद्या मित्राप्रमाणे ते तुमच्या आजूबाजूलाच असेल. आकाशातल्या देवदूताप्रमाणे ते तुम्हाला तुमच्या गरजेच्या काळात दिलासा देईल आणि सतत आठवण करून देईल की तुमच्यावर सगळ्यांचे प्रेम आहे. तुम्हाला कोणीच विसरलेले नाही आणि देव तुमची प्रार्थना ऐकतो आहे.

तुमच्या परतीच्या प्रवासात तुम्हाला ज्या आधाराची गरज तुमच्या योग्य निवडीसाठी आवश्यक आहे तो आधार नक्की मिळेल. या रस्त्यावरील प्रत्येक वळणावर तुम्ही जेव्हा तुमच्या हृदयावर उपचार कराल तेव्हा लक्षात घ्या तुम्ही या जगात देवाचे प्रेम परत आणत आहात. फक्त स्वत:वर प्रेम करू नका, तुमच्या मुलांवर, मित्रांवर आणि संपूर्ण जगावर प्रेम करा. नेहमी हे लक्षात ठेवा की तुमच्याही प्रेमाची सगळ्यांना गरज आहे. तुमचा प्रवास तुम्ही माझ्याबरोबर वाटून घेतला त्याबद्दल मी तुमचे आभार मानतो आणि तुमच्या आयुष्यात जर मी असे काही चांगले बदल घडवू शकलो तर मी स्वत:ला भाग्यवान समजेन.

■